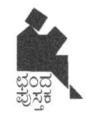

ಛಂದ ಪುಸ್ತಕ

ಓದಿ ಓದಿ ಮರುಳಾಗಿ!

ವರ್ಣಮಯ

ಸುಲಲಿತ ಪ್ರಬಂಧಗಳು

ವಸುಧೇಂದ್ರ

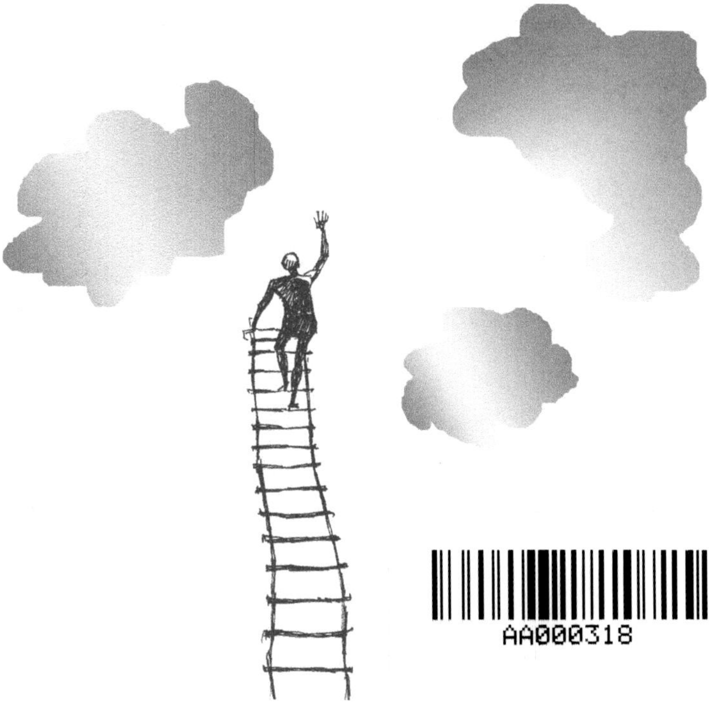

AA000318

VARNAMAYA
-Collection of Essays in Kannada
by Vasudhendra,
Published by Chanda Pustaka,
I-004, Mantri Paradise,
Bannerughatta Road, Bangalore-560 076
ISBN: 978-81-949262-7-6

ಹಕ್ಕುಗಳು: ಲೇಖಕರವು

ಮೊದಲ ಮುದ್ರಣ: 2012
ಮರು ಮುದ್ರಣ: 2013, 2014, 2016, 2020, 2023, 2024

ಒಳಚಿತ್ರಗಳು: ಪ ಸ ಕುಮಾರ್
ಮುಖಪುಟ: ಶ್ವೇತಾ ಆಡುಕಳ
ಕರಡು ತಿದ್ದುವಿಕೆ: ಜ್ಯೋತಿ ಮಹಾದೇವ
ಪುಟಗಳು: 188 ಬೆಲೆ: ₹ 225
ಕಾಗದ: ಎನ್‌ಎಸ್ ಮ್ಯಾಪ್ಲಿತೊ 70 ಜಿಎಸ್‌ಎಂ, 1/8 ಡೆಮಿ

ಪ್ರತಿಗಳಿಗಾಗಿ ಸಂಪರ್ಕಿಸಿ:

ಛಂದ ಪುಸ್ತಕ
ಐ-004, ಮಂತ್ರಿ ಪ್ಯಾರಡೈಸ್
ಬನ್ನೇರುಘಟ್ಟ ರಸ್ತೆ
ಬೆಂಗಳೂರು-560 076
ಸೆಲ್: 98444 22782
me@vasudhendra.com

ಮುದ್ರಣ:

Repro, Sun Paradise Business Plaza, Lower Parel, Mumbai - 400 013

ವಸುಧೇಂದ್ರ

1996ರಿಂದ ಕನ್ನಡದಲ್ಲಿ ಸಾಹಿತ್ಯ ರಚಿಸುತ್ತಿರುವ ಇವರು, ಮೂಲತಃ ಬಳ್ಳಾರಿ ಜಿಲ್ಲೆಯ ಸಂಡೂರಿನವರು. NITK ಸೂರತ್ಕಲ್‌ನಿಂದ BE ಮತ್ತು IISc ಬೆಂಗಳೂರಿನಿಂದ ME ಪದವಿಯನ್ನು ಪಡೆದಿದ್ದಾರೆ. 20 ವರ್ಷಗಳ ಕಾಲ ಸಾಫ್ಟ್‌ವೇರ್ ಪ್ರಪಂಚದಲ್ಲಿ ಕೆಲಸ ಮಾಡಿ, ಈಗ ತಮ್ಮ ಸಮಯವನ್ನು ಪ್ರವಾಸ, ಓದು ಮತ್ತು ಬರೆಹಗಳಲ್ಲಿ ವಿನಿಯೋಗಿಸುತ್ತಾರೆ. ತಾವು "ಗೇ" ಎಂದು ಹೆಮ್ಮೆಯಿಂದ ಹೇಳಿಕೊಂಡ ಕನ್ನಡದ ಮೊಟ್ಟ ಮೊದಲ ಸಾಹಿತಿ ಇವರಾಗಿದ್ದಾರೆ.

ಕತೆ ಮತ್ತು ಪ್ರಬಂಧ ಕ್ಷೇತ್ರದಲ್ಲಿ ಪುಸ್ತಕಗಳನ್ನು ರಚಿಸಿರುವ ಇವರ ಪುಸ್ತಕಗಳು ಹಲವಾರು ಮರು ಮುದ್ರಣಗಳನ್ನು ಕಂಡಿವೆ. 'ನಮ್ಮಮ್ಮ ಅಂದ್ರೆ ನಂಗಿಷ್ಟ' ಎನ್ನುವ ಈ ಕೃತಿಯು 20 ಕ್ಕೂ ಹೆಚ್ಚು ಮುದ್ರಣಗಳನ್ನು ಕಂಡಿದೆ. 'ಮೋಹನಸ್ವಾಮಿ' ಎಂಬ ಕಥಾಸಂಕಲನ 'ಗೇ' ಜೀವನದ ನೋವು ನಲಿವನ್ನು ಚಿತ್ರಿಸುವದರಿಂದ, ಸಾಕಷ್ಟು ಚರ್ಚೆಗೆ ಒಳಗಾಗಿದೆ. ಈ ಕೃತಿಯು ಇಂಗ್ಲಿಷ್, ಸ್ಪಾನಿಷ್, ಮಲಯಾಳಂ, ತೆಲುಗು, ಮರಾಠಿ, ಹಿಂದಿ ಮತ್ತು ತಮಿಳು ಭಾಷೆಯಲ್ಲಿ ಪ್ರಕಟವಾಗಿದೆ. ಇವರ ಕಾದಂಬರಿ 'ತೇಜೋ ತುಂಗಭದ್ರಾ' ವಿಜಯನಗರ ಸಾಮ್ರಾಜ್ಯದ ಇತಿಹಾಸದ ಅಧ್ಯಯನದಿಂದ ರಚನೆಗೊಂಡಿದ್ದು, ಸಾಕಷ್ಟು ಚರ್ಚೆ ಮತ್ತು ಮೆಚ್ಚುಗೆಯನ್ನು ಗಳಿಸಿದೆ.

ಕರ್ನಾಟಕ ಸಾಹಿತ್ಯ ಅಕಾಡೆಮಿಯ "ಸಾಹಿತ್ಯಶ್ರೀ" ಪ್ರಶಸ್ತಿಯೂ ಸೇರಿದಂತೆ ಹಲವಾರು ಪ್ರಶಸ್ತಿಗಳು ಮತ್ತು ಬಹುಮಾನಗಳು ಅವರ ಪುಸ್ತಕಗಳಿಗೆ ದಕ್ಕಿವೆ. 'ಛಂದ ಪುಸ್ತಕ' ಎಂಬ ಪ್ರಕಾಶನ ಸಂಸ್ಥೆಯನ್ನು ಪ್ರಾರಂಭಿಸಿ, ಅದರ ಮೂಲಕ ನಾಡಿನ ಹಲವಾರು ಹೊಸ ಕನ್ನಡ ಬರಹಗಾರರ ಪುಸ್ತಕಗಳನ್ನು ಪ್ರಕಟಿಸಿದ್ದಾರೆ. ಆ ಪುಸ್ತಕಗಳ ಜೊತೆಗೆ, ತಮ್ಮ ಪುಸ್ತಕಗಳ ಮುದ್ರಣ ಮತ್ತು ಮಾರಾಟವನ್ನು ಸ್ವತಃ ನೋಡಿಕೊಳ್ಳುತ್ತಾರೆ.

ಚಾರಣದಲ್ಲಿ ಆಸಕ್ತಿಯಿರುವ ಇವರು ತಾಂಜಾನಿಯಾ ದೇಶದಲ್ಲಿರುವ ಕಿಲಿಮಂಜಾರೋ ಪರ್ವತವನ್ನೂ ಮತ್ತು ಹಿಮಾಲಯದ ಹಲವು ಪರ್ವತಗಳನ್ನೂ ಹತ್ತಿದ್ದಾರೆ. ಕೈಲಾಶ–ಮಾನಸಸರೋವರದ ಚಾರಣವನ್ನೂ ಮಾಡಿದ್ದಾರೆ. ಅಂತಾರಾಷ್ಟ್ರೀಯ ಸಿನಿಮಾ, ಮಹಾಭಾರತದ ಓದು, ಶಾಸ್ತ್ರೀಯ ಸಂಗೀತವನ್ನು ಕೇಳುವುದು ಅವರ ಇತರ ಹವ್ಯಾಸಗಳಾಗಿವೆ.

me@vasudhendra.com | 98444 22782

ಅಕ್ಕನ ಜವಾಬ್ದಾರಿಯನ್ನು
ಸೊಗಸಾಗಿ ನಿರ್ವಹಿಸಿ
ಈಗ ತೆರವಾದ ಅಮ್ಮನ
ಸ್ಥಾನವನ್ನು ತುಂಬುತ್ತಿರುವ

ವಿನೋದಾಗೆ
ವನಜಾಗೆ

ಪರಿವಿಡಿ

ಬಣ್ಣ

ಇಂಗ್ಲೆಂಡಿನಲ್ಲಿ ರೈಲಿನ ಪ್ರಯಾಣ ತುಂಬಾ ಸೊಗಸಾಗಿರುತ್ತದೆ. ಸ್ವಚ್ಛವಾದ ಮತ್ತು ಆರಾಮದಾಯಕ ಆಸನಗಳು, ಕೊಳೆರಹಿತ ಬೋಗಿಗಳು, ಎಲ್ಲೆಡೆಯೂ ಲಭ್ಯವಾಗುವ ಪ್ರಯಾಣದ ಮಾಹಿತಿಗಳು, ತಡೆರಹಿತ ವೇಗದ ಪಯಣ, ಸುವ್ಯವಸ್ಥಿತ ರೈಲು ನಿಲ್ದಾಣಗಳು, ನಿಖರವಾದ ಸಮಯಕ್ಕೆ ಆಗಮನ ನಿರ್ಗಮನ – ಎಲ್ಲವೂ ರೈಲಿನ ಪ್ರಯಾಣವನ್ನು ಸುಖಕರವಾಗಿಸುತ್ತವೆ. ಬಸ್ಸು ಮತ್ತು ವಿಮಾನಗಳಿಗಿಂತಲೂ ಜನರು ರೈಲನ್ನು ಇಲ್ಲಿ ಹೆಚ್ಚಾಗಿ ಬಳಸುತ್ತಾರೆ. ಇಂತಹ ರೈಲಿನಲ್ಲೊಮ್ಮೆ ಪ್ರಯಾಣ ಮಾಡುವಾಗ ನನಗಾದ ಒಂದು ಅನುಭವವನ್ನು ನಿಮ್ಮೊಡನೆ ಹಂಚಿಕೊಳ್ಳುತ್ತೇನೆ.

ಡಿಸೆಂಬರಿನ ಮೈ ನಡುಗಿಸುವ ಚಳಿಯ ದಿನಗಳವು. ಹೊರಗೆ ಹಿಮ ಸುರಿಯುತ್ತಿತ್ತು. ಕಿಟಕಿಯಿಂದ ಹೊರ ನೋಡಿದರೆ, ಇಡೀ ಜಗತ್ತು ಕೇವಲ ಬಿಳಿಯ ಬಣ್ಣದಿಂದ ತುಂಬಿತ್ತು. ಆದರೆ ರೈಲಿನ ಒಳಗೆ ಬದುಕು ವರ್ಣಮಯವಾಗಿತ್ತು. ನಾನು ಬರ್ಮಿಂಗ್ ಹ್ಯಾಂನಿಂದ ಲಂಡನ್‌ಗೆ ಹೋಗುತ್ತಿದ್ದೆ. ಸುಮಾರು ಎರಡು ತಾಸಿನ ಪಯಣ. ಸಾಕಷ್ಟು ಜನರು ನನ್ನ ಬೋಗಿಯಲ್ಲಿ ತುಂಬಿದ್ದರು. ಚಳಿಯ ದಿನಗಳಾದ್ದರಿಂದ ತಾಸಿಗೊಮ್ಮೆ ಟಾಯ್ಲೆಟ್ಟಿಗೆ ಹೋಗಲೇ ಬೇಕಾಗುತ್ತದೆ. ರೈಲಿನಲ್ಲಿ ಶೌಚಾಲಯದ ವ್ಯವಸ್ಥೆಯೂ ಅತ್ಯಂತ ಸ್ವಚ್ಛವಾಗಿರುತ್ತದೆ.

ಪೇಪರ್ ಓದುವುದರಲ್ಲಿ ಮಗ್ನನಾಗಿದ್ದ ನಾನು, ಅದನ್ನು ಮುಚ್ಚಿಟ್ಟು ಹತ್ತಿರವಿದ್ದ ಶೌಚಾಲಯಕ್ಕೆ ಹೋದೆ. ಯಾರೋ ಅದನ್ನು ಉಪಯೋಗಿಸುತ್ತಿದ್ದರಿಂದ ಅದು ಲಾಕ್ ಆಗಿತ್ತು. ಒಂದೆರಡು ನಿಮಿಷ ಕಾದೆ. ನಂತರ ಬಾಗಿಲು ತೆರೆದುಕೊಂಡಿತು. ಒಬ್ಬ ಕಪ್ಪು ಜನಾಂಗದ ಆಜಾನುಬಾಹು ವ್ಯಕ್ತಿಯೊಬ್ಬ ಹೊರ ಬಂದ. ನನಗೆ ಅರ್ಥವಾಗದ ಏನೋ ಸಂಜ್ಞೆ ಮಾಡಿ, ನಕ್ಕು ಹೊರಟು ಹೋದ. ನಾನು ಒಳಗೆ ಹೋಗಿ ಚಿಲಕ ಹಾಕಿಕೊಂಡ ಮೇಲೆ, ಶೌಚಾಲಯ ಅತ್ಯಂತ ಕೊಳಕಾಗಿರುವುದು ಕಂಡು ಬಂತು. ಕಮೋಡಿನಲ್ಲಿ ಹೊಲಸು ಹಾಗೇ ಇತ್ತು. ಜೊತೆಗೆ ಒಂದಿಷ್ಟು ಉಪಯೋಗಿಸಿ ಬಿಟ್ಟ ಪೇಪರುಗಳು. ಸಾಲದೆಂಬಂತೆ ಒಂದಿಷ್ಟು ಚ್ಯುಯಿಂಗ್ ಗಂಅನ್ನು ಅದಕ್ಕೆ ಅಂಟಿಸಲಾಗಿತ್ತು. ಒಂದು ಬಿಯರ್ ಡಬ್ಬಿ ರೈಲಿನ ಕುಲುಕಾಟಕ್ಕೆ ನೆಲದ ಮೇಲೆ ಉರುಳಾಡುತ್ತಿತ್ತು. ಪೂರ್ತಿ ಖಾಲಿಯಾಗದ ಆ ಬಿಯರ್ ಎಲ್ಲೆಡೆ ಚೆಲ್ಲಾಡಿತ್ತು.

ನನಗೆ ಆ ಕಪ್ಪು ವ್ಯಕ್ತಿಯ ಮೇಲೆ ತುಂಬಾ ಸಿಟ್ಟು ಬಂತು. ಶೌಚಾಲಯವನ್ನು ಇಷ್ಟು ಕೊಳಕು ಮಾಡುವುದೆ? ಸಾರ್ವಜನಿಕ ಸೌಲಭ್ಯವನ್ನು ಒಂದಿಷ್ಟು ಮುತುವರ್ಜಿಯಿಂದ ಉಪಯೋಗಿಸಲು ಸಾಧ್ಯವಿಲ್ಲವೆ? ಇಂತಹ ದೇಶಕ್ಕೆ ಬಂದರೂ ತಮ್ಮ ಬುದ್ಧಿಯನ್ನು ಬಿಡುವುದಿಲ್ಲವಲ್ಲ ಈ ಜನ. ಫಳಫಳನೆ ಹೊಳೆಯುವಷ್ಟು ಸ್ವಚ್ಛತೆಯನ್ನು ಕಾಪಾಡುವ ಈ ದೇಶದಲ್ಲಿ ಹೀಗೆ ಹೊಲಸೆಬ್ಬಿಸುವ ಮನಸ್ಸಾದರೂ ಇವನಿಗೆ ಹೇಗೆ ಬಂತು? 'ಬ್ಲಡಿ ಈಡಿಯಟ್' ಎಂದು ಜೋರಾಗಿಯೇ ಬೈದೆ.

ನಾನು ಬಿಯರ್ ಡಬ್ಬಿಯನ್ನು ತೆಗೆದು, ಅಲ್ಲಿಯೇ ಇದ್ದ ಕಸದ ಬುಟ್ಟಿಗೆ ಹಾಕಿದೆ. ಎರಡು ಬಾರಿ ಫ್ಲಷ್ ಮಾಡಿದೆ. ಕಾಗದಗಳು ಕಣ್ಮರೆಯಾದವಾದರೂ ಹೊಲಸು ಹಾಗೇ ಉಳಿದುಕೊಂಡಿತು. ಯಾಕೋ ಅದನ್ನು ಉಪಯೋಗಿಸಬೇಕೆಂದು ನನಗೆ ಮನಸ್ಸಾಗಲಿಲ್ಲ. ಸುಮ್ಮನೆ ಒಂದು ನಿಟ್ಟುಸಿರು ಬಿಟ್ಟು, ಚಿಲಕ ತೆಗೆದುಕೊಂಡು ಹೊರಗೆ ಬಂದೆ. ಅಲ್ಲಿ ಅತ್ಯಂತ ಜಾಗರೂಕತೆಯಿಂದ ಬಟ್ಟೆ ಬರೆ ಧರಿಸಿ, ಕೈಯಲ್ಲಿ ವ್ಯಾನಿಟಿ ಬ್ಯಾಗ್ ಹಿಡಿದ ಬ್ರಿಟಿಷ್ ಅಜ್ಜಿಯೊಬ್ಬರು ಶೌಚಾಲಯ ತೆರವಾಗುವುದನ್ನೇ ಕಾಯುತ್ತಿದ್ದರು. ನಾನು ಹೊರ ಬಂದಿದ್ದೇ ಅವರು ಒಳಗೆ ಹೋಗಿ ಬಿಟ್ಟರು. ನಾನು ಅದರ ಸ್ಥಿತಿಯನ್ನು ವಿವರಿಸಲು ಬಾಯಿ ತೆಗೆಯುವುದರೊಳಗೆ ಅವರು ಅದರೊಳಗೆ ಹೋಗಿಯಾಗಿತ್ತು.

ಈಗ ನನಗೆ ನಡೆದ ಅನಾಹುತದ ಅರಿವಾಯ್ತು. ಮೊದಲೇ ಬ್ರಿಟಿಷ್ ಅಜ್ಜಿ. ಸ್ವಚ್ಛತೆಯೇ ಬದುಕಿನ ಜೀವಾಳ ಎಂಬಂತೆ ಬದುಕನ್ನು ನಡೆಸಿದ ಹಿರಿಯ ಜನಾಂಗವದು. ಈಗವರು ನಾನೇ ಈ ಹೊಲಸನ್ನೆಲ್ಲಾ ಮಾಡಿದ್ದು, ಎಂದು ತಪ್ಪು ಅರ್ಥ ಮಾಡಿಕೊಳ್ಳುತ್ತಾರೆ ಎಂದು ಬೇಸರವಾಗಿ ಹೋಯ್ತು. ಆಕೆಗೆ ನಡೆದ ಸಂಗತಿಯನ್ನು ತಿಳಿಸಿ, ನಾನು ನಿರಪರಾಧಿ ಎಂದು ಹೇಳದೆ ಅಲ್ಲಿಂದ ಕದಲಬಾರದು

ಎಂದು ಅಲ್ಲಿಯೇ ಕಾಯುತ್ತಾ ನಿಂತೆ.

ನಿರೀಕ್ಷಿಸಿದಂತೇ ಮತ್ತೆ ಶೌಚಾಲಯದ ಬಾಗಿಲು ತೆಗೆದುಕೊಂಡಿತು. ಆಕೆಯ ಮುಖ ಸಿಟ್ಟು ಮತ್ತು ಅಸಹ್ಯದಿಂದ ಧುಮುಗುಡುತ್ತಿತ್ತು. ನನ್ನ ಕಡೆ ಒಂದು ಕೆಟ್ಟ ದೃಷ್ಟಿಯನ್ನು ಬೀರಿ ತನ್ನ ಜಾಗಕ್ಕೆ ಸರಸರನೆ ನಡೆಯಲಾರಂಭಿಸಿದಳು. ನಾನು ಆಕೆಯ ಹಿಂದೆಯೇ ಮಾತನಾಡುತ್ತಾ ಹೋದೆ.

"ಮೇಡಂ, ದಯವಿಟ್ಟು ಅರ್ಥ ಮಾಡಿಕೊಳ್ಳಿ. ನಾನು ಶೌಚಾಲಯವನ್ನು ಕೊಳಕು ಮಾಡಿದ್ದಲ್ಲ. ನನಗಿಂತಲೂ ಮುಂಚೆ ಕಪ್ಪು ಜನಾಂಗದ ವ್ಯಕ್ತಿಯೊಬ್ಬ ಅದನ್ನು ಬಳಸಿ, ಅಷ್ಟೊಂದು ಕೊಳೆ ಮಾಡಿದ್ದಾನೆ. ನೀವು ಅನಾವಶ್ಯಕವಾಗಿ ಇದು ನನ್ನ ತಪ್ಪು ಎಂದು ತಿಳಿದುಕೊಳ್ಳುತ್ತಿರುವಿರಿ" ಎಂದು ಬಡಬಡಿಸಿದೆ.

ಆ ಅಜ್ಜಿ ನನ್ನ ಮಾತಿಗೆ ಒಂದಿಷ್ಟೂ ಬೆಲೆ ಕೊಡಲಿಲ್ಲ. ಸುಮ್ಮನೆ ಹೋಗಿ ತನ್ನ ಸೀಟಿನಲ್ಲಿ ಕುಳಿತುಕೊಂಡಳು. ನಾನು ಮತ್ತೊಮ್ಮೆ ನನ್ನ ಅವೇ ಮಾತುಗಳನ್ನು ಹೇಳಿದೆ. "ನನಗೆ ವಿವರಣೆ ಬೇಕಿಲ್ಲ" ಎಂದು ಖಾರವಾಗಿ ಹೇಳಿದಳು. ಎಲ್ಲರೂ ನಮ್ಮ ಕಡೆ ನೋಡಲಾರಂಭಿಸಿದರು. ನನಗೆ ಮುಜುಗರವಾದಂತಾಗಿ ಸುಮ್ಮನೆ ನನ್ನ ಜಾಗದ ಕಡೆ ಹಿಂತಿರುಗಿದೆ. 'ಬ್ಲಡಿ ಇಂಡಿಯನ್ಸ್' ಎಂದು ಆಕೆ ವಟಗುಟ್ಟಿದ್ದು ನನ್ನ ಬೆನ್ನಿಗೆ ನೇರವಾಗಿ ಬಂದು ಬಡಿಯಿತು. ವರ್ಣದ್ವೇಷ ಇವರ ರಕ್ತದ ಕಣಕಣಗಳಲ್ಲಿ ಹರಿಯುತ್ತಿದೆ ಎಂದು ನನಗನ್ನಿಸಿತು.

ಸ್ವಲ್ಪ ಹೊತ್ತು ಸುಮ್ಮನೆ ಕುಳಿತಿದ್ದೆ. ಆದರೆ ನೈಸರ್ಗಿಕ ಕರೆ ನನ್ನ ಸಿಟ್ಟು ಸೆಡವುಗಳನ್ನು ಕೇಳುತ್ತದೆಯೆ? ಮತ್ತೆ ಅವಸರಕ್ಕಿಟ್ಟುಕೊಂಡಿತು. ಈಗ ಬೋಗಿಯ ಆ ತುದಿಯಲ್ಲಿದ್ದ ಶೌಚಾಲಯಕ್ಕೆ ಹೋದೆ. ದುರಾದೃಷ್ಟಕ್ಕೆ ಅದನ್ನೂ ಯಾರೋ ಬಳಸುತ್ತಿದ್ದರಿಂದ ಲಾಕ್ ಆಗಿತ್ತು. ಕಾಯುತ್ತಾ ಬಾಗಿಲಲ್ಲೇ ನಿಂತೆ. ಎರಡು ನಿಮಿಷಕ್ಕೆ ಬಾಗಿಲು ತೆಗೆದುಕೊಂಡಿತು. ಮತ್ತದೇ ಕಪ್ಪು ಜನಾಂಗದ ಆಜಾನುಬಾಹು ಹೊರ ಬಂದ! 'ಓಹ್ ಗಾಡ್' ಎಂಬ ನನ್ನ ಉದ್ಗಾರ ಅವನಿಗೂ ಕೇಳಿಸುವಷ್ಟು ಜೋರಾಗಿತ್ತು. ಈ ಬಾರಿ ಅವನು ಮತ್ತೊಮ್ಮೆ ನಕ್ಕು ಸ್ವಚ್ಛವಾದ ಇಂಗ್ಲೀಷಿನಲ್ಲಿ ಹೇಳಿದ.

"ವಿ ಆರ್ ಲಕ್ಕಿ. ದಿಸ್ ಒನ್ ಈಜ್ ವೆರಿ ಕ್ಲೀನ್" (ನಾವು ಅದೃಷ್ಟವಂತರು. ಇದು ತುಂಬಾ ಸ್ವಚ್ಛವಾಗಿದೆ.)

ನಾನು ಶೌಚಾಲಯದ ಒಳ ಹೊಕ್ಕೆ. ಶೌಚಾಲಯ ಫಳಫಳನೆ ಹೊಳೆಯುತ್ತಿತ್ತು. ಯಾರೋ ನನ್ನ ಕೆನ್ನೆಗೆ ಪಟಪಟನೆ ಬಾರಿಸಿದಂತಾಯ್ತು. ನನ್ನ ಶೌಚಕಾರ್ಯವನ್ನು ಮುಗಿಸಿಕೊಂಡು, ಒಂದು ಕ್ಷಣ ಕನ್ನಡಿಯಲ್ಲಿ ನನ್ನ ಮುಖವನ್ನು ನೋಡಿಕೊಂಡೆ. ಹೊರಗೆ ಬಂದ ತಕ್ಷಣ ಆ ಕಪ್ಪು ಜನಾಂಗದ ವ್ಯಕ್ತಿಗಾಗಿ ಹುಡುಕಾಡಿದೆ. ದೂರದಲ್ಲಿ ಕಾಫಿ ಕುಡಿಯುತ್ತಾ, ಯಾವುದೋ ಪುಸ್ತಕವನ್ನು ಓದುತ್ತಿರುವ ಅವನು ಕಂಡ.

ಸೀದಾ ಅವನ ಬಳಿಗೆ ಹೋಗಿ "ಎಕ್ಸ್‌ಕ್ಯೂಸ್ ಮಿ" ಎಂದೆ. ಅವನು ತಲೆ ಎತ್ತಿ ನನ್ನೆಡೆಗೆ ನೋಡಿದ.

"ಐ ಆಂ ವೆರಿ ಸಾರಿ" ಎಂದು ಆರ್ದ್ರ ಧ್ವನಿಯಲ್ಲಿ ಹೇಳಿದೆ. ಅವನಿಗೆ ಗೊಂದಲವಾಯ್ತು.

"ನನಗ್ಯಾಕೆ ಕ್ಷಮೆ ಕೇಳ್ತಿದೀರ? ನೀವೇನೂ ತಪ್ಪು ಮಾಡಿಲ್ಲವಲ್ಲಾ?" ಎಂದ.

"ಹೀಗೆ ಸುಮ್ಮನೆ. ಕ್ಷಮೆ ಕೇಳಬೇಕು ಎನ್ನಿಸಿತು" ಎಂದು ಹೇಳಿ, ಒಮ್ಮೆ ನಕ್ಕು, ನನ್ನ ಸೀಟಿನ ಕಡೆ ಹೊರಟೆ. ಮನಸ್ಸು ಈಗ ನಿರಾಳವಾಗಿತ್ತು.

25ನೇ ಅಕ್ಟೋಬರ್ 2011

ನಂಜುಂಡಿ

ಹೊಸದಾಗಿ ಕಾರು ಕೊಂಡು, ಅದನ್ನು ಓಡಿಸುವ ಮೋಹವೆಲ್ಲಾ ಮುಗಿದು, ನನ್ನ ಮನೆಯಿಂದ ಸುಮಾರು ಮೂವತ್ತು ಕಿಲೋಮೀಟರ್ ದೂರವಿರುವ, ಆಫೀಸಿಗೆ ಹೋಗಿ ಬರುವ ಸಂಗತಿ ಬಹಳ ಸುಸ್ತು ತರಿಸಲಾರಂಭಿಸಿತು. ದಿನದಿನಕ್ಕೆ ಹೆಚ್ಚುತ್ತಲೇ ಇರುವ ಬೆಂಗಳೂರಿನ ವಾಹನ ದಟ್ಟಣೆ ನನಗೆ ಇನ್ನಿಲ್ಲದ ಆಯಾಸವನ್ನು ತರಿಸಲಾರಂಭಿಸಿತು. ಆಫೀಸಿಗೆ ಹೋಗುವಾಗ ಒಂದೂವರೆ ಗಂಟೆ, ಬರುವಾಗ ಒಂದೂವರೆ ಗಂಟೆಯಷ್ಟು ಕಾಲವನ್ನು ಅನಾವಶ್ಯಕವಾಗಿ ಹಾಳು ಮಾಡಿಕೊಳ್ಳುತ್ತಿದ್ದೇನಲ್ಲಾ ಎಂಬ ಆತಂಕ ಶುರುವಾಗಿ ಬಿಟ್ಟಿತ್ತು. ಆಗ ಒಬ್ಬ ಚಾಲಕನನ್ನು ನೇಮಿಸಿಕೊಳ್ಳಬೇಕೆಂದು ನಿರ್ಧರಿಸಿದೆ. ಇದು ಸುಮಾರು ಆರು ವರ್ಷಗಳ ಹಿಂದಿನ ಮಾತು. ಚಾಲಕನಿಗೆ ಕೊಡುವುದು ತಿಂಗಳಿಗೆ ಬರೀ ಮೂರು ಸಾವಿರ ಮಾತ್ರ ಎಂದು ನನ್ನ ಪಾಡಿಗೆ ನಾನು ನಿರ್ಧರಿಸಿ ಬಿಟ್ಟೆ. ಅಪಾರ್ಟ್‌ಮೆಂಟಿನಲ್ಲಿ ಕಾರು ಒರೆಸುವ ಹುಡುಗರಿಗೆ ಸುದ್ದಿ ತಿಳಿಸಿದೆ. ಒಂದಿಬ್ಬರು ಬಂದು ವಿಚಾರಿಸಿ, ಸಂಬಳದಲ್ಲಿ ರಾಜಿಯಾಗದೆ ಹೊರಟು ಹೋದರು. ಆ ಹೊತ್ತಿನಲ್ಲಿ ನನ್ನ ಚಾಲಕನಾಗಿ ಸೇರಿಕೊಂಡವನು ಈ ನಂಜುಂಡಿ. ಒಂದು ದಿನ ಬಂದು ನನ್ನ ಮನೆಯ ಕರೆಗಂಟೆ ನುಡಿಸಿ, ಮೂರು ಸಾವಿರಕ್ಕೆ ಹಿಂದು-ಮುಂದು ನೋಡದೆ ಒಪ್ಪಿಕೊಂಡುಬಿಟ್ಟ. ಅವನ ಡ್ರೈವಿಂಗ್ ಲೈಸೆನ್ಸ್ ತೋರಿಸಿದ.

"ಬರೀ ನಂಜುಂಡಿ ಅಂತದಲ್ಲೋ... ಅಡ್ಡ ಹೆಸರು ಇಲ್ವಾ?"

"ಅಂದ್ರೆ ಏನು ಸಾರ್?"

"ಅದೇ, ಊರಿನ ಹೆಸರೋ, ಮನೆ ಹೆಸರೋ, ಅಪ್ಪನ ಹೆಸರೋ ಏನಾದ್ರೂ ಬೇಡ್ವಾ?"

"ಅಂಥಾದ್ದೇನೂ ಇಲ್ಲ ಸಾರ್. ಬರೀ ನಂಜುಂಡಿ ಅಂತ್ಲೇ ನನ್ನ ಹೆಸರು"

"ನಂಜುಂಡೇಶ್ವರನ ಭಕ್ತರಾ ನಿಮ್ಮಪ್ಪ, ಅಮ್ಮ?" ಎಂದಿದ್ದಕ್ಕೆ ನಕ್ಕ.

"ಅಲ್ಲ ಸಾರ್, ಆವಾಗ 'ನಂಜುಂಡಿ ಕಲ್ಯಾಣ' ಅಂತ ಸಿನಿಮಾ ಬಂದಿತ್ತಂತೆ. ಭಾಳ ಚೆನ್ನಾಗಿತ್ತು ಅಂತಾರೆ."

ನಾನೂ ನಕ್ಕೆ. ಅವನ ವಯಸ್ಸು ಗೊತ್ತಾಗಿತ್ತು. ಅದು ಬಿಡುಗಡೆಯಾದಾಗ ನಾನಿನ್ನೂ ಕಾಲೇಜಿನಲ್ಲಿದ್ದೆ.

"ಚೆನ್ನಾಗಿ ಕಾರು ಓಡಿಸೋಕೆ ಬರ್ತದಾ?"

ಗೋಣು ಅಲ್ಲಾಡಿಸಿದ.

"ಮೊಬೈಲ್ ಇದೆಯಾ?"

"ಇಲ್ಲ ಸಾರ್. ಕೊಡಿಸಿದ್ರೆ ಇಟ್ಟುಗೊಳ್ತೀನಿ"

"ಡೆಂಟು, ಆಕ್ಸಿಡೆಂಟು ಮಾಡೋ ಹಂಗಿಲ್ಲ. ಜೋರಾಗಿ ಓಡಿಸೋ ಹಂಗಿಲ್ಲ"

ಎಲ್ಲದಕ್ಕೂ ಲಕ್ಷಣವಾಗಿ ಗೋಣಲ್ಲಾಡಿಸಿದ.

"ಈ ಹಿಂದೆ ಯಾರ ಕಾರು ಓಡಿಸ್ತಾ ಇದ್ದಿ?"

ಯಾರದೋ ಹೆಸರನ್ನು ಹೇಳಿ ನಂಬರನ್ನು ಕೊಟ್ಟ. ಮರುದಿನದಿಂದ ಬರಲು ಹೇಳಿದೆ. ನನ್ನ ಬಿಜಿ ಕಾಯಕದಲ್ಲಿ ಅವರಿಗೆ ಫೋನ್ ಮಾಡಲೂ ತೋಚಲಿಲ್ಲ. ಮರುದಿನ ಅವನು ಬಂದಾಗ ದೇವರ ಮೇಲೆ ಭಾರ ಹಾಕಿ ತೆಪ್ಪಗೆ ಕಾರಿನ ಕೀಲಿಯನ್ನು ಕೊಟ್ಟೆ. ಮೊದಲ ಬಾರಿಗೆ ಚಾಲಕನನ್ನು ನೇಮಿಸಿಕೊಂಡ ಕಾರಣ, ನಾನು ಕಾರಿನಲ್ಲಿ ಎಲ್ಲಿ ಕೂಡಬೇಕೆಂದು ಸ್ವಲ್ಪ ಅನುಮಾನಿಸಿದೆ. ಹಿಂದೆ ಕೂಡುವುದು ಒಡೆಯನ ಲಕ್ಷಣವನ್ನು ಎತ್ತಿ ತೋರಿಸುತ್ತದೆ. ಆದರೆ ಅವನೊಡನೆ ಮುಖಕ್ಕೆ ಮುಖ ಕೊಟ್ಟು ಮಾತನಾಡಲು ಸಾಧ್ಯವಿಲ್ಲ. ಜೊತೆಗೆ ಅವನಿಗಿಂತಲೂ ನಾನು ಬೇರೆ ಎಂದು ಗೆರೆ ಹಾಕಿ ತೋರಿಸಿದಂತೆ ಆಗುತ್ತದೆ. ಆದ್ದರಿಂದ ಮುಂದೆ ಕೂಡುವುದೇ ಸರಿಯೆಂದು ನಿರ್ಧರಿಸಿ, ಮುಂದಿನ ಸೀಟಿನಲ್ಲಿ, ಅವನ ಪಕ್ಕ ಹೋಗಿ ಕುಳಿತೆ. ಅವನದನ್ನು ನಿರೀಕ್ಷಿಸಿರಲಿಲ್ಲ. "ಹಿಂದಕ್ಕೆ ಕೂಡ್ರಿ ಸಾರ್, ಆರಾಮಾಗಿ ಇರ್ತದೆ" ಅಂತ ಸಲಹೆ ಕೊಟ್ಟ. "ಬೇಡ. ಇಲ್ಲೇ ಕೂಡ್ತೀನಿ" ಅಂತ ನಾನು ಹೇಳಿದೆ.

ಬರೀ ಮೂರು ಸಾವಿರ ಪಗಾರಕ್ಕೆ ಒಪ್ಪಿಕೊಂಡ ಚಾಲಕ ಅಂತ ಒಳಗೇ ಅಳುಕಿತ್ತು. ಅವನು ಕೀಲಿಯನ್ನು ಕಣ್ಣಿಗೆ ಒತ್ತಿಕೊಂಡು, ಕಾರನ್ನು ಶುರು ಮಾಡಿದ. ಒಂದಿಷ್ಟು ಮುಂದಕ್ಕೆ ಬಿಟ್ಟ. ಗೋಡೆಗೆ ತಾಕುವಷ್ಟು ಮುಂದಕ್ಕೆ ಕಾರನ್ನು ನಿಲ್ಲಿಸಿರುತ್ತೇನಾದ್ದರಿಂದ, ನನಗೆ ಇವನು ಕಾರನ್ನು ಮತ್ತಷ್ಟು ಮುಂದಕ್ಕೆ ಚಲಿಸುವುದನ್ನು ಕಂಡು ಹೆದರಿಕೆಯಾಯ್ತು.

"ಕಾರು ಯಾಕೆ ಮುಂದಕ್ಕೆ ಬಿಡ್ತಿ, ರಿವರ್ಸ್ ತೊಗೋ" ಅಂತ ಆತಂಕದಲ್ಲಿ ಹೇಳಿದೆ. ಅವನು ರಿವರ್ಸ್ ಗೇರ್ ಹಾಕಿ, ಲಕ್ಷಣವಾಗಿ ಕಾರನ್ನು ಹಿಂದಕ್ಕೆ ತೆಗೆದುಕೊಂಡ. ಪರವಾಗಿಲ್ಲ ಅನ್ನಿಸ್ತು.

"ಶುರುವಿಗೆ ಹಂಗ್ಯಾಕೆ ಕಾರನ್ನ ಮುಂದೆ ಓಡಿಸಿದಿ?" ಕುತೂಹಲದಿಂದ ಕೇಳಿದೆ.

"ದಿನದ ಶುರುವನ್ನ ರಿವರ್ಸ್ ಗೇರಿನಲ್ಲಿ ಮಾಡಿದ್ರೆ ಒಳ್ಳೇದು ಆಗಂಗಿಲ್ಲ ಅಂತಾರೆ ಸಾರ್" ಎಂದು ಕೂಲಾಗಿ ಉತ್ತರಿಸಿದ.

ಹೊಸ ಜಗತ್ತೊಂದು ಅಂದಿನಿಂದಲೇ ನನ್ನ ಕಣ್ಣ ಮುಂದೆ ಚೂರು ಚೂರೇ ತೆರೆದುಕೊಳ್ಳಲಾರಂಭಿಸಿತು.

ಮೊದಲ ದಿನ

ಮೊದಲ ದಿನವೇ ನಂಜುಂಡಿ ಕಾರಿಗೆ ಸಣ್ಣ ಗಾಯ ಮಾಡಿಬಿಟ್ಟ. ಅವನಿಗೆ ನನ್ನ ಆಫೀಸಿನ ರಸ್ತೆ ಗೊತ್ತಿಲ್ಲದ ಕಾರಣ ನಾನೇ ಅವನಿಗೆ ದಾರಿಯನ್ನು ಹೇಳಿಕೊಡುತ್ತಿದ್ದೆ. ಮಾರತ್ ಹಳ್ಳಿಯ ತನಕ ಚೆನ್ನಾಗಿಯೇ ನಡೆಸಿಕೊಂಡು ಬಂದ. ಅಲ್ಲಿ ಟ್ರಾಫಿಕ್ ತಪ್ಪಿಸಲು ನಾನು ಸಣ್ಣ ಗಲ್ಲಿಯಲ್ಲಿ ನುಗ್ಗಿಸಲು ಹೇಳಿದೆ. ಅದೇ ವೇಳೆಗೆ ಬಂದ ಸ್ಕೂಟರ್ ಒಂದು ಅಡ್ಡಡ್ಡ ನುಗ್ಗಿತು. ಇವನ ತಪ್ಪೋ, ಅವನ ತಪ್ಪೋ ಗೊತ್ತಾಗಲೂ ಸಾಧ್ಯವಿಲ್ಲದಷ್ಟು ವೇಗದಲ್ಲಿ ಕಾರಿಗೆ ಪುಟ್ಟ ಗಾಯವಾಯ್ತು. ಮೂತಿಗೆ ದೃಷ್ಟಿಬೊಟ್ಟು ಇಟ್ಟಂತೆ ಡೆಂಟ್ ಆಯಿತು. ಮೊದಲ ದಿನ ನೌಕರನೊಬ್ಬನ ತಪ್ಪನ್ನು ಯಾವ ಯಜಮಾನ ಸಹಿಸುತ್ತಾನೆ ಹೇಳಿ? ನಾನೂ ಕೂಗಾಡಿದೆ. ಮೊದಲು ಸ್ಕೂಟರ್‌ನವನ ಮೇಲೆ ಕೂಗಾಡಿ, ಅವನದೇ ತಪ್ಪು ಎಂದು ವಾದಿಸಿ, ಅವನು ಕೇಳಿಸಿಕೊಳ್ಳಲು ಸಿದ್ಧನಿಲ್ಲದೆ ಹೋದಾಗ ನಂಜುಂಡಿಯ ಮೇಲೆ ಕಿಡಿ ಕಾರಿದೆ. ಸ್ಕೂಟರ್‌ಗೆ ಅಂತಹ ಡ್ಯಾಮೇಜು ಆಗಿರಲಿಲ್ಲವಾದ್ದರಿಂದ ಆ ವ್ಯಕ್ತಿ ಹೆಚ್ಚು ಹೊತ್ತು ಅಲ್ಲಿ ನಿಲ್ಲದೆ, ಹೊರಟು ಹೋದ. ಆಗಲೇ ಹಿಂದಿನಿಂದ ಎಲ್ಲಾ ಗಾಡಿಗಳು ಜೋರಾಗಿ ಕಿರುಚಿಕೊಳ್ಳುತ್ತಿದ್ದವು. "ಒಂದು ಸಣ್ಣ ಆಕ್ಸಿಡೆಂಟ್‌ಗೆ ಟ್ರಾಫಿಕ್ ಜಾಂ ಮಾಡೀರಲ್ರೀ?" ಎಂದು ನನಗೆ ಉಗಿಯಲಾರಂಭಿಸಿದರು. ಟ್ರಾಫಿಕ್ ಜಾಂ ಮಾಡಲು ಡೀಸೆಂಟ್ ಆದ ದೊಡ್ಡ ಆಕ್ಸಿಡೆಂಟ್ ಆಗಿರಲೇಬೇಕೆಂಬುದು ಅವರ ನ್ಯಾಯವಾಗಿತ್ತು. ನಾವು ಆ ತರ್ಕಕ್ಕೆ ಒಪ್ಪಿಕೊಂಡು ಅಲ್ಲಿಂದ ಹೊರಟೆವು.

ಕಾರಿನಲ್ಲಿ ಸಪ್ಪಗೆ ಕುಳಿತು ಡ್ರೈವ್ ಮಾಡುವ ನಂಜುಂಡಿಯನ್ನು ನೋಡಿ, ನನಗೆ ಬೇಸರವಾಯ್ತು. ಎಷ್ಟಾದ್ರೂ ಚಿಕ್ಕವನು. ನಾನು ಅಷ್ಟೊಂದು ಕೂಗಾಡಬಾರದಿತ್ತು ಅಂತ ಅನ್ನಿಸಿತು. "ಸಾರಿ ನಂಜುಂಡಿ, ಕೂಗಾಡಿ ಬಿಟ್ಟೆ. ಬೇಜಾರು ಮಾಡ್ಕೋಬೇಡ. ಇನ್ನು

ಮುಂದೆ ಎಚ್ಚರಿಕೆಯಿಂದ ಡ್ರೈವ್ ಮಾಡು" ಎಂದು ಪ್ರಾಮಾಣಿಕವಾಗಿ ಹೇಳಿದೆ. ಅವನ ಕಣ್ಣಲ್ಲಿ ನೀರು ಜಿನುಗಿತು, ಒರೆಸಿಕೊಂಡ. ನಾನು ಅದನ್ನು ನೋಡಲು ಸಾಧ್ಯವಾಗದೆ, ಮುಖವನ್ನು ಕಿಟಕಿಯ ಕಡೆಗೆ ಇಟ್ಟೆ. ಕಛೇರಿ ತಲುಪುವ ತನಕ ಮಾತು-ಕತೆ ಇಲ್ಲ. ನನ್ನನ್ನು ಆಫೀಸಿನಲ್ಲಿ ಇಳಿಸಿದ ಮೇಲೆ, ಅವನಿಗೆ ಸಂಜೆ ಬರಲು ಹೇಳಿದೆ.

ಸಂಜೆ ಒಂದು ವಿಚಿತ್ರ ಸಮಸ್ಯೆ ಆಯ್ತು. ಯಾವುದೋ ಧೈರ್ಯದಿಂದ ಮತ್ತೆ ನನ್ನ ಆಫೀಸಿಗೆ ಬರಬಹುದೆಂದು ನಂಜುಂಡಿ ಮನೆಗೆ ಹೋಗಿದ್ದಾನೆ. ಆದರೆ ಬೆಂಗಳೂರಿಗೆ ನಂಜುಂಡಿ ಹೊಸಬ. ಯಾವು ಯಾವುದೋ ಬಸ್ಸುಗಳನ್ನು ಬದಲಾಯಿಸಿ ಆಫೀಸಿನ ಹತ್ತಿರವೆಲ್ಲೋ ಬಂದಿದ್ದಾನೆ. ಅವನಿಗೆ ಆಫೀಸಿನ ವಿಳಾಸ ಸರಿಯಾಗಿ ತಿಳಿಯದು. ಲೋಕಲ್ ಕಾಲ್ ಮಾಡಿ ಫೋನ್ ಮಾಡಿದ. ನಾನು ವಿವರಗಳನ್ನು ಹೇಳಿದರೆ ಅವನಿಗೆ ಅರ್ಥವಾಗಲಿಲ್ಲ. ಬೇರೆ ಯಾರಿಗೋ ಕೊಟ್ಟು ಅವರಿಗೆ ವಿವರಗಳನ್ನು ತಿಳಿಸಲು ಹೇಳಿದ. ಅದೂ ಮಾಡಿದೆ. ಅವನಿದ್ದಲ್ಲಿಗೆ ನಾನೇ ಹೋಗಲು ಕೆಲಸಗಳು ಅಡ್ಡಿಯಾಗಿದ್ದವು. ಕೊನೆಗೆ ರೋಸಿ "ನೀನು ಮನೆಗೆ ಹೋಗಿಬಿಡು ನಂಜುಂಡಿ. ಈವತ್ತು ನಾನೇ ಡ್ರೈವ್ ಮಾಡಿಕೊಂಡು ಬರ್ತೀನಿ" ಎಂದು ಹೇಳಿದೆ. ನಂಜುಂಡಿ ಒಪ್ಪಿಕೊಂಡು ಹೋಗಿಬಿಟ್ಟ.

ಸುಮಾರು ಒಂದು ವರ್ಷದ ನಂತರ ಒಂದು ದಿನ ವೈಟ್‌ಫೀಲ್ಡ್ ರಸ್ತೆಯಲ್ಲಿ ಹೋಗುವಾಗ ನಂಜುಂಡಿ ಒಂದು ಅಂಗಡಿಯನ್ನು ತೋರಿಸಿದ. ಅದೊಂದು ಮಾಮೂಲಿ ಗಿರವಿ ಅಂಗಡಿಯಾಗಿತ್ತು.

"ಆ ಅಂಗಡಿನಾಗೆ ಏನು ವಿಶೇಷ ನಂಜುಂಡಿ?" ಎಂದು ಕೇಳಿದೆ.

"ನಿಮ್ಮನ್ನು ಪಿಕ್ ಅಪ್ ಮಾಡಲಿಕ್ಕೆ ಮೊದಲನೇ ದಿನ ಬಂದು ವಾಪಾಸು ಹೋದೆನಲ್ಲ ಸಾರ್, ಆವತ್ತು ನನ್ನ ಹತ್ತಿರ ಕಾಸು ಇರಲಿಲ್ಲ. ಫೋನ್ ಅಂಗಯವನಿಗೆ ಕೊಡಲಿಕ್ಕೂ ಕಾಸಿಲ್ಲ, ವಾಪಾಸು ಮನೆಗೆ ಹೋಗಲಿಕ್ಕೂ ಕಾಸಿಲ್ಲ. ಬೆರಳಾಗಿನ ಬಂಗಾರದ ಉಂಗುರ ನನ್ನ ಕಾಪಾಡ್ತು. ಈ ಅಂಗಡಿನಾಗೆ ಒತ್ತೆ ಇಟ್ಟು ಮನೆಗೆ ಹೋಗಿದ್ದೆ. ಎರಡು ದಿನಕ್ಕೆ ಬಂದು ಬಿಡಿಸಿಕೊಂಡೆ. ನಮ್ಮಮ್ಮ ಮಾಡಿಸಿ ಕೊಟ್ಟ ಉಂಗುರ ಸಾರ್, ಕಷ್ಟದ ಕಾಲಕ್ಕೆ ಭಾಳ ಸಹಾಯ ಮಾಡ್ತದೆ" ಎಂದು ನಕ್ಕು ಹೇಳಿದ.

"ನನ್ನ ಹತ್ತಿರ ಹಣ ಕೇಳಬಾರದಿತ್ತೇನೋ ನಂಜುಂಡಿ. ಕೊಡ್ತಿದ್ದೆ" ಅಂತ ಅಚ್ಚರಿಯಲ್ಲಿ ಕೇಳಿದ್ದೆ.

"ಬೆಳಿಗ್ಗೆ ಇನ್ನಾ ಗಾಡಿ ಟಚ್ ಮಾಡಿ ಸಿಟ್ಟು ಮಾಡಿಕೊಂಡಿದ್ರಿ ಸಾರ್. ಹೆಂಗೆ ಕೇಳಲಿಕ್ಕೆ ಆಗ್ತದೆ ಹೇಳಿ?"

"ಹೌದು ಕಣೋ ನಂಜುಂಡಿ. ಸುಮ್ಮನೆ ನಿನ್ನ ಮೇಲೆ ರೇಗಿ, ನಿನ್ನ ಕಣ್ಣಲ್ಲಿ ನೀರು ಬರೋ ಹಂಗೆ ಮಾಡ್ದೆ" ಅಂತ ಪಶ್ಚಾತ್ತಾಪದಲ್ಲಿ ಹೇಳಿದೆ.

"ಅಯ್ಯೋ, ಅದು ಹಂಗಲ್ಲ ಸಾರ್. ನಿಮಗಿಂತಲೂ ಹಿಂದೆ ಯಾರಿಗೋ ಒಬ್ಬರಿಗೆ ಡ್ರೈವರ್ ಆಗಲಿಕ್ಕೆ ಒಪ್ಪಿಗೊಂಡಿದ್ದೆ. ಮೊದಲನೇ ದಿನ ಹಿಂಗೇ ಅವರ ಕಾರಿಗೂ ಟಚ್ ಆಯ್ತು. ಆ ಯಪ್ಪ ನನ್ನ ಕಾರಿಂದ ಕೆಳಗೆ ಇಳಿಸಿ, ಕೆನ್ನೆಗೆ ಬೀಸಿ ಹೊಡ್ದ ಸಾರ್. ಎಚ್ಚರ ತಪ್ಪಿದಂಗೆ ಆಗಿ ಕುಸಿದು ಕೂತುಬಿಟ್ಟೆ. ನಾನು ಬದುಕೀನೋ ಸತ್ತೀನೋ ಅಂತಲೂ ಕೇಳದಂಗೆ ಆತ ಕಾರು ನಡೆಸಿಕೊಂಡು ಹೋಗಿ ಬಿಟ್ಟ. ಆಮೇಲಕ್ಕೆ ಅವರ ಮನೆ ಹತ್ತಿರ ಕಾಲು ಇಡೋದಕ್ಕೂ ಬಿಡಲಿಲ್ಲ. ನೀವೂ ಹಂಗೆ ಕೆನ್ನೆಗೆ ಹೊಡೀತೀರಿ, ಕಾಲಿಗೆ ಬಿದ್ದು ಕೆಲಸ ಉಳಿಸ್ಕೊಳಾಣ ಅಂತ ಅಂದ್ಕೊಂಡಿದ್ದೆ. ನೀವು ನಂಗೇ 'ಸಾರಿ' ಕೇಳಿಬಿಟ್ರಿ ಸಾರ್. ಅದಕ್ಕೇ ಕಣ್ಣಾಗೆ ನೀರು ಬಂದಿತ್ತು" ಎಂದು ನಗುನಗುತ್ತಾ ಹೇಳಿದ.

"ಹಂಗಾರೆ ಕೆಲಸಕ್ಕೆ ಸೇರುವಾಗ ಅವರಿಗೆ ಫೋನ್ ಮಾಡ್ರಿ ಅಂತ ನಂಬರ್ ಕೊಟ್ಟಿದ್ದಿಯಲ್ಲೋ, ಯಾವ ಧೈರ್ಯದಲ್ಲಿ ಕೊಟ್ಟಿದ್ದಿ?"

"ಮಧ್ಯದ ಒಂದು ನಂಬರ್ ತಪ್ಪು ಬರೆದು ಕೊಟ್ಟಿದ್ದೆ ಸಾರ್. ನೀವು ಬಿಜಿ ಇರ್ತೀರಿ, ಮಾಡಲ್ಲ ಅಂತ ಗೊತ್ತಿತ್ತು" ಎಂದು ಮತ್ತೊಮ್ಮೆ ನಕ್ಕ.

"ಅನ್ಯಾಯ ಕಣೋ. ಹಂಗೆಲ್ಲಾ ಮತ್ತೊಬ್ಬರಿಗೆ ಮೋಸ ಮಾಡಬಾರದು"

"ಶುರುವಿಗೆ ಸುಳ್ಳು ಹೇಳದಿದ್ರೆ ಯಾರೂ ಕೆಲಸ ಕೊಡಂಗಿಲ್ಲ ಸಾರ್. ಎಕ್ಸ್‌ಪೀರಿಯನ್ಸ್ ಅಂತ ಕೇಳಿದ್ರೆ ಎಲ್ಲಿಂದ ಕೊಡಾಣ? ಈಗ ಕಾರು ಸರಿಯಾಗಿ ಓಡಿಸ್ತೀನಾ ಇಲ್ಲವಾ ಹೇಳಿ?"

ನಮ್ಮ ಊಹೆ ಮೀರಿದ ಎಷ್ಟೊಂದು ಸಂಗತಿಗಳು ಬದುಕಿನಲ್ಲಿ ನಡೆದಿರುತ್ತವಲ್ಲಾ ಎಂದು ಅಚ್ಚರಿಯಾಗಿತ್ತು. ಆದರೆ ಸಂತೋಷದ ಸಂಗತಿಯೆಂದರೆ, ಅಂದಿನಿಂದ ನಂಜುಂಡಿ ಮತ್ತೆಂದೂ ನನ್ನ ಕಾರಿಗೆ ದೊಡ್ಡ ಡೆಂಟನ್ನು ಮಾಡದಂತೆ ಅಚ್ಚುಕಟ್ಟಾಗಿ ಓಡಿಸಿದ. ಚಿಕ್ಕ ಡೆಂಟೂ ಆಗದಂತೆ ಕಾರನ್ನು ಈ ಬೆಂಗಳೂರಿನಲ್ಲಿ ಓಡಿಸುವುದು ಆ ಬ್ರಹ್ಮನಿಂದಲೂ ಸಾಧ್ಯವಿಲ್ಲ.

ಕಾರಿನ ಆಡಿಯೋ ಸಿಸ್ಟಂ

ನನಗೆ ಲಘು ಸಂಗೀತದಲ್ಲಿ ಅಷ್ಟೊಂದು ಆಸಕ್ತಿಯಿಲ್ಲ. ಹಲವಾರು ವರ್ಷಗಳಿಂದ ಶಾಸ್ತ್ರೀಯ ಸಂಗೀತವನ್ನು ಕೇಳುವ ಹವ್ಯಾಸವನ್ನು ಬೆಳೆಸಿಕೊಂಡಿದ್ದೆನಾದ ಕಾರಣ, ತುಂಬಾ ಹೊತ್ತು ಲಘು ಸಂಗೀತವನ್ನು ಕೇಳಲಾಗುವುದಿಲ್ಲ. ಭಾವಗೀತೆ, ಭಕ್ತಿಗೀತೆ, ಸಿನಿಮಾಗೀತೆ – ಹೀಗೆ ಯಾವುದೇ ಇರಲಿ, ಹತ್ತು ನಿಮಿಷಕ್ಕಿಂತಲೂ ಹೆಚ್ಚಿನ ಹೊತ್ತು ನಾನು ಕೇಳಲಾರೆ. ನನ್ನ ಬಳಿಯಿರುವ ಎಲ್ಲಾ ಸಿ.ಡಿ.ಗಳೂ ಶಾಸ್ತ್ರೀಯ

ಸಂಗೀತದವುಗಳೇ ಆಗಿವೆ. ಆದ್ದರಿಂದ ಕಾರಿನಲ್ಲಿ ಯಾವಾಗಲೂ ಶಾಸ್ತ್ರೀಯ ಸಂಗೀತವೇ ಉಲಿಯುತ್ತಿರುತ್ತದೆ. ರೇಡಿಯೋ ಹಾಕುವುದು ಬಹಳ ಅಪರೂಪ.

ನಂಜುಂಡಿ ಎಂದೂ ಶಾಸ್ತ್ರೀಯ ಸಂಗೀತವನ್ನು ಕೇಳಿರಲಿಲ್ಲ. ನನ್ನ ಈ 'ಗಂಟೆಗಟ್ಟಲೆ ಹಾಡುವ ಹಾಡು'ಗಳನ್ನು ಕೇಳಿ ಅವನು ತಬ್ಬಿಬ್ಬಾಗಿ ಬಿಟ್ಟ. ಎಸ್ಪಿಬಿ ಹೇಳಿದ ಯಾವುದೋ ಒಂದು ಹತ್ತು ನಿಮಿಷ ಉದ್ದದ ತಮಿಳು ಸಿನಿಮಾ ಹಾಡೇ ಜಗತ್ತಿನ ಅತ್ಯಂತ ದೊಡ್ಡ ಹಾಡೆಂದು ಅವನು ಅಂದುಕೊಂಡಿದ್ದನಂತೆ. ಇಲ್ಲಿ ಈ ಶಾಸ್ತ್ರೀಯ ಸಂಗೀತಗಾರರು 30 ನಿಮಿಷದ ತನಕ ಬರೀ ಆಲಾಪನೆಯಲ್ಲಿಯೇ ಕಳೆಯುವುದನ್ನು ನೋಡಿ ಅಚ್ಚರಿ ಪಟ್ಟ. ಕನ್ನಡದ ಹುಡುಗನಾದರೂ ಹೊಸೂರಿನ ಬಳಿಯ ಹಳ್ಳಿಯೊಂದರಲ್ಲಿ ಬೆಳೆದವನು. ಆ ತಮಿಳು ಪರಿಸರದಲ್ಲಿ ಆಗೊಮ್ಮೆ ಈಗೊಮ್ಮೆ ಕರ್ನಾಟಕ ಶಾಸ್ತ್ರೀಯ ಸಂಗೀತ ಕಿವಿಯ ಮೇಲೆ ಬಿದ್ದಿರಬೇಕು. ಆದ್ದರಿಂದ ಅದನ್ನು ಸ್ವಲ್ಪವಾದರೂ ಸಹಿಸಿಕೊಳ್ಳುವವನಾಗಿದ್ದ. ಆದರೆ ಹಿಂದೂಸ್ಥಾನಿ ಸಂಗೀತದ ರಾಗವಿಸ್ತಾರ ಅವನ ಊಹೆಗೆ ಮೀರಿದ್ದಾಗಿತ್ತು.

ಕರ್ನಾಟಕ ಸಂಗೀತದಲ್ಲಿ ಭಾರತದ ಬಹುತೇಕ ಭಾಷೆಗಳೂ ಇವೆಯಲ್ಲವೆ? ಅದು ಅವನಿಗೆ ಮತ್ತೊಂದು ಅಚ್ಚರಿ. "ತಮಿಳು ಭಾಷೆ ನಿಮಗೆ ಬರಲ್ಲ, ಅಂದ್ರೂನೂ ತಮಿಳು ಹಾಡು ಕೇಳ್ತೀರಲ್ಲಾ ಸಾರ್" ಎನ್ನುತ್ತಿದ್ದ. "ಹಾಡಿಗೆ ಭಾಷೆ ಅನ್ನೋದು ಇರಲ್ಲ. ಹಾಡೇ ಒಂದು ಭಾಷೆ" ಅಂದೆ. ಅವನಿಗೆ ಆ ಮಾತು ಪೂರ್ತಿ ತಲೆ ಮೇಲೆ ಹೋಯ್ತು. "ಒಮ್ಮೊಮ್ಮೆ ಏನೇನೋ ಮಾತಾಡ್ತೀರ ಸಾರ್" ಎಂದು ನಕ್ಕು ಬಿಟ್ಟ.

ಆದರೆ ಅವನಿಗೆ ತುಂಬಾ ಹೊತ್ತು ಈ ಶಾಸ್ತ್ರೀಯ ಸಂಗೀತವನ್ನು ಸಹಿಸಿಕೊಳ್ಳುವುದು ಸಾಧ್ಯವಾಗುತ್ತಿರಲಿಲ್ಲ. ಪಕ್ಕದಲ್ಲಿ ಹಾದು ಹೋಗುವ ಯಾವುದೋ ಗಾಡಿಯಲ್ಲಿ ಸೊಗಸಾದ ಲೇಟೆಸ್ಟ್ ಕನ್ನಡ ಗೀತೆಯೇನಾದರೂ ಬರುತ್ತಿದ್ದರಂತೂ ಅವನ ಜೀವ ಅದಕ್ಕಾಗಿ ಆಶಿಸಿ "ಸಾರ್, ಒಂಚೂರು ರೇಡಿಯೋ ಹಾಕ್ತೀನಿ ಸಾರ್" ಅನ್ನೋನು. ನನಗೋ ಯಜಮಾನನೆಂಬ ಬಿಂಕ. ಅವನು ಹಾಗೆ ಕೇಳಿದಾಗಲೇ ಬೇಕೆಂದೇ ಬೇಡವೆನ್ನುತ್ತಿದ್ದೆ. ಮತ್ತೊಂದು ಹೊಸ ಶಾಸ್ತ್ರೀಯ ಸಂಗೀತದ ಸಿ.ಡಿ.ಯನ್ನು ಹಾಕಿ, ಧ್ವನಿಯನ್ನು ಹೆಚ್ಚಿಸುತ್ತಿದ್ದೆ. ಅವನ ಕಿವಿಯ ಮೇಲೆ ದಿನನಿತ್ಯ ಶಾಸ್ತ್ರೀಯ ಸಂಗೀತ ಬೀಳುತ್ತಲೇ ಹೋದರೆ, ಅವನೂ ಒಂದು ದಿನ ಅದರ ಅಭಿಮಾನಿಯಾಗುತ್ತಾನೆ. ಪಶುಗಳೇ ಶಾಸ್ತ್ರೀಯ ಸಂಗೀತಕ್ಕೆ ಒಲಿಯುತ್ತವಂತೆ, ಇನ್ನು ಈ ನಂಜುಂಡಿ ಯಾವ ಲೆಕ್ಕ? ಎನ್ನುವ ಬುದ್ಧಿಜೀವಿ ಮನಸ್ಸು ನನ್ನದು. ಆದರೆ ಅದೆಷ್ಟೇ ದಿನವಾದರೂ ಅವನು ಸುಧಾರಿಸಲಿಲ್ಲ, ಆ ಸಂಗೀತದಲ್ಲಿ ಅವನಿಗೆ ಆಸಕ್ತಿ ಮೂಡಲಿಲ್ಲ. ನನ್ನ ಹಠ ದಿನದಿನಕ್ಕೆ ಹೆಚ್ಚಾಗುತ್ತಿತ್ತು. ಮ್ಯೂಜಿಕ್ ಸಿಸ್ಟಂ ಆಫ್ ಮಾಡಿ ಸುಮ್ಮನೆ ಕೂಡುತ್ತಿದ್ದೇನೇ ಹೊರತು, ರೇಡಿಯೋ ಹಾಕಲು ಬಿಡುತ್ತಿರಲಿಲ್ಲ.

ನಂಜುಂಡಿ ನೋಡೋ ತನಕ ಸಮಾಧಾನದಿಂದ ನೋಡಿದ. ಒಂದು ದಿನ ಹಗೂರಕ್ಕೆ ಒಂದು ಬೆಚ್ಚಿ ಬೀಳುವ ಸಂಗತಿಯನ್ನು ಹೇಳಿದ. "ನೀವು ಈ ಹಾಡು ಹಾಕ್ತೀರಲ್ಲಾ, ಅದು ಕೇಳ್ತಾ ಇದ್ರೆ ನಂಗೆ ಸಣ್ಣಗೆ ನಿದ್ದೆ ಬರಲಿಕ್ಕೆ ಶುರುವಾಗ್ತದೆ ಸಾರ್. ತಡಕೊಳ್ಳೋದಕ್ಕೆ ಆಗಲ್ಲ" ಅಂದ. ನಾನು ಹೆದರಿಕೊಂಡೆ. ಅನಂತರ ಅವನಿಗೆ ಯಾವಾಗ ಬೇಕೋ ಆವಾಗ ರೇಡಿಯೋ ಹಾಕಿಕೊಳ್ಳಲು ಅನುಮತಿ ಕೊಟ್ಟೆ. ವಿಶೇಷವೆಂದರೆ ಅವನಿಗೆ ಕನ್ನಡ ಮತ್ತು ತಮಿಳು ಹಾಡುಗಳನ್ನು ಬಿಟ್ಟರೆ ಬೇರೆ ಯಾವ ಭಾಷೆಯ ಹಾಡುಗಳತ್ತ ಆಸಕ್ತಿಯಿರಲಿಲ್ಲ. ಅಪ್ಪಿತಪ್ಪಿಯೂ ಅವನು ಬಾಲಿವುಡ್ ಹಾಡುಗಳನ್ನು ಕೇಳುತ್ತಿರಲಿಲ್ಲ. ಬರೀ ಉಪೇಂದ್ರ, ಶಿವಣ್ಣ, ಪುನೀತ್, ರಮ್ಯಾಳ ಸುತ್ತವೇ ಅವನ ಮಾತುಕತೆಯಿರುತ್ತಿತ್ತು. ಬಾಲಿವುಡ್ ಮೈಲಿಗೆ ಸೋಕದ ಅವನು ನನಗೆ ಬಹಳ ವಿಶೇಷವೆನ್ನಿಸುತ್ತಿದ್ದ.

ನಂಜುಂಡಿ ಕೂಡಾ ಒಮ್ಮೆ ಶಾಸ್ತ್ರೀಯ ಸಂಗೀತಕ್ಕೆ 'ಅಬ್ಬಬ್ಬಾ' ಅನ್ನುವ ಪರಿಸ್ಥಿತಿ ಬಂತು. ನಾನು ಸಾಹಿತ್ಯದ ಸಮಾರಂಭವೊಂದನ್ನು ಹಮ್ಮಿಕೊಂಡಿದ್ದ ಸಭಾಂಗಣದ ಹತ್ತಿರದಲ್ಲೇ ಇದ್ದ ಮತ್ತೊಂದು ದೊಡ್ಡ ಸಭಾಂಗಣದಲ್ಲಿ ಆ ದಿನ ಬಾಲಮುರಳಿಕೃಷ್ಣರ ಸಂಗೀತ ಸಮಾರಂಭವಿತ್ತು. ನಮ್ಮ ಕಾರ್ಯಕ್ರಮ ಇತ್ತ ಶುರುವಾಗುತ್ತಲೇ, ನಂಜುಂಡಿ ನಿಧಾನಕ್ಕೆ ಜಾಗ ಖಾಲಿ ಮಾಡಿ ಆ ಕಡೆಗೆ ಹೋಗಿದ್ದಾನೆ. ಅಲ್ಲಿಯ ಗೇಟ್ ಕೀಪರ್ ಸ್ನೇಹ ಸಂಪಾದಿಸಿ, ಕಾರ್ಯಕ್ರಮದ ವಿವರಗಳನ್ನು ತಿಳಿದುಕೊಂಡಿದ್ದಾನೆ. ಮರುದಿನ ಆಫೀಸಿಗೆ ಹೋಗುವಾಗ ಬರೀ ಅದೇ ಸುದ್ದಿ.

"ಅಲ್ಲ ಸಾರ್, ಒಂದೊಂದು ಟಿಕೇಟ್‌ಗೆ ಎರಡು ಸಾವಿರ ರೂಪಾಯಿ ಅಂತೆ. ಅದರಾಗೆ ಇಪ್ಪತ್ತು ರಜನಿಕಾಂತ್ ಸಿನಿಮಾ ನೋಡಬಹುದು, ಅಷ್ಟೊಂದು ದುಬಾರಿ. ಆದರೂ ಜನ ಇರುವಿ ಮುತ್ತಿದಂಗೆ ಮುತ್ತಿದ್ರಲ್ಲ ಸಾರ್! ಬೆಂಜ್ ಕಾರಿನಾಗೂ ಬಂದಿದ್ರು" ಎಂದು ನಂಬಲಾಗದ ಸತ್ಯವನ್ನು ಕಂಡವನಂತೆ ಮಾತನಾಡುತ್ತಲೇ ಹೋದ. ನಾನೊಬ್ಬನೇ ಇಂತಹ ಸಂಗೀತವನ್ನು ಕೇಳುವುದೆಂದುಕೊಂಡಿದ್ದ ನಂಜುಂಡಿಗೆ ಅಂತಹ ಸಾವಿರಾರು ಜನರು ಈ ಊರಲ್ಲಿ ಇದ್ದಾರೆ ಅನ್ನುವ ಸಂಗತಿ ವಿಶೇಷವಾಗಿತ್ತು. ಅಂದಿನಿಂದ ಅವನು ಶಾಸ್ತ್ರೀಯ ಸಂಗೀತವನ್ನು ಕೀಳಾಗಿ ಕಾಣುವುದನ್ನು ನಿಲ್ಲಿಸಿದ. ಅದರಲ್ಲಿ ಆಸಕ್ತಿ ಮಾತ್ರ ಅವನಿಗೆ ಎಂದೂ ಮೂಡಲಿಲ್ಲ.

ನಾನು ಸಂಗೀತವನ್ನು ಹಾಕಿಕೊಂಡಿದ್ದು, ಯಾವುದೋ ಕಾರಣಕ್ಕೆ ಕಾರನ್ನು ನಿಲ್ಲಿಸಿ ಎರಡು ನಿಮಿಷ ಇಳಿದರೂ ಸಾಕು, ತಕ್ಷಣ ರೇಡಿಯೋಕ್ಕೆ ಬದಲಾಯಿಸಿ ಸಿನಿಮಾ ಹಾಡುಗಳನ್ನು ಕೇಳುತ್ತಿದ್ದ. ನಾನು ಮತ್ತೆ ವಾಪಾಸು ಬಂದರೂ ಬದಲಾಯಿಸದೆ, ಅದನ್ನು ಮರೆತೇ ಬಿಟ್ಟವನಂತೆ ಕಾರು ಚಲಾಯಿಸುತ್ತಿದ್ದ. ನನಗೆ ಈ ನಾಟಕಗಳು ತಿಳಿಯುವುದಿಲ್ಲವೇ? ತಕ್ಷಣ ಹೊಸ ಸಿ.ಡಿ. ಹಾಕುತ್ತಿದ್ದೆ.

ನಾನು ಆಫೀಸಿಗೆ ಹೋದ ನಂತರ ಕಾರೆಲ್ಲಾ ಅವನದೇ ಅಲ್ಲವೆ? ನಾನು ಮತ್ತೆ ಸಂಜೆ ಬರುವ ತನಕ ಮನದಣಿಯ ರೇಡಿಯೋ ಕೇಳುವ ಅವಕಾಶ ಅವನಿಗಿರುತ್ತಿತ್ತು. ಈ ಹೊತ್ತಿನಲ್ಲಿ ಮೆಚ್ಚಿನ ಚಿತ್ರಗೀತೆಗಳ ಕಾರ್ಯಕ್ರಮದಲ್ಲಿ ತನ್ನ ಹೆಸರನ್ನು ಹೇಳಿಸಿ, ತನ್ನ ಅಭಿಮಾನಿ 'ದರ್ಶನ್'ನ 'ಕಲಾಸಿಪಾಳ್ಯ'ದ ಹಾಡೊಂದನ್ನು ಕೇಳುವುದಕ್ಕೆ ಅವನು ಸಾಕಷ್ಟು ಪ್ರಯತ್ನಿಸಿದ್ದನಂತೆ. ಎಷ್ಟೇ ಪ್ರಯತ್ನ ಪಟ್ಟರೂ ಅವನಿಗದು ಸಾಧ್ಯವಾಗಿರಲಿಲ್ಲವಂತೆ. ಯಾವಾಗಲೂ ಲೈನ್ ಬಿಜಿ ಇರುತ್ತಿತ್ತಂತೆ, ಎಸ್.ಎಂ.ಎಸ್. ಕಳುಹಿಸಲು ಭಾಷೆ ಬರದೆಂಬ ಸಂಕೋಚ ಬೇರೆ. ಈ ವಿಷಯ ನನಗೆ ತಿಳಿದಿರಲಿಲ್ಲ. ಅದೊಂದು ದಿನ ಮಾತಿಗೆ ಮಾತು ಬಂದು "ಯಾವತ್ತನ್ನಾ ಒಂದು ದಿನ ನನ್ನ ಹೆಸರು ಹೇಳಿಸಿ ಕಳಾಸಿಪಾಳ್ಯ ಸಿನಿಮಾದ ಹಾಡು ಹಾಕಿಸದಿದ್ದರೆ ನನ್ನ ಹೆಸರು ನಂಜುಂಡಿನೇ ಅಲ್ಲ" ಅಂತಂದ. ನನಗೆ ತಮಾಷೆಯೆನ್ನಿಸಿತು. "ರೇಡಿಯೋದಾಗೆ ನಿನ್ನ ಹೆಸರು ಬರಬೇಕಾ?" ಅಂತ ಕೇಳಿದೆ. "ಹೂಂ ಸಾರ್, ಆ ನನ್ನ ಮಗ ಕೆಂಚನ ಹೆಸರು ಮೊನ್ನೆ ಬಂದು ಬಿಡ್ತು. ಅದಕ್ಕೇ ಭಾಳ ಗಾಂಚಾಲಿ ಮಾಡಲಿಕ್ಕೆ ಶುರು ಮಾಡ್ಯಾನೆ" ಅಂದ. ನನಗೆ ನಗು ಬಂತು. ಹಲವಾರು ರೇಡಿಯೋ ಜಾಕಿಗಳು ನನ್ನ ಅಭಿಮಾನಿಗಳು. ಸಾಕಷ್ಟು ಬಾರಿ ನನ್ನೊಡನೆ ಮಾತನಾಡಿ ನನ್ನ ಕತೆ, ಪ್ರಬಂಧಗಳ ಬಗ್ಗೆ ತಮ್ಮ ಪ್ರೀತಿಯನ್ನು ಹಂಚಿಕೊಂಡವರು. ಆದ್ದರಿಂದ ಮೊಬೈಲ್ ತೆಗೆದುಕೊಂಡು ಒಬ್ಬರಿಗೆ ಫೋನ್ ಮಾಡಿ ಅವನ ಹೆಸರಿನಲ್ಲಿ ಹಾಡು ಹಾಕಲು ಹೇಳಿದೆ. ಮುಂದಿನ ಹಾಡೇ 'ಡ್ರೈವರ್ ನಂಜುಂಡಿ'ಯ ಬಯಕೆಯ 'ಕಲಾಸಿಪಾಳ್ಯ'ದ ಹಾಡಾಗಿ ಬಂದೇ ಬಿಟ್ಟಿತು. ನಂಜುಂಡಿ ಆ ಹಿಗ್ಗಿನಲ್ಲಿ ಅಪಘಾತ ಮಾಡಲಿಲ್ಲ ಎನ್ನುವುದಷ್ಟೇ ನನ್ನ ಅದೃಷ್ಟ. ಅಷ್ಟೊಂದು ಸಂತೋಷದಿಂದ ಅವನು ಸಂಭ್ರಮಿಸಿದ್ದನ್ನು ನಾನು ಮತ್ತೆ ನೋಡಲಿಲ್ಲ.

ನಂಜುಂಡಿ ಓದಿದ್ದು ಬರೀ 9ನೇ ಕ್ಲಾಸು, ಅದೂ ಫೇಲು. ಅವನಿಗೆ ಕನ್ನಡ ಓದಲು ಬರುತ್ತಿರಲಿಲ್ಲ. ತಮಿಳಿನಲ್ಲಿ ಓದಿದ್ದರಿಂದ ಸ್ವಲ್ಪ ಮಟ್ಟಿಗೆ ತಮಿಳು ಗೊತ್ತಾಗುತ್ತಿತ್ತು. ಒಮ್ಮೆ ಒಂದಿಷ್ಟು ಕವರುಗಳಿಗೆ ಸ್ಟಾಂಪ್ ಹಚ್ಚು ಅಂತ ಕೊಟ್ಟರೆ, ಮುಖವನ್ನು ತಿರುವು ಮುರುವು ಬರುವಂತೆ (ಅಂದರೆ ಕವರಿನ ಕೆಳಗೆ ಇರುವ ಮುದ್ರಿತ ಅಕ್ಷರಗಳಿಗೆ ಹೊಂದಾಣಿಕೆಯಾಗದಂತೆ) ಹಚ್ಚಿ, ನನಗೆ ಅಚ್ಚರಿ ಮೂಡಿಸಿ ಬಿಟ್ಟಿದ್ದ. ಅಕ್ಷರ ಬರುವುದಿಲ್ಲವೆಂದ ಮೇಲೆ ಯಾವುದು ಉಲ್ಟಾ, ಯಾವುದು ಸೀದಾ ಎಂದು ಅಕ್ಷರಗಳನ್ನು ನೋಡಿ ನಿರ್ಧರಿಸುವದಾದರೂ ಹೇಗೆ?

ಜಗತ್ತಿನ ಆಗು-ಹೋಗುಗಳು ಅವನಿಗೆ ಗೊತ್ತೇ ಇರಲಿಲ್ಲ. "ಅದ್ಯಾರೋ ಗಾಂಧಿ ಅಂತ ಒಬ್ಬ ಅಜ್ಜ ಈ ದೇಶದಾಗೆ ಇದ್ದನಂತಲ್ಲಾ ಸಾರ್. ಆ ಯಪ್ಪ ಗುಂಡು ಹೊಡೆಸಿಕೊಂಡು ಸತ್ತನಂತೆ. ನಿಮಗೆ ಗೊತ್ತಾ ಸಾರ್?" ಅಂತ ಒಮ್ಮೆ ಕೇಳಿ ನಾನು

ಇಡೀ ದಿನ ಅವನ ಮೇಲೆ ರೇಗುವಂತೆ ಮಾಡಿಬಿಟ್ಟ. "ಡ್ರೈವಿಂಗ್ ಸರಿಯಾಗೆ ಮಾಡಿಲ್ಲ ಅಂದ್ರೆ ಬಯ್ಯಬೇಕು. ಯಾರೋ ಒಬ್ಬರು ಅಜ್ಜ ಗೊತ್ತಿಲ್ಲ ಅಂದ್ರೂನೂ ಬೈತೀರಲ್ಲ ಸಾರ್" ಅಂತ ನನ್ನದೇ ತಪ್ಪು ಅನ್ನುವಂತೆ ವಾದಿಸಿದ್ದ ಬೇರೆ. ಇನ್ನು ಪ್ರಧಾನಮಂತ್ರಿ, ಮುಖ್ಯಮಂತ್ರಿ ಯಾರು ಅಂತ ಅವನನ್ನ ಕೇಳುವ ಮೂರ್ಖ ಕೆಲಸವನ್ನು ನಾನು ಮಾತ್ರ ಯಾವತ್ತೂ ಮಾಡಲಿಲ್ಲ. ಅಂತಹ ನಂಜುಂಡಿ ಒಮ್ಮೆ ನನ್ನನ್ನು ಮೂರ್ಖನನ್ನಾಗಿ ಮಾಡಿಬಿಟ್ಟ.

ಆವತ್ತು ಯಾವುದೋ ಖರೀದಿಗೆಂದು ನಾನು ಕಾರು ಇಳಿದು ಹೋದೆ. ಯಥಾಪ್ರಕಾರ ನಾನು ವಾಪಸ್ಸು ಬರುವಾಗ ಕಾರಿನಲ್ಲಿ ರೇಡಿಯೋ ಮೊಳಗುತ್ತಿತ್ತು. ಯಥಾಪ್ರಕಾರ ನಾನು ಸೊಗಸಾದ ಶಾಸ್ತ್ರೀಯ ಸಂಗೀತದ ಸಿ.ಡಿ. ಹಾಕಿದೆ. ಒಂದಿಷ್ಟು ದೂರ ಡ್ರೈವ್ ಮಾಡಿದ ಮೇಲೆ ಇದ್ದಕ್ಕಿದ್ದಂತೆ ನಂಜುಂಡಿ "ನಮ್ಮ ರಾಜ್ಯದಾಗೆ ಎಷ್ಟು ಜಿಲ್ಲೆ ಅವೆ ಅಂತ ಗೊತ್ತಾ ಸಾರ್?" ಎಂದು ಪ್ರಶ್ನೆ ಹಾಕಿದ. ನಂಜುಂಡಿಯಿಂದ ಅಂತಹ ಪ್ರಶ್ನೆಯನ್ನೇ ನಾನು ನಿರೀಕ್ಷಿಸಿರಲಿಲ್ಲ. ವಿಷಾದದ ಸಂಗತಿಯೆಂದರೆ ನನಗೆ ಸರಿಯಾದ ಜಿಲ್ಲೆಗಳ ಸಂಖ್ಯೆ ಗೊತ್ತಿರಲಿಲ್ಲ. ಆಗೊಮ್ಮೆ ಈಗೊಮ್ಮೆ ಈ ರಾಜ್ಯವನ್ನು ಚೂರು ಚೂರು ಮಾಡಿ ಜಿಲ್ಲೆಗಳ ಸಂಖ್ಯೆಯನ್ನು ಹೆಚ್ಚಿಸುತ್ತಲೇ ಇದ್ದರೆ, ನಿಖರವಾದ ಸಂಖ್ಯೆ ಹೇಗೆ ನೆನಪಿರಲು ಸಾಧ್ಯ? ಆದರೆ ಉತ್ತರ ಹೇಳದೆ ಸುಮ್ಮನಿದ್ದರೆ ನನ್ನ ಮರ್ಯಾದೆಯ ಗತಿಯೇನು? ಗಾಂಧೀಜಿ ಯಾರೆಂದು ಗೊತ್ತಿಲ್ಲದ ಇವನಿಗೆ ಕರಾರುವಾಕ್ಕಾಗಿ ಜಿಲ್ಲೆಗಳ ಸಂಖ್ಯೆ ತಿಳಿದಿರಲು ಸಾಧ್ಯವಿಲ್ಲ. ಹೀಗೆಂದು ಯೋಚಿಸಿ, ಶಾಲೆಯಲ್ಲಿ ಓದಿದ ಸಂಖ್ಯೆಗೆ ಒಂದು ನಾಲ್ಕನ್ನು ಸೇರಿಸಿ ಹೇಳಿದೆ. "ತಪ್ಪು ಸಾರ್" ಎಂದು ಹೇಳಿ ನಕ್ಕ. "ಮತ್ತೆಷ್ಟು?" ಅಂತ ಸಿಡುಕಿದೆ. ನಾನು ಹೇಳಿದ್ದಕ್ಕೆ ಇನ್ನೊಂದನ್ನು ಸೇರಿಸಿ ಹೇಳಿದ. ನನಗೆ ಅದನ್ನು ಒಪ್ಪುವ ಮನಸ್ಸಿರಲಿಲ್ಲ. "ನಿಂಗೇನೋ ಗೊತ್ತು? ನಾನು ಹೇಳಿದ್ದೇ ಸರಿ" ಅಂತ ವಾದಿಸಿದೆ. "ಬೇಕೆಂದ್ರೆ ಯಾರನ್ನಾದ್ರೂ ಕೇಳ್ರಿ ಸಾರ್" ಎಂದು ಮತ್ತೊಮ್ಮೆ ನಕ್ಕ. ಅವನ ಧ್ವನಿಯಲ್ಲಿದ್ದ ಧೈರ್ಯಕ್ಕೆ ನಾನೂ ಕೊಂಚ ಅನುಮಾನಿಸಿದೆ. ಕೈಯಲ್ಲಿ ಲ್ಯಾಪ್‌ಟಾಪ್ ಇದ್ದ ಮೇಲೆ ಬೇರೆ ಯಾರನ್ನು ತಾನೆ ಕೇಳುವುದು? ಗೂಗಲಿಸಿದೆ. ಅವನು ಹೇಳಿದ ಉತ್ತರವೇ ಸರಿಯೆಂದು ಬಂತು. ನನಗೋ ಮಹಾ ಅನುಮಾನ, ಜೊತೆಗೆ ಅವಮಾನ.

"ಯಾರು ಹೇಳಿದ್ರೋ ನಿಂಗೆ ಈ ವಿಷಯ?" ಅಂತ ಕೆದಕಿದೆ.

"ನೀವು ಕಾರು ಇಳಿದು ಹೋಗಿದ್ರಲ್ಲ ಸಾರ್, ಆಗ ರೇಡಿಯೋದಾಗೆ ಆ ಯಮ್ಮ ಹೇಳಿದ್ಲು" ಅಂತ ಗುಟ್ಟು ಬಿಟ್ಟುಕೊಟ್ಟ.

ಕಾರಿನ ಪುಟ್ಟ ಸೌಂಡ್ ಸಿಸ್ಟಂ ನಮ್ಮಿಬ್ಬರಿಗೂ ಹಲವಾರು ವಿಸ್ಮಯಗಳನ್ನು ಕೊಡುತ್ತಲೇ ಹೋಯ್ತು.

ವಾಸನಾ ಪ್ರಸಂಗ

ನಾನು ಯಾವತ್ತೂ ಕಾರಿನ ಕಿಟಕಿಗಳನ್ನು ತೆರೆಯುವುದಿಲ್ಲ. ಎ.ಸಿ. ಹಾಕಿಕೊಂಡೇ ಓಡಿಸುತ್ತೇನೆ. ಹೊರಗಿನ ಅಸಾಧ್ಯ ಧೂಳು ಒಳಗೆ ಸೇರಿ, ಕಾರು ಹಾಳಾಗುತ್ತದೆಂಬುದು ನನ್ನ ಸಮಸ್ಯೆ. ಪ್ರತಿ ಬಾರಿ ಸರ್ವೀಸಿಗೆ ಕೊಡುವಾಗ ಇಡೀ ಒಳಗನ್ನು ಸ್ವಚ್ಛಗೊಳಿಸಲು ತುಂಬಾ ಹಣ ಕೀಳುತ್ತಾರೆ. ಅದಕ್ಕಿಂತಲೂ ಎ.ಸಿ.ಗೆ ತಗಲುವ ವೆಚ್ಚ ಕಡಿಮೆ ಎಂಬುದು ನನ್ನ ಲೆಕ್ಕಾಚಾರ. ನಂಜುಂಡಿ ಕೆಲಸಕ್ಕೆ ಸೇರಿದ ಮೊದಲೇ ಈ ವಿಷಯವನ್ನು ತಿಳಿಸಿ, ಯಾವ ಕಾರಣಕ್ಕೂ ಕಿಟಕಿಗಳನ್ನು ತೆರೆಯುವುದು ಬೇಡ ಎಂದು ಹೇಳಿದ್ದೆ.

ಆದರೆ ಒಂದು ವಿಶಿಷ್ಟ ಸಮಸ್ಯೆಯನ್ನು ಎದುರಿಸುವಂತಾಯ್ತು. ಕಾರಿನಲ್ಲಿ ಹೋಗಿ ಕುಳಿತ ತಕ್ಷಣ ವಾಸನೆ ಬರುತ್ತಿತ್ತು. ಅದು ಅವನ ಮೈಯ ಬೆವರಿನ ವಾಸನೆಯೇ ಇರಬೇಕೆಂದು ನನಗೆ ಅರ್ಥವಾಯ್ತು. ಯಾಕೆಂದರೆ, ಆವರೆಗೆ ಅಂತಹ ವಾಸನೆ ನನ್ನ ಕಾರಿನಲ್ಲಿ ಎಂದೂ ಬರುತ್ತಿರಲಿಲ್ಲ. ಅವನು ಮಾತ್ರ ಸ್ನಾನ ಮಾಡಿ, ಹಣೆಯ ಮಧ್ಯ ಕುಂಕುಮವಿಟ್ಟುಕೊಂಡು ಬರುತ್ತಿದ್ದ. ಆದರೆ ಹೊರಡುವುದಕ್ಕೆ ಒಂದು ಹದಿನೈದು ನಿಮಿಷ ಮುಂಚೆಯೇ ಬಂದು ಕಾರಿನಲ್ಲಿ ಕುಳಿತುಕೊಳ್ಳುತ್ತಿದ್ದ. ಬಹುಶಃ ಅವನ ಮೈ ತುಂಬಾ ಬೆವರುತ್ತಿರಬೇಕು, ಆದ್ದರಿಂದಲೇ ಅಂತಹ ವಾಸನೆ ಬರುತ್ತಿರಬೇಕು. ಹಾಗಂತ ಅವನಿಗೆ ನೇರವಾಗಿ ಹೇಳಲು ನನಗೆ ಸಂಕೋಚವಾಯ್ತು. ಮತ್ತೊಬ್ಬರಿಗೆ ದೇಹಕ್ಕೆ ಸಂಬಂಧಪಟ್ಟ ಸಂಗತಿಗಳನ್ನು ಆರೋಪ ಮಾಡುವುದು ಕ್ರೌರ್ಯವಾಗುತ್ತದೆ. ಕುರುಡನಿಗೆ ಅವನ ಕುರುಡುತನದ ಬಗ್ಗೆ ಹಾಸ್ಯ ಮಾಡಿದಷ್ಟೇ ಕ್ರೌರ್ಯ ಇದಾಗುತ್ತದೆ. ಚಾಲಕನನ್ನು ನಿಯಮಿಸಿಕೊಂಡ ಮೇಲೆ ಅವನ ಇತರ ಸಂಗತಿಗಳನ್ನೂ ಸಹಿಸಿಕೊಳ್ಳುವುದು ನಮ್ಮ ಕರ್ತವ್ಯವಾಗಿರುತ್ತದೆ. ಆದರೆ ಈ ವಾಸನೆಯ ಸಮಸ್ಯೆಯನ್ನು ಬಗೆಹರಿಸಿಕೊಳ್ಳುವುದು ಹೇಗೆ? ಒಂದು ಸರಳ ಉಪಾಯವನ್ನು ಮಾಡಿಕೊಂಡೆ. ನಾನು ಕಾರಿನಲ್ಲಿ ಹೋಗಿ ಕುಳಿತ ತಕ್ಷಣ ಎರಡೂ ಕಿಟಕಿಗಳನ್ನು ಒಂದೈದು ನಿಮಿಷ ತೆಗೆದು ಬಿಡುತ್ತಿದ್ದೆ. ಗಾಳಿ ಸಂಚಾರವಾದ ಮೇಲೆ ವಾಸನೆ ಕಡಿಮೆಯಾಗುತ್ತಿತ್ತು. ಅನಂತರ ಮತ್ತೆ ಕಿಟಕಿಗಳನ್ನು ಏರಿಸಿ, ಎ.ಸಿ. ಹೆಚ್ಚಿಸಿದರೆ ಎಲ್ಲವೂ ಸರಿ ಹೋಗುತ್ತಿತ್ತು. ನನ್ನ ಈ ಕ್ರಮವನ್ನು ಅವನು ಸೂಕ್ಷ್ಮವಾಗಿ ಗಮನಿಸಿರಬೇಕು. ಅದರ ಕಾರಣವನ್ನೂ ಅವನು ಅರ್ಥ ಮಾಡಿಕೊಂಡಿರಬೇಕು. ಆದರೆ ಎಂದೂ ಅದರ ಬಗ್ಗೆ ಬಾಯಿ ಬಿಡಲಿಲ್ಲ.

ಕೆಲವು ದಿನಗಳಲ್ಲಿ ಅವನ ವಿಚಿತ್ರ ವರ್ತನೆಯೊಂದನ್ನು ಗಮನಿಸಿದೆ. ಮಾರ್ಗ ಮಧ್ಯದಲ್ಲಿ ಆಗೊಮ್ಮೆ ಈಗೊಮ್ಮೆ ಅವನೂ ಎರಡೂ ಕಿಟಕಿಗಳನ್ನು ಸ್ವಲ್ಪ ತೆಗೆದು, ಅನಂತರ ಮುಚ್ಚುತ್ತಿದ್ದ. ಅವನೇಕೆ ಹೀಗೆ ಮಾಡುತ್ತಾನೆಂದು ನನಗೆ ಕಿರಿಕಿರಿಯಾಗಲಾರಂಭಿಸಿತು. ಏನೋ ಸೂಕ್ಷ್ಮ ಹೊಳೆದಂತೆ ಆಯಿತಾದರೂ ಅದನ್ನು

ಒಪ್ಪಿಕೊಳ್ಳಲು ಮನಸ್ಸು ಸಿದ್ಧವಿರಲಿಲ್ಲ. ಒಂದು ದಿನ ಹಾಗೇಕೆ ಮಾಡುವಿಯೆಂದು ಕೇಳಿಯೇ ಬಿಟ್ಟೆ. ತಮಾಷೆಯ ನಗುವನ್ನು ನಕ್ಕು "ಸುಮ್ಮನೆ ಸಾರ್" ಅಂದ. ಅದರ ಕಾರಣವನ್ನು ಕರಾರುವಾಕ್ಕಾಗಿ ತಿಳಿದುಕೊಳ್ಳುವ ಹಠ ನನ್ನದಾಯ್ತು.

"ಸುಮ್ಮಸುಮ್ಮನೆ ಯಾರಾದ್ರೂ ಕಿಟಕಿ ಯಾಕೆ ತೆಗೀತಾರೆ? ಯಾಕೆ ಅಂತ ಹೇಳು."

"ಬೇಡ ಬಿಡ್ರಿ ಸಾರ್" ಅಂತ ಮತ್ತೊಮ್ಮೆ ನಕ್ಕ. ನಾನು ಹಾಗೆ ಸುಮ್ಮನೆ ಬಿಡುತ್ತೇನೆಯೆ? ಯಜಮಾನನ ಅಧಿಕಾರದಿಂದ ಜಕ್ಕಿಸಿ ಕೇಳಿದೆ. ನಿಧಾನಕ್ಕೆ ಹೇಳಿದ.

"ಆಗೊಮ್ಮೆ ಈಗೊಮ್ಮೆ ನೀವು ಹೂಸು ಬಿಡ್ತೀರ ಸಾರ್. ಕಾರು ವಾಸನೆ ಆಗ್ತದೆ."

ನಾನು ತೆಪ್ಪಗಾದೆ.

ಒಂಟಿ ಚಪ್ಪಲಿ ಕತೆ

ಹುಸಿ ಭಾವುಕತೆಗೆ ಕೆಲವೊಮ್ಮೆ ನಾವು ಬಲಿಯಾಗಿ ಬಿಡುತ್ತೇವೆ. ನನ್ನ ಸಾಹಿತಿ ಗೆಳೆಯರೊಬ್ಬರು ಒಂಟಿ ಚಪ್ಪಲಿಯ ಬಗ್ಗೆ ನನ್ನಲ್ಲಿ ಅಂತಹ ಹುಸಿ ಭಾವುಕತೆಯನ್ನು ಮೂಡಿಸಿ ಬಿಟ್ಟಿದ್ದರು. ರಸ್ತೆಯಲ್ಲಿ ಅಲ್ಲೊಂದು ಇಲ್ಲೊಂದು ಕಾಣುವ ಒಂಟಿ ಚಪ್ಪಲಿಯನ್ನು ತೋರಿಸಿ "ನೋಡು, ಹೇಗೆ ಒಂಟಿ ಚಪ್ಪಲಿಗಳು ಅಲ್ಲಲ್ಲಿ ಬಿದ್ದಿರುತ್ತವೆ. ಹುಡುಕಿದರೂ ಅದರ ಜೊತೆಯ ಚಪ್ಪಲಿ ಅಲ್ಲೆಲ್ಲೂ ಸಿಕ್ಕುವುದಿಲ್ಲ. ಅಚಾನಕ್ಕಾಗಿ ಬೇರೆಲ್ಲೋ ಹೋದಾಗ ಈ ಚಪ್ಪಲಿಯ ಜೋಡಿ ಅಲ್ಲಿ ಒಂಟಿಯಾಗಿ ಸಿಕ್ಕುತ್ತದೆ. ಬದುಕೆಂದರೆ ಅಷ್ಟೇ ಅಲ್ಲವಾ? ಎಲ್ಲಿಯೋ ನಮಗೆ ತಿಳಿಯದಂತೆ ನಮ್ಮ ಜೋಡಿ ಕೂತಿರುತ್ತದೆ. ನಮ್ಮ ಜೊತೆಗಾರನನ್ನು ಅರಸುತ್ತಾ ಅರಸುತ್ತಾ ನಾವು ಬದುಕಿಡೀ ಹೈರಾಣಾಗುತ್ತೇವೆ. ಬದುಕಿನ ಮಾಯೆ ಅಂದರೆ ಇದೇ... ಅಕೋ ನೋಡು, ಮಗುವಿನ ಒಂಟಿ ಚಪ್ಪಲಿ. ನನ್ನ ಕಣ್ಣುಗಳು ಒದ್ದೆಯಾಗುತ್ತಿವೆ" ಅಂತ ಭಾವುಕ ಧ್ವನಿಯಲ್ಲಿ ಹೇಳಿ, ನನ್ನ ಕಣ್ಣುಗಳನ್ನೂ ಒದ್ದೆ ಮಾಡಿಸಿ ಬಿಟ್ಟಿದ್ದರು. ಅಂದಿನಿಂದ ನನಗೆ ಒಂಟಿ ಚಪ್ಪಲಿಯ ಭಾವುಕತೆಯ ಭೂತ ಸುತ್ತಿಕೊಂಡಿತು. ರಸ್ತೆಯಲ್ಲಿ ಎಲ್ಲೇ ಒಂಟಿ ಚಪ್ಪಲಿ ಕಂಡರೂ ಸಾಕು, ನನ್ನ ಮನಸ್ಸು ಆರ್ದ್ರಗೊಳ್ಳುತ್ತಿತ್ತು. ಜೊತೆಯಲ್ಲಿ ಯಾರಾದರೂ ಇದ್ದರೆ, ಅವರಿಗೆ ಈ ಒಂಟಿ ಚಪ್ಪಲಿಯ ಭಾವುಕ ಪ್ರಪಂಚವನ್ನು ವಿವರಿಸಿ, ಅವರ ಕಣ್ಣನ್ನು ಒದ್ದೆ ಮಾಡಲು ನೋಡುತ್ತಿದ್ದೆ. ಕೆಲವರು ನನ್ನಂತೆಯೇ ಭಾವುಕರಾದರೆ, ಮತ್ತೆ ಕೆಲವರು ನನ್ನನ್ನು ಪೆಕರನಂತೆ ನೋಡುತ್ತಿದ್ದರು.

ಹಾಗೊಮ್ಮೆ ನಂಜುಂಡಿಯ ಮುಂದೆಯೂ ಮಾತನಾಡಿ ಬಿಟ್ಟೆ. ಅವನು ಜೋರಾಗಿ ನಕ್ಕು ಬಿಟ್ಟ. "ಒಂಟಿ ಚಪ್ಪಲಿ ಯಾಕೆ ಇರ್ತವೆ ಗೊತ್ತಾ ಸಾರ್?" ಎಂದು

ಕೇಳಿದ. ನನಗೆ ಗೊತ್ತಿರಲಿಲ್ಲ. ಆ ರೀತಿ ತರ್ಕಬದ್ಧವಾಗಿ ನಾನು ಆಲೋಚಿಸಿಯೂ ಇರಲಿಲ್ಲ. ಗೊತ್ತಿಲ್ಲವೆಂದು ಗೋಣಲ್ಲಾಡಿಸಿದೆ.

"ಜನ ಕೆಲವೊಂದು ಸಲ ಓಡೋ ಬಸ್ಸನ್ನ ಹತ್ತಿಕೊಳ್ತಾರಲ್ಲ ಸಾರ್, ಆವಾಗ ಅವರ ಚಪ್ಪಲಿ ಕೆಳಗೆ ಕಳಚಿಕೊಂಡು ಬಿದ್ದು ಬಿಡ್ತದೆ. ಅಷ್ಟು ಹೊತ್ತಿಗೆ ಬಸ್ಸು ಸ್ಪೀಡ್ ತೊಗೊಂಡಿರ್ತದೆ. ಬಸ್ಸು ನಿಲ್ಲಿಸ್ರೋ ಅಂತ ಬಡಕೊಂಡ್ರೂ ಯಾವ ನನ್ನ ಮಗನೂ ಅವರ ಮಾತು ಕೇಳಿಸ್ಕೊಳ್ಳಲ್ಲ. ಆಮೇಲಕ್ಕೆ ಎಲ್ಲೋ ದೂರ ತಮ್ಮ ಸ್ಟಾಪಿಗೆ ಹೋದ ಮೇಲೆ ಅವರು ಇನ್ನೊಂದು ಚಪ್ಪಲಿ ಸಮೇತ ಬಸ್ಸು ಇಳೀತಾರೆ. ಕಳೆದು ಹೋದ ಚಪ್ಪಲಿ ಹುಡುಕಿಕೊಂಡು ಹೋಗೋದಕ್ಕೆ ಮನಸ್ಸು ಬರಲ್ಲ. ಈಗ ಉಳಕೊಂಡಿರೋ ಒಂದೇ ಚಪ್ಪಲಿನ್ನ ಏನು ಮಾಡ್ತಾರೆ? ಅದನ್ನೂ ಅಲ್ಲಿ ಬಿಸಾಕಿ ಹೋಗ್ತಾರೆ. ಅಷ್ಟೇ ಸಾರ್! ಅದಕ್ಕೇ ಇಲ್ಲಿ ಬಿದ್ದಿರೋ ಒಂಟಿ ಚಪ್ಪಲಿಗೆ ಇನ್ನೆಲ್ಲೋ ಜೋಡಿ ಸಿಗ್ತದೆ" ಅಂತ ಹೇಳಿ ಪಕಪಕನೆ ನಕ್ಕ. "ಬೇಕಂದ್ರೆ ನೋಡ್ರಿ ಸಾರ್, ಬಸ್ ಸ್ಟಾಂಡ್ ಹತ್ತಿರಾನೇ ಈ ಒಂಟಿ ಚಪ್ಪಲಿ ಜಾಸ್ತಿ ಬಿದ್ದಿರ್ತವೆ. ಮಳೆಗಾಲದಾಗಂತೂ ಈ ಚಪ್ಪಲಿಗಳು ಜಾಸ್ತಿ ಸಿಗ್ತವೆ. ಒದ್ದೆಗೆ ಕಾಲಿಂದ ಚಪ್ಪಲಿ ಜಾಸ್ತಿ ಜಾರುತ್ತವಲ್ಲಾ, ಅದಕ್ಕೇ!" ಎಂದು ವಿವರಣೆಯನ್ನು ಕೊಟ್ಟ.

ನಾನು ಅಷ್ಟು ದಿನ ಕಟ್ಟಿಕೊಂಡಿದ್ದ ಹುಸಿ ಭಾವುಕತೆಯ ಬಲೂನನ್ನು ಮುಲಾಜಿಲ್ಲದೆ ಅವನು ಒಡೆದು ಹಾಕಿದ್ದ. ಎರಡು ಮೂರು ದಿನ ಗಮನಿಸಿದ ನಂತರ ಅವನು ಹೇಳಿದ ವಿವರಣೆ ಸತ್ಯವೆನ್ನಿಸಲಾರಂಭಿಸಿತು. "ನಾನೆಂತಹ ಪೆದ್ದ, ಯಾರ ಯಾರ ಮುಂದೆಯೋ ಈ ಒಂಟಿ ಚಪ್ಪಲಿಯ ಬಗ್ಗೆ ಭಾವುಕವಾಗಿ ಮಾತನಾಡಿ ಬಿಟ್ಟೆನಲ್ಲ" ಎಂದು ಬೇಸರವಾಯಿತು. ಅಂದಿನಿಂದ ಒಂಟಿ ಚಪ್ಪಲಿಯ ಬಗ್ಗೆ ಮಾತನಾಡುವುದನ್ನು ನಿಲ್ಲಿಸಿದೆ. ಅದಕ್ಕೆ ಬದಲು ಆ ಒಂಟಿ ಚಪ್ಪಲಿ ಯಾಕೆ ಬಿದ್ದಿರುತ್ತದೆ ಎಂಬ ನಂಜುಂಡಿಯ ವಿವರಣೆಯನ್ನು ನನ್ನದೇ ಆವಿಷ್ಕಾರವೆನ್ನುವಂತೆ ಹೇಳಲಾರಂಭಿಸಿದೆ. ಒಂದು ಸ್ವಲ್ಪ ದಿನವಾದ ನಂತರ ನಾನು ಒಂಟಿ ಚಪ್ಪಲಿಯ ಬಗ್ಗೆ ಹುಸಿ ಭಾವುಕತೆಯಿಂದ ಆಡುತ್ತಿದ್ದ ಮಾತೂ, ಆ ಬಲೂನನ್ನು 'ಟುಸ್' ಎನ್ನುವಂತೆ ಮಾಡಲು ಆಡುವ ಈ ವಾಸ್ತವದ ಮಾತೂ ಬೋರ್ ಹೊಡೆಸಲಾರಂಭಿದವು. ಈಗ ಒಂಟಿ ಚಪ್ಪಲಿಯ ಬಗ್ಗೆ ಮಾತನಾಡುವುದಿಲ್ಲ. ಆದರೆ ಅನಾವಶ್ಯಕವಾಗಿ ಹುಸಿ ಭಾವುಕತೆಗೆ ಒಳಗಾಗಿ, ನನ್ನನ್ನು ನಾನು ಮೂರ್ಖನನ್ನಾಗಿಸಿಕೊಳ್ಳುವುದನ್ನು ನಿಲ್ಲಿಸಿದ್ದೇನೆ.

ಇಂತಹದೇ ಮತ್ತೊಂದು ವಿಶೇಷವನ್ನು ನಂಜುಂಡಿ ನನಗೆ ತಿಳಿಸಿದ್ದ. ಬೆಂಗಳೂರಿನ ರಸ್ತೆಯ ತುಂಬಾ ಯದ್ವಾತದ್ವಾ ಸ್ಪೀಡ್ ಬ್ರೇಕರ್‌ಗಳಿವೆಯಲ್ಲವೆ? (ನನ್ನ ಗೆಳೆಯನೊಬ್ಬ ಇವಕ್ಕೆ 'ಸೀಡ್ ಬ್ರೇಕರ್' ಎಂದು ಕರೆಯುತ್ತಾನೆ) ಈ ಸ್ಪೀಡ್ ಬ್ರೇಕರ್ ಪಕ್ಕವೇ ಸಾಕಷ್ಟು ಕುಣಿಗಳಾಗಿರುತ್ತವೆ. ಮೊದಲೇ ಸ್ಪೀಡ್ ಬ್ರೇಕರ್ ಉಬ್ಬು,

ಜೊತೆಗೆ ಈ ಕುಣಿಗಳು ಸೇರಿ ಎಷ್ಟೇ ನಿಧಾನಕ್ಕೆ ನಡೆಸಿದರೂ ಕಾರಿಗೆ ಸರಿಯಾದ ಹೊಡೆತವನ್ನು ಕೊಡುತ್ತವೆ. ಆದರೆ ಈ ಸ್ಪೀಡ್ ಬ್ರೇಕರ್ ಪಕ್ಕವೇ ಯಾಕೆ ಕುಣಿಗಳು ಹೆಚ್ಚಾಗಿ ಆಗುತ್ತವೆಂದು ನನಗೆ ತಿಳಿದಿರಲಿಲ್ಲ. ಅದಕ್ಕೆ ಕಾರಣ ನೀರನ್ನು ಹೊತ್ತು ಒಯ್ಯುವ ಟ್ರಾಕ್ಟರ್‌ಗಳಂತೆ! ದಾರಿಯುದ್ದಕ್ಕೂ ನೀರನ್ನು ತುಳುಕಿಸುತ್ತಾ ಸಾಗುತ್ತವಲ್ಲವೆ? ಸ್ಪೀಡ್ ಬ್ರೇಕರ್ ಬಳಿ ಅವು ಎತ್ತಿ ಕುಕ್ಕಿದಂತಾಗಿ ಒಂದು ರಾಶಿ ನೀರನ್ನು ಚೆಲ್ಲುತ್ತವೆ. ಈ ನೀರಿನಿಂದಾಗಿ ಸ್ಪೀಡ್ ಬ್ರೇಕರ್ ಪಕ್ಕವೇ ಕುಣಿಯಾಗುತ್ತದಂತೆ! ಈ ಕುಣಿಗಳು ಒಂದರ್ಥದಲ್ಲಿ ಬೆಂಗಳೂರಿನಲ್ಲಿ ಇರುವ ನೀರಿನ ಸಮಸ್ಯೆಯ ಪ್ರತೀಕಗಳಂತೆ!

ಮೊಬೈಲ್ ಪ್ರಕರಣ

ನಾನು ಮೊಬೈಲ್ ಕೊಡಿಸಲ್ಲ ಅಂತ ಖಚಿತವಾಗಿ ಹೇಳಿಬಿಟ್ಟೆ. ಬೆಳಿಗ್ಗೆ ಹೊರಟು ರಾತ್ರಿ ಮನೆಗೆ ಹಿಂತಿರುಗೋದು ಬಿಟ್ರೆ, ನಾನು ಕಾರು ಯಾವುದಕ್ಕೂ ಬಳಸಲ್ಲ. ಎರಡೂ ಹೊತ್ತೂ ಸಮಯ ಅಚ್ಚುಕಟ್ಟಾಗಿ ನಿರ್ಧಾರವಾದದ್ದು. ರಾತ್ರಿ ಅರ್ಧ ಅಥವಾ ಒಂದು ಗಂಟೆ ತಡವಾದರೆ ಹೆಚ್ಚು. ಉಳಿದ ಹೊತ್ತಿನಲ್ಲಿ ನನಗೆ ತಲೆ ಕೆರೆದುಕೊಳ್ಳಲೂ ಪುರುಸೊತ್ತಿರಲ್ಲ. ಅಂದ ಮೇಲೆ ನಿನಗೆ ಮೊಬೈಲ್ ಅವಶ್ಯಕತೆಯಿಲ್ಲ ಅಂತ ನನ್ನ ವಾದ. ನನ್ನನ್ನು ಮೊಬೈಲ್ ಕೊಡಿಸಲು ಒಪ್ಪಿಸುವುದನ್ನು ನಂಜುಂಡಿ ಕೈ ಬಿಟ್ಟು, ತಾನೇ ಒಂದು ಒಳ್ಳೆಯ ಮೊಬೈಲ್ ಫೋನ್ ಕೊಂಡುಕೊಂಡ. ಅದು ನಾನು ಬಳಸುವ ಮೊಬೈಲ್‌ಗಿಂತಲೂ ಅತ್ಯಂತ ದುಬಾರಿಯಾದದ್ದು ಮತ್ತು ಸ್ಲೀಕ್ ಆದದ್ದು ಆಗಿತ್ತು.

"ಅಲ್ಲೋ ನಂಜುಂಡಿ, ನಿಂಗೆ ಫೋನ್ ರಿಸೀವ್ ಮಾಡುವುದು, ಮಾತಾಡೋದು ಬಿಟ್ರೆ ಮತ್ತೊಂದು ಬರಲ್ಲ. ಎಸ್‌ಎಂಎಸ್ ಕಳಿಸೋಕೂ ಬರಲ್ಲ. ನಿಂಗ್ಯಾಕೋ ಇಂಥಾ ದುಬಾರಿ ಮೊಬೈಲ್? ನಾನೇ ಎಷ್ಟು ಕಡಿಮೆ ಬೆಲೆ ಮೊಬೈಲ್ ಇಟ್ಟುಗೊಂಡೀನಿ ನೋಡು" ಎಂದು ತಕರಾರು ತೆಗೆದೆ. ನಾನು ಯಾವತ್ತೂ ಎಲೆಕ್ಟ್ರಾನಿಕ್ ಗಾಡ್ಜೆಟ್‌ಗಳಿಗೆ ಆಕರ್ಷಿತನಾಗುವುದಿಲ್ಲ ಎಂಬ ಒಣ ಹೆಮ್ಮೆ ನನಗಿದೆ.

"ಸಾರ್, ನೀವು ದುಡ್ಡು ಇರೋರು. ಕಡಿಮಿ ಬೆಲೆ ಮೊಬೈಲ್ ಇಟ್ಟುಕೊಂಡರೆ ಜನಕ್ಕೆ ಸ್ಟೈಲ್ ಆಗಿ ಕಾಣಿಸ್ತದೆ. ನಾವು ಬಡವರು. ಅಗ್ಗದ ಮೊಬೈಲ್ ಇಟ್ಟುಕೊಂಡರೆ ಜನ ಮಾತಾಡ್ತಾರೆ" ಅಂತ ವಿಚಿತ್ರ ಲಾಜಿಕ್ ಹೇಳಿದ.

ಮೊಬೈಲ್ ಬಗ್ಗೆ ಅವನಿಗೆ ಮತ್ತೊಂದು ವಿಶೇಷ ಭ್ರಮೆ ಇತ್ತು. ಹುಡುಗಿಯೊಬ್ಬಳು ಹುಡುಗನನ್ನು ಲವ್ ಮಾಡಬೇಕೆಂದರೆ ಕೈಯಲ್ಲೊಂದು ಮೊಬೈಲು, ಓಡಿಸಲು ಒಂದು ಬೈಕು ಇರಬೇಕೆಂಬುದಾಗಿ ಹೇಳುತ್ತಿದ್ದ. "ಅಷ್ಟು ಇದ್ದರೆ ಸಾಕು ನೋಡ್ರಿ ಸಾರ್, ಎಂಥಾ ಹುಡುಗಿ ಆದ್ರೂ ಬಂದು ಹಿಂದೆ ಕೂತುಗೊಳ್ತಾಳೆ" ಎಂದು ಖಚಿತವಾಗಿ

ಹೇಳಿದ್ದ. ಆದರೆ ಮೂರು ವರ್ಷದ ನಂತರ ಮತ್ತೆ ಯಾವುದೋ ಸಂದರ್ಭದಲ್ಲಿ ತನ್ನ ಗೆಳೆಯನಿಗೆ ಮದುವೆಯಾಗಲು ಹುಡುಗಿಯರೇ ಸಿಗುತ್ತಿಲ್ಲ ಎಂದು ಅವನು ಓಡಾಡುತ್ತಿರುವಾಗ "ಅವನ ಹತ್ತಿರ ಮೊಬೈಲು, ಬೈಕು ಇಲ್ಲೇನೋ?" ಅಂತ ನಾನು ತಮಾಷೆ ಮಾಡಿದ್ದೆ. ಆಗವನು "ಈಗ ಹುಡುಗಿಯರು ಚಿಗುತುಕೊಂಡು ಬಿಟ್ಟಾರೆ ಸಾರ್. ಭಿಕಾರಿ ನನ್ನ ಮಗನ ಹತ್ತಿರಾನೂ ಮೊಬೈಲು, ಬೈಕು ಇರ್ತದೆ. ಈಗ ಅವರೆಲ್ಲಾ ಕಾರು ಇರೋರು ಬೇಕು ಅಂತಾರೆ" ಎಂದು ಬದಲಾದ ಜಗತ್ತಿನ ಬಗ್ಗೆ ವ್ಯಾಖ್ಯಾನ ಮಾಡಿದ್ದ.

ಮೊಬೈಲಿನಲ್ಲಿ ಏನಾದರೂ ಎಸ್‌ಎಂಎಸ್ ಬಂದರೆ ನನಗೆ ತೋರಿಸುತ್ತಿದ್ದ. ಕೆಲವೊಮ್ಮೆ ಅವನಿಗೆ ಪೋಲಿ ಚಿತ್ರಗಳು ಎಂಎಂಎಸ್ ಮೂಲಕ ಬಂದಿದ್ದವು. ನನಗೆ ಸ್ವಲ್ಪ ಸಂಕೋಚದಿಂದಲೇ ಅವನ್ನು ಒಂದು ದಿನ ತೋರಿಸಿ "ಜನ ಏನೆಲ್ಲಾ ಹೊಲ್ಸು ಚಿತ್ರ ಕಳುಹಿಸ್ತಾರೆ ನೋಡ್ರಿ ಸಾರ್" ಅಂತ ಜನರನ್ನು ಬೈದ. "ಯಾವಾಗ ಬಂದ್ವು ಈ ಚಿತ್ರಗಳು" ಅಂತ ನಾನು ಕೂಲಾಗಿ ಕೇಳಿದೆ. "ಒಂದು ತಿಂಗಳು ಕೆಳಗೆ ಬಂದ್ವು ಸಾರ್" ಅಂತ ಅಮಾಯಕತೆಯಿಂದ ಉತ್ತರಿಸಿದ. "ಅಷ್ಟು ದಿನದಿಂದ ಈ ಫೋಟೋ ಇಟ್ಟುಗೊಂಡು ಮಜಾ ಮಾಡ್ತಿದಿ, ಸುಮ್ಮನೆ ಕಳುಹಿಸಿದವರಿಗೆ ಯಾಕೆ ಕೆಟ್ಟ ಮಾತು ಆಡ್ತಿ" ಅಂತ ಬೈದೆ. "ನೀವು ಸುಮ್ಮನಿರಿ ಸಾರ್" ಅಂತ ನಕ್ಕ.

ಆಗ ವಿಪರೀತವಾಗಿ ಸೇಲ್ಸ್ ಕಾಲ್‌ಗಳು ನಮ್ಮ ಮೊಬೈಲಿಗೆ ಬರುತ್ತಿದ್ದವು. ಮೀಟಿಂಗಿನಲ್ಲಿದ್ದಾಗ, ಬಚ್ಚಲಿನಲ್ಲಿದ್ದಾಗ, ನಿದ್ದೆಯಲ್ಲಿದ್ದಾಗ – ನಮ್ಮನ್ನು ಗೊಂದಲಕ್ಕೆ ಒಳಪಡಿಸಿ 'ಸಾಲ ಬೇಕಾ ಸಾರ್?', 'ಸೈಟ್ ಕೊಂಡುಕೊಳ್ತೀರ ಸಾರ್' ಅಂತ ವಯ್ಯಾರದ ಧ್ವನಿಯಲ್ಲಿ ಬರುವ ಕಾಲ್‌ಗಳು ನಮ್ಮಂತಹವರಿಗೆ ತಲೆನೋವು ತರುತ್ತಿದ್ದವು. ಆ ಹೊತ್ತಿಗೆ ಸರಿಯಾಗಿ ಸರಕಾರದವರು ಡಿ.ಎನ್.ಡಿ. (ಅಂದರೆ ಡು ನಾಟ್ ಡಿಸ್ಟರ್ಬ್ – ತೊಂದರೆ ಕೊಡಬೇಡಿ) ಪದ್ಧತಿಯನ್ನು ಜಾರಿಗೆ ತಂದರು. ಒಮ್ಮೆ ನಮ್ಮ ಮೊಬೈಲ್ ನಂಬರನ್ನು ಇಂಟರ್‌ನೆಟ್ ಮೂಲಕವೋ ಅಥವಾ ಎಸ್‌ಎಂಎಸ್ ಮೂಲಕವೋ ಡಿ.ಎನ್.ಡಿ.ಗೆ ನೋಂದಾಯಿಸಿಕೊಂಡರೆ ಆಯ್ತು, ಒಂದು ವಾರಕ್ಕೆ ಈ ತರಹದ ಎಲ್ಲಾ ಮಾರಾಟದ ಕರೆಗಳು ನಿಲ್ಲುತ್ತಿದ್ದವು. ಅಷ್ಟಕ್ಕೂ ಮೀರಿ ಯಾವುದಾದರೂ ಮಾರಾಟದ ಕರೆ ಬಂದರೆ, ನಾವು ಅವರನ್ನು ಉಗಿದು ಹೆದರಿಸಿದರೆ ಸಾಕು, "ತಪ್ಪಾಯ್ತು ಸಾರ್, ತಪ್ಪಾಯ್ತು" ಅಂತ ಆ ಕಾಲ್‌ಏಜೆಂಟ್ ಹುಡುಗರು ಕರೆಯನ್ನು ಕೊನೆಗೊಳಿಸುತ್ತಿದ್ದರು. ಈ ಹೊಸ ಪದ್ಧತಿ ನಮಗೆ ತುಂಬಾ ಖುಷಿಯನ್ನು ಕೊಟ್ಟು, ಕಾಡುವ ಭೂತದಿಂದ ತಪ್ಪಿಸಿಕೊಂಡಂತಹ ಭಾವವನ್ನು ಕೊಟ್ಟಿತ್ತು. ನನಗೆ ಪರಿಚಯದವರು ಯಾರು ಕಂಡರೂ ಅವರಿಗೆ ಈ ಹೊಸ ಪದ್ಧತಿಯನ್ನು ವಿವರಿಸಿ, ಅವರ ನಂಬರನ್ನು ಡಿ.ಎನ್.ಡಿ.ಗೆ ನೋಂದಾಯಿಸುವುದು ನನ್ನ ಹವ್ಯಾಸವಾಯ್ತು. ಒಮ್ಮೆ ನಂಜುಂಡಿಗೆ

ಈ ಹೊಸ ವಿಧಾನವನ್ನು ಖುಷಿಯಿಂದ ವಿವರಿಸಿ "ನಿನ್ನ ನಂಬರ್ ಅದಕ್ಕೆ ಹಾಕ್ಲಾ ನಂಜುಂಡಿ?" ಅಂತ ಯಾವುದೋ ದೊಡ್ಡ ಉಪಕಾರ ಮಾಡುವಂತೆ ಕೇಳಿದೆ. ಅವನು "ಅಯ್ಯಯ್ಯೋ ಸಾರ್, ದಯವಿಟ್ಟು ಅಂಥಾ ಕೆಟ್ಟ ಕೆಲಸ ಮಾಡಬೇಡ್ರಿ. ಚಂದ ಚಂದದ ಹುಡುಗೀರು ಫೋನ್ ಮಾಡಿ ಎಷ್ಟೊಂದು ಹೊತ್ತು ಪ್ರೀತಿಯಿಂದ ನಮ್ಮ ಜೊತಿ ಮಾತಾಡ್ತಾರೆ. ನಮ್ಮ ಬಗ್ಗೆ ಎಲ್ಲಾ ಕೇಳಿ ವಿಚಾರ ಮಾಡಿಕೊಳ್ತಾರೆ. ಅಂಥಾ ಕಾಲ್ ಬರ್ಲಪ್ಪ ಅಂತ ಕಾಯ್ತಾ ಇರ್ತೀವಿ" ಅಂತ ನನ್ನ ಸಲಹೆಯನ್ನು ನಿರಾಕರಿಸಿದ. ಅಪರಿಚಿತ ಜಗತ್ತು ಮತ್ತೊಮ್ಮೆ ತನ್ನ ದರ್ಶನವನ್ನು ನನಗೆ ಮಾಡಿಸಿತು.

ಒಮ್ಮೆ ನಾನು ಮತ್ತು ನಂಜುಂಡಿ ಕಾರಿನಲ್ಲಿ ಹೋಗುತ್ತಿರುವಾಗ, ಒಬ್ಬ ಕಾಲ್‌ಸೆಂಟರ್ ಗಾಡಿಯವನು ಅತಿ ವೇಗದಲ್ಲಿ ಬಂದು ನಮ್ಮ ಗಾಡಿಯ ಮುಂಭಾಗಕ್ಕೆ ಸ್ವಲ್ಪ ಟಚ್ ಮಾಡಿಬಿಟ್ಟ. ನಂಜುಂಡಿ ಸುಮ್ಮನೆ ಇದ್ದಾನೆಯೆ? ಅವನನ್ನು ಹಿಂಬಾಲಿಸಿ, ಕಾರನ್ನು ಅಡ್ಡ ಹಾಕಿ ನಿಲ್ಲಿಸಿದ. ಇಬ್ಬರೂ ಮಾರಾಮಾರಿ ಜಗಳಕ್ಕೆ ನಿಂತು ಬಿಟ್ಟರು. ಕಾರಿಗೆ ಅಂತಹ ದೊಡ್ಡ ಡೆಂಟ್ ಏನೂ ಆಗಿರಲಿಲ್ಲ. ಆದ್ದರಿಂದ, ಸುಮ್ಮನೆ ಇಲ್ಲದ ಗಲಾಟೆ ಬೇಡ ಅಂತ ನನಗನ್ನಿಸಿದ್ದರಿಂದ ನಂಜುಂಡಿಗೆ ಜಗಳ ಮಾಡದಿರಲು ಹೇಳಿದೆ. ಆದರೆ ಜಗಳಕ್ಕೆ ಇಳಿದು ಬಿಟ್ಟಿದ್ದ ನಂಜುಂಡಿ ಅಷ್ಟು ಬೇಗ ಸುಮ್ಮನಾದಾನೆಯೆ? ಇವನದೇ ತಪ್ಪೆಂದು ಅವನು, ಅವನದೇ ತಪ್ಪೆಂದು ಇವನು ವಾದಿಸಲಾರಂಭಿಸಿದರು. ಇಬ್ಬರೂ ಮತ್ತೊಬ್ಬರನ್ನು ಒಪ್ಪಿಕೊಳ್ಳುವ ಮನಸ್ಥಿತಿಯಲ್ಲಿ ಇರಲಿಲ್ಲ. ಅಂದ ಮೇಲೆ ಜಗಳ ಬಗೆಹರಿಯುವುದಾದರೂ ಹೇಗೆ? ನಾನು ಲಕ್ಷಣವಾಗಿ ನನ್ನ ಕಾರಿನಲ್ಲಿ ಕುಳಿತು ಜಗಳ ನೋಡಲಾರಂಭಿಸಿದೆ. ಕಾಲ್‌ಸೆಂಟರ್ ಗಾಡಿಯವ ಕೂಗಾಡುವ ತನಕ ಕೂಗಾಡಿ, ಕೊನೆಗೆ ನಂಜುಂಡಿಯ ಆವಾಜಿಗೆ ರೋಸಿ ಹೋಗಿ, ಗಾಡಿಯ ಹಿಂದಿನ ಬಾಗಿಲನ್ನು ತೆಗೆದು, ಅದರಿಂದ ಲಾಂಗ್ ಒಂದನ್ನು ತೆಗೆದು, ಸಾಕ್ಷಾತ್ ಜೋಗಿ ಸಿನಿಮಾನ ಶಿವಣ್ಣನಂತೆ ನಿಂತು ಬಿಟ್ಟ. ನಾನು ಕಾರಲ್ಲಿ ಕುಳಿತವನು "ಅಯ್ಯಯ್ಯೋ..." ಎಂದೆ. ನಿರಾಯುಧ ನಂಜುಂಡಿಯೂ ಬೆಚ್ಚಿ ಬಿದ್ದ. ಆದರೂ ತಾನೇನೂ ಆ ಪುಟಗೋಸಿ ಲಾಂಗಿಗೆ ಹೆದರುವುದಿಲ್ಲ ಎನ್ನುವ ಫೋಜಿನಲ್ಲಿ "ಇನ್ನೊಮ್ಮೆ ಸಿಗು ನೋಡ್ಕೊಳ್ತೀನಿ" ಅಂತ ಅವನಿಗೆ ಬೆದರಿಕೆಯನ್ನು ಒಡ್ಡಿ ವಾಪಾಸು ಬಂದ. ಕಾರಿನಲ್ಲಿ ಕುಳಿತವನೇ "ಸಾರ್, ನಾಳೆಯಿಂದ ನಾವೂ ಒಂದು ಲಾಂಗನ್ನ ಕಾರಿನಾಗೆ ಮಡಗೋಣ. ಇಂಥಾ ಸೂಳೆಮಕ್ಕಳಿಗೆ ಬುದ್ಧಿ ಕಲಿಸೋಣ" ಅಂದ. ಈಗ ಬೆಚ್ಚಿ ಬೀಳುವ ಸರದಿ ನನ್ನದು. "ತೆಪ್ಪಗೆ ಮುಚ್ಚಿಕೊಂಡು ಮನೀಗೆ ನಡೆ. ಲಾಂಗು ಇಡ್ಲಿಕ್ಕೆ ನಾನೇನು ಅಂಡರ್‌ವರ್ಲ್ಡ್ ಡಾನ್ ಅಂತ ಮಾಡೀ ಏನೋ?" ಎಂದು ಬೈದೆ. ಕಾರು ಚಲಾಯಿಸಿದ.

ಸಿಗ್ನಲಿನಲ್ಲಿ ಮತ್ತೆ ಅದೇ ಕಾಲ್‌ಸೆಂಟರಿನ ಗಾಡಿಯ ಹಿಂದೆ ನಮ್ಮ ಕಾರು ನಿಂತಿತು. ನಂಜುಂಡಿಗೆ ಏನೋ ಉಪಾಯ ಹೊಳೆಯಿತು. ಆ ಕಾರಿನ ಹಿಂಬದಿಯಲ್ಲಿ

ಬರೆದಿದ್ದ ಫೋನ್ ನಂಬರನ್ನು ಬರೆದುಕೊಳ್ಳಿರೆಂದು ನನಗೆ ಅವಸರ ಮಾಡಿದ. "ಚಾಲಕ ಜವಾಬ್ದಾರಿ ಇಲ್ಲದೆ ಕಾರನ್ನು ಓಡಿಸಿದರೆ ಈ ನಂಬರಿಗೆ ಕಾಲ್ ಮಾಡಿ" ಎಂದು ಬರೆದಿದ್ದರು. ನಂಜುಂಡಿಗೆ ಇಂಗ್ಲಿಷ್ ಓದಲಂತೂ ಬರುವುದಿಲ್ಲ. ಆದರೆ ಹಾಗೆ ಗಾಡಿಯ ಹಿಂದೆ ಬರೆದರೆ ಏನರ್ಥ ಎಂದು ಗೊತ್ತಿತ್ತು. ನಾನು ಸ್ವಲ್ಪ ಉತ್ಸಾಹ ತೋರಿಸಿ ಆ ಮೊಬೈಲ್ ನಂಬರ್ ಮತ್ತು ಆ ಗಾಡಿಯ ನಂಬರನ್ನು ಬರೆದುಕೊಂಡೆ. "ಈ ಬೋಳೀಮಗನ ಕೆಲಸ ಹೋಗೋ ಹಾಗೆ ಮಾಡದಿದ್ರೆ ನಾನು ನಂಜುಂಡಿನೇ ಅಲ್ಲ" ಅಂತ ಗೊಣಗುತ್ತಾ ನಂಜುಂಡಿ ಒಂದಷ್ಟು ದೂರಕ್ಕೆ ಗಾಡಿಯನ್ನು ನಡೆಸಿ, ಟ್ರಾಫಿಕ್ ಇಲ್ಲದ ಕಡೆ ನಿಲ್ಲಿಸಿದ. "ನೀವೇ ಕಂಪ್ಲೇಂಟ್ ಮಾಡ್ರಿ ಸಾರ್. ಅವರು ಇಂಗ್ಲೀಷಿನಾಗೆ ಮಾತಾಡ್ತಾರೆ" ಅಂತ ನಂಗೇ ಜವಾಬ್ದಾರಿ ವಹಿಸಿದ.

ನಾನು ಫೋನ್ ಮಾಡಿದೆ. ರಿಂಗಾಯ್ತು. ಆ ಕಡೆಯವರು ಎತ್ತಿಕೊಂಡರು. ನಾನು ಸ್ಫುಟವಾದ ಇಂಗ್ಲೀಷಿನಲ್ಲಿ ನಡೆದ ಸಂಗತಿಯನ್ನು ತಿಳಿಸಿದೆ. ಅದಕ್ಕೆ ಮಂಡ್ಯದ ಕನ್ನಡದಲ್ಲಿ ಪ್ರತಿಕ್ರಿಯಿಸಿದ ಆ ವ್ಯಕ್ತಿ "ಸ್ವಲ್ಪ ನಿಮ್ಮ ಡ್ರೈವರ್‌ಗೆ ಫೋನ್ ಕೊಡ್ರಿ ಸಾರ್" ಅಂದ. ನಾನು ನಂಜುಂಡಿಗೆ ಫೋನ್ ವರ್ಗಾಯಿಸಿದೆ. ಆ ಕಡೆಯವನ ಮಾತು ನನಗೂ ಕೇಳುವಷ್ಟು ಧ್ವನಿ ಜೋರಿತ್ತು. "ಬೋಳಿಮಗನೆ, ನನ್ನ ಗಾಡಿಗೆ ನೀನು ತಾಕಿಸಿ ಈಗ ಕಂಪ್ಲೇಂಟ್ ಮಾಡೋದಕ್ಕೆ ಫೋನ್ ಬೇರೆ ಮಾಡ್ತೀಯೇನಲೆ?" ಅಂತ ಅವನು ಕೂಗಿದ. "ನಿಮ್ಮ ಮೇಲೆ ಅಲ್ಲ ಸಾರ್ ಕಂಪ್ಲೇಂಟು, ನಿಮ್ಮ ಡ್ರೈವರ್ರು..." ಅಂತ ನಂಜುಂಡಿ ಏನೋ ಸಮಜಾಯಿಷಿ ಕೊಡಲು ನೋಡಿದ. ಆ ಕಡೆಯವನು ಅವನ ಮಾತನ್ನು ಅರ್ಧಕ್ಕೆ ತಡೆದು "ಡ್ರೈವರ್ರೂ ನಾನೇ, ಓನರ್ರೂ ನಾನೇ, ಕಾಲ್‌ಸೆಂಟರ್ ಏಜೆಂಟೂ ನಾನೇ. ಮಡಗಲೇ ಫೋನು. ಲಾಂಗ್ ತೋರಿಸಿದ್ದು ನೆನಪಿಲ್ಲೇನು?" ಅಂತ ಕೂಗಿದ. ನಂಜುಂಡಿ ಫೋನ್ ಕಟ್ ಮಾಡಿದ. ಅಂತಹ ಹೊತ್ತಿನಲ್ಲಿಯೂ ನನಗೆ ನಗು ತಡೆಯಲಾಗಲಿಲ್ಲ. "ಆ ನಂಬರ್ ಅವನದೇ ಅಂತೆ ಸಾರ್"– ಪೆಚ್ಚು ಮುಖದಲ್ಲಿ ಹೇಳಿದ. ನನಗೆ ಕಂಡಾಪಟ್ಟೆ ನಗು. "ಏನು ಗಾಂಚಾಲಿ ಮಕ್ಕಳು ಸಾರ್ ಇವ್ರು" ಅಂತ ಗೊಣಗುತ್ತಲೇ ಮನೆಗೆ ಕಾರನ್ನು ತಂದ.

ಗಿರೀಶ್ ಕಾರ್ನಾಡ್

ನಮ್ಮ 'ಛಂದ ಪುಸ್ತಕ'ದ ಪುಸ್ತಕಗಳನ್ನು ಎಲ್ಲಾ ಅಂಗಡಿಗಳಿಗೆ ಕೊಟ್ಟು ಬರುವುದು, ಪಾರ್ಸೆಲ್ ಮಾಡಿ ಬರುವುದು ಮುಂತಾದ ಕೆಲಸಗಳನ್ನು ನಂಜುಂಡಿಗೆ ವಹಿಸಿಕೊಟ್ಟಿದ್ದೆ. ಪ್ರತಿ ಸಲ ಪುಸ್ತಕಗಳನ್ನು ಒಯ್ದಾಗಲೂ ಒಂದಿಷ್ಟು ಹಣವನ್ನು ಅವನಿಗೆ ಭಕ್ಷೀಸಾಗಿ ಕೊಡುತ್ತಿದ್ದೆ. ಅವನಿಗೆ ಕನ್ನಡ ಓದಲು ಬರುವುದಿಲ್ಲವಾದ

ಕಾರಣ ಪ್ರತಿ ಅಂಗಡಿಗೆ ಕೊಡಬೇಕಾದ ಪುಸ್ತಕಗಳನ್ನು ಬೇರೆ ಬೇರೆ ಬಣ್ಣದ ಬ್ಯಾಗ್‌ಗಳಲ್ಲಿ ಇಡುವುದು ಕಡ್ಡಾಯವಾಗುತ್ತಿತ್ತು. ಓದು-ಬರಹ ಬಾರದ ಇವನು ಪುಸ್ತಕಗಳನ್ನು ಹೇಗೆ ಎಲ್ಲಾ ಅಂಗಡಿಗಳಿಗೆ ಸರಿಯಾಗಿ ತಲುಪಿಸಿ ಬರುತ್ತಾನೋ ಎಂಬ ಅನುಮಾನ ನನಗಿರುತ್ತಿತ್ತು. ಆದರೆ ನಂಜುಂಡಿ ವ್ಯವಹಾರದಲ್ಲಿ ತುಂಬಾ ಚಾಣಾಕ್ಷನಾಗಿದ್ದ. ಇನ್ವಾಯ್ಸ್ ಹಿಂದುಗಡೆ ಆ ಅಂಗಡಿ ಅಥವಾ ಪಾರ್ಸಲ್ ಆಫೀಸ್ ಎಲ್ಲಿ ಬರುತ್ತದೆಂದು ಮ್ಯಾಪ್ ಸಮೇತ ಬರೆದು ಕೊಟ್ಟರೆ, ಕರಾರುವಾಕ್ಕಾಗಿ ಅಲ್ಲಿಗೆ ಹೋಗಿ, ವ್ಯವಹಾರವನ್ನು ಅಚ್ಚುಕಟ್ಟಾಗಿ ಮುಗಿಸಿಕೊಂಡು ಬರುತ್ತಿದ್ದ. ಒಂದು ದಿನಕ್ಕೂ ಅನುಮಾನದಿಂದ ನನಗೆ ಮಧ್ಯದಲ್ಲಿ ಫೋನ್ ಮಾಡುತ್ತಿರಲಿಲ್ಲ. ಬೆಂಗಳೂರು ಅವನಿಗೆ ಹೊಸತು. ಈ ಪುಸ್ತಕಗಳನ್ನು ಒಪ್ಪಿಸಿ ಬರುವ ನೆಪದಲ್ಲಿ, ಅವನು ಇಡೀ ಬೆಂಗಳೂರನ್ನು ಪರಿಚಯ ಮಾಡಿಕೊಂಡ. ಒಂದು ದಿನದ ಬಸ್ ಪಾಸನ್ನು ಖರೀದಿಸಿ ಎಲ್ಲಾ ಕಡೆಗೂ ತಿರುಗಾಡಿ ಬರುತ್ತಿದ್ದ. ಕಾರನ್ನು ಒಯ್ಯಲು ನಾನು ಬಿಡುತ್ತಿರಲಿಲ್ಲ. (ಕನ್ನಡ ಪುಸ್ತಕ ಮಾರಾಟ ಮಾಡಿ ಬರುವ ಲಾಭದಲ್ಲಿ ಕಾರಿನಲ್ಲಿ ಪುಸ್ತಕಗಳನ್ನು ವಿತರಿಸುವ ಖರ್ಚನ್ನು ಭರಿಸುವುದು ನನ್ನಂತಹ ಪುಟ್ಟ ಪ್ರಕಾಶಕನಿಗೆ ಸಾಧ್ಯವಿಲ್ಲ.) ಹೀಗಾಗಿ ಅವನಿಗೆ ಸಿಟಿ ಬಸ್ಸಿನ ಪರಿಚಯವೂ, ಬೆಂಗಳೂರಿನ ಪರಿಚಯವೂ ಸೊಗಸಾಗಿ ಆಯ್ತು. ಪುಸ್ತಕಗಳ ಮುಖಪುಟದಿಂದ ಅವುಗಳನ್ನು ಗುರುತಿಸಲು ಶುರು ಮಾಡಿದ. ನಾನು ಮಾರಾಟದ ಮಳಿಗೆಯನ್ನು ಹಾಕಿದರೆ, ಪುಸ್ತಕ ಬಿಡುಗಡೆ ಸಮಾರಂಭ ಮಾಡಿದರೆ, ಸೊಗಸಾಗಿ ಪುಸ್ತಕಗಳನ್ನು ಮಾರಾಟ ಮಾಡುತ್ತಿದ್ದ.

ಅವನ ಬಂಧು-ಬಳಗದಲ್ಲಿ, ಡ್ರೈವರ್ ಸ್ನೇಹಿತರಲ್ಲಿ ನನ್ನ ಕೆಲವು ಅಭಿಮಾನಿ ಓದುಗರಿದ್ದರು. ಅವರು ನನ್ನ ಪುಸ್ತಕಗಳನ್ನು ನಂಜುಂಡಿಯ ಮೂಲಕ ತರಿಸಿಕೊಂಡು ಓದಿ, ಅವನ ಮುಂದೆ ಮೆಚ್ಚುಗೆಯ ಮಾತುಗಳನ್ನು ಆಡುತ್ತಿದ್ದರು. ಇದರಿಂದಾಗಿ ನಂಜುಂಡಿ ನನ್ನ ಬಗ್ಗೆ, ನನ್ನ ಸಾಹಿತ್ಯದ ಸಾಧನೆಯ ಬಗ್ಗೆ ವಿಪರೀತ ಕುರುಡು ಅಭಿಮಾನವನ್ನು ಬೆಳೆಸಿಕೊಂಡು ಬಿಟ್ಟಿದ್ದ. "ಒಂದು ಸಿನಿಮಾ ಮಾಡ್ರಿ ಸಾರ್. ನನ್ನ ಫ್ರೆಂಡ್ಸ್‌ಗೆಲ್ಲಾ ನನ್ನ ಕಾಸಿನಾಗೇ ಟಿಕೇಟ್ ಹಂಚಿ ಬಿಡ್ತೀನಿ" ಅಂತ ಹೇಳುತ್ತಿದ್ದ. ಒಮ್ಮೆಯಂತೂ ಯಾವುದೋ ಪೆಟ್ರೋಲ್ ಬಂಕಿನಲ್ಲಿ ಪೆಟ್ರೋಲ್ ಹಾಕಿಸಲು ಕಾರನ್ನು ನಿಲ್ಲಿಸಿದ್ದೆವು. ಅಲ್ಲಿ ಪೆಟ್ರೋಲನ್ನು ಹುಡುಗಿಯರು ಹಾಕುತ್ತಿದ್ದರು. ಅದರಲ್ಲಿ ಒಬ್ಬ ಹುಡುಗಿ ನನ್ನ ಅಭಿಮಾನಿಯಾಗಿದ್ದಳು. ನಂಜುಂಡಿಯ ಎದುರಿನಲ್ಲೇ ಅವಳು ನನ್ನನ್ನು ಗುರುತಿಸಿಬಿಟ್ಟು ಕಂಡಾಪಟ್ಟೆ ಹೊಗಳಿಬಿಟ್ಟಳು. ತನ್ನ ಗೆಳತಿಯಾಗಬಹುದಾದ ವಯಸ್ಸಿನ ಹುಡುಗಿಯೊಬ್ಬಳು ನನ್ನನ್ನು ಹೀಗೆ ಹೊಗಳಿದ್ದನ್ನು ಕಂಡು ನಂಜುಂಡಿ ಉಬ್ಬಿ ಹೋದ. ಅಂದಿನಿಂದ ಅವನಿಗೆ ನನ್ನ ಬರವಣಿಗೆಯ ಮೇಲೆ ಮಿತಿಮೀರಿದ

ಅಭಿಮಾನ ಶುರುವಾಯ್ತು. ಆದರೆ ಅವನ ಈ ಕುರುಡು ಅಭಿಮಾನ ಒಂದು ತಮಾಷೆಯ ಪ್ರಸಂಗವನ್ನು ಮೂಡಿಸಿತು.

ಒಮ್ಮೆ ಸಪ್ನಾ ಪುಸ್ತಕ ಮಳಿಗೆಗೆ ಪುಸ್ತಕವನ್ನು ಕೊಟ್ಟು ಬಂದ ನಂಜುಂಡಿ "ಸಾರ್, ಅಲ್ಲಿ ಎಂಟ್ರೆನ್ಸ್‌ನಾಗೆ ಅಷ್ಟೊಂದು ಜನದ್ದು ದೊಡ್ಡ ದೊಡ್ಡ ಫೋಟೋ ಹಾಕ್ಯಾರೆ. ನಿಮ್ಮದ್ಯಾಕೆ ಹಾಕಿಲ್ಲ ಸಾರ್?" ಅಂತ ತಕರಾರು ತೆಗೆದ. "ಅಯ್ಯೋ ಮಾರಾಯ, ನಾನು ಈಗಿನ್ನಾ ಕಣ್ಣು ಬಿಡ್ತಾ ಇರೋ ಕತೆಗಾರ. ನನ್ನ ಫೋಟೋ ಯಾಕೆ ಹಾಕ್ತಾರೆ? ಅವರೆಲ್ಲಾ ದೊಡ್ಡ ದೊಡ್ಡ ಕನ್ನಡದ ಸಾಹಿತಿಗಳು. ಅಷ್ಟು ದೊಡ್ಡವನಾಗಿ ನಾನು ಬೆಳೆದ್ರೆ ಆಗ ಫೋಟೋ ಹಾಕ್ತಾರೆ" ಅಂತ ಸಮಾಧಾನ ಮಾಡಿದೆ. ನಂಜುಂಡಿ ಅದಕ್ಕೆ ಒಪ್ಪಲಿಲ್ಲ. "ಸುಮ್ಕಿರಿ ಸಾರ್, ಸ್ವಂತ ಮಗಳು ಹುಡುಗನ ಜೊತೀಗೆ ಒಂದು ರಾತ್ರಿ ಕಳೆದಿದ್ದಕ್ಕೆ ಮಾಡಿಸ್ಕೊಂಡಾಳೋ ಇಲ್ವೋ ಅಂತ ಟೆಸ್ಟ್ ಮಾಡಿಸೋ ಕೆಟ್ಟ ಜನರ ಫೋಟೋ ಹಾಕ್ಯಾರೆ. ನೀವು ಅವರಿಗಿಂತಲೂ ಕಡಿಮೆ ಏನ್ ಸಾರ್?" ಅಂದ. ನನಗೆ ತಲೆ ತಿರುಗಿತು. "ಅಂಥಾವ್ರ ಫೋಟೋ ಯಾಕೋ ಹಾಕ್ತಾರೆ? ದೊಡ್ಡ ದೊಡ್ಡ ಸಾಹಿತಿಗಳ ಫೋಟೋ ಅಲ್ಲಿ ಹಾಕಿರ್ತಾರೆ" ಅಂತ ನಾನು ಅವನ ಮಾತನ್ನು ತಿರಸ್ಕರಿಸಿದೆ. "ಬೇಕಂದ್ರೆ ಈ ಸಲ ಅಲ್ಲಿಗೆ ಹೋದಾಗ ನೀವೇ ನೋಡ್ರಿ ಸಾರ್. ನಾನು ಸುಳ್ಳು ಹೇಳಂಗಿಲ್ಲ" ಅಂದ ಅವನು ವಾದವನ್ನು ಮುಂದುವರೆಸಿದ. "ನಿಂಗೆ ಹ್ಯಾಗೋ ಗೊತ್ತು ಆ ಫೋಟೋದಾಗೆ ಇರುವಾತ ಅಂಥಾ ಕೆಟ್ಟೋನು ಅಂತ" ಅಂತ ವಿಚಾರಿಸಿದೆ.

"ಸಾರ್, ಕಾದಲನ್ ಸಿನಿಮಾ ಹದಿನೈದು ಸಲ ನೋಡೀನಿ. ನೀವು ನೋಡಿಲ್ವಾ? ಪ್ರಭುದೇವ ಡ್ಯಾನ್ಸ್ ಮಾಡೋ ಸಿನಿಮಾ. ಅದರಾಗೆ ನಗ್ಮಾ ಪ್ರಭುದೇವನ ಜೊತಿ ಮಾಡಿಸ್ಕೊಂಡಾಳೋ ಇಲ್ಲವೋ ಅಂತ ಡಾಕ್ಟರ್ ಹತ್ತಿರ ಟೆಸ್ಟ್ ಮಾಡಿಸೋದು ಈ ಯಪ್ಪನೇ" ಅಂದ. ನಾನು 'ಅಯ್ಯಯ್ಯೋ' ಎಂದು ಕಿರುಚಿದೆ. ಅವನು ಹೇಳುವುದು ಯಾರೆಂದು ಗೊತ್ತಾಗಿ ಹೋಯ್ತು. "ಅವರು ದೊಡ್ಡ ನಾಟಕಕಾರರು ನಂಜುಂಡಿ. ಹಂಗೆಲ್ಲಾ ಅನ್ನಬಾರ್ದು. ಅವರಿಗೆ ಜ್ಞಾನಪೀಠ ಪ್ರಶಸ್ತಿ ಬಂದದೆ ಗೊತ್ತಾ? ಕನ್ನಡದ ಹೆಮ್ಮೆ ಅವರು" ಅಂತ ನಾನು ಗಿರೀಶ ಕಾರ್ನಾಡರ ಪರವಾಗಿ ವಕಾಲತ್ತು ವಹಿಸಿದೆ. ನಂಜುಂಡಿಗೆ ನಾಟಕವೆಂದರೂ ಗೊತ್ತಿಲ್ಲ, ನಾಟಕಕಾರನೆಂದರೂ ಗೊತ್ತಿಲ್ಲ, ಜ್ಞಾನಪೀಠ ಪ್ರಶಸ್ತಿಯಂತೂ ದೇವರಾಣೆಗೂ ಗೊತ್ತಿಲ್ಲ. ಅವನಿಗೆ ಗೊತ್ತಿದ್ದು ಬರೀ 'ಕಾದಲನ್' ಸಿನಿಮಾ! ಆದ್ದರಿಂದ ಮತ್ತೆ ಮತ್ತೆ ಅವನು "ಮಗಳನ್ನ ಟೆಸ್ಟ್ ಮಾಡಿಸಿದ್ದಂತೂ ಸುಳ್ಳಲ್ಲ ಬಿಡ್ರಿ ಸಾರ್. ಆತ ಬೇರೆ ಸಿನಿಮಾದಾಗೂ ಕೆಟ್ಟಾತನೇ! ಒಂದು ದಿನಕ್ಕೂ ಒಳ್ಳೆಯವನಲ್ಲ. ಅವನ ಫೋಟೋ ಯಾಕೆ ಹಾಕಬೇಕು?" ಅಂತ ತನ್ನ ಎಡವಟ್ಟು ತರ್ಕವನ್ನು ಮುಂದುವರೆಸಿದ. ನಾನು ಕಡೆಗೆ ರೇಗಿ

"ನೋಡು, ಇನ್ನು ಮುಂದೆ ಆ ವಿಷಯ ಮಾತಾಡೋ ಹಂಗಿಲ್ಲ" ಅಂತ ಅವನನ್ನು ಅಧಿಕಾರದಿಂದ ಸುಮ್ಮನಾಗಿಸಿದೆ.

ಪೂರ್ವಾಶ್ರಮ

ನಂಜುಂಡಿ ಹೊಸೂರಿನ ಹತ್ತಿರದ ಹಳ್ಳಿಯವನು. ತಮಿಳುನಾಡಿಗೆ ಸೇರಿದ ಹಳ್ಳಿಯಾದರೂ ಅಲ್ಲಿ ಸಾಕಷ್ಟು ಕನ್ನಡ ಮಾತನಾಡುವ ಕುಟುಂಬಗಳಿವೆ. ನಂಜುಂಡಿ ಅಂತಹ ಒಂದು ಕುಟುಂಬಕ್ಕೆ ಸೇರಿದವನು. ತಮಿಳು ಮಿಶ್ರಿತ ಕನ್ನಡ ಇವರ ಮನೆಮಾತು. ಆದರೆ ಓದಲು ಬರೆಯಲು ಕನ್ನಡ ಬರುವುದಿಲ್ಲ. ಇವರ ಸಂಬಂಧಿಕರೆಲ್ಲಾ ಕನಕಪುರ, ರಾಮನಗರದ ಸುತ್ತಮುತ್ತ ಇರುತ್ತಾರೆ. ಎರಡೂ ಕಡೆಯೂ ಕೊಡುಕೊಳ್ಳುವ ಸಂಬಂಧ ಇಟ್ಟುಕೊಂಡಿದ್ದಾರೆ. ತಮಿಳು ಸಿನಿಮಾಗಳ ಪ್ರಭಾವ ಹೆಚ್ಚು. ಕನ್ನಡ ಸಿನಿಮಾ ನೋಡುವ ಉತ್ಸಾಹವಿದೆಯಾದರೂ ಅಂತಹ ಒಳ್ಳೆಯ ಸಿನಿಮಾಗಳು ಕನ್ನಡದಲ್ಲಿ ಬರುವುದಿಲ್ಲ ಎಂದು ಇವನ ತಕರಾರು. ಜೊತೆಗೆ ಕನ್ನಡ ಸಿನಿಮಾಗಳಲ್ಲಿ ಎಲ್ಲೆ ಮೀರಿದ 'ಸೆಕ್ಸ್' ಇರುತ್ತದೆಂದೂ, ತಮಿಳಿನವರು ಅಷ್ಟೊಂದು ಹದಗೆಟ್ಟಿಲ್ಲವೆಂಬುದು ಇವನ ತರ್ಕ. ಆಂಧ್ರಕ್ಕೂ ಈ ಹಳ್ಳಿಗಳು ಹತ್ತಿರವಾದ್ದರಿಂದ ಇವರಿಗೆ ಸ್ವಲ್ಪ ಮಟ್ಟಿಗೆ ತೆಲುಗು ಭಾಷೆಯೂ ಬರುತ್ತದೆ. ಅಲ್ಲಿಯ ಸೂಪರ್‌ಹಿಟ್ ಸಿನಿಮಾಗಳನ್ನೂ ನೋಡುತ್ತಾರೆ. ವಿಶೇಷವೆಂದರೆ ಹಳೆಯ ರಾಜ್‌ಕುಮಾರ್ ಸಿನಿಮಾಗಳು ನಂಜುಂಡಿಗೆ ತುಂಬಾ ಇಷ್ಟವಾಗುತ್ತಿದ್ದವು. ಅವನ ಬಾಲ್ಯದ ವೇಳೆಗಾಗಲೇ ಅಣ್ಣಾವ್ರ ಸಿನಿಮಾಗಳು ಕಡಿಮೆಯಾಗಿದ್ದವು. ಆದರೂ ಟಿವಿಯಲ್ಲಿ ಬರುವ ಸಿನಿಮಾಗಳನ್ನು ನೋಡಿ ಖುಷಿ ಪಡುತ್ತಿದ್ದ. ಕವಿರತ್ನ ಕಾಳಿದಾಸ ಸಿನಿಮಾದಲ್ಲಿ ಅಣ್ಣಾವ್ರ ಅಭಿನಯವನ್ನು ನೋಡಿ ತುಂಬಾ ಸಂತೋಷ ಪಟ್ಟಿದ್ದ.

ನಂಜುಂಡಿ ಒಂಬತ್ತನೇ ಕ್ಲಾಸ್ ಫೇಲ್ ಆಗಿರುವುದಾಗಿ ಹೇಳಿಕೊಳ್ಳುತ್ತಿದ್ದ. ಚಿಕ್ಕಂದಿನಲ್ಲಿಯೇ 'ಪೋಲಿ' ತಿರುಗಿ, ವಿದ್ಯೆಯನ್ನು ಹಾಳು ಮಾಡಿಕೊಂಡೆನೆಂದು ಹೇಳುತ್ತಿದ್ದ. ಆದರೆ ಅವನು ಅಷ್ಟು ಓದಿರುವುದೂ ನನಗೆ ಅನುಮಾನ. ಏನಾದರೂ ತಮಿಳಿನಲ್ಲಿ ಬರೆದಿರುವುದನ್ನು ಓದೋ ಎಂದರೆ, ಒಂದೊಂದೇ ಅಕ್ಷರವನ್ನು ಜೋಡಿಸಿಕೊಂಡು ಓದುತ್ತಿದ್ದ. ಅವನಿಗಿಂತಲೂ ನಾನೇ ವೇಗವಾಗಿ ತಮಿಳು ಓದುತ್ತಿದ್ದೆ. ಚೆನ್ನೈನಲ್ಲಿ ನಾಲ್ಕು ತಿಂಗಳು ವಾಸವಿದ್ದಾಗ ನಾನು ತಮಿಳು ಓದುವುದನ್ನು ಕಲಿತುಕೊಂಡಿದ್ದೆ. 'ಮೋಹನ' ಎನ್ನುವುದಕ್ಕೆ 'ಮೋಕನ' ಅಂತ ಬರೆದು, 'ಮೋಗನ' ಅಂತ ಓದುತ್ತಾರಲ್ಲ ಎಂದು ಕಂಗಾಲಾಗುತ್ತಿದ್ದೆ. ನಂಜುಂಡಿಗೆ ಇಂಗ್ಲಿಷ್ ಅಕ್ಷರಗಳನ್ನು ಕಷ್ಟಪಟ್ಟು ಗುರುತಿಸುವುದು ಬರುತ್ತಿತ್ತು. ನಾನೊಮ್ಮೆ ಕಾರಿನ ನಂಬರ್ ಪ್ಲೇಟುಗಳನ್ನು

ಅವನಿಗೆ ಪರಿಚಯಿಸಿ, 'ಕೆಎ' ಎಂದರೆ ಕರ್ನಾಟಕ, 'ಎಪಿ' ಎಂದರೆ ಆಂಧ್ರ ಪ್ರದೇಶ ಎಂದು ಹೇಳಿಕೊಟ್ಟಿದ್ದೆ. ಅಲ್ಲಿಂದ ನಂಜುಂಡಿಗೆ ಕಾರಿನ ರಾಜ್ಯವನ್ನು ಗುರುತಿಸುವ ಹವ್ಯಾಸ ಶುರುವಾಯ್ತು. ಹೊಸದಾದ ಕಾರಿನ ಪ್ಲೇಟ್ ಕಂಡರೆ "ಸಾರ್, ಇದು ಯಾವ ರಾಜ್ಯದ್ದು?" ಎಂದು ನನ್ನನ್ನು ಕೇಳುತ್ತಿದ್ದ. 'ಉತ್ತರ ಪ್ರದೇಶ', 'ದೆಹಲಿ', 'ಮಹಾರಾಷ್ಟ್ರ', 'ಬಿಹಾರ' – ಒಂದೆ ಎರಡೆ, ಹತ್ತಾರು ರಾಜ್ಯಗಳ ಕಾರುಗಳನ್ನು ಗುರುತಿಸಲು ಕಲಿತುಕೊಂಡ. ಕೆಲವೊಮ್ಮೆ ನನಗೂ ತೋಚದಂತಹ ಹೊಸ ರಾಜ್ಯಗಳ ಕಾರಿನ ಎರಡಕ್ಷರದ ಪದಗಳು ಕಾಣಿಸುತ್ತಿದ್ದವು. 'ಎಲ್‌ಡಿ' ಎಂದರೆ ಲಕ್ಷದ್ವೀಪ, 'ಯುಕೆ' ಎಂದರೆ 'ಉತ್ತರಾಖಂಡ' ಎಂದೆಲ್ಲಾ ನಾನು ಇಂಟರ್‌ನೆಟ್ಟಲ್ಲಿ ಸಂಶೋಧಿಸಿ ಅವನಿಗೆ ಹೇಳಬೇಕಾಗುತ್ತಿತ್ತು. ಅವನ ಈ ಹವ್ಯಾಸದಿಂದಾಗಿಯೇ ನನಗೆ ಈ ಬೆಂಗಳೂರಿನಲ್ಲಿ ಅದು ಯಾವ ಯಾವ ಮೂಲೆಗಳಿಂದ ಜನರು ವಾಹನಗಳನ್ನು ತಂದುಕೊಂಡಿದ್ದಾರಲ್ಲಾ ಎಂದು ಅಚ್ಚರಿಯಾಗುತ್ತಿತ್ತು.

ನಂಜುಂಡಿಯ ತಾತ ಊರಿಗೇ ಪ್ರಸಿದ್ಧ ರೌಡಿಯಾಗಿದ್ದರಂತೆ. ಇಡೀ ಊರು ಅವರ ಹೆಸರನ್ನು ಕೇಳಿದರೆ ಸಾಕು, ಬೆಚ್ಚಿ ಬೀಳುತ್ತಿತ್ತಂತೆ. ಆದರೆ ಅವರ ಅಪ್ಪನಿಗೆ ಅಂತಹ ಯೋಗ್ಯತೆ ಇರಲಿಲ್ಲವಂತೆ, ಬಡ ಶಾಲೆಯ ಮಾಸ್ತರರಾಗಿ ಬಿಟ್ಟರಂತೆ. ಆದರೆ ತಾತನ ಗುಣ ಅವನ ಮೊಮ್ಮಗನಿಗೆ ಬಂತಂತೆ. ನಂಜುಂಡಿಯ ಹಿರಿಯಣ್ಣನೊಬ್ಬ ಅವರಜ್ಜನಂತೆ ದೊಡ್ಡ ರೌಡಿಯಾಗಿ ಮೆರೆದನಂತೆ. ಆದರೆ ಅವನ ದುರಾದೃಷ್ಟದಿಂದಾಗಿ ಯಾವುದೋ ಒಂದು ಜಗಳದಲ್ಲಿ ಕೊಲೆಯಾಗಿ ಹೋದನಂತೆ. ಈಗಲೂ ಊರಿನ ಜನ ಅವನ ಸಾಹಸಗಳನ್ನು ನೆನೆಯುತ್ತಾರಂತೆ. "ಏನೇ ಅನ್ನಿ ಸಾರ್, ನಮ್ಮ ಮನೆತನಕ್ಕೆ ಊರಲ್ಲಿ ಭಾಳ ಗೌರವ ಅದೆ" ಅಂತ ಆಗಾಗ ನಂಜುಂಡಿ ಅಜ್ಜ–ಅಣ್ಣನನ್ನು ನೆನೆಸಿಕೊಳ್ಳುತ್ತಿದ್ದ. ನಂಜುಂಡಿಗೆ ಇನ್ನೂ ಇಬ್ಬರು ಅಣ್ಣಂದಿರಿದ್ದರು. ಯಾರಿಗೂ ಓದು ತಲೆಗೆ ಹತ್ತಿಲ್ಲ. "ಅಪ್ಪ ಮಾಸ್ತರರಾಗಿದ್ದರೂ ಒಬ್ಬರಿಗನ್ನಾ ವಿದ್ಯೆ ಹತ್ತಿಲ್ಲವಲ್ಲೋ" ಎಂದು ನಾನು ಬೇಸರದಿಂದ ನುಡಿದರೆ, "ಮೊಮ್ಮಕ್ಕಳಿಗೆ ಅಜ್ಜನ ಗುಣ ಬರ್ತದಲ್ವಾ ಸಾರ್?" ಅಂತ ಅವರಜ್ಜನನ್ನು ನೆನೆಯುತ್ತಿದ್ದ. ಒಬ್ಬ ಅಣ್ಣ ಹೊಲ ನೋಡಿಕೊಳ್ಳುತ್ತಾನೆ. ಕುಳ್ಳ ದೇಹದವನು, ಆದರೆ ಬಹಳ ಒಳ್ಳೆಯವನು. ಜಾಸ್ತಿ ಮಾತನಾಡುವುದಿಲ್ಲ, ಆದರೆ ತುಂಬಾ ಜುಗ್ಗ. ಉಗುರಲ್ಲಿನ ಉಪ್ಪನ್ನೂ ಜಾಡಿಸುವುದಿಲ್ಲ. ಯಾವುದೋ ಕೆಳವರ್ಗದ ಜನಾಂಗದ ಹುಡುಗಿಯನ್ನು ಪ್ರೀತಿಸಿದ್ದಾನೆ. ಆಕೆಯನ್ನೇ ಮದುವೆಯಾಗಬೇಕೆಂದು ಆಸೆ. ಆದರೆ ಅಪ್ಪ–ಅಮ್ಮ ಅದಕ್ಕೆ ಒಪ್ಪಿಲ್ಲ. ಇವನು ಹಠ ಬಿಟ್ಟಿಲ್ಲ. ರಾತ್ರಿಯ ಹೊತ್ತು ಆಕೆಯ ಬಳಿಯೇ ಮಲಗಲು ಹೋಗುತ್ತಾನೆ. ಬೇರೆ ಮದುವೆ ಮಾಡಿಕೊಳ್ಳಲು ಒಪ್ಪಿಲ್ಲ. ಅಪ್ಪ–ಅಮ್ಮಗೆ ಇದು ಗೊತ್ತಾದರೂ, "ಹೇಗಾದರೂ ಇರು. ಆದರೆ ಕಡಿಮೆ ಜಾತಿಯ ಹುಡುಗಿಯ

ಜೊತೆಗೆ ಮದುವೆ ಬೇಡ" ಎಂದು ಹೇಳಿದ್ದಾರೆ. ಇನ್ನೊಬ್ಬ ಅಣ್ಣ ನೋಡಲು ತುಂಬಾ ಸೊಗಸಾದ ಮೈಕಟ್ಟಿನವನು. ಹುಡುಗಿಯರು ಇವನನ್ನು ನೋಡಿದರೆ ಜೊಲ್ಲು ಸುರಿಸುತ್ತಾರೆ. ಆದರೆ ಇವನು ಮಹಾ ಕುಡುಕ. ಯಾವಾಗಲೋ ಅಂಟಿಕೊಂಡ ಈ ಚಟದಿಂದಾಗಿ ಇವನು ಯಾವುದೇ ಕೆಲಸ ಮಾಡಲು ಆಸಕ್ತಿ ತೋರಿಸುವುದಿಲ್ಲ. ಸುಮ್ಮನೆ ಎಲ್ಲರನ್ನೂ ಪೀಡಿಸಿ ಕುಡಿತಕ್ಕೆ ಹಣ ದೋಚುತ್ತಾನೆ. ಆಗಾಗ ಮನೆಯ ಧಾನ್ಯಗಳನ್ನು ಕದ್ದು ಕುಡಿದು ಬರುತ್ತಾನೆ. ಈ ಕಾರಣಕ್ಕಾಗಿ ಇಬ್ಬರು ಅಣ್ಣಂದಿರಲ್ಲಿ ಆಗಾಗ ಜಗಳ ಆಗುತ್ತಲೇ ಇರುತ್ತದಂತೆ. "ನಾನು ಕಷ್ಟ ಪಟ್ಟು ಬೆಳೆದ ಧಾನ್ಯವನ್ನು ನೀನು ಹಾಳು ಮಾಡುತ್ತಿದ್ದೀಯ" ಅಂತ ಒಬ್ಬ ಅಣ್ಣ ಅಂದರೆ, "ನಮ್ಮ ಹಿರಿಯರ ಹೊಲ ಅದು. ನಿನಗೆ ಬೇಡ ಅಂದ್ರೆ ಬೆಳೆಯೋದು ನಿಲ್ಲಿಸು. ನಾನು ಬೆಳೆ ಬೆಳೀತೀನಿ" ಅಂತ ಕುಡುಕ ಅಣ್ಣ ಆವಾಜ್ ಹಾಕುತ್ತಾನೆ. ಈ ಕುಡುಕನಿಗೆ ಹೊಲ ಮಾಡುವ ತಾಕತ್ತಿಲ್ಲ ಎಂದು ಗೊತ್ತಿದ್ದರಿಂದ ಇನ್ನೊಬ್ಬ ಅಣ್ಣ ತೆಪ್ಪಗಾಗುತ್ತಾನೆ. ಕುಡುಕ ಅಣ್ಣನಿಗೆ ಇನ್ನೂ ಮದುವೆಯಾಗಿಲ್ಲ. ಅಂತಹವನಿಗೆ ತಿಳಿದವರು ಯಾರು ಹೆಣ್ಣು ಕೊಡುತ್ತಾರೆ?

ನಂಜುಂಡಿ ಕಾರಿನ ಡ್ರೈವರ್ ಆಗುವುದಕ್ಕೆ ಮುಂಚೆ ಹಲವಾರು ಉದ್ಯೋಗಗಳನ್ನು ಮಾಡಿದ್ದ. ಓದು ಹತ್ತುವುದಿಲ್ಲವೆಂದು ಅರ್ಥ ಮಾಡಿಕೊಂಡ ಮೇಲೆ, ಅವನು ಗಾರೆ ಕೆಲಸಕ್ಕೆ ಸೇರಿದನಂತೆ. ಅದು ಅತ್ಯಂತ ಕಷ್ಟದ ಕೆಲಸ. ಕೈಗೆ ಗ್ಲೌಸ್ ಹಾಕಿಕೊಳ್ಳದೆ ಸಿಮೆಂಟಿನ ಪುಟ್ಟಿಗಳನ್ನು ಹೊತ್ತು ಒಂದೆರಡು ವಾರ ಉತ್ಸಾಹದಿಂದ ಕೆಲಸ ಮಾಡಿದ. ಆದರೆ ಸಿಮೆಂಟು ಅವನ ಕೈಗಳಲ್ಲಿ ತೂತನ್ನು ಮಾಡಿಬಿಟ್ಟಿತು. ಒಂದು ದಿನ ಊಟ ಮಾಡಲು ಕುಳಿತರೆ ಸಾಧ್ಯವಾಗಲೇ ಇಲ್ಲ. ಕೈಯೆರಡನ್ನು ಬೆಂಕಿಯಲ್ಲಿ ಇಟ್ಟಂತೆ ಉರಿ. ಆಗ ಅವರಮ್ಮ ಅವನಿಗೆ ತುತ್ತು ಮಾಡಿ ಉಣ್ಣಿಸಿದಳು. ಅವನ ಎರಡೂ ಕೈಗಳನ್ನು ತನ್ನ ಕೈಗಳಲ್ಲಿ ಹಿಡಿದುಕೊಂಡು ಕಣ್ಣೀರು ಸುರಿಸಿದಳು. "ನಿಮ್ಮಜ್ಜ ಬದುಕಿದ್ರೆ ಹಿಂಗೆ ಆಗೋದಕ್ಕೆ ಬಿಡ್ತಿರಲಿಲ್ಲ" ಅಂತ ದುಃಖ ಪಟ್ಟಳು. "ಮಗ, ಈ ಕೆಲಸ ಬೇಡ. ಕಡಿಮಿ ದುಡ್ಡು ಬಂದ್ರೂ ಚಿಂತೆ ಇಲ್ಲ. ಯಾವುದನ್ನಾ ಬೇರೆ ಕೆಲಸ ಹುಡುಕಿಕೋ" ಎಂದು ಬುದ್ಧಿ ಹೇಳಿದಳು. ಇವನಿಗೂ ದುಃಖವಾಗಿ ಕಣ್ಣೀರು ಬಂತಂತೆ.

ಆಗ ಅವನಿಗೆ ಯಾರೋ ಒಂದು ಪಬ್ಬಿನಲ್ಲಿ ಕೆಲಸ ಕೊಡಿಸಿದರಂತೆ. ಪಬ್ಬಿನಲ್ಲಿ ಸಾಕಷ್ಟು ಟಿಪ್ಸ್ ಸಿಗುತ್ತಿತ್ತು. ಇಂಗ್ಲಿಷ್ ಬಂದಿದ್ದರೆ, ಇನ್ನೂ ಹೆಚ್ಚು ಟಿಪ್ಸ್ ಕೊಡುವ ದೊಡ್ಡ ಪಬ್ಬಿನಲ್ಲಿ ಕೆಲಸ ಸಿಗುತ್ತಿತ್ತು. ಆದರೆ ಕನ್ನಡದ ಹುಡುಗರು ಅಷ್ಟಕ್ಕೇ ತೃಪ್ತಿಪಟ್ಟುಕೊಳ್ಳಬೇಕಾಗಿತ್ತು. ನಂಜುಂಡಿಗೆ ತೆಲುಗು, ತಮಿಳು ಬರುತ್ತಿದ್ದರಿಂದ ಸಾಕಷ್ಟು ಗಿರಾಕಿಗಳು ಇವನಿಗೆ ಒಳ್ಳೆಯ ಸ್ನೇಹಿತರಾದರು. ಒಮ್ಮೊಮ್ಮೆ ಒಳ್ಳೆಯ ಮೂಡಿನಲ್ಲಿದ್ದಾಗ ಬಾಟಲಿಯಲ್ಲಿ ಒಂದಿಷ್ಟು ಇವನಿಗಾಗಿ ಬಿಟ್ಟು ಹೋಗುತ್ತಿದ್ದರು.

ಊಟ–ತಿಂಡಿಗೆ ಪಬ್ಬಿನಲ್ಲಿ ತೊಂದರೆಯಿರಲಿಲ್ಲ. ಅದೇ ಸರಿಯಾದ ಕೆಲಸ ಅಂತ
ಇವನೂ ನಿರ್ಧರಿಸಿಕೊಂಡ. ಕೈಗಳಲ್ಲಿ ತೂತುಗಳು ಮರೆಯಾಗುವ ಹೊತ್ತಿಗೆ ಒಂದು
ಕೆಟ್ಟ ಘಟನೆ ನಡೆದು ಬಿಟ್ಟಿತು. ಒಬ್ಬ ದೊಡ್ಡ ರೌಡಿ ಅಲ್ಲಿಯೇ ಬಂದು ಕುಡಿಯುತ್ತಿದ್ದ.
ಅವನಿಗೆ ನಂಜುಂಡಿ ಒಳ್ಳೆಯ ಸೇವೆಯನ್ನು ಸಲ್ಲಿಸುತ್ತಿದ್ದ. ಆ ರೌಡಿ ಒಮ್ಮೆ ಒಂದು
ಕೊಲೆಯಲ್ಲಿ ಸಿಕ್ಕಿ ಹಾಕಿಕೊಂಡ. ಅವನನ್ನು ಹುಡುಕಿಕೊಂಡು ಪೊಲೀಸರು ಪಬ್ಬಿಗೆ
ಬಂದರು. ಇವನನ್ನು ಮತ್ತು ಇವನ ಗೆಳೆಯರನ್ನು ಜೀಪಿಗೆ ಹಾಕಿಕೊಂಡು ಸ್ಟೇಷನ್ನಿಗೆ
ಕರೆದುಕೊಂಡು ಹೋದರು. ಒಂದು ರಾತ್ರಿ ಜೈಲಿನಲ್ಲಿ ಅನುಭವಿಸಿದ ನರಕ
ಯಾತನೆಗೆ ನಂಜುಂಡಿ ನಡುಗಿಬಿಟ್ಟ. ಪೇದೆಯೊಬ್ಬನಿಗೆ ಬೇಡಿಕೊಂಡು, ಹಣವನ್ನು
ಕೊಟ್ಟು, ಅಲ್ಲಿಂದ ತಪ್ಪಿಸಿಕೊಂಡು ಬಂದ. ಮುಂದೆ ಎಂದೂ ಪಬ್ಬಿನ ಕೆಲಸದ
ಬಗ್ಗೆ ಯೋಚಿಸಲಿಲ್ಲ. ಅಂತಹ ಹೊತ್ತಿನಲ್ಲಿಯೇ ಯಾರೋ ಕಾರು ನಡೆಸುವುದನ್ನು
ಕಲಿತುಕೊಳ್ಳಲು ಅವನಿಗೆ ಹೇಳಿದ್ದಾರೆ. ಅದರಂತೆ ಅವನು ಡ್ರೈವಿಂಗ್ ಕಲಿತು ಹೇಗೋ
ಚಾಲಕನ ಉದ್ಯೋಗವನ್ನು ಸಂಪಾದಿಸಿಕೊಂಡಿದ್ದ.

ಮೊದಲಿಗೆ ಒಬ್ಬ ಅರವತ್ತು ವರ್ಷದ ರೆಡ್ಡಿ ಇವನನ್ನು ನೇಮಿಸಿಕೊಂಡನಂತೆ.
ಅವನಿಗೆ ಸಾಕಷ್ಟು ಆಸ್ತಿಯಿತ್ತು. ರಿಯಲ್ ಎಸ್ಟೇಟ್ ವ್ಯವಹಾರವಿತ್ತು. ಹೆಚ್ಚಿಗೆ
ಕೆಲಸವೇನೂ ಇರಲಿಲ್ಲ. ಆದರೆ ಅವನಿಗಿಂತಲೂ ಮೂವತ್ತು ವರ್ಷಕ್ಕೆ ಚಿಕ್ಕವಳಾದ
ಸುಂದರವಾದ ಹೆಂಡತಿಯೊಬ್ಬಳು ಅವನಿಗಿದ್ದಳು. ಆಕೆ ನಂಜುಂಡಿಯನ್ನು
ಗೋಳಾಡಿಸಲು ಪ್ರಾರಂಭಿಸಿದಳು. ಸುಮ್ಮನೆ ನೆಪಮಾಡಿ ಕಾರನ್ನು ಚಲಾಯಿಸಲು
ಹೇಳಿ, ಅವಳೊಬ್ಬಳೇ ಊರಿಂದ ಹೊರಗಡೆಗೆ ಹೋಗುವುದನ್ನು ಶುರು ಮಾಡಿದಳು.
ತೊಡೆಯನ್ನು ಸವರುವುದು, ಎಲ್ಲೆಲ್ಲೋ ಕೈ ಹಾಕುವುದು ಮುಂತಾದ ಚೇಷ್ಟೆಗಳನ್ನು
ಮಾಡಲಾರಂಭಿಸಿದಳು. ಆ ಕೆಲಸವನ್ನು ನಂಜುಂಡಿ ಬಿಟ್ಟು, ಮತ್ತೊಬ್ಬರ ಬಳಿ
ಸೇರಿಕೊಂಡ.

"ನೋಡ್ಲಿಕ್ಕೆ ಚೆನ್ನಾಗಿದ್ಲು ಅಂತಿ. ಮೈ ಸವರಿದ್ರೆ ನಿಂಗೇನೋ ಕಷ್ಟ?" ಅಂತ ನಾನು
ತಮಾಷೆ ಮಾಡಿದರೆ, "ಸುಮ್ಮನಿರ್ರಿ ಸಾರ್, ಪ್ರೀತಿ ಇಲ್ಲದೋರು ಮೈಮುಟ್ಟಿದರೆ ಮುಳ್ಳು
ಚುಚ್ಚಿದಂಗೆ ಆಗ್ತದೆ" ಅಂದಿದ್ದ.

ಇಷ್ಟೆಲ್ಲಾ ಆದ ಮೇಲೆ, ಇನ್ನಿಬ್ಬರ ಬಳಿ ಡ್ರೈವರ್ ಉದ್ಯೋಗ ಮಾಡಿ, ನನ್ನ ಬಳಿ
ಸೇರಿಕೊಂಡಿದ್ದ. ಉಳಿದ ಉದ್ಯೋಗಗಳ ಬಗ್ಗೆ ಅವನಿಗೆ ಸಿಹಿ ನೆನಪುಗಳಿಲ್ಲದಿದ್ದರೂ,
ಪಬ್ನಲ್ಲಿ ಸರ್ವರ್ ಆಗಿ ಮಾಡಿದ ಕೆಲಸಗಳನ್ನು ಆಗಾಗ ಮೆಲುಕು ಹಾಕುತ್ತಿದ್ದ.
"ಬೆಳಿಗ್ಗೆ ಬೆಳಿಗ್ಗೆ ಶಾಪು ತೆಗೆಯೋದಕ್ಕೂ ಮುಂಚೆ ಬಂದು ಕೂತು ಬಿಡೋರು ಸಾರ್.
ರಾತ್ರಿ ಒದ್ದು ಕಳಿಸೋ ತನಕ ಅಲ್ಲೇ ಬಿಡಾರ. ದುಡ್ಡು ಬೇಕಾದಷ್ಟು ಇರೋದು" ಅಂತ
ಹೇಳುತ್ತಿದ್ದ. ತನಗೆ ಎಲ್ಲಾ ಬ್ರಾಂಡಿನ 'ಎಣ್ಣೆ'ಯ ಪರಿಚಯವಿದೆಯೆಂದೂ, ವೈನ್

ಶಾಪೊಂದನ್ನು ಕಷ್ಟವಿಲ್ಲದೆ ನಡೆಸುವ ತಾಕತ್ತಿದೆಯೆಂದೂ ಹೇಳಿಕೊಳ್ಳುತ್ತಿದ್ದ. ನಾವು ದಿನವೂ ಬಿಟಿಎಂ ಬಡಾವಣೆಯ ಮೂಲಕ ಬರುತ್ತಿದ್ದೆವು. ಆ ಬಡಾವಣೆಯಲ್ಲಿ ಆಗ ಸಾಕಷ್ಟು ಅಂಗಡಿಗಳು ತಲೆ ಎತ್ತಿ, ಅದು 'ಪಾಶ್' ಲೊಕಾಲಿಟಿ ಆಗಲಾರಂಭಿಸಿತ್ತು. ನಂಜುಂಡಿ ಈ ದಾರಿಗೆ ಬಂದಾಗೆಲ್ಲಾ ಕೈಕೈ ಹಿಸುಕಿಕೊಳ್ಳುತ್ತಿದ್ದ. "ಸಾರ್, ಇಲ್ಲಿ ಇಷ್ಟೆಲ್ಲಾ ಅಂಗಡಿ ಬಂದ್ರೂ ಒಂದು ವೈನ್ ಶಾಪ್ ಇನ್ನೂ ಬರ್ಲಿಲ್ಲಲ್ಲ ಸಾರ್. ಎಂಥಾ ಏರಿಯಾ ಸಾರ್ ಇದು! ಬಂಪರ್ ವ್ಯಾಪಾರ ಆಗ್ತದೆ. ಎದುರಿಗೇ ಎಟಿಎಂ ಬೇರೆ ಬಂದದೆ. ನೀವು ಈ ಸಾಫ್ಟ್‌ವೇರ್ ಕೆಲಸ ಎಲ್ಲಾ ಬಿಟ್ಟು ಒಂದು ವೈನ್ ಶಾಪ್ ಮಡಗ್ರಿ. ನಾನು ವ್ಯವಹಾರ ನೋಡ್ಕೊಳ್ತೀನಿ. ದಿನಕ್ಕೆ ಏನಿಲ್ಲಾ ಅಂದ್ರೂ ಐವತ್ತು ಸಾವಿರದಿಂದ ಒಂದು ಲಕ್ಷ ವ್ಯಾಪಾರ ಮಾಡಿ ಕೊಡ್ತೀನಿ. ನೀವು ಕುಡಿಯಂಗಿಲ್ಲ ಅಂತ ನಂಗೆ ಗೊತ್ತು. ನಿಮಗೆ ಸಂಕೋಚ ಆಗ್ತದೆ ಅಂದ್ರೆ ನೀವು ಅಂಗಡಿ ಕಡೆ ಬರೋದು ಬ್ಯಾಡ. ಸುಮ್ಮನೆ ಮನಿಯಾಗೆ ಕುಂತು ಪುಸ್ತಕ ಓದೋದು, ಬರಿಯೋದು ಮಾಡ್ಕೊಂತಾ ಇರ್ರಿ. ರಾತ್ರಿ ಹೊತ್ತಿಗೆ ಹಣ ಎಣಿಸಿಗೊಳ್ರಿ ಸಾಕು. ನಂಗೆ ತಿಂಗಳಿಗೆ ಬರೀ ಹತ್ತು ಸಾವಿರ ಸಂಬಳ ಕೊಡ್ರಿ" ಅಂತ ಇನ್ನಿಲ್ಲದಂತೆ ನನಗೆ ಹೇಳುತ್ತಿದ್ದ. ನನಗೆ ಆ ಮಾತಿಂದ ಮೈಲಿಗೆಯಾಗಿ ರೇಗುತ್ತಿತ್ತು. "ವೈನ್ ಶಾಪ್ ಇಡೋ ಕೆಲಸ ಏನಾದ್ರೂ ನಾನು ಮಾಡಿದ್ರೆ, ಸತ್ತು ಹೋಗಿರೋ ನಮ್ಮಪ್ಪ-ಅಮ್ಮ ಮೇಲಿಂದ್ಲೇ ಲಬಲಬ ಹೊಡ್ಕೊಳ್ಳಿಕ್ಕೆ ಶುರು ಮಾಡ್ತಾರೆ. ನಮ್ಮ ವಂಶದಾಗೆ ಈವತ್ತಿನ ತನಕ ಯಾರೂ ಒಂದು ಹನಿ ಹೆಂಡ ಕುಡಿದಿಲ್ಲ. ನಾನು ವೈನ್ ಶಾಪ್ ಇಡು ಅಂತ ಹೇಳೋದಕ್ಕೆ ನಿಂಗೆ ಮನಸ್ಸಾದ್ರೂ ಹೆಂಗೆ ಬರ್ತದೆ ನಂಜುಂಡಿ?" ಎಂದು ಸಿಟ್ಟಾಗುತ್ತಿದ್ದೆ. ಆದರೆ ಅವನದನ್ನು ಒಪ್ಪಿಕೊಳ್ಳುತ್ತಲೇ ಇರಲಿಲ್ಲ. "ಎಂಥಾ ಛಾನ್ಸ್ ಮಿಸ್ ಮಾಡ್ಕೊಳ್ತಿದೀರ ಸಾರ್. ನಿಮಗೆ ನಾನು ಹೆಂಗೆ ಹೇಳ್ಲಿ?" ಅಂತ ಪೇಚಾಡುತ್ತಲೇ ಇದ್ದ.

ಮೂರು ವರ್ಷಗಳ ನಂತರ ನಂಜುಂಡಿ ನನ್ನ ಚಾಲಕನಾಗಿ ಕೆಲಸ ಬಿಟ್ಟ ಕೆಲವೇ ವಾರಗಳಲ್ಲಿ ಆ ರಸ್ತೆಯಲ್ಲಿ ಒಂದು ದೊಡ್ಡ ವೈನ್ ಶಾಪ್ ಬಂತು, 'ಮಕರಂದ' ಅಂತ ಆಧುನಿಕ ಹೆಸರಿಟ್ಟರು. ನಂಜುಂಡಿ ಹೇಳಿದ್ದು ಸತ್ಯ. ಅದು ಹೇಗೆ ನೊಣ ಮುಕುರಿದಂತೆ ಜನ ಇದಕ್ಕೆ ಮುತ್ತಿಕ್ಕಿದರೆಂದರೆ, ಎರಡು ತಿಂಗಳಲ್ಲಿ ಅದು ಆ ಪಕ್ಕದಲ್ಲಿದ್ದ ನಾವೆಲ್ಟಿ ಶಾಪನ್ನು, ಈ ಪಕ್ಕದಲ್ಲಿದ್ದ ಹೋಮಿಯೋಪಥಿ ಶಾಪನ್ನು ಆಪೋಶನ ಮಾಡಿಕೊಂಡಿತು. ಬರುಬರುತ್ತ ಆಟೋದವರಿಗೆ 'ಮಕರಂದ' ಅಂದರೆ ಸಾಕು, ಸ್ಥಳ ಯಾವುದೆಂದು ಅರ್ಥವಾಗುತ್ತಿತ್ತು. ಹೊಸದಾಗಿ ಶುರುವಾದ ಸಿಟಿ ಬಸ್ಸಿನಲ್ಲಿ 'ಮಕರಂದ ಸ್ಟಾಪ್' ಕೊಡಲಾರಂಭಿಸಿದರು. ದಿನಕ್ಕೆ ಏನಿಲ್ಲವೆಂದರೂ ಅವನಿಗೆ ಒಂದು ಲಕ್ಷಕ್ಕೂ ಕಡಿಮೆಯಿಲ್ಲದಂತೆ ವ್ಯಾಪಾರವಾಗುತ್ತಿರಬೇಕು ಎಂದು ನಾನೊಮ್ಮೆ ಅಂದಾಜು ಮಾಡಿ ಉಗುಳು ನುಂಗಿಕೊಂಡಿದ್ದೆ. ಆ ರಸ್ತೆಯಲ್ಲಿ

ಹೋಗುವಾಗಲೆಲ್ಲಾ "ನಂಜುಂಡಿಯ ಮಾತು ಕೇಳಿದ್ದರೆ ಒಳ್ಳೆಯದಿತ್ತೇನೋ" ಎಂದು ಆಸೆಯಾಗಿ, ಅದರ ಹಿಂದೆಯೇ "ತಥ್ ನಿನ್ನ. ಎಂತಹ ಹೊಲಸು ಆಲೋಚನೆ ನನ್ನದು" ಎಂದು ಶಪಿಸಿಕೊಳ್ಳುತ್ತೇನೆ.

ನಂಜುಂಡಿ ತನ್ನ 'ಮಧುಜ್ಞಾನ'ದ ಬಗ್ಗೆ ಆಗಾಗ ಕೊಚ್ಚಿಕೊಳ್ಳುತ್ತಿದ್ದ. ಉಪೇಂದ್ರ, ದರ್ಶನ್ ಮುಂತಾದವರು ಯಾವುಯಾವುದೋ ಬ್ರಾಂಡ್‌ಗಳಿಗೆ ಕೊಟ್ಟ ಜಾಹಿರಾತುಗಳು ದಾರಿಯಲ್ಲಿ ಕಂಡರೆ, ಅದನ್ನು ತೋರಿಸಿ, ಆ ಪಾನೀಯದ ಬೆಲೆ, ಸ್ವಾದ, ಮಹತ್ವಗಳನ್ನು ವಿವರಿಸುತ್ತಿದ್ದ. ನನಗೋ ಈ ಮಧುಲೋಕದ ಬಗ್ಗೆ ಏನೊಂದೂ ತಿಳಿಯದು. ಸುಮ್ಮನೆ ಅವನು ಹೇಳಿದ್ದಕ್ಕೆ ತಲೆಯಾಡಿಸುತ್ತಿದ್ದೆ. ಒಮ್ಮೊಮ್ಮೆ ಅನುಮಾನವಾಗಿ "ಸುಮ್ಮನೆ ನನಗೆ ಗೊತ್ತಿಲ್ಲ ಅಂತ ಏನೇನೋ ಬಂಡಲ್ ಬಿಡ್ತಿ. ಇಂಟರ್‌ನೆಟ್ಟಿನಲ್ಲಿ ಹುಡುಕಿದ್ರೆ ನೀನು ಹೇಳೋದು ಸರಿನೋ ತಪ್ಪೋ ಗೊತ್ತಾಗ್ತದೆ" ಎಂದು ಅವನ ಬಾಯಿ ಮುಚ್ಚಿಸಲು ಪ್ರಯತ್ನಿಸುತ್ತಿದ್ದೆ. ಅವನು ನನ್ನ ಮಾತನ್ನು ಒಪ್ಪುತ್ತಿರಲಿಲ್ಲ. "ನಿಮಗೆ ಹೆಂಗೆ ಹೇಳ್ಲಿ ಸಾರ್? ನಂಗೆ ಎಲ್ಲಾ ಗೊತ್ತು" ಎಂದು ಧೈರ್ಯದಿಂದ ಹೇಳುತ್ತಿದ್ದ.

ಅವನ ಈ ಮಧುಲೋಕ ಜ್ಞಾನವನ್ನು ಪ್ರದರ್ಶಿಸಲು ಅವಕಾಶವೊಂದು ತಾನಾಗಿ ಒದಗಿ ಬಂತು. ಒಮ್ಮೆ ನನ್ನ ಮನೆಯಲ್ಲಿ ಸಾಹಿತ್ಯ ಸಮಾರಂಭವನ್ನು ಏರ್ಪಡಿಸಿದೆ. ಎಲ್ಲಾ ಗೆಳೆಯರನ್ನು ಕರೆದಿದ್ದೆ. ಒಳ್ಳೆಯ ಹೂರ್ಣದ ಹೋಳಿಗೆ, ಮಾವಿನಕಾಯಿ ಚಿತ್ರಾನ್ನ, ಕ್ಯಾರೆಟ್ ಹಲ್ವಾ ವಿತ್ ವ್ಯಾನಿಲ್ಲಾ ಐಸ್‌ಕ್ರೀಂ ಮಾಡಿಸಿದ್ದೆ. ಆದರೆ ಬಂದ ಕೆಲವು ಗೆಳೆಯರು ಅವು ಯಾವುದರ ಕಡೆಯೂ ಕಣ್ಣು ಹಾಯಿಸದೆ, ಕುಡಿತ ಬೇಕೇ ಬೇಕು ಎಂದು ಹಠ ಹಿಡಿದುಬಿಟ್ಟರು. ನನ್ನ ಮನೆಯಲ್ಲಿ ಯಾರಾದರೊಬ್ಬರು ಕುಡಿಯುತ್ತಾರೆನ್ನುವ ವಿಚಾರವೇ ನನಗೆ ಕೈಕಾಲಲ್ಲಿ ನಡುಕ ಹುಟ್ಟಿಸಿ ಬಿಟ್ಟಿತು. ಖಡಾಖಂಡಿತವಾಗಿ ಆಗುವುದಿಲ್ಲ ಎಂದು ಗೆಳೆಯರಿಗೆ ನಿರಾಕರಿಸುವ ಧೈರ್ಯವಿಲ್ಲ. ಆ ಹೊತ್ತಿನಲ್ಲಿ ನಂಜುಂಡಿ ಸಾಕ್ಷಾತ್ ದೇವರಂತೆ ನನಗೆ ಕಂಡು ಬಂದ. ನನ್ನ ಸಮಸ್ಯೆಯನ್ನು ಹೇಳಿಕೊಂಡೆ. "ಸಾರ್, ನೀವು ತಲೆ ಕೆಡಿಸಿಕೊಳ್ಳೋದು ಬೇಡ. ನಾನೆಲ್ಲಾ ನೋಡಿಕೊಳ್ತೀನಿ" ಅಂತ ನನಗೆ ಧೈರ್ಯ ಹೇಳಿದ. ಎಲ್ಲರನ್ನೂ ಮಾಣಿಯಂತೆ ಮಾತನಾಡಿಸಿ, ಅವರ ಬ್ರಾಂಡು, ಅದರ ಸಣ್ಣ ವಿವರಗಳು, ಸೋಡಾ ಬೇಕೋ ಬೇಡವೋ, ಐಸ್ ಯಾರಿಗೆ, ಬಿಯರ್ ಯಾರಿಗೆ ಅಂತೆಲ್ಲಾ ಕೇಳಿಕೊಂಡು ಲಕ್ಷಣವಾಗಿ ಅಂಗಡಿಯಿಂದ ತಂದು ಅವರಿಗೆ ಕೊಟ್ಟ. ಎಲ್ಲರೂ ನಂಜುಂಡಿಯ ಬುದ್ಧಿವಂತಿಕೆಯನ್ನು ನನ್ನ ಮುಂದೆ ಕೊಂಡಾಡಿದರು. "ಎಂಥಾ ಒಳ್ಳೆ ಹುಡುಗನ್ನ ಇಟ್ಟುಗೊಂಡಿದೀರಲ್ರೀ" ಎಂದು ಅವನಿಗೂ, ನನಗೂ 'ಶಹಬ್ಬಾಸ್‌ಗಿರಿ'ಯನ್ನು ಕೊಟ್ಟರು. ನಂಜುಂಡಿ ಹೆಮ್ಮೆಯಿಂದ ಬೀಗಿದ.

ನಮ್ಮ ಮನೆಯಲ್ಲಿ ಗಾಜಿನ ಲೋಟಗಳೂ ಇರಲಿಲ್ಲ. ಸ್ಟೀಲ್ ಲೋಟಗಳಲ್ಲಿಯೇ ಗೆಳೆಯರು ಕುಡಿದರು. ಬಿಯರ್ ಕುಡಿಯುವ ಯಾರಿಗೋ ಉಪಚಾರ ಮಾಡುವ ನೆಪದಲ್ಲಿ 'ಐಸ್ ಬೇಕಾ?' ಅಂತ ಕೇಳಿ, ನಾನು ನಗೆಪಾಟಲಿಗೆ ಗುರಿಯಾದೆ. ಮನೆಯ ಹತ್ತಿರ ಓಡಾಡುವ ನೆರೆಹೊರೆಯವರು ಇದನ್ನೆಲ್ಲಾ ಎಲ್ಲಿ ನೋಡುತ್ತಾರೋ ಎಂಬ ಅಳುಕಿನಲ್ಲಿ ನನಗೆ ಊಟವೂ ಸೇರಿರಲಿಲ್ಲ. ಗಟ್ಟಿಗಟ್ಟಿ ಧ್ವನಿಯಲ್ಲಿ ಅಸಂಬದ್ಧವಾದದ್ದನ್ನು ಮಾತಾಡಿ, ಯಾರು ಯಾರೋ ಸಾಹಿತಿಗಳ ಮಾನವನ್ನು ಕಳೆದು, ನನ್ನನ್ನು ಅನಾವಶ್ಯಕವಾಗಿ ಹೊಗಳಿ, ಅವರೆಲ್ಲಾ ಮನೆಗೆ ಹೋಗುವ ವೇಳೆಗೆ ರಾತ್ರಿ ಹನ್ನೆರಡು ದಾಟಿತ್ತು. ಅಲ್ಲಲ್ಲಿಯೇ ಅನಾಥವಾಗಿ ಬಿದ್ದ ಬಾಟಲಿಗಳು, ಲೋಟಗಳು, ಚೆಲ್ಲಿದ ಪಾನೀಯದ ಕಲೆಗಳು, ತಣ್ಣಗಾಗಿದ್ದ ಖಾರದ ತಿನಿಸುಗಳು, ತಿನ್ನದೇ ಉಳಿದ ಹೋಳಿಗೆ ಚಿತ್ರಾನ್ನಗಳು – ಇವನ್ನೆಲ್ಲಾ ನೋಡಿ ನನಗೆ ಬೇಸರವಾಗಿ ಹೋಯ್ತು. ಇನ್ನು ಮುಂದೆ ಯಾವತ್ತೂ ನಮ್ಮ ಮನೆಯಲ್ಲಿ ರಾತ್ರಿಯ ಹೊತ್ತು ಸಾಹಿತ್ಯದ ಕಾರ್ಯಕ್ರಮವನ್ನು ಹಮ್ಮಿಕೊಳ್ಳಬಾರದೆಂದು ನಿರ್ಧರಿಸಿದೆ. "ನಿಮ್ಮ ಫ್ರೆಂಡ್ಸ್ ಎಲ್ಲಾ ನಾರ್ಮಲ್ ಆಗೇ ಇದ್ದಾರಲ್ಲಾ ಸಾರ್" ಅಂತ ಹೇಳಿ ನಂಜುಂಡಿ ನನ್ನಿಂದ ಬೈಸಿಕೊಂಡ.

ಜಾಣ ನಂಜುಂಡಿ

ನಂಜುಂಡಿಗೆ ಓದು ಹತ್ತಿಲ್ಲವಾದರೂ ವ್ಯವಹಾರದಲ್ಲಿ ಚುರುಕಾಗಿಯೇ ಇದ್ದ. ಅವನ ಹಲವು ಪ್ರತಿಕ್ರಿಯೆಗಳು ನನಗೆ ಅತ್ಯಂತ ಅಚ್ಚರಿಯನ್ನು ತಂದಿವೆ. ನಮ್ಮ ಆಫೀಸಿನ ಪಕ್ಕದಲ್ಲಿ ಒಂದು ಬಯೋಟೆಕ್ನಾಲಜಿ ಕಂಪನಿಯಿತ್ತು. ನಮ್ಮ ಕಂಪನಿಯದೇ ಮತ್ತೊಂದು ಕಟ್ಟಡವನ್ನು ಅವರಿಗೆ ಬಾಡಿಗೆಗೆ ಕೊಟ್ಟಿದ್ದೆವು. ಅವರ ಕ್ಷೇತ್ರವೇ ಬೇರೆಯಾದ್ದರಿಂದ ಅಲ್ಲಿಯ ಕೆಲಸಗಾರರಿಗೂ ಮತ್ತು ನಮಗೂ ಯಾವುದೇ ರೀತಿಯ ಗೆಳೆತನ ಬೆಳೆದಿರಲಿಲ್ಲ. ಅವರ ಬಗ್ಗೆ ಹೆಚ್ಚಿನ ವಿವರಗಳು ಗೊತ್ತಿರಲಿಲ್ಲ. ಆದರೆ ಒಮ್ಮೆ ಮಾತ್ರ ನಂಜುಂಡಿ "ಸಾರ್, ಆ ಕಂಪನಿಯವರಿಗೆ ನಿಮಗೆಲ್ಲರಿಗಿಂತಾ ಒಳ್ಳೆ ಸಂಬಳ ಬರ್ತದೆ" ಎಂದು ಹೇಳಿದ. ನನಗೆ ಆ ವಿಚಾರ ಗೊತ್ತಿರಲಿಲ್ಲ. ಆಫೀಸಿಗೆ ಹೋದ ಮೇಲೆ ಅಕೌಂಟ್ಸ್ ಡಿಪಾರ್ಟ್‌ಮೆಂಟಿನವರ ಜೊತೆ ಆ ಬಗ್ಗೆ ವಿಚಾರಿಸಿದೆ. ಅವರು ಆ ಮಾತು ಸತ್ಯವೆಂದು ಹೇಳಿದರು ಮತ್ತು ಅವರಿಗೆ ಸಿಗುವ ಸಂಬಳ ನನ್ನ ನಿರೀಕ್ಷೆಗಿಂತಲೂ ತುಂಬಾ ಜಾಸ್ತಿಯಿತ್ತು. ಈ ವಿಚಾರ ನಂಜುಂಡಿಗೆ ಹೇಗೆ ಗೊತ್ತಾಯ್ತು ಎನ್ನುವುದು ನನಗೆ ಕುತೂಹಲವಾಯ್ತು. ಬಹುಶಃ ಅಲ್ಲಿಯ ಕಾರಿನ ಚಾಲಕರಿಂದ ತಿಳಿದುಕೊಂಡಿರಬಹುದೆಂದು ಭಾವಿಸಿದೆ. ಆದರೆ ಅವನು ಹೇಳಿದ ಉತ್ತರ ಬೆರಗುಗೊಳಿಸುವಂತಿತ್ತು. "ಸಾರ್, ಆ ಕಂಪನಿಯವರು

ಉಪಯೋಗಿಸೋ ಕಾರುಗಳು ನೋಡ್ರಿ, ಬಿಎಂಡಬ್ಲ್ಯು, ಬೆಂಜ್, ಸ್ಕೋಡಾ ಅವೆ. ನಿಮ್ಮ ಕಂಪನಿಯವರು ಬರೀ ಮಾರುತಿ, ಹ್ಯುಂಡೈ ಬಿಟ್ಟರೆ ಮತ್ತೊಂದು ಕಾರು ತೊಗೊಳ್ಳಲ್ಲ. ಜಾಸ್ತಿ ಸಂಬಳ ಬರದಿದ್ರೆ ಒಳ್ಳೆ ಕಾರು ಹೆಂಗೆ ತೊಗೊಳ್ಳಕ್ಕೆ ಆಗುತ್ತೆ ಸಾರ್?" ಅಂತ ವಿವರಣೆ ಕೊಟ್ಟ.

ಅವನು ಮತ್ತೊಂದು ಸಲಹೆಯನ್ನು ನನಗೆ ಕೊಡುತ್ತಿದ್ದ. "ಎಲ್ಲನ್ನಾ ಲಾಂಗ್ ಡ್ರೈವ್ ಹೋಗಬೇಕು ಅಂತ ಟ್ಯಾಕ್ಸಿ ಮಾಡಿದ್ರೆ ಮುಸ್ಲಿಂ ಡ್ರೈವರ್ ಇರೋ ಕಾರನ್ನ ಗೊತ್ತು ಮಾಡರಿ ಸಾರ್. ನಮ್ಮೋರು ಹತ್ತಕ್ಕೆ ಒಂಬತ್ತು ಜನ ಕುಡುಕರಿರ್ತಾರೆ. ಅವರಲ್ಲಿ ಹತ್ತಕ್ಕೆ ಒಬ್ಬರು ಕುಡುಕರು ಸಿಗೋದೂ ಅಪರೂಪ" ಅಂತ ಧರ್ಮವನ್ನು ಮೀರಿದ ಸತ್ಯವನ್ನು ಮುಲಾಜಿಲ್ಲದೆ ಹೇಳುತ್ತಿದ್ದ.

ಒಮ್ಮೆ ಮೈಸೂರಿನ ಒಂದು ಥೀಮ್ ಪಾರ್ಕಿಗೆ ಅಕ್ಕನ ಮಕ್ಕಳನ್ನು ಕರೆದುಕೊಂಡು ಹೋಗಿದ್ದೆ. ಅಲ್ಲಿಯ ಪ್ರವೇಶಧನ ಮುನ್ನೂರು ರೂಪಾಯಿ ಇತ್ತು. ನಂಜುಂಡಿಗೂ ಟಿಕೇಟ್ ಕೊಳ್ಳಲು ಮನಸ್ಸು ಹಿಂದೇಟು ಹಾಕಿತು. "ನೀನು ಹೊರಗೇ ಇರು ನಂಜುಂಡಿ. ಆ ಮುನ್ನೂರು ರೂಪಾಯಿಯನ್ನ ನಿನಗೆ ಟಿಪ್ಸ್ ಆಗಿ ಕೊಡ್ತೀನಿ" ಎಂದು ಹೇಳಿದೆ. ಅವನು ಸ್ವಲ್ಪ ಸಪ್ಪಗಾದನಾದರೂ ಒಪ್ಪಿಕೊಂಡ. ಆದರೆ ನಾವು ಹೊರಗೆ ಬರುವುದರೊಳಗೆ ಹಲವಾರು ಕೆಲಸಗಳನ್ನು ಮಾಡಿದ್ದ. ಅಲ್ಲಿಯ ಮ್ಯಾನೇಜರ್ ಜೊತೆ ಮಾತನಾಡಿ, ತಾನು ದೊಡ್ಡ ಕಂಪನಿಯ ಕಾರಿನ ಚಾಲಕನೆಂದು ಹೇಳಿ, ಇನ್ನು ಮುಂದೆ ಸಾಕಷ್ಟು ಯಾತ್ರಿಗಳ ಮನಸ್ಸನ್ನು ಒಪ್ಪಿಸಿ ಇಲ್ಲಿಗೆ ಕರೆದುಕೊಂಡು ಬರುವುದಾಗಿ ಆಶ್ವಾಸನೆಯಿತ್ತು, ಇನ್ನೂರು ರೂಪಾಯಿ ಟಿಪ್ಸ್ ಸಂಪಾದಿಸಿದ್ದ. ಅವರು ಅವನ ಮಧ್ಯಾಹ್ನದ ಊಟವನ್ನೂ ನೋಡಿಕೊಂಡಿದ್ದರು ಮತ್ತು ಥೀಮ್ ಪಾರ್ಕನ್ನು ಒಂದು ಸುತ್ತು ಹಾಕಿ ಬರಲು ಅವಕಾಶ ಕೊಟ್ಟಿದ್ದರು.

ನಾನು ತಿಂಗಳ ಸಂಬಳವನ್ನು ಕ್ಯಾಷ್‌ನಲ್ಲಿ ಕೊಡಲು ನಿರಾಕರಿಸಿದೆ. ಅವನಿಗೊಂದು ಬ್ಯಾಂಕಿನ ಖಾತೆಯನ್ನು ತೆರೆಸಿ, ಅದರಲ್ಲಿ ಜಮಾ ಮಾಡುತ್ತಿದ್ದೆ. ನಾನು ಕನ್ನಡದಲ್ಲಿ ಸಹಿ ಮಾಡಿದ ಚೆಕ್ ಅವನಿಗೆ ಕೊಟ್ಟರೆ, ನಂಜುಂಡಿ ಭರ್ಜರಿಯಾಗಿ ಇಂಗ್ಲೀಷಿನಲ್ಲಿ ಸಹಿ ಮಾಡಿದ ರಸೀದಿ ನನಗೆ ಕೊಡುತ್ತಿದ್ದ. ನಂಜುಂಡಿಗೆ ಒಂದು ಡೆಬಿಟ್ ಕಾರ್ಡ್ ಕೊಡಿಸಿದೆ. ಒಂದು ದಿನಕ್ಕೂ ಒದ್ದಾಡದೆ ನಂಜುಂಡಿ ಸೊಗಸಾಗಿ ಹಣವನ್ನು ಎಟಿಎಂನಿಂದ ತೆಗೆದುಕೊಳ್ಳುತ್ತಿದ್ದ. ತನ್ನ ಬ್ಯಾಲೆನ್ಸ್ ನೋಡಿಕೊಳ್ಳುವುದೂ ಅವನಿಗೆ ಗೊತ್ತಿತ್ತು. ನಾನು ಯಾವತ್ತಾದರೂ ಬ್ಯಾಂಕಿನಲ್ಲಿ ಚೆಕ್ಕನ್ನು ಜಮಾ ಮಾಡಿ ಬರಲು ಕಳುಹಿಸಿದರೆ, ಯಾವುದೇ ಅಂಜಿಕೆಯಿಲ್ಲದಂತೆ ಹೋಗಿ ಕೆಲಸ ಮುಗಿಸಿಕೊಂಡು ಬರುತ್ತಿದ್ದ. ಅಲ್ಲಿ ಅವನು ಅದು ಯಾರ ಸಹಾಯವನ್ನು ತೆಗೆದುಕೊಳ್ಳುತ್ತಿದ್ದನೋ ಗೊತ್ತಿಲ್ಲ. ಅದೇ ರೀತಿ ಸೊಗಸಾಗಿ ರೈಲ್ವೇ ರಿಜರ್ವೇಷನನ್ನೂ ಮಾಡಿಸಿಕೊಂಡು

ಬರುತ್ತಿದ್ದ.

ಅಪಾರ್ಟ್‌ಮೆಂಟ್‌ಗಳ ಬಗ್ಗೆ ಅವನಿಗೆ ವಿಶೇಷ ಒಲವು ಇತ್ತು. ಯಾವುದೇ ನಿರ್ಮಾಣದ ಹಂತದಲ್ಲಿರುವ ಕಟ್ಟಡವನ್ನು ನೋಡಿದರೂ "ನೂರಾರು ಜನ ಅಲ್ಲಿ ಕೆಲಸಕ್ಕೆ ಸೇರಬಹುದು ಸಾರ್" ಎಂದು ಹೇಳುತ್ತಿದ್ದ. ಅಲ್ಲಿಯ ಜನರ ಬಗ್ಗೆ ಅವನಿಗೆ ಹಲವು ಅಚ್ಚರಿಗಳಿದ್ದವು. "ಲಕ್ಷಗಟ್ಟಳೆ ಸಂಬಳ ತೊಗೊಳ್ತಾರೆ, ಆದರೆ ಇಲ್ಲಿ ಹೆಂಗಸರು ಮೈಮೇಲೆ ಬಂಗಾರ ಹಾಕ್ಕೊಳ್ಳೋದೇ ಇಲ್ಲ ನೋಡ್ರಿ ಸಾರ್. ನಮ್ಮ ಹಳ್ಳಿ ಹೆಂಗಸರು ಬಂಗಾರ ಬೇಕು ಅಂತ ಬಡಕೊಳ್ತಾರೆ" ಎಂದು ಹೇಳುತ್ತಿದ್ದ. ಅಪಾರ್ಟ್‌ಮೆಂಟಿನ ಎಲ್ಲರ ಮನೆಯ ವಿಷಯಗಳೂ ಅವನಿಗೆ ಗೊತ್ತಿರುತ್ತಿತ್ತು. ಎಲ್ಲಾರ ಮನೆಯ ಡ್ರೈವರ್‌ಗಳೂ ಅವನಿಗೆ ಸ್ನೇಹಿತರೇ ಅಲ್ಲವೆ? ಯಾರು ಯಾರಿಗೋ ಇರುವ ಅಕ್ರಮ ಸಂಬಂಧಗಳನ್ನು ನನಗೆ ತಿಳಿಸಿ ಬೆಚ್ಚಿ ಬೀಳಿಸುತ್ತಿದ್ದ. ಈ ಡ್ರೈವರ್ ಜನರಿಗೆ ಏನೆಲ್ಲಾ ಮಾಹಿತಿಗಳು ತಿಳಿದಿರುತ್ತವಲ್ಲಾ ಎಂದು ನನಗೆ ಅಚ್ಚರಿಯಾಗುತ್ತಿತ್ತು.

ಕಾರೊಂದು ಎಷ್ಟೇ ದೂರದಲ್ಲಿ ಹೋಗುತ್ತಿರಲಿ, ಅದನ್ನು ನಡೆಸುತ್ತಿರುವವರು ಹೆಣ್ಣೋ, ಗಂಡೋ ಎಂದು ಖಚಿತವಾಗಿ ಹೇಳುತ್ತಿದ್ದ. ಅವನ ಊಹೆಯನ್ನು ಸುಳ್ಳು ಮಾಡಲು ನಾನು ಹಲವಾರು ಬಾರಿ ಪ್ರಯತ್ನಿಸಿ ಸೋತಿದ್ದೇನೆ. ಇನ್ನೂ ಒಂದು ವಿಶೇಷ ಸಂಗತಿಯನ್ನು ಅವನು ಹೇಳಿದ್ದ. ಕಾರಿನಲ್ಲಿ ಚಾಲಕನ ಜೊತೆಗೆ ಒಡೆಯ ಇದ್ದರೆ, ಅವನು ಹಿಂದಿನ ಸೀಟಿನಲ್ಲಿ ಡ್ರೈವರಿಗೆ ದೂರ ಕುಳಿತುಕೊಳ್ಳುತ್ತಾನೆಂದೂ, ಹೆಂಗಸಾದರೆ ಡ್ರೈವರಿನ ಹಿಂದೆ ಕುಳಿತುಕೊಳ್ಳುತ್ತಾಳೆಂದು ಹೇಳುತ್ತಿದ್ದ. ಸಾಕಷ್ಟು ಸಲ ಅವನು ಹೇಳಿದ್ದು ಸರಿಯಾಗಿರುತ್ತಿತ್ತು.

ಟ್ರಾಫಿಕ್ ಕಡಿಮೆ ಇರುವ ಹೊಸ ರಸ್ತೆಯನ್ನು ಹುಡುಕುವುದು ನಮ್ಮಿಬ್ಬರಿಗೂ ಇಷ್ಟದ ಕೆಲಸವಾಗಿತ್ತು. ನಾನು ಇಂಟರ್‌ನೆಟ್, ಗೂಗಲ್ ಮ್ಯಾಪ್, ಸಹೋದ್ಯೋಗಿಗಳಿಂದ ತಿಳಿದುಕೊಂಡು ಹೊಸ ರಸ್ತೆ ಹುಡುಕಿ, ಅವನಿಗೆ ತೋರಿಸಿ ಅಚ್ಚರಿಗೊಳಿಸಿದರೆ, ಅವನು ತನ್ನ ಸಹಚಾಲಕರನ್ನು ಕೇಳಿ ತಿಳಿದುಕೊಂಡು ಹೊಸ ರಸ್ತೆಯನ್ನು ನನಗೆ ತೋರಿಸುತ್ತಿದ್ದ. ಸಿಗ್ನಲ್ ಕಡಿಮೆ ಇರುವ ರಸ್ತೆಯನ್ನು ಕಂಡು ಹಿಡಿದರಂತೂ ನಾವು ಹಲವಾರು ದಿನ ಅದೇ ಖುಷಿಯಲ್ಲಿ ಇರುತ್ತಿದ್ದೆವು. ಆದರೆ ಕೆಲವೇ ತಿಂಗಳುಗಳಲ್ಲಿ ಆ ರಸ್ತೆಯೂ ವಾಹನಗಳಿಂದ ಕಿಕ್ಕಿರಿದು ತುಂಬಿ ಹೋಗುತ್ತಿತ್ತು. ಆಗ ಮತ್ತೊಂದು ಹೊಸ ರಸ್ತೆಯ ಹುಡುಕಾಟವನ್ನು ನಾವಿಬ್ಬರೂ ಶುರು ಮಾಡುತ್ತಿದ್ದೆವು. "ನಿಮ್ಮ ಫ್ರೆಂಡ್ಸ್‌ಗೆಲ್ಲಾ ಈ ರಸ್ತೆ ವಿಷಯ ಹೇಳ ಬೇಡ್ರಿ ಸಾರ್. ಎಲ್ಲಾ ನನ್ನ ಮಕ್ಕಳು ಇದೇ ರೋಡಿನಾಗೆ ಬಂದು ಟ್ರಾಫಿಕ್ ಹೆಚ್ಚು ಮಾಡ್ತಾರೆ" ಅಂದು ಜಾಗ್ರತೆ ಹೇಳುತ್ತಿದ್ದ. ಹೊಸ ರಸ್ತೆಯ ವಿಚಾರವನ್ನು ಎಷ್ಟು ದಿನ ಸಾಧ್ಯವೋ ಅಷ್ಟು ದಿನ ರಹಸ್ಯವಾಗಿ ಇಟ್ಟುಕೊಳ್ಳುವ ಅಭ್ಯಾಸವನ್ನು ನಾವು ಬೆಳೆಸಿಕೊಂಡಿದ್ದೆವು.

ಮದುವೆ ಪ್ರಸಂಗ

ನನ್ನಲ್ಲಿ ಕೆಲಸಕ್ಕೆ ಸೇರಿದ ಒಂದೆರಡು ವಾರಕ್ಕೇ ನಂಜುಂಡಿ "ಸಾರ್, ನನ್ನ ಮದುವಿ ನಿಶ್ಚಯ ಆಯ್ತು" ಅಂತ ಹೇಳಿದ. ನನಗೆ ತುಂಬಾ ಸಂತೋಷವಾಗಿ "ಅಭಿನಂದನೆಗಳು ನಂಜುಂಡಿ. ಭಾಳ ಒಳ್ಳೇದಾಯ್ತು ಬಿಡು" ಎಂದಿದ್ದೆ. ಜೊತೆಯಲ್ಲಿ "ಇನ್ನೂ ನೀನು ಚಿಕ್ಕವನಲ್ಲವೇನು ನಂಜುಂಡಿ? ಒಂದು ನಾಲ್ಕು ವರ್ಷ ಕೆಲಸ ಮಾಡಿ ಮದುವೆ ಆದ್ರೆ ಒಳ್ಳೇದಿತ್ತು" ಅಂದಿದ್ದೆ. ಅದಕ್ಕವನು ನಕ್ಕು "ಒಳ್ಳೆ ಕೆಲಸ ಸಿಕ್ಕೈತಲ್ಲಾ ಸಾರ್, ಜನ ಹೆಂಗೆ ಮದುವೆ ಮಾಡದಂಗೆ ಸುಮ್ಮನೆ ಇರ್ತಾರೆ" ಎಂದಿದ್ದ. ನನಗೆ ಎದೆ 'ಧಸಕ್' ಎಂದಿತ್ತು. ಇನ್ನೂ ನನ್ನ ಕೆಲಸಕ್ಕೆ ಸೇರಿ ಒಂದೆರಡು ವಾರವಾಗಿಲ್ಲ, ಆಗಲೇ ಬೇರೆ ಕೆಲಸ ಹುಡುಕಿಕೊಂಡು ಬಿಟ್ಟನೆ ಎಂದು ಬೇಸರವಾಯ್ತು. "ಯಾವ ಕೆಲಸ ಸಿಕ್ಕಿತು ನಂಜುಂಡಿ?" ಅಂತ ಮೆತ್ತಗೆ ಕೇಳಿದ್ದೆ. "ನೀವೇ ಕೆಲಸ ಕೊಟ್ಟೀರಲ್ಲ ಸಾರ್" ಅಂದಿದ್ದ! 'ಆಹ್' ಎಂದು ಬಾಯಿ ಬಿಟ್ಟಿದ್ದೆ.

ಒಂದು ದಿನ ತನ್ನ ಪರ್ಸಿನಲ್ಲಿ ಭದ್ರವಾಗಿ ಇಟ್ಟುಕೊಂಡಿದ್ದ ಸುಂದರ ಹುಡುಗಿಯ ಫೋಟೋವನ್ನು ನನಗೆ ತೋರಿಸಿದ. "ಈ ಹುಡುಗಿನ್ನೇ ಸಾರ್ ನಾನು ಲವ್ ಮಾಡ್ತಿರೋದು. ಹೆಂಗಿದಾಳೆ?" ಎಂದು ಕೇಳಿದ. "ಚೆನ್ನಾಗಿದ್ದಾಳೆ ಕಣೋ. ಎಷ್ಟು ವರ್ಷದಿಂದ ಲವ್ ಮಾಡ್ತಾ ಇದ್ದಿ?" ಎಂದು ಕೇಳಿದರೆ, "ಆಕಿ ಹುಟ್ಟಿದಾಗಿಂದ ಲವ್ ಮಾಡ್ತಿದೀನಿ ಸಾರ್" ಎಂದಿದ್ದ. ನಂತರ ಆ ಹುಡುಗಿಯ ವಿವರಗಳನ್ನು ಕೆದಕಿದರೆ, ಅವಳು ಬೇರಾರೂ ಅಲ್ಲ, ಇವನ ದೊಡ್ಡಪ್ಪನ ಮೊಮ್ಮಗಳೆಂದು ಗೊತ್ತಾಯಿತು. ಕನಕಪುರದಲ್ಲಿ ಇರುವವಳು. ಮನೆಯವರೇ ನಿಶ್ಚಯಿಸಿದ ಮದುವೆಯದು. "ಅಕ್ಕನ ಮಗಳನ್ನ ಮದುವಿ ಮಾಡಿಕೊಳ್ಳೋದಕ್ಕೆ ಲವ್ ಮಾಡ್ತಿದೀನ ಅಂತ ಸ್ಟೈಲ್ ಹೊಡೀತೀ ಅಲ್ಲೋ ನಂಜುಂಡಿ" ಅಂತ ನಾನು ಕಿಚಾಯಿಸಿದ್ದೆ. "ಯಾಕೆ ಸಾರ್, ಅಕ್ಕನ ಮಗಳನ್ನ ಲವ್ ಮಾಡಬಾರದಾ?" ಎಂದು ಪ್ರಶ್ನಿಸಿ "ಲವ್ ಮಾಡದೆ ಮದುವೆ ಆದ್ರೆ ಗೆಳೆಯರ ಮಧ್ಯೆ ಮರ್ಯಾದೆ ಇರ್ತದಾ ಸಾರ್? ಅದಕ್ಕೇ ಮನೆಯವರು ನಿಶ್ಚಯ ಮಾಡಿದ್ರೂ ಕೇರ್ ಮಾಡದಂಗೆ ನಾನು ಲವ್ ಮಾಡೀನಿ. ನಂದೂ ಲವ್ ಮ್ಯಾರೇಜೇ, ಅರೇಂಜ್ಡ್ ಮ್ಯಾರೇಜ್ ಅಲ್ಲವೇ ಅಲ್ಲ" ಎಂದ ಭೂಪ. ಮದುವೆ ನಿಶ್ಚಯವಾದರೂ ಒಂದೆರಡು ವರ್ಷದ ತನಕ ಅವನ ಮದುವೆಯೇನೂ ಆಗಲಿಲ್ಲ.

ಆ ಹುಡುಗಿ ಆಗ ಹತ್ತನೆ ತರಗತಿಯಲ್ಲಿ ಓದುತ್ತಿದ್ದಳು. ಓದಿನಲ್ಲಿ ಜಾಣೆ. ಅವಳಿಗೂ ನಂಜುಂಡಿಯ ಮೇಲೆ ಪ್ರೀತಿಯಿತ್ತು. ಒಮ್ಮೆ ಅವನಿಗೆ ಪ್ರೀತಿಯಿಂದ ಕನ್ನಡದಲ್ಲಿ ಬರೆದ ಪತ್ರವನ್ನು ನಂಜುಂಡಿ ನನಗೆ ಓದಲು ಕೊಟ್ಟಿದ್ದ. 'ಎದೆ ಸೀಳಿದರೆ ಎರಡು ಅಕ್ಷರ ಇಲ್ಲದ' ಇವನಿಗೆ ಓದು ಬರಹ ಬಲ್ಲ ಆ ಹುಡುಗಿ ಜೋಡಿಯಾಗಿದ್ದು

ನನಗೆ ತಮಾಷೆಯೆನ್ನಿಸುತ್ತಿತ್ತು. ಹೊಸದಾಗಿ ಬೈಕನ್ನು ಕೊಂಡ ನಂಜುಂಡಿ, ಅದಕ್ಕೆ ತನ್ನ ಹುಡುಗಿಯ ಹೆಸರನ್ನು ಬರೆಸಿಕೊಂಡಿದ್ದ. ಯಾರಾದರೂ ಗೆಳೆಯರು ಬೈಕ್ ಕೇಳಿದರೆ "ನನ್ನ ಹುಡುಗಿ ಹೆಸರು ಬರೆಸೀನಿ. ನೀವು ಅದರ ಮೇಲೆ ಕೂಡೋ ಹಂಗಿಲ್ಲ. ಆಕಿ ಮನಸ್ಸಿಗೆ ನೋವಾಗ್ತದೆ" ಅಂತ ದಬಾಯಿಸುತ್ತಿದ್ದ. ಅವಳಿಗೂ ಬೈಕ್ ಹೊಡೆಯುವುದನ್ನು ಕಲಿಸಿಕೊಟ್ಟು ಬಿಟ್ಟ. ಅವನ ಊರಿಗೆ ಹೋದರೆ ಅವಳೇ ಡಬ್ಬಲ್ ರೈಡಿಂಗ್‌ನಲ್ಲಿ ಬೈಕ್ ನಡೆಸುತ್ತಾಳೆಂದು ಹೆಮ್ಮೆಯಿಂದ ಹೇಳಿಕೊಳ್ಳುತ್ತಿದ್ದ. ಅವಳು ಅಡುಗೆ ಮಾಡುವುದರಲ್ಲೂ ಜಾಣೆಯಾಗಿದ್ದಳು. "ಕೋಳಿ ಸಾರು ಮಾಡಿದ್ರೆ ಊರಿಗೆಲ್ಲಾ ಪರಿಮಳ ಹಬ್ಬುತ್ತೆ ಸಾರ್" ಎಂದು ನಂಜುಂಡಿ ಅಭಿಮಾನದಿಂದ ಹೇಳಿಕೊಳ್ಳುತ್ತಿದ್ದ. ಒಮ್ಮೆ ಗೆಳೆಯರೊಂದಿಗೆ ತಿರುಪತಿಗೆ ಹೋಗಿ ಬಂದ ನಂಜುಂಡಿ ಕೂದಲನ್ನು ತಿಮ್ಮಪ್ಪನಿಗೆ ಕೊಟ್ಟು ಬಂದಿದ್ದ. ಆ ದಿನ ಅವನಿಗೆ ಆ ಹುಡುಗಿಯಿಂದ ಒಂದೇ ಸಮನೆ ಫೋನ್ ಕಾಲ್‌ಗಳು ಬಂದಿದ್ದವು. "ಈವತ್ತು ಕನಕಪುರಕ್ಕೆ ಹೋಗಬೇಕು ಸಾರ್. ನನ್ನ ಮೊಟ್ಟೆ ತಲೆ ಮುಟ್ಟಬೇಕು ಅಂತ ನಮ್ಮ ಹುಡುಗಿ ಆಸೆ ಪಡ್ತಿದಾಳೆ. ಈವತ್ತು ಸಾಯಂಕಾಲ ನೀವೇ ಡ್ರೈವ್ ಮಾಡಿಕೊಂಡು ಮನೆಗೆ ಹೋಗಿ ಬಿಡಿ" ಅಂತ ಬೇಡಿಕೊಂಡಿದ್ದ. ತನ್ನ 'ಮೊಟ್ಟೆ ತಲೆ'ಯನ್ನು ಅವಳಿಗೆ ತೋರಿಸಲು ಕ್ಷಣಕ್ಷಣಕ್ಕೂ ಚಡಪಡಿಸಿದ್ದ. ನನಗೆ ಈ ಪ್ರೀತಿಯ ರೀತಿ ವಿಶೇಷವೆನ್ನಿಸಿತ್ತು. ಆದರೆ, ಸಂಜೆಯ ಆ ಟ್ರಾಫಿಕ್‌ನಲ್ಲಿ ನಾನೇ ಡ್ರೈವ್ ಮಾಡಲು ಬೇಸರ. "ಎರಡು ದಿನ ಬಿಟ್ಟು ಭಾನುವಾರ ಹೋಗ್ಲೋ, ಈವತ್ತೇ ಏನು ಅವಸರ?" ಅಂತ ಗೊಣಗಾಡಿದೆ. "ಎರಡು ದಿನಕ್ಕೆ ಕೂದಲು ಬೆಳೆದು ಬಿಟ್ರೆ ಮೊಟ್ಟೆ ಎಲ್ಲಿರ್ತದೆ ಸಾರ್?" ಎಂದು ತರ್ಕವನ್ನು ಕೊಟ್ಟ.

ಈ ಜಾಣ ಹುಡುಗಿ ಹತ್ತನೇ ತರಗತಿಯನ್ನು ಪ್ರಥಮ ದರ್ಜೆಯಲ್ಲಿ ಪಾಸ್ ಮಾಡಿದಳು. ಅವಳನ್ನು ಕಾಲೇಜಿಗೆ ಸೇರಿಸೆಂದು ನಾನು ಇನ್ನಿಲ್ಲದಂತೆ ಹೇಳಿದೆ. ಅವಳ ಕಾಲೇಜಿನ ಶುಲ್ಕವನ್ನು ನಾನು ಕಟ್ಟುವುದಾಗಿಯೂ ಆಸೆ ಹುಟ್ಟಿಸಿದೆ. ನಂಜುಂಡಿ ಈ ಮಾತುಗಳನ್ನು ಕಿವಿಯ ಮೇಲೆ ಹಾಕಿಕೊಳ್ಳಲೇ ಇಲ್ಲ. "ಇನ್ನಾರು ತಿಂಗಳಿಗೆ ಮದುವೆ ಮಾಡ್ಕೋಳ್ತೀನಿ ಸಾರ್. ಆಕಿ ಮನೆ ನೋಡ್ಕೊಂಡ್ರೆ ಸಾಕು" ಅಂತ ಕುಂಟು ನೆಪ ಹೇಳಿದ. ನಾನು ಜಾಸ್ತಿ ಬಲವಂತ ಮಾಡಿದ್ದಕ್ಕೆ ರೋಸಿ "ಸಾರ್, ಹೆಂಗಸರು ಜಾಸ್ತಿ ಓದಿದ್ರೆ ಗಾಂಚಾಲಿ ಮಾಡ್ತಾರೆ. ನಾನು ಬರೀ ಒಂಬತ್ತನೇ ಕ್ಲಾಸು ಫೇಲ್ ಆಗಿರೋದು. ಅವಳು ಇಂಗ್ಲೀಷ್‌ನಾಗೆ ಮಾತಾಡೋಕೆ ಶುರು ಮಾಡಿದ್ರೆ ಸಂಸಾರ ಛಂದಾಗಿರಲ್ಲ. ನನ್ನ ತಲೆ ಮೇಲೆ ಮೆಣಸು ಅರೀಲಿಕ್ಕೆ ಶುರು ಮಾಡ್ತಾಳೆ. ನಿಮಗೆ ಇವೆಲ್ಲಾ ಗೊತ್ತಾಗಲ್ಲ ಸುಮ್ಕಿರಿ" ಎಂದು ನೇರವಾಗಿಯೇ ಹೇಳಿಬಿಟ್ಟ. ಹೆಂಗಸರ ವಿಷಯ ಬಂದಾಗ "ನಿಮಗೆ ಗೊತ್ತಾಗಂಗಿಲ್ಲ ಸುಮ್ಕಿರಿ" ಅನ್ನೋ ಅಧಿಕಾರವನ್ನ

ಅವನು ಪಡೆದುಕೊಂಡಿದ್ದ. ನಾನು ಮದುವೆಯಾಗಿಲ್ಲವೆಂಬುದು ಪರೋಕ್ಷವಾಗಿ ಅವನ ಈ ಅಧಿಕಾರಕ್ಕೆ ಕಾರಣವಾಗಿತ್ತು.

ಹತ್ತನೇ ತರಗತಿ ಮುಗಿಸಿದ ಹುಡುಗಿಯನ್ನು ಮನೆಯಲ್ಲಿ ಇಟ್ಟುಕೊಳ್ಳಲು ಅವರಪ್ಪ ಇಷ್ಟಪಡದೆ, ಬೇಗನೆ ಮದುವೆ ಮಾಡಿಕೊಳ್ಳಲು ನಂಜುಂಡಿಯ ಅಪ್ಪ, ಅಮ್ಮರಿಗೆ ಒತ್ತಾಯ ಹೇರತೊಡಗಿದರು. ಆದರೆ ನಂಜುಂಡಿಗೆ ಮನೆಯಲ್ಲಿ ಮದುವೆಯಾಗದ ಇಬ್ಬರು ಅಣ್ಣಂದಿರಿದ್ದರು. ಮೊದಲನೆಯವನು ಕೆಳದರ್ಜೆಯ ಹುಡುಗಿಯೊಂದಿಗೆ ರಾಜಾರೋಷವಾಗಿ ಸಂಬಂಧ ಇಟ್ಟುಕೊಂಡಿದ್ದರಿಂದ, ಅವನ ಮದುವೆಯ ವಿಚಾರನ್ನು ಹಿರಿಯರು ಕೈ ಬಿಟ್ಟಿದ್ದರು. ಆದರೆ ಮತ್ತೊಬ್ಬ ಕುಡುಕ ಅಣ್ಣನಿದ್ದನಲ್ಲ, ಅವನ ಮದುವೆಯಾಗಬೇಕಿತ್ತು. ಅವನಿಗೆ ಊರಲ್ಲಿ ಯಾರೂ ಹೆಣ್ಣು ಕೊಡಲು ಸಿದ್ಧರಿಲ್ಲ. ಅವನಿಗೆ ಮದುವೆಯಾಗದೆ ನಂಜುಂಡಿಯ ಮದುವೆ ಮಾಡುವುದಿಲ್ಲವೆಂದು ಇವನ ತಂದೆ-ತಾಯಿ ನಿರಾಕರಿಸಿದರು. ಹುಡುಗಿಯ ಅಪ್ಪನಿಗೆ ಇದು ಸಹ್ಯವಾಗಲಿಲ್ಲ. "ಬೇರೆ ಮದುವೆ ಮಾಡಿ ಬಿಡ್ತೀನಿ. ನಮ್ಮ ಹುಡುಗೀಗೆ ಬೇಕಾದಷ್ಟು ಡಿಮ್ಯಾಂಡ್ ಅದೆ. ಮನೀಗೆ ಕೇಳಿಕೊಂಡು ಜನ ಬರ್ತಿದಾರೆ" ಅಂತ ಬೆದರಿಕೆ ಹಾಕಲಾರಂಭಿಸಿದ. ಆ ಬೆದರಿಕೆಗೆ ನಂಜುಂಡಿಯ ಅಪ್ಪ-ಅಮ್ಮ ಬಗ್ಗಲಿಲ್ಲ. ನಂಜುಂಡಿಗೆ ಪೀಕಲಾಟಕ್ಕಿಟ್ಟುಕೊಂಡಿತು. ಮಾವನನ್ನು ಹೋಗಿ ಬೇಡಿಕೊಂಡ. ಆದರವನು ಮಣಿಯಲಿಲ್ಲ. ಹುಡುಗಿಯ ಮುಂದೆ ಗೋಳು ತೋಡಿಕೊಂಡ. "ಅಪ್ಪ ಹಂಗಂದ್ರೆ ನಾನೇನು ಮಾಡ್ಲಿ?" ಅಂತ ಆಕಾಶ ನೋಡುತ್ತಾ ಉತ್ತರ ಕೊಟ್ಟಳಂತೆ. "ನಿಮ್ಮಪ್ಪ ಇನ್ನೊಂದು ಗಂಡು ನೋಡಿದ್ರೆ ಮದುವಿ ಮಾಡ್ಕೊಂಡು ಬಿಡ್ತೀಯಾ?" ಅಂತ ಇವನು ಕುತೂಹಲಕ್ಕೆ ಕೇಳಿದರೆ, "ಅಪ್ಪ-ಅಮ್ಮನ್ನ ಎದುರು ಹಾಕ್ಕೊಳಿಕ್ಕೆ ಆಗ್ತದಾ?" ಅಂತ ಎಡವಟ್ಟಾಗಿ ಮಾತನಾಡಿ ನಂಜುಂಡಿಯ ಬಿಪಿ ಹೆಚ್ಚಿಸಿ ಬಿಟ್ಟಳು. ನಂಜುಂಡಿ ಒಂದು ದಿನ ಈ ಎಲ್ಲಾ ಜಂಜಾಟಗಳಿಂದ ರೋಸಿ "ಈ ಶನಿವಾರ ಭಾನುವಾರ ಹುಡುಗಿನ್ನ ಬೈಕಿನಾಗೆ ಎಲ್ಲಾದ್ರೂ ದೂರದ ಊರಿಗೆ ಕರಕೊಂಡು ಹೋಗಿ, ರೂಂ ಮಾಡಿ, ಬಸುರಿ ಮಾಡಿ ಬಿಡ್ತೀನಿ ಸಾರ್. ಅದು ಹೆಂಗೆ ಇನ್ನೊಬ್ಬನಿಗೆ ಕಟ್ಟುತಾರೋ ನಾನೂ ನೋಡ್ತೀನಿ" ಅಂತ ನನ್ನ ಮುಂದೆ ಹೇಳಿದ. "ನೀನು ಬಸುರಿ ಮಾಡ್ತೀನಿ ಬಾ ಅಂತ ಕರದರೆ ಹುಡುಗಿ ಒಪ್ಪಿಗೊಳ್ತಾಳೇನೋ?" ಎಂದು ಕೇಳಿದೆ. "ಕಣ್ಣು ಮುಚ್ಚಿಕೊಂಡು ಒಪ್ಪಿಗೊಳ್ತಾಳೆ ಸಾರ್. ನಾನು ಅಂದ್ರೆ ಅಷ್ಟೊಂದು ನಂಬಿಕೆ ಆಕಿಗೆ" ಎಂದ! ನಾನು ಹೆದರಿ "ಸುಮ್ಮನಿರೋ ಮಾರಾಯ, ಅವೆಲ್ಲಾ ಮಾಡಲಿಕ್ಕೆ ಹೋಗಬೇಡ. ಇನ್ನೊಂದಿಷ್ಟು ಸಮಸ್ಯೆ ಆಗ್ತದೆ. ತೆಪ್ಪಗೆ ಅಪ್ಪ-ಅಮ್ಮ ಮದುವಿ ಮಾಡಿದಾಗ ಮಾಡ್ಕೋ" ಅಂತ ಬುದ್ಧಿ ಹೇಳಿದ್ದೆ.

ತನ್ನ ಮದುವೆ ಆಗಬೇಕೆಂಬ ಹತದಲ್ಲಿ ನಂಜುಂಡಿ ಅಣ್ಣನಿಗೆ ಹೆಣ್ಣು ಹುಡುಕಲು ಶುರು ಮಾಡಿದ. ಬೆಂಗಳೂರಿನಲ್ಲಿಯೇ ಒಬ್ಬ ಹುಡುಗಿಯ ಮನೆಯವರು

ಒಪ್ಪಿಬಿಟ್ಟರು. ಒಳ್ಳೆಯ ಮನೆತನದವರೆಂದು ಹೇಳಿದ. "ನಿಮ್ಮಣ್ಣ ಕುಡಿಯೋ ವಿಷಯ ಹೇಳಿದಿಯೇನೋ" ಎಂದು ಕೇಳಿದ್ದಕ್ಕೆ, "ಹಂಗೆ ಹೇಳಿದ್ರೆ ಯಾರು ಸಾರ್ ಹೆಣ್ಣು ಕೊಡ್ತಾರೆ? ಮದುವೆ ಮಾಡಲಿಕ್ಕೆ ನೂರು ಸುಳ್ಳು ಹೇಳಬೇಕು ಅಂತಾರಲ್ಲೇನು?" ಎಂದು ಸಾಮಾಜಿಕ ಜ್ಞಾನ ಪ್ರದರ್ಶನ ಮಾಡಿದ. "ಯಾವ ಸಂಗತೀನ್ನೂ ಬಚ್ಚಿಡಬಾರದು ನಂಜುಂಡಿ. ಮುಂದೆ ತೊಂದರೆ ಆಗ್ತವೆ" ಎಂದು ನಾನು ಹೇಳಿದ್ದು ಅವನಿಗೆ ಸರಿ ಕಾಣಿಸಿತು. ಆದರೆ ಅಸಹಾಯಕನಾಗಿದ್ದ. "ಅಣ್ಣನ ಮದುವೆ ಆಗದೇ ನಂದು ಆಗಲ್ಲ ಅಂತಾರಲ್ಲ ಸಾರ್. ನಾನು ಇದಕ್ಕಿಂತಾ ಹೆಚ್ಚಿಗೆ ಇನ್ನೇನು ಮಾಡಲಿ?" ಎಂದು ನನ್ನೇ ಕೇಳಿದ. ಒಂದಂತೂ ನಿಜ, ಅವನೇ ಓಡಾಡಿ ಜೋಡಿ ಕೂಡಿಸಿದ್ದ. ಮದುವೆಗೆ ಒಂದಿಷ್ಟು ಹಣ ಖರ್ಚು ಮಾಡುವುದಾಗಿಯೂ ಒಪ್ಪಿಕೊಂಡ.

ಅಂತೂ ಅಣ್ಣನ ಮದುವೆಯಾಯ್ತು. ಕುಡಿಯದಿದ್ದರೆ ಅವನಣ್ಣನ ಕೈ ನಡಗುತ್ತದಂತೆ. ಹಾಗಾದರೆ ಮಂಗಳಸೂತ್ರ ಕಟ್ಟುವುದು ಹೇಗೆ? ಹಾಗಂತ ಹಸೆಮಣೆಗೆ ಕುಡಿದು ವಾಸನೆ ಹೊಡೆಯುತ್ತಾ ಹೋದರೆ ಹುಡುಗಿಯ ಕಡೆಯವರು ಏನಂದಾರು? ಕೊನೆಗೆ ವಾಸನೆ ಬರದ ಮದ್ಯವನ್ನು 'ಕೋಕೋ ಕೋಲ' ಬಾಟಲಿಯಲ್ಲಿ ಹಾಕಿ ಅಣ್ಣನಿಗೆ ಕುಡಿಸಿ ಹಸೆಮಣೆಗೆ ಕಳುಹಿಸಿದರಂತೆ! ಆಗಲೇ ಅವನು ತಾಳಿ ಕಟ್ಟಲು ಶಕ್ತನಾಗಿದ್ದಂತೆ. ಈ ವಿಷಯವನ್ನು ಹೇಳಿದ ನಂಜುಂಡಿ "ಈ ಕುಡುಕರ ಸಹವಾಸ ಬ್ಯಾಡ ನೋಡ್ರಿ ಸಾರ್. ಮಹಾ ಗೋಳು" ಎಂದು ಅಣ್ಣನನ್ನೂ ಸೇರಿಸಿ ಬೈದಿದ್ದ. ತನ್ನ ಮದುವೆಯ ದಾರಿ ಈಗ ಸರಾಗವಾಯ್ತೆಂದು ಅವನಿಗೆ ಸಮಾಧಾನವಾಗಿತ್ತು.

ಕೆಲವು ತಿಂಗಳುಗಳಲ್ಲಿ ಸಂಭ್ರಮದಿಂದ ನಂಜುಂಡಿಯ ಮದುವೆಯಾಯ್ತು. ಇಂಗ್ಲೀಷಿನಲ್ಲಿ ಸೊಗಸಾಗಿ ಲಗ್ನಪತ್ರಿಕೆ ಮಾಡಿಸಿದ್ದ. ಕೊಡುವವರ ಹೆಸರು ಬರೆಯುವ ತಾಪತ್ರಯವೇ ಬೇಡವೆಂದು 'ನಿಮ್ಮ ಹೆಸರು ನಮ್ಮ ಹೃದಯದಲ್ಲಿದೆ' ಎಂದು ಇಂಗ್ಲೀಷಿನಲ್ಲಿಯೇ ಆ ಜಾಗದಲ್ಲಿ ಬರೆಸಿಕೊಂಡಿದ್ದ. "ಕನ್ನಡದಾಗೆ ಲಗ್ನಪತ್ರಿಕೆ ಮಾಡಿಸಬಾರದೇನೋ?" ಎಂದು ನಾನು ಹೇಳಿದರೆ, "ಗ್ರಾಂಡ್ ಆಗಿ ಕಾಣಲ್ಲ ಸಾರ್" ಎಂದು ಬುದ್ಧಿ ಹೇಳಿದ. ಪ್ರಥಮ ಬಾರಿಗೆ ಅವರಮ್ಮನನ್ನು ಮನೆಗೆ ಕರೆದುಕೊಂಡು ಬಂದಿದ್ದ. ಅವರಮ್ಮನನ್ನು ಸೋಫಾದ ಮೇಲೆ ಕೂಡಿಸಿ, ನೀನೂ ಪಕ್ಕ ಕೂಡೋ ಎಂದರೆ ಒಪ್ಪಲಿಲ್ಲ. ನಮ್ಮ ಮನೆಯ ಕುರ್ಚಿಗಳಲ್ಲಿ ಕೂಡಲು ಅವನಿಗೆ ಸಂಕೋಚ. ನಾಚಿಕೆಯಿಂದ ನಿಂತೇ ಇದ್ದ.

ಮದುವೆಗೆ ನಾನು ಬರಲೇಬೇಕೆಂದು ಹಠ ಹಿಡಿದದ್ದ. ನಾನು ಖುಷಿಯಿಂದ ಹೋಗಿ ಬಂದೆ. ಮೇಕೆದಾಟು ಸ್ಥಳಕ್ಕೆ ಹೋಗುವ ರಸ್ತೆಯಲ್ಲೆಲ್ಲೋ ಮದುವೆಯಿತ್ತು. ಮದುವೆಯ ಮನೆಯಲ್ಲಿ ನಾನು ಹೋದಾಗಿನಿಂದ ಹಿಡಿದು, ಬರುವವರೆಗೆ ಅಲ್ಲಿದ್ದವರೆಲ್ಲರೂ ನನ್ನನ್ನು ವಿಶೇಷವಾದ ಪ್ರೀತಿಯಿಂದ ನೋಡಿಕೊಂಡರು. ಎಲ್ಲರೂ

ಬಂದು "ನಮ್ಮ ನಂಜುಂಡಿಯ ಬಾಸ್ ಅಲ್ವರಾ?" ಅಂತ ಮಾತನಾಡಿಸಿದರು. ಅವರ ಅಪ್ಪ, ಅಮ್ಮ, ಅಣ್ಣಂದಿರನ್ನು ಪ್ರಥಮ ಬಾರಿಗೆ ನೋಡಿದೆ. ಅವರಿಬ್ಬರ ಕೈ ಮೇಲೆ ಹಾಲಿನ ಧಾರೆ ಎರೆದು "ಸುಖವಾಗಿ ಬಾಳಿ" ಎಂದು ಹರಸಿದೆ. ಹುಡುಗಿಯ ಮಾಂಗಲ್ಯದ ಖರ್ಚನ್ನು ನಾನು ನೋಡಿಕೊಂಡೆ. ಆ ತಿಂಗಳಿನಿಂದ ಅವನ ಸಂಬಳವನ್ನು ಹೆಚ್ಚಿಸಿದೆ. ಮನೆಯಲ್ಲಿದ್ದ ಹೆಚ್ಚಿನ ಸ್ಟೀಲ್ ಪಾತ್ರೆಗಳನ್ನು ಅವನಿಗೆ ಬಳಸಿಕೊಳ್ಳಲು ಕೊಟ್ಟೆ. ಮದುವೆಗೆಂದು ಒಂದು ವಾರಕ್ಕೆ ರಜೆ ಕೊಟ್ಟರೆ ಹದಿನೈದು ದಿನ ಆಸಾಮಿ ಮುಖ ತೋರಿಸಲಿಲ್ಲ.

ಸರಿಯಾಗಿ ಎರಡು ತಿಂಗಳಿಗೆ ನಂಜುಂಡಿ ಒಂದು ದಿನ "ತಪ್ಪಾಗಿ ಬಿಟ್ಟೈತೆ ಸಾರ್" ಎಂದು ಕೈಕೈ ಹಿಸುಕಿಕೊಂಡ. ಯಾವ ಹೊಸ ತೊಂದರೆಯಲ್ಲಿ ಸಿಕ್ಕಿ ಬಿದ್ದಿರುವನೋ ಎಂದು ನನಗೆ ಕುತೂಹಲ. "ಏನಾಯ್ತಪ್ಪ ಈಗ" ಅಂತ ಕೇಳಿದೆ. "ನನ್ನ ಹೆಂಡತಿ ಬಸುರಿ ಆಗಿ ಬಿಟ್ಟಾಳೆ ಸಾರ್" ಎಂದು ಕಳ್ಳತನದಲ್ಲಿ ಸಿಕ್ಕಿ ಬಿದ್ದವನಂತೆ ಹೇಳಿದ. "ಹೆಂಡತಿ ಬಸುರಿ ಆದರೆ ಖುಷಿ ಪಡಬೇಕೋ ಮಾರಾಯ. ಇದೇನಿದು" ಅಂತ ನಾನು ಬೈದೆ. "ಮದುವಿ ಮಾಡಿಕೊಂಡು ಒಂದೆರಡು ವರ್ಷ ಸುಖವಾಗಿರೋಣ ಅಂದ್ರೆ ಇದೇನ್ ಸಾರ್ ಎಡವಟ್ಟು" ಅಂತ ಗೊಣಗಾಡಿದ. "ಸುಖದ ಆಸೆ ಇದ್ದೋನು ಜಾಗ್ರತೆ ವಹಿಸಬೇಕಿತ್ತು. ಕಾಂಡೊಮ್ ಬಳಸಬೇಕು ಅಂತ ಗೊತ್ತಿಲ್ವಾ?" ಅಂತ ದಬಾಯಿಸಿದೆ. "ಗೊತ್ತು ಸಾರ್. ಆದರೆ ಅವು ಭಾಳ ದುಬಾರಿ. ಎಷ್ಟು ಅಂತ ದುಡ್ಡು ಖರ್ಚು ಮಾಡಲಿಕ್ಕೆ ಆಗ್ತದೆ?" ಅಂತ ಪರಿಸ್ಥಿತಿಯನ್ನು ವಿವರಿಸಿದ. "ಆ ಕಾಂಡೊಮ್‌ಗೆ ಎಷ್ಟು ಮಹಾ ದುಡ್ಡು ಇರ್ತದೊ? ವಾರಕ್ಕೆ ಅಬ್ಬಬ್ಬಾ ಅಂದ್ರೆ ನಿಂಗೆ ಎಷ್ಟು ಬೇಕಾಗ್ತದೆ?" ಅಂತ ಕೇಳಿಬಿಟ್ಟೆ! ಮಾತು ಮುಗಿದ ಮೇಲೆಯೇ ನನಗೆ ಪ್ರಶ್ನೆಯ ಅಶ್ಲೀಲತೆ ಅರ್ಥವಾಗಿದ್ದು. "ಏನು ಸಾರ್, ಎಂಥಾ ಪ್ರಶ್ನೆ ಕೇಳ್ತೀರಿ" ಅಂತ ನಂಜುಂಡಿಯೂ ನಾಚಿಕೆಯಿಂದ ಪ್ರತಿಕ್ರಿಯಿಸಿದ. "ಸಾರಿಯಪ್ಪ. ಹಾಗೆ ಕೆಟ್ಟ ಅರ್ಥದಲ್ಲಿ ಕೇಳಲಿಲ್ಲ" ಅಂತ ಸಮಜಾಯಿಷಿ ಕೊಟ್ಟೆ. "ಸರಕಾರಿ ಆಸ್ಪತ್ರೆನಾಗೆ ಪುಕ್ಕಟ್ಟೆ ಕೊಡ್ತಾರಂತೆ, ಹೌದಾ ಸಾರ್?" ಎಂದು ಕೇಳಿದ. "ನಂಗೆ ಈ ವಿಚಾರದಲ್ಲಿ ಯಾವ ಜ್ಞಾನವೂ ಇಲ್ಲ. ದಯವಿಟ್ಟು ಬೇರೆ ಯಾರನ್ನಾದ್ರೂ ಕೇಳು" ಎಂದು ಹೇಳಿ ನುಣುಚಿಕೊಂಡೆ. ಸುಮ್ಮನೆ ಆ ಮಾಹಿತಿ ಸಿಗುತ್ತದೇನೋ ಎಂದು ಗೂಗಲಿಸಿದರೆ, ಬರೀ ಪೋಲಿ ಚಿತ್ರಗಳು ದರ್ಶನ ಕೊಟ್ಟವು! ಮರುದಿನಕ್ಕೆಲ್ಲಾ ನೂರಾರು ಅಶ್ಲೀಲ ಇ-ಮೇಲ್‌ಗಳು ನನಗೆ ಬರಲಾರಂಭಿಸಿದವು. ಆ ವಿಚಾರವನ್ನು ಕೈ ಬಿಟ್ಟೆ.

ಒಂದೆರಡು ವಾರಕ್ಕೆ "ತೆಗೆಸಿಬಿಟ್ಟೆ ಸಾರ್" ಎಂದು ನಂಜುಂಡಿ ಹೇಳಿದ. ಅವನ ಅಪ್ಪ-ಅಮ್ಮ, ಹುಡುಗಿಯ ಅಪ್ಪ-ಅಮ್ಮ ಎಲ್ಲರೂ ಅವನನ್ನು ಮನಸಾರೆ ಬೈದರು. ಅವನ ಅಣ್ಣನಿಗೂ ಮಕ್ಕಳಾಗಿರಲಿಲ್ಲ. ಮನೆಗೆ ಮೊದಲ ಮಗು ಬರುವುದನ್ನು ಸಂತೋಷ

ಮತ್ತು ಹೆಮ್ಮೆಯಿಂದ ಸ್ವೀಕರಿಸುವುದನ್ನು ಬಿಟ್ಟು ಇದೇನು ಹುಚ್ಚಾಟ ಅಂತ ಎಲ್ಲರೂ ಬೇಸರ ಪಟ್ಟುಕೊಂಡರು. "ಇನ್ನೊಂದೆರಡು ವರ್ಷ ಬಿಟ್ಟು ಮಕ್ಕಳು ಮಾಡಿಕೊಂಡರೆ ಆಗಂಗಿಲ್ವಾ ಸಾರ್? ಇವರೆಲ್ಲಾ ಹಿಂಗ್ಯಾಕೆ ಆಡ್ತಾರೆ? ನಾವಿಬ್ಬರೂ ಗಂಡ-ಹೆಂಡತಿ ಸುಖವಾಗಿ ಇರೋದು ಬೇಡ ಅಂತಾರಲ್ಲಾ ಸಾರ್" ಎಂದ. "ನೋಡು ನಂಜುಂಡಿ, ಮಕ್ಕಳನ್ನ ದೇವರು ಕೊಟ್ಟಾಗ ಇಸ್ಕೊಂಡು ಬಿಡಬೇಕು. ಆಮೇಲಕ್ಕೆ ಆ ಭಗವಂತನ ಮನಸ್ಸು ಹೆಂಗಿರ್ತದೋ ಯಾರಿಗೆ ಗೊತ್ತು" ಅಂತ ನಾನೂ ಅವನ ವರ್ತನೆಗೆ ಅಸಮ್ಮತಿಯನ್ನು ಪ್ರಕಟಿಸಿದೆ. "ಇಬ್ಬರ ಸಂಸಾರಕ್ಕೆ ಬರೋ ಖರ್ಚೇ ಬೇಕಾದಷ್ಟದೆ ಸಾರ್. ಇನ್ನೊಬ್ಬರು ಬಂದ್ರೆ ನಾನು ಏನು ಮಾಡಲಿ" ಅಂತ ವಿವರಿಸಿದ. ಆದರೆ ಮತ್ತೆ ಎರಡು ವರ್ಷಕ್ಕೆ ಸರಿಯಾಗಿ ಅವನಿಗೆ ಬಂಗಾರದಂತಹ ಮಗ ಹುಟ್ಟಿದ. ಮಗನ ಹುಟ್ಟುಹಬ್ಬವನ್ನು ಭರ್ಜರಿಯಾಗಿ ಆಚರಿಸಿದ. ನನಗೆ ಹೋಗಲಾಗಲಿಲ್ಲ.

ಈ ಎಲ್ಲಾ ಘಟನೆಗಳ ಮಧ್ಯೆ ಅವರಣ್ಣನ ಸಂಸಾರ ಹಾಳಾಗಿತ್ತು. ಕುಡಿತದ ಸಹವಾಸದಿಂದ ಅವನಿಗೆ ಬಿಡಿಸಿಕೊಳ್ಳಲು ಸಾಧ್ಯವಾಗಲೇ ಇಲ್ಲ. ಬೆಂಗಳೂರಿನಲ್ಲಿ ಬೆಳೆದ ಅವನ ಹೆಂಡತಿ ಗಟ್ಟಿಗಿತ್ತಿಯಾಗಿದ್ದಳು. ಕುಡಿದು ಬಂದ್ರೆ ಹತ್ತಿರ ಸೇರಿಸಿಕೊಳ್ಳಂಗಿಲ್ಲ ಅಂತ ಹಠ ಹಿಡಿದಳು. ಹಾಸಿಗೆಯ ಸುಖವನ್ನು ಕಳೆದುಕೊಳ್ಳಲಾಗದ ಇವನು ಒಂದೆರಡು ದಿನ ಕುಡಿಯುವುದನ್ನು ಬಿಟ್ಟ. ಆದರೆ ದುಷ್ಟ ಚಟಗಳು ಅಷ್ಟು ಸುಲಭವಾಗಿ ಬಿಡಲು ಸಾಧ್ಯವೆ? ಮತ್ತೆ ಕುಡಿತಕ್ಕೆ ಅಂಟಿಕೊಂಡ. ಆಕೆ ಇನ್ನಷ್ಟು ಅತ್ತು ಕರೆದು ಮಾಡಿದರೆ, ಹಿಡಿದು ಹೊಡೆಯಲಾರಂಭಿಸಿದ. ಹಾಸಿಗೆಗೆ ಸೇರಿಸುವುದಿಲ್ಲ ಎಂದರೆ "ಬೇಕಾದಷ್ಟು ಹೆಂಗಸರು ಸಿಗ್ತಾರೆ ಹೋಗು. ನೀನ್ಯಾವ ದೊಡ್ಡ ದೊರೆಸಾನಿ" ಅಂತಂದು ತನ್ನ ಹಳೆಯ ಗೆಳತಿಯರ ಮನೆಗಳಲ್ಲಿ ರಾತ್ರಿ ಕಳೆಯಲಾರಂಭಿಸಿದ. ಭೂಮಿ ಮಾರಿ ಬಂದಿದ್ದ ಹಣವನ್ನು ನಿಧಾನಕ್ಕೆ ಕರಗಿಸಲಾರಂಭಿಸಿದ. ಊರಿನ ಹಿರಿಯರನ್ನೆಲ್ಲಾ ಸೇರಿಸಿ ಆ ಹುಡುಗಿ ಪಂಚಾಯಿತಿ ಮಾಡಿಸಿದಳು. ಅವರು ಬುದ್ಧಿ ಮಾತು ಹೇಳಿದರು. ಏನೂ ಉಪಯೋಗವಾಗಲಿಲ್ಲ. ಕೊನೆಗೆ ಆ ಹುಡುಗಿಯ ಅಪ್ಪ-ಅಮ್ಮ ಕೊಟ್ಟ ಬಂಗಾರವನ್ನು ಲಪಟಾಯಿಸಲು ಸಂಚು ಮಾಡಲಾರಂಭಿಸಿದ. ಭಯ ಬಿದ್ದ ಹುಡುಗಿ ತವರಿಗೆ ವಾಪಾಸಾಗಿ ಬಿಟ್ಟಳು. ಅಪ್ಪ-ಅಮ್ಮಗೆ ಮಗಳ ದುಃಖವನ್ನು ನೋಡಲಾಗದೆ, ಸಂಬಂಧವನ್ನು ಕುದುರಿಸಿದ ನಂಜುಂಡಿಯನ್ನು ಹಿಗ್ಗಾಮುಗ್ಗಾ ಬೈದರು. ಅತ್ತಿಗೆಯೂ ನಂಜುಂಡಿಗೆ ಹಿಡಿ ಶಾಪ ಹಾಕಿಬಿಟ್ಟಳು. ಎಷ್ಟು ದಿನ ಹೆಂಡತಿಯಿಲ್ಲದೆ ಗಂಡಸು ಇರಬಲ್ಲ? ಬೆಂಗಳೂರಿಗೂ ಬಂದು ಅವನಣ್ಣ ಹೆಂಡತಿಯನ್ನು ಬಣ್ಣದ ಮಾತಲ್ಲಿ ಓಲೈಸಿ, ಬೆಳಿಗ್ಗೆ ಎದ್ದಿದ್ದೇ ಹಣ ಕೊಡೆಂದು ಪೀಡಿಸಿ, ಕೊಡದ ಅವಳನ್ನು ಥಳಿಸಿದ್ದ. ರೋಸಿದ ಅವಳು ಪೋಲೀಸರಿಗೆ

ಕಂಪ್ಲೇಂಟ್ ಮಾಡಿಬಿಟ್ಟಳು. ಅವನನ್ನು ಸ್ಟೇಷನ್‌ಗೆ ಎಳೆದುಕೊಂಡು ಹೋದರು. ಸರಿಯಾಗಿ ಬಾರಿಸಿದರು. ಅಲ್ಲಿಂದ ಹೊರ ಬಂದ ಮೇಲೆ ಮತ್ತೆ ಹೆಂಡತಿಯ ಮೇಲೆ ಕೈ ಮಾಡಲು ಹೋದರೆ, ಈಗಾಗಲೇ ಹುಷಾರಾಗಿದ್ದ ಆ ಹುಡುಗಿ ಅವನನ್ನು ಹಿಡಿದು ಬಾರಿಸಿ ಬಿಟ್ಟಳು. ಡೈವರ್ಸ್ ಕೊಡಬೇಕೆಂದು ಹಠ ಹಿಡಿದಳು. ಒಟ್ಟಾರೆ ಸಂಸಾರ ಹಾಳಾಯ್ತು. ಮಗುವಾದರೂ ಆಗಿದ್ದರೆ ಬದುಕು ತಹಬಂದಿಗೆ ಬರುತ್ತಿತ್ತೇನೋ! ಆದರೆ ಆ ಅದೃಷ್ಟವೂ ಫಲಿಸಲಿಲ್ಲ. "ಈ ಮುಂಡೆಮಗ ಕಂಡ ಕಂಡ ಕಡೆ ಹುಲ್ಲು ಮೇದು ಬಂದರೆ ಮಕ್ಕಳು ಹೆಂಗೆ ಆಗ್ತವೆ?" ಅಂತ ಆಕೆ ಕೂಗಾಡಿ ಅತ್ತೆ–ಮಾವಂದಿರಿಂದ ಬೈಸಿಕೊಂಡಿದ್ದಳು.

ಈ ಎಲ್ಲಾ ಕಿರಿಕಿರಿಯನ್ನು ಕಂಡ ನಂಜುಂಡಿ ಒಂದು ದಿನ ಅತ್ಯಂತ ಬೇಸರದಲ್ಲಿ "ಬಂಗಾರದಂಥಾ ಹುಡುಗಿ ಸಾರ್. ನಮ್ಮಣ್ಣಗೆ ಬಾಳಿಸೋಕೆ ಬರಲ್ಲ" ಎಂದು ಪೇಚಾಡಿದ. "ನೀನೇ ತಪ್ಪು ಮಾಡಿದ್ದು ನಂಜುಂಡಿ. ಆ ಹುಡುಗಿ ಶಾಪ ನಿಂಗೆ ತಟ್ಟುತದೆ ಕಣೋ" ಎಂದೆ. "ನೀವೂ ನನ್ನೇ ಬೈತೀರಲ್ಲ ಸಾರ್. ಅವನಿಗೆ ಮದುವೆ ಆಗದೆ ನಂಗೆ ಮದುವಿ ಮಾಡಲ್ಲ ಅಂತ ಹಠ ಹಿಡಿದಿದ್ದು ಅವರೇ ಅಲ್ಲೇನು ಸಾರ್? ಅಷ್ಟೆಲ್ಲಾ ಓಡಾಡಿ ಸಂಬಂಧ ಕೂಡಿಸಿದ್ದು ಎಲ್ಲರಿಗೂ ಈಗ ತಪ್ಪಾಗಿ ಕಾಣಿಸ್ತದೆ" ಎಂದು ದುಃಖ ಪಟ್ಟ.

ಸಣ್ಣ ಸಣ್ಣ ಆಸೆಗಳು

ನಂಜುಂಡಿಗೆ ಸಾಕಷ್ಟು ಸಣ್ಣ ಸಣ್ಣ ಆಸೆಗಳಿದ್ದವು. ಅವು ನನಗೆ ಬಹಳ ಅಚ್ಚರಿ ತರಿಸುತ್ತಿದ್ದವು.

ನಂಜುಂಡಿಗೆ ಸೀಟ್ ನಂಬರ್ ಇರುವ ಥೇಟರಿಗೆ ಹೋಗಿ ಸಿನಿಮಾ ನೋಡ ಬೇಕೆಂಬ ಆಸೆಯಿತ್ತು. ಅವನು ಈವರೆಗೆ ಹೊಕ್ಕ ಸಿನಿಮಾ ಮಂದಿರಗಳಲ್ಲಿ ಯಾರು ಎಲ್ಲಿ ಬೇಕೋ ಅಲ್ಲಿ ಕೂಡಬಹುದಾಗಿತ್ತಂತೆ. ಮೊದಲು ಥೇಟರು ಹೊಕ್ಕವರಿಗೆ ಒಳ್ಳೆಯ ಸೀಟು. "ಟಿಕೇಟಿನಾಗೆ ಎಲ್ಲಿ ಕೂಡಬೇಕು ಅಂತ ಬರೆದಿರ್ತಾರೋ ಅಲ್ಲೇ ಕೂಡಬೇಕಂತಲ್ಲಾ ಸಾರ್? ಬೇರೆ ಕಡೀಗೆ ಕೂತರೆ ಬೈದು ಎಬ್ಬಿಸ್ತಾರಂತೆ?" ಎಂದು ತುಂಬಾ ಅಚ್ಚರಿಯಿಂದ ಕೇಳುತ್ತಿದ್ದ. "ಒಂದು ಸಲ ಅಂಥಾ ಥೇಟರಿಗೆ ಹೋಗಿ ಬರಬೇಕು" ಎಂದು ಹೇಳಿದ್ದ. ಅಂತಹ ಥೇಟರಿಗೆ ಹೋಗುವುದು ಈ ಊರಲ್ಲಿ ಯಾವ ಮಹಾ ಕಷ್ಟ? "ನಾನೇ ಮಲ್ಟಿಪ್ಲೆಕ್ಸ್‌ನಲ್ಲಿ ಒಂದು ಸಿನಿಮಾಕ್ಕೆ ಟಿಕೇಟ್ ತೆಗೆಸಿ ಕೊಡುತ್ತೇನೆ. ಹೋಗಿ ಬಾ" ಎಂದು ಹೇಳಿದೆ. ಆದರೆ ಅವನದಕ್ಕೆ ನಿರಾಕರಿಸಿದ. ಎಂತಹದೋ ಹಿಂಜರಿಕೆ ಅವನಿಗೆ. "ಸೀಟು ಹುಡುಕೋದು ಕಷ್ಟ ಆಗಲ್ವೋ.

ಕಾರಿನ ಪ್ಲೇಟಿನ ಥರ ಎ, ಬಿ, ಸಿ, ಡಿ ಮತ್ತು ಒಂದು ನಂಬರ್ ಬರೆದಿರ್ತಾರೆ. ಅದರಾಗೆ ಹೋಗಿ ಕೂತ್ರೆ ಆಯ್ತು" ಎಂದು ಹೇಳಿದ್ದೆ. "ಬೇಡ ಸಾರ್. ಅಲ್ಲಿ ಹೋದ್ರೆ ಇಂಗ್ಲೀಷಿನಾಗೆ ಮಾತನಾಡಿಸಿ ಬಿಡ್ತಾರಂತೆ. ತಪ್ಪು ಸೀಟಿನಾಗೆ ಕೂತ್ರೆ ಬೈತಾರಂತೆ. ನಂಗೆ ಭಯ ಆಗ್ತದೆ" ಎಂದು ಖಡಾಖಂಡಿತವಾಗಿ ನಿರಾಕರಿಸಿದ. "ನಾನು ಸಿನಿಮಾಕ್ಕೆ ಹೋದಾಗ ನನ್ನ ಜೊತೆಗೆ ಬಾ" ಎಂದು ಕರೆದರೆ, "ನಿಮ್ಮ ಪಕ್ಕ ಕೂತು ಸಿನಿಮಾ ಹೆಂಗೆ ನೋಡೋದು ಸಾರ್? ನಾಚಿಕೆ ಆಗ್ತದೆ" ಅಂತ ಅದಕ್ಕೂ ಒಪ್ಪಲಿಲ್ಲ. "ದಿನಾ ಕಾರಿನಾಗೆ ನನ್ನ ಪಕ್ಕನೇ ಅಲ್ವೇನೋ ಕೂಡೋದು?" ಅಂತ ನಾನು ತಮಾಷೆ ಮಾಡಿದ್ರೆ, "ಅದು ಬೇರೆ ಸಾರ್" ಎನ್ನುತ್ತಿದ್ದ.

ನಂಜುಂಡಿ ಯಾವತ್ತೂ ರೈಲಿನಲ್ಲಿ ಪ್ರಯಾಣ ಮಾಡಿರಲಿಲ್ಲ. ಅವನ ಜಗತ್ತೇ ಅತ್ಯಂತ ಚಿಕ್ಕದು. ಬೆಂಗಳೂರಿಗೆ ಬರುವ ತನಕ ಹೊಸೂರು, ಕನಕಪುರವನ್ನು ಬಿಟ್ಟರೆ ಅವನು ಬೇರೆ ಊರನ್ನು ನೋಡಿಯೇ ಇರಲಿಲ್ಲ. ಒಮ್ಮೆಯಾದರೂ ರೈಲಿನಲ್ಲಿ ಪ್ರಯಾಣ ಮಾಡಬೇಕೆನ್ನುವುದು ಅವನ ಮತ್ತೊಂದು ಆಸೆಯಾಗಿತ್ತು. ಈ ಆಸೆಯನ್ನು ನಾನು ಸುಲಭವಾಗಿ ಪೂರೈಸಿದೆ. ಒಮ್ಮೆ ದೀಪಾವಳಿಗೆ ಹೊಸಪೇಟೆಗೆ ಅಕ್ಕನ ಮನೆಗೆ ಹೋಗಲು ನನಗೆ ಬಸ್ಸು, ರೈಲಿನಲ್ಲಿ ಟಿಕೇಟ್ ಸಿಗಲಿಲ್ಲ. ಕಾರಿನಲ್ಲಿಯೇ ಹೋಗುವುದೆಂದು ನಿರ್ಧರಿಸಿ, ನಂಜುಂಡಿಯನ್ನು ಜೊತೆಯಲ್ಲಿ ಕರೆದುಕೊಂಡು ಹೋದೆ. ಹೊಸಪೇಟೆಯ ತನಕ ಅವನೇ ಡ್ರೈವ್ ಮಾಡುವುದೆಂದೂ, ಬರುವಾಗ ಮಾತ್ರ ನಾನು ಕಾರು ನಡೆಸಿಕೊಂಡು ಬರುವುದೆಂದೂ ನಿರ್ಧರಿಸಿದೆವು. ಹೊಸಪೇಟೆಯಲ್ಲಿ ಒಂದು ದಿನ ಅವನು ನಮ್ಮೊಡನಿದ್ದ. ಅಕ್ಕನ ಬಳಗದವರು ಆ ದಿನ ನಮಗೆ ಊಟಕ್ಕೆ ಕರೆದಿದ್ದರು. ನಂಜುಂಡಿಗೂ ಊಟಕ್ಕೆ ಹೇಳಿದರು. ನಮ್ಮೊಡನೆ ಕುಳಿತು ಖುಷಿಯಿಂದ ಊಟ ಮಾಡಿದ. ಹಂಪಿ ಮತ್ತು ಟಿ.ಬಿ. ಡ್ಯಾಂ ನೋಡಿಕೊಂಡು ಬರಲು ಕಾರನ್ನು ಕೊಟ್ಟು ಕಳುಹಿಸಿದೆ. ರಾತ್ರಿ ಅವನಿಗೆ ಬೆಂಗಳೂರಿಗೆ ವಾಪಾಸು ಹೋಗಲು ಹಂಪಿ ಎಕ್ಸ್‌ಪ್ರೆಸ್ಸಿನಲ್ಲಿ ಸೀಟು ಕಾದಿರಿಸಿದ್ದೆ. ಅವನ ಜೊತೆಗೆ ಹೋಗಿ, ಯಾವ ಬೋಗಿಯಲ್ಲಿ ಕುಳಿತುಕೊಳ್ಳಬೇಕೆಂದು ತೋರಿಸಿ ಕೊಟ್ಟು, ಮಧ್ಯದ ಬರ್ತನ್ನು ಹೇಗೆ ತೆಗೆದು ಬಿಡಿಸಬೇಕೆಂದು ತೋರಿಸಿ ಕೊಟ್ಟು ಬಂದಿದ್ದೆ. "ಬೆಂಗಳೂರು ಕಡೆಯ ನಿಲ್ದಾಣ. ಅಲ್ಲಿಂದ ರೈಲು ಎಲ್ಲಿಗೂ ಮುಂದಕ್ಕೆ ಹೋಗಲ್ಲ. ನೀನು ನೆಮ್ಮದಿಯಿಂದ ನಿದ್ದೆ ಮಾಡು" ಎಂದು ಅವನಿಗೆ ಧೈರ್ಯ ಹೇಳಿದ್ದೆ. ಮರುದಿನ ಬೆಂಗಳೂರು ತಲುಪಿದ ತಕ್ಷಣ ನನಗೆ ಫೋನ್ ಮಾಡಿ, ರೈಲಿನ ಪ್ರಯಾಣದ ಸುಖವನ್ನು ನನ್ನೊಡನೆ ಹಂಚಿಕೊಂಡಿದ್ದ.

ನಮ್ಮ ಆಫೀಸಿನ ಬಳಿ ಆಗ ಸೊಗಸಾದ ಹೋಟೇಲುಗಳು ಬಂದಿದ್ದವು. ಅಲ್ಲಿ ಸಾಮಾನ್ಯವಾಗಿ ಮಧ್ಯಾಹ್ನದ ಹೊತ್ತು ಬಫೆ ಇರುತ್ತಿತ್ತು. ಎಷ್ಟಾದರೂ ತಿನ್ನಬಹುದು,

ಬರೀ 250 ರೂಪಾಯಿ ಎಂದು ಅವರು ಆಕರ್ಷಿಸುತ್ತಿದ್ದರು. ಅಲ್ಲಿ ಮಾಂಸಾಹಾರವೂ ಇರುತ್ತದೆಂಬ ವಿಷಯ ನಂಜುಂಡಿಗೆ ತಿಳಿದಿದ್ದೇ "ಒಂದು ಸಲ ಹೋಗಿ ಹೊಟ್ಟೆ ತುಂಬ ಮಟನ್ ತಿನ್ನಬೇಕು ಸಾರ್" ಎಂದಿದ್ದ. ಅದಕ್ಕೇನು ಕಷ್ಟ, ಹೋಗಿ ಬಾ ಎಂದಿದ್ದೆ. ಆದರೆ ಅವನ ಗೆಳೆಯರೊಂದಿಷ್ಟು ಜನ ಅಲ್ಲಿಗೆ ಹೋಗಿ, ಅಷ್ಟು ಹಣ ಕೊಟ್ಟರೂ ಅವರನ್ನು ಸರಿಯಾಗಿ ನೋಡಿಕೊಳ್ಳದೆ ಅವಮಾನ ಮಾಡಿದರೆಂದು ಹೇಳಿದ. ಮಾಂಸದ ಪದಾರ್ಥ ಬೋಗೋಣಿಯಲ್ಲಿ ಮುಗಿದು ಹೋಗಿ, ಮತ್ತೆ ಬೇಕೆಂದರೆ ತಂದು ಹಾಕಲಿಲ್ಲವಂತೆ. ಆದ್ದರಿಂದ ಅಲ್ಲಿಗೆ ಅವನು ಎಂದೂ ಕಾಲಿಡಲಿಲ್ಲ.

ಇವೆಲ್ಲಕ್ಕಿಂತಲೂ ದೊಡ್ಡ ಆಸೆಯೊಂದು ಅವನಿಗಿತ್ತು. ವಿಮಾನದಲ್ಲಿ ಒಮ್ಮೆಯಾದರೂ ಪ್ರಯಾಣಿಸಬೇಕು ಎಂಬುದು ಅವನ ಕನಸಾಗಿತ್ತು. ವಿಮಾನ ಯಾನದ ಬಗ್ಗೆ ಅವನಿಗೆ ರಂಗುರಂಗಿನ ಕಲ್ಪನೆಗಳಿದ್ದವು. ಮೋಡದ ಮೇಲೆ ಹಾರಾಡುವ ಸುಖ, ಸಾವಿರಾರು ಮೈಲುಗಳನ್ನು ಕೆಲವೇ ಗಂಟೆಗಳಲ್ಲಿ ಪ್ರಯಾಣಿಸುವ ವೇಗ, ಚಂದದ ಗಗನಸಖಿಯರು ಬೇಡಿದ್ದನ್ನೆಲ್ಲಾ ಕೊಡುತ್ತಾರೆಂಬ ರಮ್ಯ ಕಲ್ಪನೆ – ಒಟ್ಟಾರೆ ವಿಮಾನಯಾನವೆಂಬುದು ಅವನ ಬದುಕಿನ ದೊಡ್ಡ ಕನಸಾಗಿತ್ತು. ನಾನು ಬಹಳಷ್ಟು ವಿಮಾನ ಪ್ರಯಾಣ ಮಾಡುತ್ತೀನಾದ ಕಾರಣ, ನನಗೆ ವಿಚಿತ್ರ ಪ್ರಶ್ನೆಗಳನ್ನು ಕೇಳಿ, ಉತ್ತರ ಪಡೆಯುತ್ತಿದ್ದ. ಅವನ ಊರಿನಲ್ಲಿ ಈವರೆಗೂ ಯಾರೂ ವಿಮಾನದಲ್ಲಿ ಪ್ರಯಾಣ ಮಾಡಿಲ್ಲವೆಂದೂ, ಇವನೇ ಮೊದಲ ಪ್ರಯಾಣ ಮಾಡಿ ಬಂದು, ಆ ಟಿಕೇಟನ್ನು ಎಲ್ಲರೆದುರಿಗೂ ಹಿಡಿದು ತೋರಿಸಬೇಕೆಂದು ಹಲವಾರು ಬಾರಿ ನನ್ನೊಡನೆ ಹೇಳಿದ್ದ. "ವಿಮಾನದಾಗೆ ಹೋಗೋದು ಅಂಥಾ ಕಷ್ಟ ಅಲ್ಲ ನಂಜುಂಡಿ. ಈ ಸಲ ಯಾವಾಗಾದ್ರೂ ಡಿಸ್ಕೌಂಟ್ ಆಫರ್ ಬಂದಾಗ ನಿನಗೆ, ಚೆನ್ನೈ ತನಕ ಟಿಕೇಟ್ ಕೊಡಿಸ್ತೀನಿ. ಅಲ್ಲಿಂದ ವಾಪಾಸು ರೈಲಿನಾಗೆ ಬುಕ್ ಮಾಡ್ತೀನಿ. ಒಮ್ಮೆ ಹೋಗಿ ಬರುವಂತಿ" ಎಂದು ಆಶ್ವಾಸನೆ ಕೊಟ್ಟಿದ್ದೆ. ವಿಮಾನವೊಂದು ಆಕಾಶದಲ್ಲಿ ಹಾರಾಡುವುದು ಯಾವಾಗ ಕಂಡರೂ "ವಿಮಾನ ನೋಡ್ರಿ ಸಾರ್" ಅಂತ ನನಗೆ ಅದನ್ನು ತೋರಿಸಿ, "ಇನ್ನೂ ನೀವು ಟಿಕೇಟ್ ತೆಗೆಸಿ ಕೊಡಲಿಲ್ಲ" ಅಂತ ನನಗೆ ಜ್ಞಾಪಿಸುತ್ತಿದ್ದ. "ಕೊಡಿಸ್ತೀನಿ ತಡಿಯೋ. ಈಗೇನು ಅವಸರ ಅದೆ" ಅಂತ ನಾನು ಮುಂದೂಡತ್ತಲೇ ಇದ್ದೆ. ಸ್ವಲ್ಪ ದೊಡ್ಡ ಮೊತ್ತದ ಹಣ ಬೇಕಾದ್ದರಿಂದ ನಾನು ಹೀಗೆ ಅವನ ಕೋರಿಕೆಯನ್ನು ಮುಂದೂಡುತ್ತಿದ್ದೆನೇನೋ ಎಂದು ಈಗ ಅನುಮಾನವಾಗುತ್ತದೆ.

ಬೆಂಗಳೂರಿಗೆ ವೋಲ್ವೋ ಬಸ್ ಬಂದಾಗ ಅದು ಅವನ ಮತ್ತೊಂದು ಆಕರ್ಷಣೆಯ ಸಂಗತಿಯಾಯ್ತು. "ಹೆಂಗನ್ನಾ ಮಾಡಿ ಒಂದು ಸಲ ವೋಲ್ವೋ ಬಸ್ ಡ್ರೈವ್ ಮಾಡಬೇಕು ಸಾರ್" ಅಂತ ಹೇಳುತ್ತಿದ್ದ. ಡ್ರೈವರಿನ ಮುಂದೆ ಹಲವಾರು

ಬಣ್ಣದ ಬೆಳಕುಗಳ ನಡುವೆ, ಇಷ್ಟಗಲ ಇರುವ ಪ್ಯಾನಲ್ ನೋಡಿ "ಅದು ಹೆಂಗೆ ಅವೆಲ್ಲಾ ನೋಡಿಕೊಂಡು ಡ್ರೈವ್ ಮಾಡ್ತಾರೆ ಸಾರ್?" ಎಂದು ಅಚ್ಚರಿ ಪಡುತ್ತಿದ್ದ. "ಅದೇನೂ ಅಷ್ಟು ಕಷ್ಟ ಇರಲಿಕ್ಕಿಲ್ಲ ಬಿಡು ನಂಜುಂಡಿ. ಇಂಗ್ಲೆಂಡಿನಾಗೆ ಈ ಸಿಟಿ ಬಸ್ಸು ಓಡಿಸೋದೆಲ್ಲಾ ಬರೀ ಹೆಂಗಸರು" ಅಂತ ನಾನು ಹೇಳುತ್ತಿದ್ದೆ. ಅವನಿಗೆ ಅದು ಇನ್ನೊಂದು ಅಚ್ಚರಿಯಾಗಿತ್ತು. ಒಮ್ಮೆ ನನ್ನನ್ನು ಮೈಸೂರಿನಲ್ಲಿ ಬಿಟ್ಟು ತಿರುಗಿ ಬೆಂಗಳೂರಿಗೆ ಬರುವಾಗ ವೋಲ್ವೋ ಬಸ್ಸೊಂದನ್ನು ಹತ್ತಿ ಬಂದಿದ್ದ. ಆ ಪ್ರಯಾಣ ಅವನಿಗೆ ಇಷ್ಟವಾಗಿತ್ತು.

ಸಾಮಾನ್ಯವಾಗಿ ನಾನು ಬೆಂಗಳೂರಿಗೆ ರೈಲಿನಲ್ಲಿ ವಾಪಾಸು ಬಂದಾಗ, ಅಲ್ಲಿಯೇ ಪಕ್ಕದ ಮೆಜೆಸ್ಟಿಕ್ಕಿನ ಬಸ್ ನಿಲ್ದಾಣಕ್ಕೆ ಹೋಗಿ, ಸಿಟಿ ಬಸ್ಸಿನಲ್ಲಿ ಮನೆಗೆ ವಾಪಾಸು ಬರುತ್ತೇನೆ. ಮನೆಯ ಮುಂದೇ ಬಸ್ಸು ನಿಲ್ಲುತ್ತದೆ ಎಂಬುದು ಒಂದು ಕಾರಣವಾದರೆ, ಬೆಳಗಿನ ಜಾವ ಬಸ್ಸಿನಲ್ಲಿಯೂ ಯಾವುದೇ ಗಲಾಟೆಯಿರುವುದಿಲ್ಲ ಎಂಬುದು ಇನ್ನೊಂದು ಕಾರಣವಾಗಿತ್ತು. ನಂಜುಂಡಿಗೆ ರೈಲ್ವೇ ನಿಲ್ದಾಣಕ್ಕೆ ಬಂದು ನನ್ನನ್ನು ಮನೆಗೆ ಕರೆದುಕೊಂಡು ಬರಬೇಕೆಂಬ ಆಸೆಯಿತ್ತು. ಅವನಿಗೆ ಕಾರಿನ ಕೀ ಕೊಟ್ಟು ಹೋಗಬೇಕು. ಬೆಳಿಗ್ಗೆ ಬೆಳಿಗ್ಗೆ ಅವನು ನಿದ್ರೆಗೆಟ್ಟು ಅಲ್ಲಿಗೆ ಬರಬೇಕು. ಯಾಕೆ ಇಲ್ಲದ ತೊಂದರೆ ಎಂದು ನಾನು ಅದಕ್ಕೆ ಒಪ್ಪಿಕೊಂಡಿರಲಿಲ್ಲ. ಆದರೆ ಒಮ್ಮೆ ನಂಜುಂಡಿ ಹಠ ಮಾಡಿದ. ನನಗೂ ಲಗೇಜ್ ಹೆಚ್ಚಿದ್ದ ಕಾರಣ ಒಪ್ಪಿಕೊಂಡೆ. ಬೆಳಿಗ್ಗೆ ಹಂಪಿ ಎಕ್ಸ್‌ಪ್ರೆಸ್ ನಿಲ್ಲುತ್ತಲೇ ನನ್ನ ಮುಂದೆಯೇ ಬಂದು ನಿಂತು "ಕಾರು ತಂದು ಬಿಟ್ಟೀನಿ ಸಾರ್" ಅಂತ ವಿಜಯೋತ್ಸಾಹದಲ್ಲಿ ಹೇಳಿದ. ನನಗೆ ನಡೆದಿರಬಹುದಾದ ಅನಾಹುತದ ಬಗ್ಗೆ ಸಣ್ಣಗೆ ಅನುಮಾನ ಶುರುವಾಯ್ತು. "ಪ್ಲಾಟ್‌ಫಾರಂ ಟಿಕೇಟ್ ತೊಗೊಂಡೀಯೇನೋ?" ಎಂದು ಆತಂಕದಿಂದ ಕೇಳಿದೆ. "ಹಂಗಂದ್ರೆ ಏನು ಸಾರ್? ಕಾರು ನಿಲ್ಲಿಸಿ ಟಿಕೇಟ್ ತೊಗೊಂಡೀನಿ" ಅಂದ. ಅವನಿಗೆ ಪ್ಲಾಟ್‌ಫಾರಂ ಟಿಕೇಟ್ ಬಗ್ಗೆ ಹೇಳಿ, ಗೇಟಿನಲ್ಲಿ ನಿಂತ ಟಿಕೇಟ್ ಕಲೆಕ್ಟರನಿಗೆ ಅನುಮಾನ ಬರದಂತೆ ಧೈರ್ಯದ ನಡಿಗೆಯಲ್ಲಿ ಬರಬೇಕೆಂದು ಹೇಳಿದೆ. ಆದರೆ ಗೇಟಿನಲ್ಲಿದ್ದ ಆಸಾಮಿ ಮಹಾ ಚತುರನಾಗಿದ್ದ. ನನ್ನನ್ನು ಬಿಟ್ಟು ನಂಜುಂಡಿಯನ್ನೇ ಅಡ್ಡ ನಿಲ್ಲಿಸಿ, ಟಿಕೇಟ್ ತೋರಿಸೆಂದು ಕೇಳಿದ. ನಂಜುಂಡಿ ಕಣ್ಣು ಕಣ್ಣು ಬಿಟ್ಟು ನನ್ನೆಡೆಗೆ ನೋಡಿದ. ಏನು ಮಾಡಲು ಸಾಧ್ಯ? 250 ರೂಪಾಯಿ ಶುಲ್ಕವನ್ನು ಕಟ್ಟಿ ಹೊರಗೆ ಕರೆದುಕೊಂಡು ಬಂದೆ. "ಇದೇನ್ ಸಾರ್ ಅನ್ಯಾಯ? ಬಡವರನ್ನ ಕಂಡರೆ ಎಲ್ಲಾರೂ ದೋಚ್ತಾರಲ್ಲಾ ಸಾರ್? ನಾನೇನು ಅವರ ರೈಲಿನಾಗೆ ಪ್ರಯಾಣ ಮಾಡೀನ? ಹೋಗಲಿ ಪ್ಲಾಟ್‌ಫಾರಂ ಮೇಲೆ ಕಾಫಿ ಕುಡಿದೀನಾ? ಸುಮ್ಮ ಸುಮ್ಮನೆ ಅವನು ದುಡ್ಡು ಕೇಳಿದ್ರೆ ನೀವು ಕೊಟ್ಟು ಬಿಟ್ಟಿರಿ" ಎಂದು ನನಗೇ ಬುದ್ಧಿ ಹೇಳಲು

ಶುರು ಮಾಡಿದ. "ರೈಲ್ವೇದವರ ನಿಯಮ ನಂಜುಂಡಿ ಅದು. ಟಿಕೇಟ್ ಇಲ್ಲದೆ ಒಳಗೆ ಬಂದ್ರೆ ಫೈನ್ ಹಾಕ್ತಾರೆ" ಅಂತ ತಿಳಿಸಿ ಹೇಳಿದೆ. "ನೀವು ಕೊಡಬಾರದಿತ್ತು ಸಾರ್. ಬೇಕಂದ್ರೆ ನಮ್ಮ ಏರಿಯಾ ರೌಡಿ ನಂಗೆ ಚೆನ್ನಾಗಿ ಗೊತ್ತು. ಒಂದು ಫೋನ್ ಮಾಡಿದ್ರೆ ಸಾಕು. ಬಂದು ಈತನ ಬೆಂಡು ಎತ್ತುತಾನೆ" ಅಂತ ಶುರು ಹಚ್ಚಿಕೊಂಡ. "ನೀನು ಸ್ವಲ್ಪ ಸುಮ್ಮನಿರು ಮಾರಾಯ. ಮಾತೆತ್ತಿದ್ರೆ ಆ ರೌಡಿಗಳ ವಿಚಾರ ತರಬೇಡ" ಅಂತ ಬೈದಿದ್ದೆ.

ನನಗೂ ಒಂದು ಪುಟ್ಟ ಆಸೆಯಿತ್ತು. ನಂಜುಂಡಿಯನ್ನು ಪಕ್ಕ ಕೂಡಿಸಿ, ನಾನು ಕಾರನ್ನು ನಡೆಸಬೇಕೆಂಬುದಾಗಿತ್ತು. ನನಗೂ ಅವನಷ್ಟೇ ಚೆನ್ನಾಗಿ ಕಾರನ್ನು ನಡೆಸಲು ಬರುತ್ತದೆ ಎಂದು ತೋರಿಸಬೇಕೆಂಬ ಆಸೆಯದು. ನಾನು ಕಾರು ನಡೆಸಬಲ್ಲೆನೆಂದು ಅವನಿಗೆ ಗೊತ್ತಿದ್ದರೂ, ಎಂದೂ ಅವನೆದುರಿಗೆ ಕಾರು ನಡೆಸುವ ಅವಕಾಶ ನನಗೆ ಬಂದಿರಲಿಲ್ಲ. ಆದರೆ ನಾನು ಡ್ರೈವ್ ಮಾಡಿ, ಅವನು ಪಕ್ಕಕ್ಕೆ ಯಜಮಾನನಂತೆ ಕುಳಿತುಕೊಳ್ಳುವ ಕಲ್ಪನೆಯೇ ಅವನಿಗೆ ಇಷ್ಟವಾಗಲಿಲ್ಲ. "ಅದು ಹೆಂಗೆ ಸಾಧ್ಯ ಸಾರ್?" ಅಂತ ಅದಕ್ಕೆ ಒಪ್ಪಿಕೊಳ್ಳಲೇ ಇಲ್ಲ. ಕೊನೆಗೂ ನನ್ನ ಈ ಆಸೆ ಪೂರೈಸಿಕೊಳ್ಳಲಾಗಲಿಲ್ಲ.

ಅತ್ಯುತ್ತಮ ಊಟ

ಒಮ್ಮೆ ನಾನು, ಅಪಾರ ಮತ್ತು ನಂಜುಂಡಿ ಕಾರಿನಲ್ಲಿ ಎಲ್ಲಿಗೋ ಹೋಗುತ್ತಿದ್ದೆವು. ನಮ್ಮ ಬದುಕಿನಲ್ಲಿ ಉಂಡ ಅತ್ಯಂತ ಒಳ್ಳೆಯ ಊಟ ಯಾವುದು ಎಂಬುದರ ಬಗ್ಗೆ ನಮ್ಮಲ್ಲಿ ಮಾತು ಹೊರಳಿತು. ಅಪಾರ ಮೊದಲಿಗೆ ತನ್ನ ಕಾಲೇಜು ಜೀವನದಲ್ಲಿ ನಡೆದ ಘಟನೆಯೊಂದನ್ನು ಹೇಳಿಕೊಂಡ. ಎಂ.ಎಸ್ಸಿ., ಅಗ್ರಿಕಲ್ಚರ್ ಓದುವಾಗ, ಅವನ ಸಹಪಾಠಿಗಳೊಂದಿಗೆ ಪ್ರಾಜೆಕ್ಟ್‌ನ ಸಲುವಾಗಿ ರಾಯಚೂರಿನ ಬಳಿಯ ಹಳ್ಳಿಯೊಂದರಲ್ಲಿ, ಎರಡು ವಾರಗಳ ಕಾಲ ಬೀಡು ಬಿಟ್ಟಿದ್ದರಂತೆ. ಅವರು ಕೊಡುವ ಊಟ ಚೆನ್ನಾಗಿ ಇರಲಿಲ್ಲವಂತೆ. ಹದಿನೈದು ದಿನ ಒಂದೇ ಬಗೆಯ ಊಟವನ್ನು ನೀಡಿ ರುಚಿ ಕೆಡಿಸಿಬಿಟ್ಟಿದ್ದರಂತೆ. ಹೊಸದಾಗಿ ರುಚಿಯಾಗಿ ಏನಾದರೂ ತಿನ್ನಲು ಸಿಕ್ಕರೂ ಸಾಕು ಅನ್ನುವ ಸ್ಥಿತಿ ಮುಟ್ಟಿದ್ದರು. ಅಂತಹ ಹೊತ್ತಿನಲ್ಲಿ ಒಂದು ದಿನ ಹಳ್ಳಿಯ ಗೌಡರೊಬ್ಬರು ಎಲ್ಲಾ ಕಾಲೇಜಿನ ವಿದ್ಯಾರ್ಥಿಗಳನ್ನು ಮತ್ತು ಉಪನ್ಯಾಸಕರನ್ನು ಮನೆಗೆ ಕರೆಸಿ, ಊಟ ಹಾಕಿದರು. ಮುದ್ದೆ ಮತ್ತು ಸಾರಿನ ಸರಳವಾದ ಊಟವೇ ಅದಾಗಿತ್ತು. ಆದರೆ ಅತ್ಯಂತ ರುಚಿಯೆನ್ನಿಸಿ, ಈ ತರಹದ ಊಟ ಈ ಹಿಂದೆ ಕಂಡಿಲ್ಲ ಅನ್ನಿಸಿತು. "ಈವರೆಗೂ ಅಷ್ಟೊಂದು ಒಳ್ಳೆಯ ಊಟ ನಾನು ಉಂಡಿಲ್ಲ" ಅಂತ ಅವನು ಎಂದೋ ಉಂಡ ಊಟವನ್ನು ಜ್ಞಾಪಿಸಿಕೊಂಡ.

ನನಗೆ ಅಂತಹ ಉತ್ತಮವಾದ ಊಟ ಯಾವುದೆಂದು ಎಷ್ಟು ಯೋಚಿಸಿದರೂ
ಹೊಳೆಯಲೇ ಇಲ್ಲ. ರುಚಿಯ ಬಗ್ಗೆ ನನಗೆ ಅಂತಹ ವ್ಯಾಮೋಹವೇ ಇಲ್ಲ. ಊಟಕ್ಕೆ
ಕುಳಿತಾಗ ಇದು ಚೆನ್ನಾಗಿದೆ, ಇದು ಚೆನ್ನಾಗಿಲ್ಲ ಎಂದು ಹೇಳಬಾರದು ಎಂದು
ಅಪ್ಪ ನಮಗೆ ಕಲಿಸಿಕೊಟ್ಟಿದ್ದ. ಲೋಕದಲ್ಲಿ ಪ್ರತಿಯೊಬ್ಬ ಜೀವಿಯ ರುಚಿಯೂ
ಬೇರೆಯಾಗಿರುತ್ತದೆ. ನಾವು ಯಾವುದಾದರೂ ಪದಾರ್ಥವನ್ನು ಚೆನ್ನಾಗಿಲ್ಲ ಅಂತ
ಊಟಕ್ಕೆ ಕೂತ ಹೊತ್ತಿನಲ್ಲಿ ಘೋಷಿಸಿದರೆ, ಅದು ರುಚಿಯಾಗಿದೆ ಎನ್ನಿಸಿದ
ಮತ್ತೊಬ್ಬ ವ್ಯಕ್ತಿಗೆ ಮುಜುಗರವಾಗುತ್ತದೆ. ಅದೇ ರೀತಿ ನಾವು ಏನನ್ನಾದರೂ
ಚೆನ್ನಾಗಿದೆ ಅಂತ ಅತಿಯಾಗಿ ಹೊಗಳಿದರೆ, ಅದು ರುಚಿಸದ ವ್ಯಕ್ತಿಗೆ ತಿನ್ನಲೇಬೇಕಾದ
ಒತ್ತಡವನ್ನೇರ್ಪಡಿಸುತ್ತದೆ. ಆದ್ದರಿಂದ ಅಡುಗೆಯ ಬಗ್ಗೆ ಮಾತಾಡದೆ ಎಲ್ಲವನ್ನೂ
ಭಗವಂತನ ಪ್ರಸಾದ ಅಂತ ತಿನ್ನಬೇಕು. ಊಟವಾದ ಮೇಲೆ ಅಡುಗೆ ಮಾಡಿದವರಿಗೆ
"ಬಹಳ ಚೆನ್ನಾಗಿತ್ತು" ಎಂದು ಹೇಳಬೇಕು ಎಂದು ನನ್ನಪ್ಪ ಹೇಳಿದ್ದ. ಈ ಬೀಜದ
ಮಾತು ನನ್ನ ತಲೆಯಲ್ಲಿ ಗಟ್ಟಿಯಾಗಿ ಕುಳಿತು ಬಿಟ್ಟಿರುವ ಕಾರಣದಿಂದ ಎಲ್ಲ
ಊಟವೂ ನನಗೆ ಸೊಗಸಾಗಿಯೇ ಕಾಣುತ್ತದೆ. ಆದ್ದರಿಂದ ನನ್ನ ಶ್ರೇಷ್ಠ ಊಟದ
ಆಯ್ಕೆ ಯಾವುದೂ ಇಲ್ಲ ಎಂದು ಹೇಳಿದೆ.

ಮೂರನೆಯದಾಗಿ ನಂಜುಂಡಿಯ ಸರದಿ ಬಂತು. ನಂಜುಂಡಿ ಸ್ವಲ್ಪ ಸಂಕೋಚ
ಮತ್ತು ಕಿರುನಗೆಯಲ್ಲಿ ಹೇಳಿದ್ದು ಮಾತ್ರ ನನಗೆ ವಿಶೇಷವಾಗಿತ್ತು. ಹಿಂದೊಮ್ಮೆ
ಅವನನ್ನು ಹೊಸಪೇಟೆಯ ನಮ್ಮಕ್ಕನ ಮನೆಗೆ ಕರೆದುಕೊಂಡು ಹೋಗಿದ್ದೆನಲ್ಲವೆ?
ಅಲ್ಲಿ ಅವರ ಬಂಧುಗಳು ನಮ್ಮೆಲ್ಲರನ್ನೂ ಊಟಕ್ಕೆ ಕರೆದಿದ್ದರಲ್ಲದೆ, ಅವನಿಗೂ
ಔತಣವನ್ನು ಕೊಟ್ಟಿದ್ದರು. ಎಲ್ಲರೂ ಪಡಸಾಲೆಯಲ್ಲಿ ಜೊತೆಯಲ್ಲಿ ಕುಳಿತೇ ಊಟ
ಮಾಡಿದ್ದೆವು. ನಂಜುಂಡಿ ನನ್ನ ಪಕ್ಕ ಕುಳಿತು ಉಂಡಿದ್ದ. ಆ ಊಟವೇ ಅವನು ಉಂಡ
ಅತ್ಯಂತ ರುಚಿಯಾದ ಊಟ ಎಂದು ಹೇಳಿದ. ಆ ದಿನದ ಊಟ ಸರಳವಾಗಿತ್ತು
ಮತ್ತು ನಮಗೆ ಅಷ್ಟೇನೂ ರುಚಿಯಾದದ್ದು ಎಂದು ಅನ್ನಿಸಿರಲಿಲ್ಲ. "ಅದರಾಗೇನು
ವಿಶೇಷ ಕಂಡ್ಯೋ ನಂಜುಂಡಿ" ಅಂತ ನಾನು ಕೆದಕಿದೆ. "ಅಲ್ಲ ಸಾರ್, ಡ್ರೈವರ್
ಅಂತ ಭೇದ–ಭಾವ ಮಾಡದಂಗೆ ಪಕ್ಕದಾಗೆ ಕೂಡಿಸಿಗೊಂಡು ಊಟ ಮಾಡ್ತೀರಲ್ಲ
ಸಾರ್ ನಿಮ್ಮನಿಯಾಗೆ. ಕೆಳಗಿನ ಜಾತಿಯವ್ರು ಅಂದ್ರೆ ನಮ್ಮನಿಯಾಗೂ ಪಕ್ಕಕ್ಕೆ
ಕೂಡಿಸಿಕೊಳ್ಳೋದಕ್ಕೆ ಬಿಡಲ್ಲ. ಅದನ್ನೆಲ್ಲಾ ನೋಡಿ ನಂಗೆ ಕಣ್ಣಾಗೆ ನೀರು ಬಂದಿತ್ತು
ಸಾರ್" ಅಂತ ಪ್ರಾಮಾಣಿಕವಾಗಿ ಹೇಳಿದ. ನನಗೆ ನಿಜಕ್ಕೂ ಅಚ್ಚರಿಯಾಗಿತ್ತು.

ಬಳ್ಳಾರಿ ಜಿಲ್ಲೆಯಲ್ಲಿ ಬಾಲ್ಯದಿಂದಲೂ ನೋಡಿದಂತೆ ಜಾತಿಯ ಅಥವಾ
ವರ್ಗದ ಭೇದ–ಭಾವ ಹೆಚ್ಚಾಗಿ ಇರಲಿಲ್ಲ. ನಮ್ಮಪ್ಪನ ಗೆಳೆಯ ಕಾಸಿಂಸಾಬರು
ಸಾಕಷ್ಟು ಬಾರಿ ನಮ್ಮ ಮನೆಯಲ್ಲಿ ನಮ್ಮ ಪಕ್ಕವೇ ಕುಳಿತು ಊಟ ಮಾಡಿದ್ದಾರೆ.

ಶಾಲೆಯಲ್ಲಿ ಎಲ್ಲಾ ಜಾತಿಯ ಹುಡುಗರು ಇರುತ್ತಿದ್ದರು. ಅವರ ಮನೆಗೆ ನಾನು ಹಲವಾರು ಬಾರಿ ಹೋಗಿ ಉಂಡಿರುವೆ. ಅವರೂ ನಮ್ಮ ಮನೆಗೆ ಬಂದು ಊಟ ಮಾಡಿದ್ದಾರೆ. ಮನೆಯ ಕೆಲಸ ಮಾಡುವ ಅಂಬಮ್ಮನ ಮಕ್ಕಳ ಮದುವೆಗೆ ನಾವು ಹೋಗಿ, ಉಡುಗೊರೆ ಕೊಟ್ಟು, ಉಂಡು ಬಂದಿದ್ದೇವೆ. ನನಗೆ ತಿಳಿದ ಮಟ್ಟಿಗೆ ನಮ್ಮ ಜಿಲ್ಲೆ ಸಾಕಷ್ಟು ಜಾತ್ಯತೀತ ಮನೋಭಾವವನ್ನು ಹೊಂದಿತ್ತು. ಮೊಹರಂ ಹಬ್ಬ ಬಂದರೆ, ಮಸೀದಿಯ ಪೀರ್ಲು ದೇವರುಗಳಿಗೆ ನೈವೇದ್ಯ ಮಾಡಿಸಿಕೊಂಡು ಬರಲು ನಮ್ಮ ರಾಯರ ಮಠದ ಅರ್ಚಕರ ಹೆಂಡತಿಯೂ ಮಕ್ಕಳ ಕೈಯಲ್ಲಿ ಬೆಲ್ಲವನ್ನು ಕಳುಹಿಸುತ್ತಿದ್ದಳು. ನನಗೆ ಜ್ವರ ಬಂದರೆ ನಮ್ಮಮ್ಮನೂ ಒಮ್ಮೊಮ್ಮೆ ದರ್ಗಾಕ್ಕೆ ಹೋಗಿ ನವಿಲುಗರಿಗಳಿಂದ ಆಶೀರ್ವಾದ ಮಾಡಿಸಿಕೊಂಡು ಬರಲು ಕಳುಹಿಸುತ್ತಿದ್ದಳು. ಬಹುಶಃ ನಂಜುಂಡಿಯ ಈ ಖುಷಿಗೆ ಕಾರಣ ಆ ಜಿಲ್ಲೆಯ ಜನರ ಮನೋಭಾವವೇ ಆಗಿರಬೇಕು ಎಂದು ನನಗನ್ನಿಸುತ್ತದೆ. ನಮಗೆ ತಿಳಿಯದಂತೆಯೇ ನಮ್ಮ ಒಡನಾಟ ಮತ್ತೊಬ್ಬ ವ್ಯಕ್ತಿಗೆ ಖುಷಿ ಕೊಟ್ಟಿದೆ ಎಂಬ ವಿಚಾರ ನನಗೆ ಆಪ್ತವೆನ್ನಿಸಿತು.

ಗಂಡಸರು ಹಂಗೇ ಅಲ್ವಾ ಸಾರ್?

ಒಂದು ಸಲ ಮಾತ್ರ ನನಗೆ ನಂಜುಂಡಿ ತುಂಬಾ ಕ್ರೂರಿ ಅನ್ನಿಸಿದ್ದಾನೆ. ಅದು ಕ್ರೌರ್ಯವೋ, ಮುಗ್ಧತೆಯೋ, ಪ್ರಪಂಚ ಇರುವುದೇ ಹಾಗೋ ಗೊತ್ತಿಲ್ಲ. ಆದರೆ ಅವನು ಸಹಜವಾಗಿ ಹೇಳಿದ ಸಂಗತಿಗಳು ನನ್ನನ್ನು ಅಲ್ಲಾಡಿಸಿದ್ದಂತೂ ಸತ್ಯ.

ಒಮ್ಮೆ ಅವನೂರಿನಲ್ಲಿ ನಡೆದ ಸಂಗತಿಯನ್ನು ನನಗೆ ಹೇಳಿದ. ಇಬ್ಬರು ಗಂಡ–ಹೆಂಡತಿ ಮಿರ್ಚಿ, ಬಜ್ಜಿ, ಬೋಂಡಾ ಮಾಡಿಕೊಂಡು ಜೀವನ ಮಾಡುತ್ತಿದ್ದರಂತೆ. ಅವರಿಗೆ ಮಕ್ಕಳಿಲ್ಲ. ಗಂಡ ಒಳ್ಳೆಯವನು. ಆದರೆ ಹೆಂಡತಿ ಮಹಾ ಗಾಂಚಾಲಿ. ಯಾರನ್ನೂ ಕೇರ್ ಮಾಡದ ಹೆಣ್ಣು ಮಗಳು. ಒಂದು ತುಂಡು ವಡೆ ರುಚಿ ನೋಡೋದಕ್ಕೆ ಕೊಡಮ್ಮ ಅಂದರೂ, "ದುಡ್ಡು ಮೊದಲು ಮಡಗು ಕಣಯ್ಯಾ" ಅನ್ನೋವಾಕೆ. ಆಕೆಯ ಮೇಲೆ ಇಡೀ ಊರಿನ ಗಂಡಸರಿಗೆ ಸಿಟ್ಟು. ಅವಳು ನೋಡಲು ತುಂಬಾ ಸುಂದರಿಯಂತೆ. ಪ್ರತಿದಿನ ಅಲಂಕಾರ ಮಾಡಿಕೊಂಡೇ ಮಿರ್ಚಿ ಮಾಡಲು ಕೂಡುತ್ತಿದ್ದಳಂತೆ. ಅವಳನ್ನು ನೋಡಲೆಂದೇ ಗಂಡಸರು ಆ ಅಂಗಡಿಗೆ ಮುತ್ತಿ, ವ್ಯಾಪಾರ ಭರ್ಜರಿಯಾಗುತ್ತಿತ್ತಂತೆ. ಅವಳ ಗಂಡ ಸೊಣಕಲು ಕಡ್ಡಿ. ಅಂತಹವನಿಗೆ ಎಂತಹ ಹೆಣ್ಣು ಸಿಕ್ಕಳಲ್ಲಾ ಅಂತ ಎಲ್ಲರಿಗೂ ಅಸೂಯೆ. ಒಂದೆರಡು ಬಾರಿ ಊರಿನ 'ಪೋಲಿ' ಗಂಡಸರು ಅವಳನ್ನು ಮುಟ್ಟಲು ಹೋಗಿ, ಕಾದ ಎಣ್ಣೆಯ

ಸೌಟಿನಿಂದಲೇ ಒದೆ ತಿಂದಿದ್ದರಂತೆ. ಒಮ್ಮೆ ನಂಜುಂಡಿ ಒಂದು ಡಜನ್ ಮಿರ್ಚಿ ತರಲು ಹೋದಾಗ ಒಂದು ರೂಪಾಯಿ ಕಡಿಮೆ ಬಂತಂತೆ. ನಾಳೆ ತಂದು ಕೊಡ್ತೀನಿ ಅಂತ ಗೋಗರೆದರೂ ಆಕೆ ಕೇಳಲಿಲ್ಲವಂತೆ. "ದುಡ್ಡು ತಂದು ಮಡಗಿ ಆಮೇಲಕ್ಕೆ ಪದಾರ್ಥ ಒಯ್ಯಿ" ಅಂತ ಆವಾಜ್ ಮಾಡಿದಳಂತೆ. ಒಟ್ಟಾರೆ ಊರಿನ ಎಲ್ಲಾ ಗಂಡಸರು ಆಕೆಗೆ ತಕ್ಕ ಬುದ್ಧಿ ಕಲಿಸಬೇಕೆಂದು ಯೋಜನೆ ಹಾಕಿಕೊಂಡಿದ್ದರಂತೆ.

ಒಂದು ಸಲ ಯಾವುದೋ ಸಾಲದ ವ್ಯವಹಾರದಲ್ಲಿ ಗಂಡ ಸಿಕ್ಕಿಬಿದ್ದ. ಅವನನ್ನು ಕೋಳ ಹಾಕಿ ಜೈಲಿನೊಳಗೆ ಹಾಕಿದರು. ಈಕೆ ಸ್ಟೇಷನ್ನಿಗೆ ಹೋಗಿ ಗಲಾಟೆ ಮಾಡಿ ಬಂದಳಂತೆ. ಅದಕ್ಕೆ ಸಿಟ್ಟಿಗೆದ್ದ ಇನ್ಸ್‌ಪೆಕ್ಟರ್ ಆ ಸಂಜೆಯೇ ಈಕೆಯನ್ನೂ ಒಯ್ದು ಜೈಲಿಗೆ ಹಾಕಿಸಿದನಂತೆ. ಆ ರಾತ್ರಿ ನಾಲ್ಕು ಜನ ಪೊಲೀಸರು ಅವಳನ್ನು ರೇಪ್ ಮಾಡಿದರಂತೆ. ಮರುದಿನ ಬೆಳಿಗ್ಗೆ ಅವಳನ್ನು ವಾಪಾಸು ಕರೆದುಕೊಂಡು ಬಂದು ಮನೆಯಲ್ಲಿ ಒಗೆದು ಹೋದರಂತೆ. ನನಗೆ ಜೀವವೇ ಹೋದಷ್ಟು ಸಂಕಟವಾದ ವಿಷಯವನ್ನು ಹೇಳುವಾಗ ನಂಜುಂಡಿ ಅತ್ಯಂತ ಸಂಭ್ರಮ, ಸಂತೋಷ ಪಡುತ್ತಿದ್ದ. "ಆ ಗಾಂಚಾಲಿ ಮುಂಡೆಗೆ ಸರಿಯಾಗಿ ಮಾಡ್ಯಾರೆ ಸಾರ್. ಏನು ನಖರಾ ಮಾಡೋಳು ಆ ಯಮ್ಮ. ಒಂದು ರೂಪಾಯಿ ನಾಳೆ ಕೊಡ್ತೀನಿ ಅಂದ್ರೆ ಆಗಲ್ಲ ಅನ್ನೋಳು ಲೌಡಿ. ಈಗ ನೋಡ್ರಿ, ತೆಪ್ಪಗೆ ಮನೆಯಾಗೆ ಅತ್ತುಗೊಂತಾ ಕುಂತಾಳೆ. ಈಗೇನಾದ್ರೂ ಆಕಿ ಬಸಿರಿ ಆಗ್ಬಿಡ್ಬೇಕು ಸಾರ್, ಹೆಂಗೂ ನಾಲ್ಕು ಜನ ಮಾಡ್ಯಾರೆ. ಆಕಿ ಗಂಡನ್ನ ಮರ್ಯಾದಿ ಮೂರು ಕಾಸಿಗೆ ಬಿಕರಿ ಆಗ್ತದೆ ನೋಡ್ರಿ" ಅಂತ ಕೇಕೆ ಹಾಕಿ ನಗುತ್ತಾ ಹೇಳಿದ್ದ. ನನಗೆ ಸಂಕಟ ತಾಳಲಾರದೆ "ನಂಜುಂಡಿ, ಇದು ನಗ್ತಾ ಹೇಳೋ ವಿಷಯ ಏನೋ? ಒಬ್ಬ ಹೆಂಗಸಿಗೆ ಪೊಲೀಸ್ ಸ್ಟೇಷನ್ನಾಗೆ ನಾಲ್ಕು ಜನ ಸೇರಿ ಗ್ಯಾಂಗ್ ರೇಪ್ ಮಾಡಿರೋ ಸಂಗತಿ ನಿಂಗೆ ನಗು ತರ್ತದಾ?" ಅಂತ ಬೇಸರದಲ್ಲಿ ಕೇಳಿದೆ. "ನೀವು ಎಲ್ಲಾದಕ್ಕೂ ಸೀರಿಯಸ್ ಆಗಿ ಯೋಚನೆ ಮಾಡ್ತೀರಾ ಸಾರ್. ಗಂಡಸರು ಇಂಥಾ ವಿಷಯ ನಕ್ಕೊಂಡೇ ಮಾತಾಡೋದಲ್ಲೇನು ಸಾರ್? ಅಷ್ಟಕ್ಕೂ ಆ ಮುಂಡೆ ಭಾಳ ಗಾಂಚಾಲಿ ಮಾಡ್ತಿದ್ಲು ಸಾರ್. ಒಳ್ಳೆ ಹೆಣ್ಣು ಮಗಳು ಆಗಿದ್ರೆ ನಮಗೂ ದುಃಖ ಆಗ್ತಿತ್ತು" ಅಂತ ತನ್ನನ್ನು ತಾನು ಸಮಜಾಯಿಷಿಕೊಂಡ. ಒಳ್ಳೆತನದ ವ್ಯಾಖ್ಯಾನವೆ ನಮ್ಮಿಬ್ಬರಲ್ಲಿ ಬೇರೆಯಾಗಿರುವಾಗ ಅವನಿಗೆ ಅರ್ಥವಾಗುವಂತೆ ಮಾತನಾಡುವದಾದರೂ ಹೇಗೆ?

ಹೊಲ ಮಾರಿದ್ದು

ಪೂರ್ವಾರ್ಜಿತವಾಗಿ ಬಂದ ಹೊಲವನ್ನು ಮಾರಾಟ ಮಾಡಲು ನಂಜುಂಡಿಯ ಮನೆಯವರು ನಿರ್ಧರಿಸಿಬಿಟ್ಟರು. ಸುಮಾರು ಹತ್ತು ಎಕರೆ

ಹೊಲ. ಚೆನ್ನಾಗಿ ಬೆಳೆ ಬೆಳೆಯುವಂತಹ ಫಲವತ್ತಾದ ಮಣ್ಣು. ಸೊಗಸಾಗಿ ಹೈವೇ ಪಕ್ಕದಲ್ಲಿ ಹರಡಿಕೊಂಡಿರುವಂತಹದ್ದು. ಅಂದ ಮೇಲೆ ರಿಯಲ್ ಎಸ್ಟೇಟ್‌ನವರು ಸುಮ್ಮನಿರುತ್ತಾರೆಯೆ? ಲಕ್ಷಗಟ್ಟಲೆ ಹಣವನ್ನು ಚೆಲ್ಲಲು ಸಿದ್ಧವಾಗಿ ಬಂದರು. ಮನೆಯವರೆಲ್ಲರಿಗೂ ಬಾಯಿಯಲ್ಲಿ ನೀರು ಸುರಿಯಲಾರಂಭಿಸಿತು. ಬೇಸಾಯ ಮಾಡುವ ಅಣ್ಣ ಮಾತ್ರ ವಿರೋಧಿಸಿದ. ಆದರೆ ಅವನ ಮಾತನ್ನು ಕೇಳುವವರು ಯಾರು? "ಬಂದ ಹಣದಲ್ಲಿ ಊರಿಂದ ಸ್ವಲ್ಪ ದೂರ ಹೊಲ ತೆಗೆದುಕೊ, ಅಲ್ಲಿಯೇ ಬೇಸಾಯ ಮಾಡುವಿಯಂತೆ" ಎಂದು ಊರವರು, ಮನೆಯವರು ಸೇರಿ ಅವನನ್ನು ಒಪ್ಪಿಸಿದರು. ಕುಡುಕ ಅಣ್ಣನಂತೂ ಹೊಲವನ್ನು ಮಾರಲು ತುದಿಗಾಲಿನಲ್ಲಿ ನಿಂತಿದ್ದ. ನಾನು ನಂಜುಂಡಿಯ ಜೊತೆ ತಗಾದೆ ತೆಗೆದೆ. "ಹಿಂದಿನಿಂದ ಬಂದ ಆಸ್ತಿ ಅದು. ನಿಮ್ಮ ಮೇಲೆ ಹಿರಿಯರ ಆಶೀರ್ವಾದ ಇದ್ದ ಹಂಗೆ ಇರ್ತದೆ. ಅದನ್ನ ಯಾಕೆ ಮಾರ್ತೀರೋ?" ಅಂತ ಗೊಣಗಿದೆ. "ಅಷ್ಟೊಂದು ದುಡ್ಡು ನಮ್ಮಂಥವರಿಗೆ ಬೇರೆ ಇನ್ನ ಹೆಂಗೆ ಬರಲಿಕ್ಕೆ ಸಾಧ್ಯ ಸಾರ್? ಈ ಛಾನ್ಸ್ ಬಿಟ್ರೆ ಮತ್ತೆ ಸಿಗಲ್ಲ ಅಂತ ಊರಿನ ಜನ ಮಾತಾಡ್ಲಿಕ್ಕೆ ಹತ್ತಿದಾರೆ" ಎಂದು ಹೇಳಿದ. "ನಿಮ್ಮಿಷ್ಟ ಮಾರಾಯ. ಮನಸ್ಸಿಗೆ ಬಂದಂತೆ ಮಾಡಿ" ಎಂದು ಹೇಳಿ ನಾನೂ ಕೈ ತೊಳೆದುಕೊಂಡೆ.

ಹೊಲಕ್ಕೆ ಎಷ್ಟು ಹಣದ ಬೇಡಿಕೆ ಇಡಬೇಕೆಂಬುದೇ ಇವರಿಗೆ ತಿಳಿಯದು. ಹತ್ತಿರದ ಹಿತೈಷಿಗಳ ಜೊತೆ ಮಾತನಾಡಿ, ಒಂದು ಬೆಲೆಯನ್ನು ಅಳುಕುತ್ತಲೇ ರಿಯಲ್ ಎಸ್ಟೇಟ್ ದಲ್ಲಾಳಿಗೆ ಹೇಳಿದರು. ಅವನು ಒಂದೇ ಮಾತಿಗೆ ಅದಕ್ಕೆ ಒಪ್ಪಿಕೊಂಡುಬಿಟ್ಟ. ಇವರಿಗೆ ಏನೋ ಮೋಸ ಅನ್ನಿಸಿಬಿಟ್ಟು ಕೊಡುವುದಿಲ್ಲ ಎಂದು ಪಟ್ಟು ಹಿಡಿದರು. ನಂತರ ಅವನು ಇನ್ನೊಂದಿಷ್ಟು ಕೊಸರನ್ನು ಸೇರಿಸಿ, ಇವರೂ ಮತ್ತೊಂದಿಷ್ಟು ಹಿಂಜಿ ವ್ಯಾಪಾರ ಕುದುರಿಸಿದರು. ಕೊನೆಗೂ ಹೊಲ ಮಾರಾಟವಾಯ್ತು. ನಂಜುಂಡಿಯ ಪಾಲಿಗೆ ಒಂಬತ್ತೂವರೆ ಲಕ್ಷ ಬಂತು. "ಇನ್ನ ಮುಂದೆ ಕೆಲಸ ಬಿಟ್ಟು ಬಿಡ್ತೀಯೇನೋ ನಂಜುಂಡಿ? ಇಷ್ಟೊಂದು ದುಡ್ಡು ಬಂತಲ್ಲಾ?" ಎಂದು ಕೇಳಿದ್ದಕ್ಕೆ "ಬೇರೆ ಕೆಲಸ ಏನು ಮಾಡ್ಲಿ ಸಾರ್?" ಎಂದು ಮರು ಪ್ರಶ್ನೆ ಹಾಕಿದ್ದ.

ಒಂದು ದಿನ ನಂಜುಂಡಿ ರಾತ್ರಿಯ ಹೊತ್ತು ಮನೆಗೆ ಬಂದ. ಅವನ ಪಾಲಿನ ಹಣ ಅವನಿಗೆ ಬಂದಿದೆಯಂತೆ. ಅಷ್ಟೊಂದು ಹಣವನ್ನು ಬದುಕಿನಲ್ಲಿ ಕಂಡಿರದ ನಂಜುಂಡಿ ಕಂಗಾಲಾಗಿದ್ದ. ಆ ಹಣವನ್ನು ಎಲ್ಲಿ ಇಡುವುದೆಂದು ಅವನಿಗೆ ತೋಚದಾಗಿದೆ. ಆದ್ದರಿಂದ ನನ್ನ ಮನೆಯಲ್ಲಿ ಅದನ್ನು ಸ್ವಲ್ಪ ಕಾಲ ಇಟ್ಟುಕೊಳ್ಳಬೇಕೆಂದು ಕೇಳಿಕೊಂಡು ಬಂದಿದ್ದ. ಮನೆಯಲ್ಲಿದ್ದರೆ, ಕುಡುಕ ಅಣ್ಣನೋ ಅಥವಾ ಊರಿನ ಮತ್ತೆ ಯಾರೋ ಅದನ್ನು ಕದ್ದು ಬಿಡುತ್ತಾರೆಂದು ಅವನಿಗೆ ಭಯ. ಆದರೆ ಅಷ್ಟೊಂದು ಹಣವನ್ನು ನಾನು ಮನೆಯಲ್ಲಿ ಹೇಗೆ ಇಟ್ಟುಕೊಳ್ಳಲಿ? ಸಾಧ್ಯವೇ ಇಲ್ಲವೆಂದು ನಿರಾಕರಿಸಿದೆ.

"ನಿಮ್ಮ ಬ್ಯಾಂಕಿನಲ್ಲಿ ಇಟ್ಟುಕೊಳ್ಳಿರಿ ಸಾರ್" ಎಂದು ಗೋಗರೆದ. ನಾಳೆ ಬೆಳಿಗ್ಗೆ ಅದಕ್ಕೆ ತೆರಿಗೆ ಸಮಸ್ಯೆ ಬರುತ್ತೆ ಎಂದು ಅವನಿಗೆ ವಿವರಿಸಿದರೆ ಅರ್ಥವಾಗಲಿಲ್ಲ. ಕೊನೆಗೂ ನಾನು ಹಣವನ್ನು ಇಟ್ಟುಕೊಳ್ಳಲಿಲ್ಲ. ಊರಿನಲ್ಲಿ ಏನೆಲ್ಲಾ ಗಲಾಟೆಯಾಗಿ ಅವನಿಗೆ ಹಣ ಸಿಕ್ಕಿದೆಯೋ ಬಲ್ಲವರು ಯಾರು? ನಾಳೆ ಬೆಳಿಗ್ಗೆ ಯಾರಾದರೂ ವಿಷಯ ಗೊತ್ತಾಗಿ, ಸೀದಾ ನನ್ನ ಮನೆಗೆ ಬಂದು ಗಲಾಟೆ ಮಾಡಲು ಶುರುವಿಟ್ಟರೆ ನಾನು ಏನು ಮಾಡಬಹುದು? ಅದೂ ಹೋಗಲಿ, ಯಾರಾದರೂ ಅದನ್ನು ಕದ್ದರೆ ಮತ್ತೆ ಅಷ್ಟೊಂದು ಹಣವನ್ನು ಹಿಂತಿರುಗಿ ಕೊಡಬೇಕಲ್ಲವೆ? ಅವನದೇ ಬ್ಯಾಂಕಿನ ಖಾತೆಯಲ್ಲಿ ಜಮಾಯಿಸಲು ಹೇಳಿದ್ದು ಅವನಿಗೆ ಇಷ್ಟವಾಗಲಿಲ್ಲ. ನಾನು ಬೇರೆ ದಾರಿ ಕಾಣದೆ ಕೈ ಚೆಲ್ಲಿದೆ. ನಂಜುಂಡಿ ಹಿಂತಿರುಗಿದ.

ಸುಮಾರು ಒಂದು ವಾರದ ನಂತರ ನಂಜುಂಡಿ ಹಣದ ವಿಷಯವನ್ನು ಬಾಯಿ ಬಿಟ್ಟ. ಬೆಂಗಳೂರಿನಲ್ಲಿ ಒಂದು ಮೂವತ್ತು ನಲವತ್ತರ ಸೈಟನ್ನು ಆ ಹಣಕ್ಕೆ ಕೊಂಡದ್ದಾಗಿ ಹೇಳಿದ. ಊರಿನಲ್ಲಿ ಅವನಿಗೆ ಬೇಕಾದವರೊಬ್ಬರು ಆ ಸೈಟನ್ನು ಅವನಿಗೆ ಕೊಡಿಸಿದರೆಂದು ಹೇಳಿದ. "ಯಾವ ಏರಿಯಾ?" ಎಂದು ಕೇಳಿದೆ. ಅವನಿಗೆ ಗೊತ್ತಿರಲಿಲ್ಲ. "ನೀನು ಸೈಟ್ ನೋಡಿದ್ದೀಯಾ?" ಎಂದರೆ ಅದೂ ಇಲ್ಲ. ಅವನಿಗೆ ಆ ಸೈಟ್ ಯಾವ ದಿಕ್ಕಿಗಿದೆ ಎಂಬುದೂ ಗೊತ್ತಿಲ್ಲದೆ ಮೂವತ್ತು, ನಲವತ್ತು ಸೈಟಿಗೆ ತನ್ನ ಸಂಪೂರ್ಣ ಹಣವನ್ನು ಕೊಟ್ಟು ಬರಿಗೈಯಾಗಿದ್ದ. ನನಗೆ ಸಿಟ್ಟು ನೆತ್ತಿಗೇರಿತು. "ದುಡ್ಡು ಅಂದ್ರೆ ಆಟ ಅಂತ ಮಾಡಿಯೇನು ನಂಜುಂಡಿ? ಲಕ್ಷಾಂತರ ರೂಪಾಯಿ ಹಣ ಅಂದ್ರೆ ಸುಮ್ಮನೆ ಆಯ್ತೇನು? ಹಿರಿಯರು ಬಿಟ್ಟ ಆಸ್ತಿ ಅದು. ಯಾವುದೋ ಗೊತ್ತಿಲ್ಲದ ಸೈಟಿಗೆ ಹೋಗಿ ದುಡ್ಡು ಚೆಲ್ಲಿ ಬಿಟ್ಟಿಯಲ್ಲಾ? ಬೆಂಗಳೂರಿನ ರಿಯಲ್ ಎಸ್ಟೇಟ್ ಎಷ್ಟು ಹದಗೆಟ್ಟಿದೆ ಅಂತ ನಿನಗೆ ಗೊತ್ತಿಲ್ಲ. ಎಲ್ಲಾ ಡಾಕ್ಯುಮೆಂಟ್ಸ್ ಇದ್ದು, ನೂರಾರು ಬಾರಿ ವಿಚಾರಿಸಿದರೂ ಮೋಸ ಹೋಗ್ತೀವಿ. ಅಂತಹದರಲ್ಲಿ ನೀನು ಏನೂ ನೋಡದೆ ಹೆಂಗೆ ಮುಂದುವರೆದೆ? ನನ್ನನ್ನಾದರೂ ಒಮ್ಮೆ ಕೇಳಬಾರದ? ಯಾರಾದರೂ ವಕೀಲರ ಬಳಿ ಕರೆದುಕೊಂಡು ಹೋಗುತ್ತಿದ್ದೆ" ಅಂತ ಬೈದೆ. "ಗೊತ್ತಿರೋರು ಸಾರ್ ಕೊಡಿಸಿರೋದು, ನಂಬಿಕಸ್ಥರು. ಊರಿಗೆ ಬಂದು ಹೋಗಿ ಮಾಡ್ತಾರೆ. ಅಂಥವ್ರು ಮೋಸ ಹೆಂಗೆ ಮಾಡ್ತಾರೆ ಸಾರ್?" ಅಂತ ತನ್ನದೇ ಸರಿಯೆನ್ನುವಂತೆ ಸಾಧಿಸಿದ. "ಇನ್ನ ಒಂದು ವರ್ಷಕ್ಕೆ ಮೂರು ಪಟ್ಟು ಹಣ ಬರ್ತದೆ ಅಂತ ಹೇಳ್ಯಾರೆ ಸಾರ್" ಎಂದು ಅಮಾಯಕ ಧ್ವನಿಯಲ್ಲಿ ಹೇಳಿದ. ನಾನು ಕೊಂಡ ಒಂದು ಸೈಟಿನ ಡಾಕ್ಯುಮೆಂಟುಗಳನ್ನೆಲ್ಲಾ ತೋರಿಸಿ, "ಇಂತಹದೇ ಪತ್ರಗಳು ನಿನ್ನ ಸೈಟಿಗೂ ಇರಬೇಕು. ಅವರನ್ನು ಕೇಳಿ ತೆಗೆದುಕೊಂಡು ಬಾ" ಎಂದು ಒಂದು ಕಾಗದದಲ್ಲಿ ಬರೆದು ಕಳುಹಿಸಿದೆ. ಮತ್ತೆ ಬರಿಗೈಯಲ್ಲಿ ವಾಪಾಸು ಬಂದ.

"ಅಂಥಾವೆಲ್ಲಾ ಕೇಳಬಾರದು" ಅಂತ ಅವರು ಹೇಳಿ ಕಳಿಸಿದರು ಎಂದು ಹೇಳಿದ. ಇನ್ನಷ್ಟು ಕೆದಕಿ ನಂಜುಂಡಿಗೆ ನ್ಯಾಯ ಕೊಡಿಸುವ ಆಸೆ ನನಗಿತ್ತು. ಆದರೆ ಸುಮ್ಮನೆ ಯಾವುದೋ ನನಗೆ ಸಂಬಂಧಿಸದ ಸಂಗತಿಯಲ್ಲಿ ಸಿಕ್ಕಿ ಹಾಕಿಕೊಳ್ಳುವುದೂ ನನಗೆ ಬೇಡವಾಗಿತ್ತು. ಜೊತೆಗೆ ಕಿತ್ತು ತಿನ್ನುವ ನನ್ನ ಸಾಫ್ಟ್‌ವೇರ್ ಉದ್ಯೋಗ ಯಾವುದಕ್ಕೂ ನನಗೆ ಸಮಯಾವಕಾಶವನ್ನು ಕೊಡುತ್ತಿರಲಿಲ್ಲ. "ನಂಜುಂಡಿ ಮೋಸ ಹೋದ" ಅಂತ ಅಂದುಕೊಂಡು ಸುಮ್ಮನಾದೆ.

ಸುಮಾರು ನಾಲ್ಕು ತಿಂಗಳ ನಂತರ ನಾನು ನಿರೀಕ್ಷೆ ಮಾಡಿದ ಸನ್ನಿವೇಶ ಬಂತು. ಅವನಿಗೆ ಮಾರಿದ ಸೈಟಿನ ನಂಬರಿನ ಜಾಗವೇ ಇಲ್ಲವೆಂಬುದು ನಂಜುಂಡಿಗೆ ಅರ್ಥವಾಯ್ತು. ಸುಮ್ಮನೆ 40ನೇ ಸೈಟ್ ನಂಬರಿಗೆ 'ಎ' ಎಂಬ ಅಕ್ಷರವನ್ನು ಸೇರಿಸಿ ಅವನಿಗೆ ಮೋಸ ಮಾಡಿದ್ದರು. ನಿಜಸಂಗತಿ ತಿಳಿದ ತಕ್ಷಣ ನಂಜುಂಡಿಗೆ ದುಃಖವಾಯ್ತು. ನನ್ನ ಹತ್ತಿರ ಕಣ್ಣೀರು ಹಾಕಿದ. ಆದರೆ ತಕ್ಷಣ ಚೇತರಿಸಿಕೊಂಡ. "ಅವನನ್ನ ಸುಮ್ಮನೆ ಬಿಡಲ್ಲ ಸಾರ್" ಎಂದು ಶಪಥ ಮಾಡಿದ. "ಗೊತ್ತಿರೋರು ಮೋಸ ಮಾಡಬಾರದು ಸಾರ್" ಅಂತ ಹೇಳಿದ. "ಪೊಲೀಸರ ಹತ್ತಿರ ಹೋಗಿ ಕಂಪ್ಲೇಂಟ್ ಮಾಡೋಣ" ಅಂದೆ. "ಪೋಲೀಸರ ಕೈಯಲ್ಲಿ ಆಗೋ ಕೆಲಸ ಅಲ್ಲ ಸಾರ್ ಇದು" ಅಂತ ನಿರಾಕರಿಸಿದ. "ಹೋಗಲಿ ಕೋರ್ಟ್‌ಗೆ ಹೋಗೋಣ ಬಾ" ಅಂತ ಪುಸಲಾಯಿಸಿದೆ. "ಲಾಯರ್ ದುಡ್ಡು ಕೇಳ್ತಾರಲ್ಲಾ ಸಾರ್? ಅಷ್ಟೊಂದು ದುಡ್ಡು ನನ್ನ ಹತ್ತಿರ ಇಲ್ಲ" ಎಂದು ಅದನ್ನೂ ಬೇಡವೆಂದ. ನಾನು ಬೇರೇನು ಮಾಡಲು ಸಾಧ್ಯ? ಮನಸ್ಸಿಗೆ ಬೇಸರವಾಗಿತ್ತು.

ಸರಿಯಾಗಿ ಒಂದು ತಿಂಗಳಿನ ನಂತರ ಮನೆಗೆ ಬಂದ ನಂಜುಂಡಿ "ಎಲ್ಲಾ ದುಡ್ಡು ವಾಪಾಸ್ ಬಂತು ಸಾರ್" ಎಂದು ನಗುತ್ತಾ ಸಂಭ್ರಮದಿಂದ ತಿಳಿಸಿದ. ನನಗೆ ಆಶ್ಚರ್ಯವಾಯ್ತು. "ಕೊಟ್ಟು ಬಿಟ್ಟನೇನೋ?" ಎಂದು ಅಚ್ಚರಿಯಿಂದ ಕೇಳಿದೆ. "ಬಿಡ್ತೀನಾ ಸಾರ್? ಎರಡು ಬಾಟಲಿ ಹಾಕಿ, ಊರಿನ ಜನನ್ನ ಕರಕೊಂಡು ಹೋಗಿ, ಅವನ ಮನೆ ಮುಂದೆ ಮಚ್ಚು ಲಾಂಗು ಹಿಡಿದು ಗಲಾಟೆ ಮಾಡಿದೆ. ಹೆದರಿಕೊಂಡು ಬಿಟ್ಟ. ಬಡ್ಡೀ ಸಮೇತ ದುಡ್ಡು ಕೊಟ್ಟ" ಎಂದು ಹೇಳಿದ. ಇವನು ನ್ಯಾಯವನ್ನು ಪಡೆದುಕೊಂಡ ರೀತಿ ನನಗೆ ಅಚ್ಚರಿಯನ್ನು ತಂದಿತ್ತು.

ತಮಾಷೆಯ ಸಂಗತಿಯೊಂದು ಈವಾಗ ನನ್ನ ಕಣ್ಣೆದುರೇ ನಡೆದಿದೆ. ನಾನು ಅಷ್ಟೆಲ್ಲಾ ಡಾಕ್ಯುಮೆಂಟ್‌ಗಳನ್ನು ಪರಿಶೀಲಿಸಿ ಕೊಂಡ ನನ್ನ ಸೈಟನ್ನು ಯಾರೋ ಒಬ್ಬ ರೌಡಿ ತನ್ನದಾಗಿಸಿಕೊಂಡಿದ್ದಾನೆ. ಆ ವಿಷಯ ನನಗೆ ತಿಳಿದಿದ್ದೇ ತುಂಬಾ ತಡವಾಗಿ. ಯಾವತ್ತೋ ಒಂದು ದಿನ ಮನೆಗೆ ಬಂದ ಅತಿಥಿಗಳಿಗೆ ನನ್ನ ಸೈಟ್ ತೋರಿಸಲು ಕರೆದುಕೊಂಡು ಹೋದಾಗ, ನಾನು ಸಾವಿರಾರು ರೂಪಾಯಿ ಹಣ ವೆಚ್ಚ ಮಾಡಿ

ಮಜಬೂತಾಗಿ ಕಟ್ಟಿಸಿದ್ದ ಕಂಪೌಂಡ್‌ನ ಗೋಡೆಗೆ ಲಕ್ಷಣವಾಗಿ ಬೇರೆ ಒಬ್ಬರಿಗೆ ಆ ಆಸ್ತಿ ಸೇರಿದ್ದೆಂದು ಬರೆಯಲಾಗಿತ್ತು. ವಿಚಾರಿಸಲಾಗಿ ಹಳ್ಳಿಯ ರೌಡಿಯೊಬ್ಬ ಅದನ್ನು ಬರೆಸಿರುವುದಾಗಿ ತಿಳಿಯಿತು. ನಾನು ಅವನ ಬಳಿ ಹೋದರೆ, ನನ್ನ ಜೀವಕ್ಕೇ ಅಪಾಯ ಮಾಡುವಂತೆ ನನ್ನನ್ನು ಹೆದರಿಸಿ ಬಿಟ್ಟ. ಈಗ ಕೋರ್ಟ್‌ಗೆ ಕೇಸ್ ಹಾಕಿದ್ದೇನೆ. ವಕೀಲರು "ಏನಿಲ್ಲಾ ಅಂದ್ರೂ ಒಂದೈದು ವರ್ಷ ಬೇಕಾಗ್ತದೆ ಸಾರ್" ಎಂದು ಯಾವುದೇ ಉದ್ವೇಗವಿಲ್ಲದೆ ಹೇಳುತ್ತಿದ್ದಾರೆ. "ನ್ಯಾಯವಾಗಿ ಆ ಆಸ್ತಿ ನಿಮಗೇ ಸೇರ್ತದೆ. ಕೋರ್ಟಿನ ತೀರ್ಪು ಹಂಗೇ ಆಗೋದು. ಆದರೆ ಆ ರೌಡಿಯಿಂದ ಅದನ್ನು ಬಿಡಿಸಿಕೊಳ್ಳೋದು ಮಾತ್ರ ನಿಮಗೆ ಬಿಟ್ಟಿದ್ದು" ಎಂದು ಅಡ್ಡ ಗೋಡೆ ಮೇಲೆ ದೀಪವಿಡುತ್ತಿದ್ದಾರೆ. ದೊಡ್ಡ ಮೊತ್ತದ ಫೀಯನ್ನು ಅವರು ನನ್ನಿಂದ ಪಡೆದಿದ್ದಾರೆ. ಮನೆಯಲ್ಲಿ ಆ ಆಸ್ತಿಗೆ ಸೇರಿದ ಎಲ್ಲಾ ಡಾಕ್ಯುಮೆಂಟುಗಳು, ಪ್ರತಿ ವರ್ಷ 'ಡಿಸ್ಕೌಂಟ್' ಲಾಭವನ್ನು ಪಡೆದುಕೊಂಡು ಬೇಗನೆ ಕಟ್ಟಿದ ತೆರಿಗೆಯ ರಸೀತಿಗಳು ನನ್ನ ಡಬಲ್ ಲಾಕರ್ ಬೀರುವಿನಲ್ಲಿ ಸುರಕ್ಷಿತವಾಗಿವೆ!

ದೈಹಿಕ ಬಲ

ನಂಜುಂಡಿಗೆ ತನ್ನ ದೈಹಿಕ ಶಕ್ತಿಯ ಬಗ್ಗೆ, ಒರಟುತನದ ಬಗ್ಗೆ ವಿಪರೀತ ವ್ಯಾಮೋಹವಿತ್ತು, ಹೆಮ್ಮೆಯಿತ್ತು. ಅವರ ಊರಿನ ಜಾತ್ರೆಯಲ್ಲಿ ಗೆಳೆಯರೊಂದಿಗೆ ಸೇರಿ, ಬೆನ್ನಿಗೆ ಸಿಡಿ ಸಿಕ್ಕಿಸಿಕೊಂಡು ದೊಡ್ಡ ಟ್ರಾಕ್ಟರನ್ನು ದೇವಿಯ ಗುಡಿಯ ತನಕ ಎಳೆಯುತ್ತಿದ್ದ. ಆ ಫೋಟೋಗಳನ್ನು ತೆಗೆಸಿಕೊಂಡು ಬಂದು ನನಗೆ ತೋರಿಸಿ, ಯಾವುದಾದರೂ ಕನ್ನಡ ದಿನಪತ್ರಿಕೆಯಲ್ಲಿ ಪ್ರಕಟಿಸೆಂದು ಕೇಳಿಕೊಂಡಿದ್ದ.

ಬಹುಶಃ ತನಗೆ ವಿದ್ಯೆಯಿಲ್ಲವೆಂಬುದರ ಅರಿವು ಈ ತರಹದ ಒರಟುತನದ ಮನೋಭಾವವನ್ನು ಅವನಲ್ಲಿ ಮೂಡಿಸಿರಬಹುದು. ಯಾವುದೇ ಸಂದರ್ಭದಲ್ಲಿಯೂ ಜಗಳಕ್ಕೆ ಹೋಗುವದಕ್ಕೆ ಸಿದ್ಧನಾಗಿ ಬಿಡುತ್ತಿದ್ದ. ಜಗತ್ತಿನ ಜನರೆಲ್ಲಾ ತನ್ನಂತಹ ಅವಿದ್ಯಾವಂತರಿಗೆ ಮೋಸ ಮಾಡುತ್ತಾರೆಂಬ ಭಾವನೆ ಸದ್ದಿಲ್ಲದಂತೆ ಅವನಲ್ಲಿ ಮೂಡಿತ್ತು. ಅವನಿಗೆ ಭೂಗತ ಜಗತ್ತಿನ ಚಟುವಟಿಕೆಗಳ ಬಗ್ಗೆ ವಿಶೇಷ ಕುತೂಹಲವಿತ್ತು. ನಮ್ಮ ಏರಿಯಾದಲ್ಲಿ ಆದ ಕೊಲೆಗಳನ್ನು ವಿವರ ವಿವರವಾಗಿ ಅದರ ಹಿನ್ನೆಲೆ ಮುನ್ನೆಲೆ ಸಮೇತವಾಗಿ ವರ್ಣಿಸುತ್ತಿದ್ದ. ಒಮ್ಮೆಯಂತೂ ನಮ್ಮ ಅಪಾರ್ಟ್‌ಮೆಂಟಿನ ಎದುರು, ಹಾಡಹಗಲಿನಲ್ಲಿಯೇ ಒಬ್ಬ ವ್ಯಕ್ತಿಯನ್ನು ತುಂಡು ತುಂಡು ಮಾಡಿದ್ದನ್ನು ನೋಡಿ ದಂಗಾಗಿ ಹೋಗಿದ್ದ. "ಈ ಊರು ಸರಿ ಇಲ್ಲ ಸಾರ್" ಅಂತ ಬೇಸರದ ಧ್ವನಿಯಲ್ಲಿ ಹೇಳಿದ್ದ.

ಕಾರಿನಲ್ಲಿ ಹೋಗುವಾಗ ಬೈಕಿನಲ್ಲಿ ಹೋಗುವ ಯಾರನ್ನೋ ತೋರಿಸಿ "ಸಾರ್, ಅವನು ಈ ಏರಿಯಾದ ರೌಡಿ" ಅಂತ ಅವನ ಸಾಹಸವನ್ನೆಲ್ಲಾ ವರ್ಣಿಸುತ್ತಿದ್ದ. "ತೆಳ್ಳಗೆ ಹಂಚಿಕಡ್ಡಿ ಇದ್ದ ಹಂಗೆ ಇದಾನೆ, ಅವನು ಹೆಂಗೆ ರೌಡಿ ಆಗ್ತಾನೋ ನಂಜುಂಡಿ? ಸುಮ್ಮನೆ ನಂಗೆ ಗೊತ್ತಿಲ್ಲ ಅಂತ ಗ್ಯಾಸ್ ಬಿಡ್ತಿ" ಅಂತ ನಾನು ನಿರಾಕರಿಸಿದರೆ, "ರೌಡಿ ಅಂದ್ರೆ ಸಿನಿಮಾದಾಗೆ ತೋರಿಸೋ ಹಂಗೆ ದಪ್ಪಗೆ, ಎತ್ತರಕ್ಕೆ, ಮೈಕಟ್ಟು ಬೆಳಸಿಕೊಂಡು ಇರ್ತಾರೆ ಅಂದ್ಕೋಬ್ಯಾಡ್ರಿ ಸಾರ್. ನಮ್ಮ ಡ್ರೈವರ್ ಕೆಲಸ ಇದ್ದ ಹಂಗೆ, ರೌಡಿ ಕೆಲಸನೂ ಇರ್ತದೆ. ಬೇಕು ಅಂದೋರು ಅದನ್ನು ಮಾಡ್ತಾರೆ. ಬೇಕಾದಷ್ಟು ಹಣ ಬರ್ತದೆ, ಏರಿಯಾದ ಜನ ಹೆದರಿಕೊಂಡು ಮರ್ಯಾದೆ ಕೊಡ್ತಾರೆ. ಆದ್ರೆ ಜಾಸ್ತಿ ದಿನ ಅವೆಲ್ಲಾ ಇರಂಗಿಲ್ಲ. ಇನ್ನೊಬ್ಬ ರೌಡಿ ಬಂದು ಕೊಚ್ಚಿ ಹಾಕಿ ಬಿಡ್ತಾನೆ" ಅಂತ ವಿವರಣೆ ಕೊಡುತ್ತಿದ್ದ. "ಹೋಗೋ ನಂಜುಂಡಿ, ರೌಡಿ ಆಗೋದು ಭಾಳ ಸುಲಭ ಅನ್ನೋ ಹಂಗೆ ಹೇಳ್ತಿ. ನಿಂಗೆ ಸರಿಯಾಗಿ ಗೊತ್ತಿಲ್ಲ ಅಷ್ಟೇ" ಅಂತ ನಾನೆಂದರೆ, "ಭಾಳ ಸುಲಭ ಸಾರ್. ನೀವು ಈ ಏರಿಯಾಕ್ಕೆ ರೌಡಿ ಆಗ್ಬೇಕಾ ಹೇಳ್ರಿ. ಎರಡು ತಿಂಗಳು ಟ್ರೇನಿಂಗ್ ಕೊಟ್ಟು ರೆಡಿ ಮಾಡಿಸಿ ಬಿಡ್ತೀನಿ. ನಾನು ಮಾಡಿಸೋದೇನು, ಸುಮ್ಮನೆ ಲಾಂಗ್ ಹಿಡಕೊಂಡು ಎರಡು ಕೊಲೆ ಮಾಡ್ರಿ. ಈ ಏರಿಯಾದ ಜನಾನೇ ಸೇರಿ ನಿಮ್ಮನ್ನ ರೌಡಿ ಮಾಡ್ತಾರೆ" ಅಂದ. ನನಗೆ ಅವನ ಮಾತಿಂದ ಮುಜುಗರವಾಯ್ತು. "ಬ್ರಾಹ್ಮಣರ ಹುಡುಗ ನಾನು, ಸಾಫ್ಟ್‌ವೇರ್ ಇಂಜಿನಿಯರ‍್ರು. ಎಲ್ಲಾ ಬಿಟ್ಟು ರೌಡಿ ಆಗು ಅಂತೀಯಲ್ಲೋ ನಂಜುಂಡಿ" ಎಂದು ಅಸಮಾಧಾನವನ್ನು ವ್ಯಕ್ತ ಪಡಿಸಿದೆ. "ರೌಡಿ ಆಗಲಿಕ್ಕೆ ಬ್ರಾಹ್ಮಣರು, ಮುಸಲ್ಮಾನರು ಅಂತೇನೂ ವ್ಯತ್ಯಾಸ ಇಲ್ಲ ಸಾರ್. ಓಂ ಸಿನಿಮಾದಾಗೆ ಶಿವಣ್ಣ ಬ್ರಾಹ್ಮಣರ ಹುಡುಗನೇ ಅಲ್ವಾ?" ಅಂತ ತರ್ಕ ಒಡ್ಡಿದ. ಇನ್ನು ಹೆಚ್ಚಿಗೆ ಮಾತನಾಡುವುದು ಕ್ಷೇಮವಲ್ಲ ಎಂದು ಸುಮ್ಮನಾಗುತ್ತಿದ್ದೆ.

ಇವನ ಈ ಭುಜಬಲದ ಪರಾಕ್ರಮದಿಂದಾಗಿ ರಸ್ತೆಯಲ್ಲಿ ಕಾರಿಗೆ ಯಾರಾದರೂ ಬಡಿಸಿದರೂ ಸಾಕು, ಜಗಳಕ್ಕೆ ಇಳಿದು ಬಿಡುತ್ತಿದ್ದ. ಒಂದು ದಿನ ಆಫೀಸಿಗೆ ತಿರುಗಿಕೊಳ್ಳಬೇಕು, ಆ ಹೊತ್ತಿನಲ್ಲಿ ಮತ್ತೊಂದು ಕಾರು ನಮ್ಮ ಕಾರಿಗೆ ಚೂರು ತಾಕಿ ಬಿಟ್ಟಿತು. ಇಂತಹ ಹೊತ್ತಿನಲ್ಲಿ ಯಾರದು ತಪ್ಪು ಎಂದು ಹೇಳುವುದು ಕಷ್ಟದ ಕೆಲಸ. ಚಿಕ್ಕ ರಸ್ತೆಯಲ್ಲಿ ಎಲ್ಲರೂ ತಮತಮಗೆ ತೋಚಿದಂತೆ ಆಫೀಸಿಗೆ ಹೋಗಲು ತರಾತುರಿಯಲ್ಲಿರುವಾಗ ಇಂತಹ ಘಟನೆಗಳು ನಡೆಯುತ್ತಲೇ ಇರುತ್ತವೆ. ನಂಜುಂಡಿ ಇದನ್ನೆಲ್ಲಾ ಕೇಳುತ್ತಾನೆಯೆ? ತಕ್ಷಣ ನಮ್ಮ ಕಾರನ್ನು ಅಡ್ಡ ಹಾಕಿ ಆ ಕಾರನ್ನು ನಿಲ್ಲಿಸಿ ಬಿಟ್ಟು ಕೆಳಕ್ಕೆ ಇಳಿದು ಹೋದ. ನಾನು ಈ ಜಗಳವೇ ಬೇಡ ಅಂತ ಕಾರಿನಲ್ಲಿಯೇ ಕುಳಿತಿದ್ದೆ. ಆದರೆ ಹೆಂಗಸರ ಕಿರುಚುವ ಧ್ವನಿಗಳು ಕೇಳಿಸಲು ಶುರುವಾದ ತಕ್ಷಣ ನಾನೂ ಇಳಿದು ಹೋದೆ. ಯಾರೋ ಐಟಿ ಹೆಣ್ಣು ಮಗಳು

ಕಾರನ್ನು ನಡೆಸುತ್ತಿದ್ದಳು. ಅವಳ ಜೊತೆಯಲ್ಲಿ ಮತ್ತೊಬ್ಬ ಹೆಣ್ಣು ಮಗಳಿದ್ದಳು. ನಂಜುಂಡಿ ಇಬ್ಬರ ಜೊತೆಯಲ್ಲಿ ಕನ್ನಡದಲ್ಲಿ ಜಗಳಕ್ಕೆ ನಿಂತು ಬಿಟ್ಟಿದ್ದ. ಆ ಹುಡುಗಿಗೆ ಸರಿಯಾಗಿ ಕನ್ನಡ ಬರುತ್ತಿರಲಿಲ್ಲ. ನಾನೂ ಹೋಗಿ ಜಗಳಕ್ಕೆ ಸೇರಿಕೊಂಡೆ. ಆಕೆಯದೆ ತಪ್ಪೆಂದು ಇವನು, ಇವನದೇ ತಪ್ಪೆಂದು ಅವಳು ವಾದಿಸುತ್ತಿದ್ದರು. ಸ್ವಲ್ಪ ಮೆತ್ತನೆಯ ಧ್ವನಿಯಲ್ಲಿ ನಾನು ನಂಜುಂಡಿಯನ್ನು ಸಮಾಧಾನ ಪಡಿಸಿದೆ. ನಂಜುಂಡಿಯ ಧ್ವನಿಗೆ ಹೆದರಿ ಹೋಗಿದ್ದ ಆಕೆ ನನ್ನ ಜೊತೆ ಮಾತನಾಡಲು ಶುರುವಿಟ್ಟಳು. ಸಹಜವಾಗಿ ಇಂಗ್ಲೀಷಿನಲ್ಲಿ ಮಾತನಾಡಲು ಶುರು ಮಾಡಿದಳು. ಆಕೆಯೊಡನೆ ಜಗಳಕ್ಕೆ ಹೆದರದ ನಂಜುಂಡಿ, ಆಕೆಯ ಇಂಗ್ಲೀಷಿಗೆ ಹೆದರಿ ತೆಪ್ಪಗಾದ. ನನಗೆ ಒಳಗೊಳಗೇ ನಗು! ಅತ್ಯಂತ ಆಕರ್ಷಕ ಜಗಳವೊಂದು ತನ್ನ ಕೈ ತಪ್ಪಿ ಹೋಗುತ್ತಿದೆಯೆಂಬ ಸಂಕಟ ಅವನಿಗಾಯ್ತು. ನಮ್ಮ ಇಂಗ್ಲೀಷಿನ ಮಧ್ಯ ಏನೋ ಕನ್ನಡದಲ್ಲಿ ತೂರಿಸಲು ನೋಡಿದ. ಆಕೆಗೆ ಮಹಾ ಸಿಟ್ಟು ಬಂತು. ತೋರು ಬೆರಳನ್ನು ನಂಜುಂಡಿಗೆ ತೋರಿಸಿ "ಇನ್ನೊಂದು ಮಾತಾಡು ನೀನು, ಹುಡುಗಿಯರ ಮೇಲೆ ಕೈ ಮಾಡಿದೆ ಅಂತ ಪೋಲೀಸ್ ಕಂಪ್ಲೇಂಟ್ ಕೊಡ್ತೀನಿ. ಹುಷಾರ್" ಎಂದಳು. ಇವನು ಇನ್ನಷ್ಟು ಕೆರಳಿ ಆವಾಜ್ ಮಾಡಲು ಶುರುವಿಟ್ಟ. ನಾನು ನಂಜುಂಡಿಯ ತೋಳನ್ನು ಹಿಡಿದು "ಸುಮ್ಮನಿರೋ ನಂಜುಂಡಿ ಒಂದು ಸ್ವಲ್ಪ. ನಾನು ಮಾತಾಡ್ತಾ ಇಲ್ಲೇನು? ಹೋಗಿ ಕಾರಲ್ಲಿ ಕೂಡು" ಅಂತ ಬೈದೆ. ಅನಂತರ ಇಬ್ಬರೂ ಏನೋ ಕಾಂಪ್ರಮೈಜ್ ಮಾಡಿಕೊಂಡು ಪ್ರಯಾಣ ಮುಂದುವರೆಸಿದೆವು. ಆಗಲೇ ಆಫೀಸಿಗೆ ತಡವಾಗಿತ್ತು. ನಂಜುಂಡಿಗೆ ನನ್ನ ಮೇಲೆ ಸಿಟ್ಟು ಬಂದಿತ್ತು. "ನೀವು ಅಡ್ಡ ಬರದಿದ್ರೆ ಸರಿಯಾಗಿ ದುಡ್ಡು ಪೀಕಿಸ್ತಿದ್ದೆ" ಅಂತ ಗೊಣಗಾಡಿದ. "ಸಾಕು ಸುಮ್ಮನಿರೋ, ಯಾರದು ತಪ್ಪೋ ಯಾವನಿಗೆ ಗೊತ್ತು" ಅಂತ ಬೈದೆ. "ಅದೊಂದು ಮಾತು ಮಾತ್ರ ಹೇಳಬೇಡಿ ಸಾರ್. ನಾನು ಯಾವತ್ತೂ ಡ್ರೈವಿಂಗ್‌ನಲ್ಲಿ ತಪ್ಪು ಮಾಡಲ್ಲ" ಅಂತ ಕೊಚ್ಚಿಕೊಂಡ.

ಈ ಗಲಾಟೆಯಲ್ಲಿ ಒಂದು ವಿಶೇಷ ಸಂಗತಿ ನನಗೊಬ್ಬನಿಗೆ ಗೋಚರಿಸಿತ್ತು. ನಂಜುಂಡಿಯನ್ನು ಹತೋಟಿಯಲ್ಲಿಡಲು ಅವನ ತೋಳನ್ನು ಹಿಡಿದಿದ್ದೇನಲ್ಲವೆ? ಆಗಲೇ ನನಗೆ ಅದು ಅತ್ಯಂತ ಬಲಿಷ್ಟ ತೋಳೆಂದು ಅರ್ಥವಾಗಿತ್ತು. ಅವನಿಗೆ ಅಂತಹ ಮಜಬೂತಾದ ತೋಳುಗಳಿರಬಹುದೆಂಬ ಕಲ್ಪನೆಯೇ ನನಗಿರಲಿಲ್ಲ. ಕಾರನ್ನು ಓಡಿಸುವ ಅವನನ್ನು ಒಮ್ಮೆ ಸೂಕ್ಷ್ಮವಾಗಿ ನೋಡಿದೆ. ನಂಜುಂಡಿ ಅತ್ಯಂತ ಸುಂದರ ಹುಡುಗ ಅಂತ ನನಗೆ ಪ್ರಥಮ ಬಾರಿ ಅನ್ನಿಸಿತು. ಕಪ್ಪು ಬಣ್ಣವೆಂಬುದನ್ನು ಬಿಟ್ಟರೆ, ಆರಡಿಯ ಈ ಹುಡುಗ ಅತ್ಯಂತ ಸೊಗಸಾದ ದೇಹವನ್ನು ಹೊಂದಿದ್ದಾನೆ ಎಂದೆನ್ನಿಸಿತು. "ದಿನಾ ಜಿಮ್‌ಗೆ ಹೋಗ್ತೀಯೇನೋ ನಂಜುಂಡಿ" ಅಂತ ಕೇಳಿದೆ. "ಹೂಂ ಸಾರ್. ನಮ್ಮ ಹುಡುಗಿ ಆರ್ಡರ್ ಮಾಡ್ಯಾಳೆ" ಎಂದು ನಾಚಿಕೊಂಡು ಹೇಳಿದ. ಈವರೆಗೂ

ನಾನೆಂದೂ ನಂಜುಂಡಿಯನ್ನು ಸ್ಪರ್ಶ ಮಾಡಿರಲಿಲ್ಲವೆಂದು ನನಗೆ ಈಗ ಗೊತ್ತಾಯ್ತು. "ಭಗವಂತಾ, ಬಡತನವೆನ್ನುವುದು ದೇಹದ ಸೌಂದರ್ಯವೂ ಕಾಣದಂತೆ ನಮ್ಮ ಕಣ್ಣಿನ ಮೇಲೆ ಮುಸುಕೆಳೆದು ಬಿಡುತ್ತದೆಯೆ?" ಅಂತ ಮನಸ್ಸಿಗೆ ಬೇಸರವಾಯ್ತು.

"ಯಾಕೆ ಸಾರ್ ಹಂಗೆ ದಿಟ್ಟಿಸಿಕೊಂಡು ನನ್ನ ನೋಡ್ತಾ ಇದೀರ?" ಎಂದು ನಂಜುಂಡಿ ಕೇಳಿದ. "ಆ ಹುಡುಗಿ ನಿನ್ನ ಸಖತ್ತಾಗಿ ಬೈದ್ಲು ಕಣೋ. ನಂಗೆ ಬಹಳ ಖುಷಿ ಆಯ್ತು. ನಿಂಗೆ ಸ್ವಲ್ಪ ಕೊಬ್ಬು ಜಾಸ್ತಿ ಆಗಿತ್ತು. ನಿನ್ನ ಶೇಪ್ ಎಷ್ಟು ತೆಗೆದಾಳೆ ಅಂತ ನೋಡ್ತಾ ಇದೀನಿ" ಅಂದು ನಕ್ಕೆ. "ಸುಮ್ಮನಿರ್ರಿ ಸಾರ್. ಆ ಹುಡುಗಿ ಇಲ್ಲೇ ಐಟಿಪಿಎಲ್‌ನಲ್ಲಿ ಕೆಲಸ ಮಾಡ್ತಾಳೆ. ಒಂದಲ್ಲ ಒಂದು ದಿನ ನೀವಿಲ್ಲದ ಹೊತ್ತಿನಾಗೆ ನಂಗೆ ಸಿಕ್ಕೇ ಸಿಗ್ತಾಳೆ. ಆಗ ಬೆಂಡು ಎತ್ತಿ ಬಿಡ್ತೀನಿ" ಎಂದು ವೀರಾವೇಷದಿಂದ ಹೇಳಿದ. ಆ ಒಂದಲ್ಲದ ಒಂದು ದಿನ ಮತ್ತೆ ಬರಲೇ ಇಲ್ಲ!

ಇಷ್ಟೆಲ್ಲಾ ದೇಹಬಲದ ಬಗ್ಗೆ ನಂಜುಂಡಿಗೆ ಗರ್ವವಿದ್ದರೂ, ದೆವ್ವಗಳೆಂದರೆ ಅವನು ಹೆದರುತ್ತಿದ್ದ. ಕೆಲಸಕ್ಕೆ ಸೇರಿದ ಹೊಸತರಲ್ಲಿ ನನ್ನ ಅಪಾರ್ಟ್‌ಮೆಂಟಿಗೆ ನಾಲ್ಕು ಕಿಲೋಮೀಟರ್ ದೂರದಲ್ಲಿ ಅವನೊಂದು ರೂಂ ಮಾಡಿಕೊಂಡಿದ್ದ. ಅದು ಒಂದು ಚಿಕ್ಕ ಹಳ್ಳಿಯಾಗಿತ್ತು. ಆದ್ದರಿಂದ ಹೋಗುವ ದಾರಿಯಲ್ಲಿ ಅದು ಅಲ್ಲಲ್ಲಿ ನಿರ್ಜನವಾಗಿರುತ್ತಿತ್ತು. ಸರಿಯಾಗಿ ದೀಪಗಳೂ ದಾರಿಯಲ್ಲಿರದ ಕಾರಣ ಗೌ ಎನ್ನುವ ಕತ್ತಲಿರುತ್ತಿತ್ತು. ದಾರಿಯಲ್ಲಿರುವ ಒಂದು ಹುಣಸೆ ಮರಕ್ಕೆ ಅನಾಥ ಹೆಣ್ಣು ಮಗಳೊಬ್ಬಳು ನೇಣು ಹಾಕಿಕೊಂಡು ಸತ್ತಿದ್ದಳು. ಆಕೆ ಈಗ ದೆವ್ವವಾಗಿ ಬಿಟ್ಟು ಹರೆಯದ ಹುಡುಗರನ್ನು ಗೋಳಾಡಿಸುತ್ತಾಳೆಂದು ಎಲ್ಲರ ನಂಬಿಕೆ. ಆದ್ದರಿಂದ ರಾತ್ರಿ ಮನೆಗೆ ಹೋಗಲು ಇವನಿಗೆ ಕೆಟ್ಟ ಅಂಜಿಕೆ. ಎಂತಹ ದೊಡ್ಡ ರೌಡಿಯನ್ನಾದರೂ ಎದುರು ಹಾಕಿಕೊಳ್ಳುವ ಗಟ್ಟಿ ಗುಂಡಿಗೆಯ ನಂಜುಂಡಿಗೆ ಈ ಅನಾಥ ಹೆಣ್ಣುಮಗಳು ಕಾಡುವ ಸಂಗತಿ ನನಗೆ ನಗು ತರಿಸುತ್ತಿತ್ತು. "ಒಂದು ಲಾಂಗೋ ಇಲ್ಲಾ ಮಚ್ಚೋ ಇಟ್ಟುಗೊಂಡು ಹೋಗು ನಂಜುಂಡಿ. ದೆವ್ವ ಬಂದ್ರೆ ಹೆದರಿಕೊಳ್ತವೆ" ಅಂತ ನಾನು ತಮಾಷೆ ಮಾಡಿದರೆ ಅವನಿಗೆ ಸಿಟ್ಟು. "ದೆವ್ವದ ವಿಷಯದಾಗೆ ಹಂಗೆ ಹಗುರವಾಗಿ ಮಾತಾಡಬೇಡ್ರಿ ಸಾರ್. ನಿಮ್ಮ ಮನೆಗೇ ಬಂದು ಬಿಡ್ತದೆ ನೋಡ್ರಿ" ಎಂದು ನನ್ನನ್ನೇ ಹೆದರಿಸಲು ನೋಡಿದ. "ಹೆಂಗೂ ಮನೆಯಲ್ಲಿ ಒಬ್ಬನೇ ಇರ್ತೀನಿ. ಜೊತೆಗೆ ಇರಲಿಕ್ಕೆ ಆ ದೆವ್ವ ಬಂದ್ರೆ ನಂಗೇನೋ ಖುಷಿನೇ ಬಿಡು ನಂಜುಂಡಿ" ಎಂದು ನಗುತ್ತಿದ್ದೆ. "ಅದು ಹೆಂಗೆ ದೊಡ್ಡ ಮನೆಯಾಗೆ ಒಬ್ಬರೇ ಮಲ್ಕೊಳ್ತೀರಿ ಸಾರ್. ನಿಮಗೆ ಹೆದರಿಕೇನೇ ಇಲ್ವಾ?" ಅಂತ ಅವನು ಅಚ್ಚರಿ ಪಡುತ್ತಿದ್ದ. ಅವನ ರೂಮಿನಲ್ಲಿ ಗೆಳೆಯರು ಊರಿಗೆ ಹೋದಾಗ, ಬಂಧುಗಳ ಮನೆಗೆ ಮಲಗಲು ಅವನು ಓಡಿ ಹೋಗುತ್ತಿದ್ದ. ಒಬ್ಬನೇ ಇದ್ದರೆ ದೆವ್ವಗಳ ಭಯದಲ್ಲಿ ನಿದ್ದೆ ಬರುವುದಿಲ್ಲ ಎಂದು ಹೇಳುತ್ತಿದ್ದ.

ಅವನ ಮನೆಗೆ ಹೋಗಲು ಮತ್ತೊಂದು ಸುತ್ತು-ಬಳಸಿನ ದಾರಿಯಿತ್ತು. ಅಲ್ಲಿ ಸಾಕಷ್ಟು ಜನಸಂಚಾರವಿರುತ್ತಿತ್ತು ಮತ್ತು ಬೀದಿ ದೀಪಗಳು ಇದ್ದವು. ಆದರೆ ಕಾಲ್ನಡಿಗೆಯಲ್ಲಿ ಹೋಗಲು ಅದು ತುಂಬಾ ದೂರವಾಗಿತ್ತು. "ದಿನಾ ನಿಮ್ಮ ಸ್ಕೂಟರ್ ತೊಗೊಂಡು ಹೋಗಿ, ಬೆಳಿಗ್ಗೆ ವಾಪಾಸು ತರ್ತೀನಿ ಸಾರ್" ಅಂತ ಕೇಳೋನು. ನನಗೆ ಕೊಡಲು ಮನಸ್ಸಿಲ್ಲ. ಅವನೇನಾದರೂ ದಾರಿಯಲ್ಲಿ ಕೆಟ್ಟ ಕೆಲಸವನ್ನು ಮಾಡಿ, ಅದು ನನ್ನ ಮೇಲೆ ಬಂದರೆ ಗತಿಯೇನು ಎಂಬ ತಳವಿಲ್ಲದ ಆಧುನಿಕ ಅನುಮಾನ ನನಗೆ. ಆದ್ದರಿಂದ ನಿರಾಕರಿಸುತ್ತಿದ್ದೆ. "ಒಂದು ಸೈಕಲ್ ತೊಗೊಳೋ, ಕೊಡಿಸ್ತೀನಿ" ಅಂತ ಸಲಹೆ ಕೊಟ್ಟೆ. "ಏನು ಸಾರ್ ನೀವು. ಸಣ್ಣ ಮಕ್ಕಳ ತರಹ ಸೈಕಲ್ ಹೊಡೆಯೋಕೆ ಹೇಳ್ತೀರಿ" ಅಂತ ನನ್ನ ಸಲಹೆಯನ್ನು ನಿರಾಕರಿಸುತ್ತಿದ್ದ. ಸಂಬಳ ತರುವ ತನ್ನಂತಹ ಗಂಡಸು ಸೈಕಲ್ ತುಳಿಯಬಾರದು ಎಂಬುದು ಅವನ ನಂಬಿಕೆಯಾಗಿತ್ತು. ಆರು ತಿಂಗಳಿಗೆ ಹೇಗೋ ಸಾಲದಲ್ಲಿ ಒಂದು ಸೊಗಸಾದ ಬೈಕ್ ತಂದು ಬಿಟ್ಟ. ಅದರ ಸೀಟಿನ ಹಿಂಭಾಗದಲ್ಲಿ ತನ್ನ ಹುಡುಗಿಯ ಹೆಸರನ್ನು ಬರೆಸಿಕೊಂಡ. ಇಷ್ಟರಲ್ಲಿ ನಮ್ಮ ಏರಿಯಾ ಹಿಗ್ಗಾ-ಮುಗ್ಗಾ ಬೆಳೆದು ಎಲ್ಲೆಲ್ಲೂ ಕಣ್ಣು ಕುಕ್ಕುವ ಬೆಳಕು ಚೆಲ್ಲಲಾರಂಭಿಸಿತು. ಆ ಅನಾಥ ಹೆಣ್ಣು ಮಗಳು ದೆವ್ವವಾಗಿ ಹುಣಸೆ ಮರದಲ್ಲಿ ಉಳಿಯಲು ಬೆಂಗಳೂರು ಪಟ್ಟಣ ಬಿಡಲಿಲ್ಲ, ಒಕ್ಕಲೆಬ್ಬಿಸಿ ಬಿಟ್ಟಿತು! ದೆವ್ವದ ಮಾತಂತಿರಲಿ, ಹುಣಸೆ ಮರವನ್ನೂ ಒಕ್ಕಲೆಬ್ಬಿಸಿ ಬಿಟ್ಟಿತು! ನಂಜುಂಡಿಯ ದೆವ್ವದ ಸಮಸ್ಯೆ ತಾನಾಗಿಯೇ ಪರಿಹಾರವಾಗಿತ್ತು.

ವಿದಾಯ

'ಬರ್ತಾ ಬರ್ತಾ ರಾಜನ ಕುದುರೆ ಕತ್ತೆಯಾಯ್ತು' ಅನ್ನೋ ಮಾತು ನಂಜುಂಡಿಯ ವಿಷಯದಲ್ಲಿ ಸತ್ಯವಾಯ್ತು. ಸೇರಿದ ಹೊಸತು ಅವನಿಗಿದ್ದ ನಿಯತ್ತು, ಕೆಲಸದ ಬಗೆಗಿನ ಪ್ರೀತಿ, ನನ್ನ ಮೇಲಿದ್ದ ಗೌರವ – ಎಲ್ಲವೂ ಕಡಿಮೆಯಾಯ್ತು. ಮೂರನೇ ವರ್ಷದಲ್ಲಿ ಅವನು ತಿಂಗಳಿಗೆ ಏಳೆಂಟು ದಿನ ತಪ್ಪಿಸುವುದನ್ನು ಶುರು ಮಾಡಿದ. ವಾರದಲ್ಲಿ ಐದೇ ದಿನ ಅವನು ಕೆಲಸಕ್ಕೆ ಬರಬೇಕಾಗಿದ್ದುದು. ಶನಿವಾರ ಮತ್ತು ಆದಿತ್ಯವಾರ ಅವನಿಗೆ ರಜೆ ಕೊಟ್ಟು, ನಾನೇ ಕಾರನ್ನು ನಡೆಸುತ್ತಿದ್ದೆ. ಆದರೂ ಸುಳಿವೇ ಕೊಡದಂತೆ ಕೆಲಸಕ್ಕೆ ತಪ್ಪಿಸಿ ಬಿಡುತ್ತಿದ್ದ. ನಾನು ಅವನೊಡನೆ ಮಾತನಾಡಲೂ ಸಾಧ್ಯವಾಗದಂತೆ ಮೊಬೈಲನ್ನು ಸ್ವಿಚ್ ಆಫ್ ಮಾಡಿ ಬಿಡುತ್ತಿದ್ದ. ಕಾರ್ಪೊರೇಟ್ ಪ್ರಪಂಚದಲ್ಲಿ ಬೆಳೆದ ನನಗೆ ಮಾಹಿತಿಯಿಲ್ಲದೆ ತಪ್ಪಿಸುವುದು ಅಕ್ಷಮ್ಯ ಅಪರಾಧವಾಗಿ ಕಾಣುತ್ತಿತ್ತು. ನನ್ನ ಪಿತ್ತ ನೆತ್ತಿಗೇರುತ್ತಿತ್ತು. ಈ ನರಕಸದೃಶ ಬೆಂಗಳೂರಿನ ಟ್ರಾಫಿಕ್ಕಿನಲ್ಲಿ ಕಾರನ್ನು

ನಾನೇ ನಡೆಸಬೇಕೆನ್ನುವ ಸಂಗತಿಯೇ ನನಗೆ ಸಿಟ್ಟು, ದುಃಖವನ್ನು ತರುತ್ತಿತ್ತು. ಈ ಮುಂಚೆ ಡ್ರೈವರ್ ಇಲ್ಲದಾಗ ಯಾವುದೇ ಗೋಣಗಾಟವಿಲ್ಲದೆ ಸೊಗಸಾಗಿ ಕಾರನ್ನು ನಡೆಸುತ್ತಿದ್ದೆ. ಆದರೆ ಡ್ರೈವರ್ ಅಭ್ಯಾಸವಾದ ಮೇಲೆ ನನಗೂ ಮೈಗಳ್ಳತನ ಬೆಳೆದು ಹೀಗೆ ಕಿರಿಕಿರಿಯಾಗುತ್ತಿತ್ತು. ಮರುದಿನ ಅವನು ಮನೆಗೆ ಬಂದರೆ ಇನ್ನಿಲ್ಲದಂತೆ ಕೂಗಾಡುತ್ತಿದ್ದೆ. ಒಂದು ಪ್ರತಿಯುತ್ತರವನ್ನೂ ಕೊಡದೆ ಸುಮ್ಮನೆ ಇದ್ದು ಬಿಡುತ್ತಿದ್ದ. ಸಂಜೆಯ ವೇಳೆಗೆ ನನಗೆ ಅವನ ಮೇಲೆ ಯಾವತ್ತಿನಂತೆ ಪ್ರೀತಿ ಮೂಡಿ, ನನ್ನಷ್ಟಕ್ಕೆ ನಾನೇ ಸಮಾಧಾನ ಮಾಡಿಕೊಳ್ಳುತ್ತಿದ್ದೆ. "ಇನ್ನೊಮ್ಮೆ ಹಿಂಗೆ ಮಾಡಬೇಡ ನಂಜುಂಡಿ" ಅಂತ ಬೇಡಿಕೊಳ್ಳುತ್ತಿದ್ದೆ. ಹಾಗೇ ಆಗಲೆಂದು ತಲೆಯಲ್ಲಾಡಿಸುತ್ತಿದ್ದ. ಆದರೆ ಮತ್ತೆ ನಾಲ್ಕು ದಿನ ಕಳೆಯುವುದರಲ್ಲಿ ಕೆಲಸಕ್ಕೆ ಚಕ್ಕರ್ ಕೊಡುತ್ತಿದ್ದ. ಅವನು ಫೋನ್ ಮಾಡಿ ಬರುವುದಿಲ್ಲ ಎಂದು ಮುಂಚೆಯೇ ಹೇಳುತ್ತಿದ್ದರೆ, ನನಗೆ ಅಂತಹ ಕೋಪ ಬರುತ್ತಿರಲಿಲ್ಲ. ಆದರೆ ಅವನಿಗೆ ಹಾಗೆ ಅಪ್ರಿಯ ಸಂಗತಿಗಳನ್ನು ಮುಂಚೆಯೇ ತಿಳಿಸುವ ಅಭ್ಯಾಸವಿರಲಿಲ್ಲ. ತುಂಬಾ ಸಲಿಗೆ ಕೊಟ್ಟು ಇವನನ್ನು ಹಾಳು ಮಾಡಿದೆನೇನೋ ಎಂದು ಒಮ್ಮೊಮ್ಮೆ ನನ್ನನ್ನೇ ಬೈದುಕೊಳ್ಳುತ್ತಿದ್ದೆ. ಎಷ್ಟೇ ಅವನನ್ನು ಸಹಿಸಿಕೊಳ್ಳಬೇಕೆಂದುಕೊಂಡರೂ ಅವನ ವರ್ತನೆ ನನ್ನನ್ನು ಕೆರಳಿಸುವಂತಿರುತ್ತಿತ್ತು. ಇತ್ತೀಚೆಗೆ ಅವನು ಕುಡಿದು ಬರುತ್ತಿದ್ದಾನೆಂಬ ಅನುಮಾನ ನನಗಾಗಲಾರಂಭಿಸಿತು. ಕಾರಿನಲ್ಲಿ ನಾನು ಬೆವರಿನ ವಾಸನೆಯನ್ನು ಸಹಿಸಬಲ್ಲೆ, ಆದರೆ ಬಿಯರಿನ ವಾಸನೆಯನ್ನು ಸಹಿಸಲಾರೆ.

ನಂಜುಂಡಿಯ ಈ ಸ್ವಭಾವಕ್ಕೆ ಬೆಳೆಯುತ್ತಿರುವ ಬೆಂಗಳೂರೂ ಕಾರಣವೆನ್ನಿಸುತ್ತದೆ. ದಿನದಿಂದ ದಿನಕ್ಕೆ ಹೆಚ್ಚುತ್ತಿರುವ ಬೆಲೆಗಳು ಅವನಿಗೆ ಸಂಸಾರವನ್ನು ನಿಭಾಯಿಸುವುದನ್ನು ಕಷ್ಟಗೊಳಿಸಿದ್ದವು. ಜಿಂಕ್ಷೀಟ್ ಹಾಕಿದ ಚಿಕ್ಕ ಮನೆಗೆ ಎರಡು ಸಾವಿರ ಬಾಡಿಗೆಯನ್ನು ಕೊಟ್ಟ ಮೇಲೆ, ಗಂಡ–ಹೆಂಡಿರ ತಿಂಗಳ ಸಂಸಾರವನ್ನು ತೂಗಿಸುವುದು ಹೇಗೆ? ಹೆಂಡತಿಯನ್ನು ಗಾರ್ಮೆಂಟ್ಸ್‌ಗೆ ಕಳುಹಿಸಲು ಸಲಹೆ ಕೊಟ್ಟೆ. ಅವನಿಗೆ ಅದು ಇಷ್ಟವಿರಲಿಲ್ಲ. "ಅಲ್ಲಿ ಹೆಂಗಸರನ್ನ ಮರ್ಯಾದೆಯಿಂದ ನೋಡಲ್ಲ ಸಾರ್" ಅಂತ ಹೇಳುತ್ತಿದ್ದ. ಜೊತೆಗೆ ಆಕೆ ಗರ್ಭಿಣಿಯಾಗಿದ್ದಳು. ಮೂರು ಸಾವಿರ ಸಂಬಳಕ್ಕೆ ಸೇರಿದ್ದ ಅವನಿಗೆ ನಾನೀಗ ಆರು ಸಾವಿರ ಕೊಡುತ್ತಿದ್ದೆ. ಎಷ್ಟೇ ದಿನ ಅವನು ಚಕ್ಕರ್ ಹೊಡೆದರೂ ಒಂದು ಪೈಸೆಯನ್ನೂ ಕಡಿತಗೊಳಿಸದೆ ಪೂರ್ತಿ ಸಂಬಳ ಕೊಡುತ್ತಿದ್ದೆ. ದೀಪಾವಳಿಗೆ ಒಂದು ತಿಂಗಳ ಸಂಬಳವನ್ನು ಬೋನಸ್ ಆಗಿ ಕೊಡುತ್ತಿದ್ದೆ. ನನಗೆ ಉಡುಗೊರೆಯಾಗಿ ಬಂದ ಬಟ್ಟೆಗಳನ್ನು ಅವನಿಗೆ ರವಾನಿಸುತ್ತಿದ್ದೆ. ಪ್ರತಿ ಬಾರಿ 'ಛಂದ ಪುಸ್ತಕ'ದ ಪುಸ್ತಕಗಳನ್ನು ವಿತರಿಸಿ ಬಂದಾಗಲೂ ಹಣ ಕೊಡುತ್ತಿದ್ದೆ. ಕೇಳಿದಾಗಲೆಲ್ಲಾ ಸಾಲ ಕೊಟ್ಟು, ಅದನ್ನು ಹಿಂತಿರುಗಿಸೆಂದು ಎಂದೂ ಕೇಳುತ್ತಲಿರಲಿಲ್ಲ. ಅದೆಲ್ಲಾ ಈ ರಾಕ್ಷಸ ಬೆಂಗಳೂರಿನಲ್ಲಿ ಸಾಲುವುದಿಲ್ಲವೆಂದು

ನನಗೂ ಗೊತ್ತು. ಆದರೆ ಮಾರುಕಟ್ಟೆಗಿಂತಲೂ ಹೆಚ್ಚಿನ ಸಂಬಳವನ್ನು ಕೊಡಲು ನಾನು ಸಿದ್ಧನಿರಲಿಲ್ಲ. "ಬೆಳಿಗ್ಗೆ ನನ್ನನ್ನು ಆಫೀಸಿಗೆ ಬಿಟ್ಟ ನಂತರ ಬೇರೆ ಏನಾದರೂ ಕೆಲಸಕ್ಕೆ ಸೇರು, ಸಂಜೆಯವರೆಗೂ ಹೇಗೂ ಖಾಲಿ ಇರುತ್ತಿಯಲ್ಲಾ?" ಎಂದು ಸಲಹೆ ಕೊಟ್ಟೆ. ಅದಕ್ಕಾಗಿ ಅವನೂ ಪ್ರಾಮಾಣಿಕವಾಗಿ ಪ್ರಯತ್ನಿಸಿದ. ಆದರೆ ಓದು, ಬರಹ ಬಾರದ ನಂಜುಂಡಿಗೆ ಸರಿಹೊಂದುವ ಕೆಲಸಗಳು ಎಲ್ಲಿಯೂ ಸಿಗಲಿಲ್ಲ. ಕೊನೆಗೆ ಪುಟ್ಟ ಅಂಗಡಿಯಲ್ಲಿ ಸಹಾಯಕನಾಗಿ ಸೇರಬೇಕೆಂದರೂ ಇಂಗ್ಲಿಷ್ ಕಡ್ಡಾಯವಾಗಿ ಬರುತ್ತಿರಬೇಕೆಂದು ಮಾಲೀಕರು ಹೇಳುತ್ತಿದ್ದರು. "ಇಂಗ್ಲೀಷ್ ಕಲಿತುಕೊಂಡರೆ ಬೇಗನೆ ಕೆಲಸ ಸಿಗುತ್ತದೆ. ನೀವು ಕಲಿಸಿಕೊಡಿ ಸಾರ್" ಎಂದು ಹೇಳುತ್ತಿದ್ದ. ಆದರೆ ಅವನಿಗೆ ಇಂಗ್ಲಿಷ್ ಕಲಿಸಿ ಕೊಡುವುದು ಹೇಗೆ? ಹೊಸ ಭಾಷೆಯೊಂದನ್ನು ಕಲಿತುಕೊಳ್ಳುವ ಜಾಣ್ಮೆಯೂ ಅವನಲ್ಲಿರಲಿಲ್ಲ.

ಇವೆಲ್ಲವೂ ಸೇರಿ ಅವನು ಬೆಂಗಳೂರಿಗೆ ವಿದಾಯ ಹೇಳುವ ನಿರ್ಧಾರಕ್ಕೆ ಬಂದಿದ್ದ. ಒಮ್ಮೆ ಬೆಂಗಳೂರಿನ ಥಳುಕು ಬಳುಕು ಕಂಡವರು ಅದೇನು ಮಾಡಿದರೂ ವಾಪಾಸು ಹಳ್ಳಿಗೆ ಹೋಗುವುದಿಲ್ಲ ಎಂಬುದು ನನ್ನ ನಂಬಿಕೆಯಾಗಿತ್ತು. ಆದರೆ ನನ್ನ ನಂಬಿಕೆಯನ್ನು ಹುಸಿ ಮಾಡುವಂತೆ ಅವನು ಹಳ್ಳಿಗೆ ವಾಪಾಸು ಹೋಗಲು ನಿರ್ಧರಿಸಿದ. ಅವನ ನಿರ್ಧಾರ ಅತ್ಯಂತ ಅಚಾನಕ್ಕಾಗಿತ್ತು. ಒಮ್ಮೆ ಮೂರು ದಿನ ನಿರಂತರವಾಗಿ ಕೆಲಸಕ್ಕೆ ಬರಲಿಲ್ಲ. ಬೇರೆ ಒಂದು ಸಿಮ್ ತೆಗೆದುಕೊಂಡು ಬೇಕಾದವರ ಜೊತೆ ಮಾತನಾಡುತ್ತಾನೆ ಎಂಬುದು ನನಗೆ ಗೊತ್ತಾಗಿತ್ತು. ಅವನ ಗೆಳೆಯರ ಬಳಿ ಹೊಸ ಫೋನ್ ನಂಬರ್ ಕೇಳಿದರೂ ಯಾರೂ ಕೊಡಲಿಲ್ಲ. ನನಗೆ ಮೂರು ದಿನದ ಸಿಟ್ಟು ಶೇಖರಣೆಗೊಂಡಿತ್ತು. ಇನ್ನು ಖಂಡಿತಾ ಅವನನ್ನು ಕೆಲಸದಲ್ಲಿ ಮುಂದುವರೆಯಲು ಬಿಡುವುದಿಲ್ಲ ಎಂದು ನಿರ್ಧಾರ ಮಾಡಿದ್ದೆ. ಅವನನ್ನು ನೋಡಿದಾಗ ಪ್ರೀತಿಗೆ ಕರಗಿ ಮತ್ತೆ ಅವನ ತಪ್ಪುಗಳನ್ನೆಲ್ಲಿ ಕ್ಷಮಿಸಿ ಬಿಡುತ್ತೇನೋ ಎಂಬ ಭಯದಿಂದ ದೇವರ ಮುಂದೆ ನಿಂತು "ಅವನು ಎಷ್ಟು ಬೇಡಿಕೊಂಡರೂ ನಾನು ಕರಗಲ್ಲ" ಅಂತ ನಾಲ್ಕಾರು ಬಾರಿ ಹೇಳಿಕೊಂಡಿದ್ದೆ. ನನಗೆ ನಾನೇ 'ಬಿ ಬೋಲ್ಡ್' ಅಂತ ಹೇಳಿಕೊಳ್ಳುತ್ತಿದ್ದೆ.

ನಾಲ್ಕನೆಯ ದಿನ ಅವನು ಬಂದು ಕಾಲಿಂಗ್ ಬೆಲ್ ಬಡಿದಾಗ ಆವೇಶದಿಂದ ಹೋಗಿ ಬಾಗಿಲು ತೆರೆದೆ. ಅವನು ತಲೆ ಬಗ್ಗಿಸಿಕೊಂಡು ನಿಂತಿದ್ದ. ಅವನನ್ನು ಮನೆಯೊಳಗೂ ಕರೆಯದಂತೆ ನನ್ನೆಲ್ಲಾ ಸಿಟ್ಟನ್ನು ಕಾರಿಕೊಂಡೆ. ನನ್ನ ಧ್ವನಿ ಅದೆಷ್ಟು ದೊಡ್ಡದಿತ್ತೆಂದರೆ ಅಕ್ಕ-ಪಕ್ಕದ ಮನೆಯವರೂ ಹೊರ ಬಂದು ನೋಡಿದರು. ಆದರೂ ಕೇರ್ ಮಾಡದೆ ಉಗಿದೆ. ನನ್ನ ಕೋಪವೆಲ್ಲಾ ಶಮನವಾದ ಮೇಲೆ ನಂಜುಂಡಿ ತಣ್ಣಗೆ "ನಾಳೆಯಿಂದ ಕೆಲಸಕ್ಕೆ ಬರಲ್ಲ ಸಾರ್. ಬೇರೆ ಯಾರನ್ನಾದ್ರೂ ನೋಡಿಕೊಳ್ಳಿ. ನಾನು ನಮ್ಮೂರಿಗೆ ವಾಪಾಸು ಹೋಗ್ತೀನಿ" ಅಂತ ಅಂದ. ಆ

ಮಾತಿಗೆ ನನ್ನ ಕೋಪವೆಲ್ಲಾ ಇಳಿದು ಹೋಯ್ತು. "ಹಂಗ್ಯಾಕೆ ಅಂತೀ ನಂಜುಂಡಿ. ಏನೋ ಸಿಟ್ಟಿಗೆ ನಾಲ್ಕು ಮಾತು ಆಡ್ದೆ. ನಾಳೆಯಿಂದ ಹಿಂಗೆ ಹೇಳದೆ ತಪ್ಪಿಸಬೇಡ" ಅಂತ ಕೇಳಿಕೊಂಡೆ. ಅವನು ಒಪ್ಪಲಿಲ್ಲ. "ಬೇಡ ಸಾರ್, ಈ ಬೆಂಗಳೂರು ಕಷ್ಟ ಆಗ್ತಾ ಅದೆ. ನಮ್ಮೂರಿಗೆ ಹೋಗ್ತೀನಿ. ಹೆಂಗೂ ಹಳ್ಳಿ ಮನೆ ಅದೆ. ಏನಾದ್ರೂ ಕೆಲಸ ಮಾಡಿಕೊಂಡಿರ್ತೀನಿ" ಅಂತ ಖಚಿತವಾಗಿ ಹೇಳಿದ. "ಇದು ದೊಡ್ಡ ಊರು ನಂಜುಂಡಿ, ಅವಕಾಶ ಜಾಸ್ತಿ ಇರ್ತವೆ. ನಿಮ್ಮ ಹಳ್ಳಿನಾಗೆ ಬೆಳೆಯೋಕೆ ಆಗಲ್ಲ. ಬೇಕಂದ್ರೆ ಸಂಬಳ ಇನ್ನೊಂದು ಸಾವಿರ ಜಾಸ್ತಿ ಮಾಡ್ತೀನಿ" ಅಂತ ಆಸೆ ತೋರಿಸಿದೆ. ಅವನ ನಿರ್ಧಾರ ಗಟ್ಟಿಯಾಗಿತ್ತು. ಸಾಧ್ಯವಿಲ್ಲವೆಂದು ತಲೆಯಲ್ಲಾಡಿಸಿದ.

ನಾಳೆಯಿಂದ ನಂಜುಂಡಿ ಇರುವುದಿಲ್ಲ ಎಂಬ ಸಂಗತಿಯೇ ನನ್ನನ್ನು ಇಡೀ ದಿನ ಬೇಸರಕ್ಕೆ ದೂಡಿತ್ತು. ಆಫೀಸಿನ ಕೆಲಸದಲ್ಲಿ ತಲ್ಲೀನನಾಗಲು ಸಾಧ್ಯವಾಗಲಿಲ್ಲ. ಸಹೋದ್ಯೋಗಿಗಳ ಮುಂದೆ ಹೇಳಿಕೊಳ್ಳೋಣವೆಂದರೆ, ಒಬ್ಬ ಡ್ರೈವರನ್ನು ಕಳೆದುಕೊಳ್ಳುವುದಕ್ಕೆ ಒದ್ದಾಡುವ ನನ್ನ ಸ್ವಭಾವ ಗೇಲಿಗೊಳಗಾಗುತ್ತದೆ ಎಂದು ಭಯವಾಯ್ತು. ಸುಮ್ಮನೆ ಒಬ್ಬನೇ ಖಿನ್ನತೆಯಲ್ಲಿ ಬಳಲಿದೆ. ಸಂಜೆ ವಾಪಾಸು ಮನೆಗೆ ಹೋಗುವಾಗ ಹೆಚ್ಚು ಮಾತು ನಮ್ಮಿಬ್ಬರ ಮಧ್ಯೆ ನಡೆಯಲಿಲ್ಲ. "ನಿನ್ನ ಹೆಂಡತಿ ಹಳ್ಳಿಗೆ ಬರಲಿಕ್ಕೆ ಒಪ್ಪಿಕೊಳ್ತಾಳೇನೋ?" ಎಂದು ಕೇಳಿದೆ. "ಗಂಡ ಹೋದ ಕಡೀಗೆ ಹೆಂಡತಿ ಬರಬೇಕಲ್ಲೇನು ಸಾರ್?" ಎಂದು ನನ್ನನ್ನೇ ಪ್ರಶ್ನಿಸಿದ. ಅದಕ್ಕೆ ನನ್ನಲ್ಲಿ ಉತ್ತರವಿರಲಿಲ್ಲ. "ಏನಾದ್ರೂ ಕಷ್ಟ ಆದ್ರೆ ಮತ್ತೆ ಕೆಲಸಕ್ಕೆ ವಾಪಾಸು ಬಂದು ಬಿಡು ನಂಜುಂಡಿ" ಎಂದು ಹೇಳಿದೆ. ಹಾಗೇ ಆಗಲೆಂದು ತಲೆಯಲ್ಲಾಡಿಸಿದ.

ಕಾರಿನ ಕೀಯನ್ನು ಅವನು ವಾಪಾಸು ಕೊಡುವಾಗ ನನಗೆ ಅವನ ವಿಮಾನ ಯಾನದ ಖಯಾಲಿ ನೆನಪಾಯ್ತು. ಅದೇ ಅವನಿಗೆ ನಾನು ಕೊಡುವ ವಿದಾಯದ ಉಡುಗೊರೆಯಾಗಿರಲಿ ಎಂದುಕೊಂಡೆ. "ನಂಜುಂಡಿ, ವಿಮಾನದಾಗೆ ಪ್ರಯಾಣ ಮಾಡ್ಬೇಕು ಅಂತ ಆಸೆ ಇತ್ತಲ್ಲೇನೋ? ಮದ್ರಾಸಿನ ತನಕ ಟಿಕೇಟ್ ತೆಗೆಸಿ ಕೊಡ್ತೀನಿ. ಅಲ್ಲಿಂದ ವಾಪಾಸು ರೈಲಿನಾಗೆ ಬಂದು ಬಿಡು. ಒಂದು ವಾರ ಬಿಟ್ಟು ನನ್ನ ಹತ್ತಿರ ಬಂದು ಟಿಕೇಟು ತೆಗೆದುಕೊಂಡು ಹೋಗು" ಎಂದು ಹೇಳಿದೆ. ಈಗವನಿಗೆ ಅದರಲ್ಲಿ ಆಸಕ್ತಿ ಹೋಗಿತ್ತು. "ಬೇಡ ಸಾರ್. ಹೆಂಡತಿನ್ನ ಬಿಟ್ಟು ನಾನು ಒಬ್ಬನೇ ಹೆಂಗೆ ಹೋಗಲಿ? ನೀವು ಒಪ್ಪಿದ್ರೆ, ಎಷ್ಟು ಹಣ ಅದಕ್ಕೆ ತಗಲುತ್ತೋ ಅದನ್ನು ಈ ಸಲದ ಸಂಬಳದ ಜೊತೆಗೆ ಕೊಟ್ಟು ಬಿಡಿ" ಎಂದು ಬೇಡಿಕೊಂಡ. ಹಾಗೇ ಆಗಲೆಂದು ಒಪ್ಪಿಕೊಂಡೆ. "ಕೆಲಸ ಬಿಟ್ಟೀನಿ ಅಂತ ನನ್ನ ಮರೆತು ಬಿಡಬೇಡ ನಂಜುಂಡಿ. ಆಗಾಗ ಫೋನ್ ಮಾಡು. ಬೆಂಗಳೂರಿಗೆ ಬಂದಾಗ ಮನೆಗೆ ಬಂದು ಹೋಗು" ಎಂದೆ. "ಹಂಗೇ ಆಗಲಿ ಸಾರ್" ಎಂದು ನಗುತ್ತಾ ಉತ್ತರಿಸಿದ. ಅವನು ವಾಪಾಸು

ಹೋಗುವಾಗ ಕಣ್ಣಿಂದ ಮರೆಯಾಗುವ ತನಕ ಅವನ ಬೆನ್ನನ್ನು ನೋಡುತ್ತಾ ನಿಂತಿದ್ದೆ. ನನ್ನ ಕಣ್ಣಾಲಿಗಳು ತುಂಬಿಕೊಂಡಿದ್ದವು.

ಹೊಸ ಬದುಕು

ಹಳ್ಳಿಗೆ ಹಿಂತಿರುಗಬೇಕೆಂಬ ನಂಜುಂಡಿಯ ನಿರ್ಧಾರ ಸರಿಯಾದುದಾಗಿತ್ತು. ವಾರಕ್ಕೊಮ್ಮೆ ತಪ್ಪದೆ ಫೋನ್ ಮಾಡುತ್ತಿದ್ದ. "ಮುಂದೆ ಏನು ಮಾಡ್ತೀಯೋ?" ಅಂತ ನಾನು ಒಮ್ಮೆ ಕೇಳಿದ್ದಕ್ಕೆ, "ಫೈನಾನ್ಸ್ ಕಂಪನಿ ಶುರು ಮಾಡಲಿಕ್ಕೆ ಅಪ್ಲಿಕೇಷನ್ ಹಾಕೀನಿ ಸಾರ್. ಇಷ್ಟರಾಗೇ ಲೈಸೆನ್ಸ್ ಬರ್ತದೆ" ಅಂದ. ನಾನು ಅವಾಕ್ಕಾಗಿ ಹೋದೆ. ಎರಡಕ್ಕೆ ಎರಡು ಸೇರಿಸಿದರೆ ಎಷ್ಟಾಗುತ್ತದೆಂದರೂ ತಿಳಿಯದ ನಂಜುಂಡಿ 'ಫೈನಾನ್ಸ್ ಕಂಪನಿ' ನಡೆಸುವುದೆಂದರೆ ಏನರ್ಥ? "ಹೊಲ ಮಾರಿದ್ದು ದುಡ್ಡು ಅದಲ್ಲ ಸಾರ್, ಅದನ್ನು ಬಳಸಿ ಎಲ್ಲಾರಿಗೂ ಸಾಲ ಕೊಟ್ಟು, ಬಡ್ಡಿ ವಸೂಲಿ ಮಾಡಿ ಬದುಕ್ತೀನಿ. ಈ ಡ್ರೈವರ್ ಕೆಲಸದಿಂದ ಜಾಸ್ತಿ ದುಡಿಯೋಕೆ ಆಗಲ್ಲ" ಅಂತ ಹೇಳಿದ. ನನಗೆ ಅವನು ಕೈಯಲ್ಲಿರುವ ಹಣವನ್ನೆಲ್ಲಾ ಕಳೆದುಕೊಂಡು ಬಿಡುತ್ತಾನೆಂದು ಹೆದರಿಕೆ ಆಯ್ತು. "ಏಯ್, ಹುಚ್ಚುಚ್ಚಾರ ಏನೋ ಮಾಡಬೇಡ. ನೀನು ಓದಿಕೊಂಡೋನು ಅಲ್ಲ. ಎಲ್ಲಾರೂ ನಿಂಗೆ ಮೋಸ ಮಾಡ್ತಾರೆ. ಕಂಪನಿ ನಡೆಸೋದು ಅಂದರೆ ಸುಮ್ಮನೆ ಅಲ್ಲ. ಲೆಕ್ಕ ಚೆನ್ನಾಗಿ ಬರಬೇಕು" ಅಂತ ಹೆದರಿಸಿದೆ. "ಲೆಕ್ಕ ಗೊತ್ತಿರೋ ಬಿ.ಕಾಂ. ಮಾಡಿರೋ ಹುಡುಗರು ಬರೀ ಎರಡು ಸಾವಿರ ರೂಪಾಯಿ ಸಂಬಳ ಕೊಟ್ಟರೆ ಸಿಗ್ತಾರೆ ಸಾರ್. ಸಾಲ ಕೊಡೋನಿಗೆ ಅದನ್ನ ವಸೂಲಿ ಮಾಡೋ ತಾಕತ್ತು ಇದ್ರೆ ಸಾಕು. ಅದು ನಂಗೆ ಅದಲ್ಲಾ ಸಾರ್?" ಎಂದು ನನ್ನನ್ನೇ ಪ್ರಶ್ನಿಸಿದ. ಆದರೂ ನನಗೆ ಸಮಾಧಾನವಾಗಲಿಲ್ಲ. "ಹುಷಾರು ನಂಜುಂಡಿ, ಯಾರಾದ್ರೂ ಹಿರಿಯರನ್ನ ಕೇಳಿ ಮುಂದಡಿ ಇಡು" ಅಂತ ಕಳಕಳಿಯಿಂದ ಹೇಳಿದೆ.

ನಂಜುಂಡಿಯ ಫೈನಾನ್ಸ್ ಕಂಪನಿ ಭರ್ಜರಿ ಯಶಸ್ವಿಯಾಯ್ತು. ನನ್ನ ಅನುಮಾನವೆಲ್ಲಾ ಅನುಭವವಿಲ್ಲದವನ ಹೆದರಿಕೆಯಾಗಿತ್ತು. ಎರಡು ವರ್ಷಕ್ಕೆಲ್ಲಾ ನಂಜುಂಡಿ ಲಕ್ಷಗಟ್ಟಲೆ ಹಣ ಮಾಡಿಬಿಟ್ಟ. ನಾನು ಹಿಂದೆ ಕೊಟ್ಟಿದ್ದ ಸಾಲವನ್ನು ತೀರಿಸಲು ಮನೆಗೆ ಬಂದಿದ್ದ. ಮೊದಲಿಗಿಂತಲೂ ಎರಡು ಪಟ್ಟು ದಪ್ಪಕ್ಕಾಗಿದ್ದ. ಸೊಗಸಾಗಿ ಹೊಟ್ಟೆ ಬಂದಿತ್ತು. ಮುಖದಲ್ಲಿ ಇಷ್ಟಗಲ ನಗು. ಮೊದಲಿನ ಮುಗ್ಧತೆಯೇ ಮುಖದಿಂದ ಮಾಸಿತ್ತು. "ಇದೇನೋ ನಂಜುಂಡಿ, ಇಷ್ಟು ದಪ್ಪ ಆಗಿ ಬಿಟ್ಟಿ? ನೋಡಲಿಕ್ಕೆ ಎಷ್ಟು ಚಂದ ಇದ್ದಿ. ಈಗ ಹಿಂಗೆ ಎಲ್ಲಾ ದಿಕ್ಕಿನಾಗೂ ಬೆಳೆದು ಬಿಟ್ಟೀಯ?" ಅಂತ ಬೈದೆ. "ಏನು ಮಾಡಲಿ ಸಾರ್? ನನ್ನ ಹೆಂಡತೀನೂ

ನಿಮ್ಮ ಹಂಗೆ ಬೈತಾಳೆ. ಭಾನುವಾರ ಮಾತ್ರ ಬಡ್ಡಿ ವಸೂಲಿ ಮಾಡೋದಕ್ಕೆ ಎಲ್ಲಾರ ಮನೀಗೆ ಹೋಗ್ತೀನಿ. ಉಳಿದ ಆರು ದಿನ ಮಾಡಲಿಕ್ಕೆ ಏನೂ ಕೆಲಸ ಇಲ್ಲ, ನನ್ನ ಅಸಿಸ್ಟಂಟ್ ಮಾಡ್ತಾನೆ. ಹೆಂಡತಿ ಚಂದಾಗಿ ಅಡುಗೆ ಮಾಡಿ ಹಾಕ್ತಾಳೆ. ಕತ್ತರಿಸಿ ಹೊಡೀತೀನಿ" ಅಂತ ಹೇಳಿದ. ಅವನ ಬೊಜ್ಜನ್ನು ನೋಡಿ "ಕುಡೀಯೋದು ಜಾಸ್ತಿ ಮಾಡೀಯೇನೋ?" ಎಂದು ಅನುಮಾನ ವ್ಯಕ್ತ ಪಡಿಸಿದೆ. "ಹೂಂ ಸಾರ್. ಫ್ರೆಂಡ್ಸ್ ಬಲವಂತ ಮಾಡ್ತಾರೆ. ಬ್ಯಾಡ ಅಂದ್ರೂ ಕೇಳಂಗಿಲ್ಲ" ಅಂತ ಒಪ್ಪಿಕೊಂಡ. "ಹೆಂಗಸರ ಸಹವಾಸನೂ ಶುರು ಹಚ್ಚಿಕೊಂಡೀಯ?" ಅಂತ ಮತ್ತೊಂದು ಅನುಮಾನ ಹೊರಹಾಕಿದೆ. "ಥೂ, ಅದು ಮಾತ್ರ ಇಲ್ಲ ಸಾರ್" ಎಂದು ಅಸಹ್ಯ ಪಟ್ಟುಕೊಂಡು ಹೇಳಿಕೊಂಡ.

ಮಗುವಿನ ನಾಮಕರಣಕ್ಕೆ ನಾನು ಬರಲೇಬೇಕೆಂದು ಬಹಳ ಒತ್ತಾಯ ಮಾಡಿದ. ನನ್ನ ಕೆಲಸದಲ್ಲಿ ಮುಳುಗಿ ಹೋಗಿದ್ದ ನನಗೆ ಅದು ಸಾಧ್ಯವಾಗಲೇ ಇಲ್ಲ. ಒಂದು ಹೊಸ ಹೆಸರನ್ನು ಹುಡುಕಿ ಕೊಡಿ ಅಂತ ಕೇಳಿಕೊಂಡ. ಪುಸ್ತಕದಂಗಡಿಯಲ್ಲಿ ಮಕ್ಕಳ ಹೆಸರಿನ ಪುಸ್ತಕವೊಂದನ್ನು ಕೊಂಡು ತಂದು ಅವನಿಗೆ ಕೊಟ್ಟೆ. ಅದರಲ್ಲಿನ ಒಂದು ಹೊಸ ಹೆಸರನ್ನು ಆಯ್ಕೆ ಮಾಡಿಕೊಂಡ. ಮಗುವಿನ ಫೋಟೋಗಳನ್ನು ತಂದು ನನಗೆ ತೋರಿಸಿದ.

ಮೂರು ವರ್ಷಕ್ಕೆ ಮನೆ ಕಟ್ಟಿಸಲು ಸಿದ್ಧನಾದ. ಹಳ್ಳಿಯ ಮನೆಯಲ್ಲಿಯೇ ಅವನಿಗೆ ಪಾಲು ಮಾಡಿ ಜಾಗ ಕೊಟ್ಟಿದ್ದರು. ಅದನ್ನು ಕೆಡವಿ, ಹೊಸ ಮನೆಯನ್ನು ಕಟ್ಟಿಸುವುದು ಅವನ ಯೋಜನೆಯಾಗಿತ್ತು. ಆದರೆ ಗುದ್ದಲಿ ಪೂಜೆಗೂ ಮುಂಚೆ ನನ್ನ ಹತ್ತಿರ ಬಂದ. ಅವನ ಹೆಂಡತಿಯೇ ಕಳುಹಿಸಿದ್ದಳು. ಮನೆ ಕಟ್ಟಲು ಪ್ರಾರಂಭಿಸುವುದಕ್ಕೆ ನಾನು ಎಷ್ಟು ಸಾಧ್ಯವೋ ಅಷ್ಟು ಹಣವನ್ನು ಅವನಿಗೆ ಕೊಡಬೇಕೆಂದು ಕೇಳಿಕೊಂಡ. ನನ್ನದು ಒಳ್ಳೆಯ ಮನಸ್ಸೆಂದೂ, ಅಂತಹ ಮನಸ್ಸಿನಿಂದ ಕೊಟ್ಟ ಹಣದಿಂದ ಕೆಲಸವನ್ನು ಪ್ರಾರಂಭಿಸಿದರೆ, ಒಳ್ಳೆಯದಾಗುತ್ತದೆಂದೂ ಅವನ ಹೆಂಡತಿ ಅವನಿಗೆ ತಿಳಿಸಿ ಹೇಳಿ ಕಳುಹಿಸಿದ್ದಳು. ಆಗಲೇ ನಾನು ಐಟಿ ಕೆಲಸವನ್ನು ಬಿಟ್ಟು ಸ್ವಯಂ ನಿವೃತ್ತಿಯನ್ನು ಹೊಂದಿದ್ದೆ. ಹೆಚ್ಚಿನ ಹಣವನ್ನು ಕೊಡಲು ನನ್ನ ಮನಸ್ಸು ಒಪ್ಪಲಿಲ್ಲ. ನನ್ನ ಅಸಹಾಯಕತೆಯನ್ನು ತಿಳಿಸಿದೆ. "ಎಷ್ಟು ಆಗುತ್ತೋ ಅಷ್ಟು ಕೊಡ್ರಿ ಸಾರ್. ನಿಮ್ಮದೂ ಅಂತ ಹಣ ನನ್ನ ಮನೆಗೆ ಇರಲಿ" ಅಂತ ಬೇಡಿಕೊಂಡ. ನನಗೆ ಸರಿಯೆನ್ನಿಸಿದಷ್ಟು ಹಣವನ್ನು ಅವನಿಗೆ ಕೊಟ್ಟು "ಒಳ್ಳೇದಾಗಲಿ ನಂಜುಂಡಿ" ಅಂತ ಹೇಳಿದೆ. ಸಂತೋಷದಿಂದ ಮನೆಗೆ ಹೋದ.

ಈಗ ಸೊಗಸಾದ ಮನೆಯಾಗಿದೆ. ನನ್ನನ್ನು ಹೊಸ ಮನೆಗೆ ಕರೆಯುತ್ತಲೇ ಇದ್ದಾನೆ. ಹೋಗಲಾಗಿಲ್ಲ. ನನ್ನ ಪುಸ್ತಕ ಬಿಡುಗಡೆ ಕಾರ್ಯಕ್ರಮ ಭಾನುವಾರವಲ್ಲದೆ

ಬೇರೆ ದಿನವಿದ್ದರೆ ತಪ್ಪದೆ ಬರುತ್ತಾನೆ. ಭಾನುವಾರ ಅವನು ಬಡ್ಡಿ ವಸೂಲಿ ಕಾಯಕದಲ್ಲಿ ದಿನವಿಡೀ ಮುಳುಗಿರುತ್ತಾನೆ. ಯಾವತ್ತಾದರೂ ದೂರದೂರಿಗೆ ಕಾರಿನಲ್ಲಿ ಹೋಗುವ ಪ್ರಮೇಯ ಬಂದರೆ ಕರೆದರೆ ತಪ್ಪದೆ ಬರುತ್ತಾನೆ. ಇತ್ತೀಚೆಗೆ ಹೊಸದೊಂದು ಕಾರನ್ನು ಕೊಂಡು ಅದನ್ನು ಬಾಡಿಗೆಗೆ ಬಿಟ್ಟಿದ್ದಾನೆ. ಅದಕ್ಕೆ ಬೇರೆಯೇ ಒಬ್ಬ ಡ್ರೈವರನ್ನು ನಿಯಮಿಸಿದ್ದಾನೆ. "ಈ ಡ್ರೈವರ್‌ಗಳು ಸರಿ ಇಲ್ಲ ಸಾರ್. ಒಂದು ದಿನ ಬಂದ್ರೆ ಎರಡು ದಿನ ತಪ್ಪಿಸ್ತಾರೆ" ಅಂತ ನನ್ನ ಮುಂದೆ ಕಂಪ್ಲೇಂಟ್ ಮಾಡುತ್ತಾನೆ!

ನಂದೀಶ

ನಂಜುಂಡಿ ನನ್ನ ನೌಕರಿಯಿಂದ ಹೊರ ಹೋದರೂ ನನಗೊಂದು ದೊಡ್ಡ ಉಪಕಾರವನ್ನು ಮಾಡಿ ಹೋದ. "ನೀನೇ ನನಗೆ ಮತ್ತೊಬ್ಬ ಡ್ರೈವರನ್ನು ಹುಡುಕಿ ಕೊಡು" ಎಂದು ಅವನಿಗೇ ಜವಾಬ್ದಾರಿಯನ್ನು ಒಪ್ಪಿಸಿದೆ. ನಂಜುಂಡಿ ಆಸಕ್ತಿಯನ್ನು ವಹಿಸಿ ನನಗೆ ನಂದೀಶನನ್ನು ಹುಡುಕಿಕೊಟ್ಟ. "ಭಾಳ ಒಳ್ಳೆಯವನು ಸಾರ್, ನನ್ನ ಹಂಗೆ ಜಾಸ್ತಿ ಮಾತಾಡಲ್ಲ. ನಿಮ್ಮ ಸ್ವಭಾವಕ್ಕೆ ಹೊಂದಿಕೊಳ್ತಾನೆ. ಬೇರೆ ಯಾರೂ ನಿಮಗೆ ಒಗ್ಗಲ್ಲ" ಅಂತಂದ. ಅವನು ಹೇಳಿದಂತೆಯೇ ನಂದೀಶ ಅತ್ಯುತ್ತಮ ಡ್ರೈವರ್. ಯಾವತ್ತೂ ಗಾಡಿಗೆ ಒಂದು ಪುಟ್ಟ ಏಟೂ ತಗಲದಂತೆ ನೋಡಿಕೊಂಡ. ವ್ಯಕ್ತಿಯಾಗಿಯೂ ನಂದೀಶ ತುಂಬಾ ಒಳ್ಳೆಯವನು. ಹೆಚ್ಚಿಗೆ ಮಾತನಾಡುವುದಿಲ್ಲ, ಮಾತನಾಡಿದರೂ ಅತ್ಯಂತ ಮೆತ್ತನೆಯ ಧ್ವನಿಯಲ್ಲಿ ಆಡುತ್ತಾನೆ. ನನಗೆ ರೇಡಿಯೋ ಹಾಕುವುದು ಇಷ್ಟವಿಲ್ಲವೆಂದು ಗೊತ್ತಾದ ಕ್ಷಣದಿಂದ ಯಾವತ್ತೂ ಕಾರಲ್ಲಿ ರೇಡಿಯೋ ಹಾಕಲಿಲ್ಲ. ಒಂದು ದಿನಕ್ಕೂ ಕೆಲಸಕ್ಕೆ ತಪ್ಪಿಸಲಿಲ್ಲ. ಅತ್ಯಂತ ಶುಚಿಯಾಗಿ ದಿರಿಸನ್ನು ಹಾಕಿಕೊಂಡು ಕೆಲಸಕ್ಕೆ ಬರುತ್ತಿದ್ದ. ಸುಳ್ಳು ಹೇಳಲಿಲ್ಲ. ಕುಡಿತವಿಲ್ಲ. ಸಿಗರೇಟಿಲ್ಲ. ಒಟ್ಟಾರೆ ಯಾವುದೇ ವಾಸನೆಯಿಲ್ಲ. ನಾನು ಐಟಿ ಕ್ಷೇತ್ರದಿಂದ ಸ್ವಯಂ ನಿವೃತ್ತಿ ಹೊಂದುವವರೆಗೂ, ಅಂದರೆ ಸುಮಾರು ಮೂರು ವರ್ಷಗಳ ಕಾಲ, ಅವನು ನನ್ನ ಡ್ರೈವರ್ ಆಗಿದ್ದ. ಈಗಲೂ ನನ್ನ ಪುಸ್ತಕಗಳ ವಿತರಣೆಯನ್ನು ಅಚ್ಚುಕಟ್ಟಾಗಿ ನೋಡಿಕೊಳ್ಳುತ್ತಾನೆ. ಅವನು ಎಷ್ಟು ಒಳ್ಳೆಯ ವ್ಯಕ್ತಿಯೆಂದರೆ ಅವನ ಬಗ್ಗೆ ಇಂತಹ ಲೇಖನ ಬರೆಯಲು ನನಗೆ ಸಾಧ್ಯವೇ ಇಲ್ಲ!

10ನೇ ನವೆಂಬರ್ 2012

ಗೌರಮ್ಮ

ಅಪ್ಪ–ಅಮ್ಮ ತೀರಿಕೊಂಡ ನಂತರ ಎರಡು ವರ್ಷಗಳ ಕಾಲ ನಾನೇ ಮೈ– ಕೈ ಸುಟ್ಟುಕೊಂಡು ಅಡುಗೆ ಮಾಡಿಕೊಳ್ಳುತ್ತಿದ್ದೆ. ಇಂಗ್ಲೆಂಡಿನಲ್ಲಿದ್ದಾಗ ಅಡುಗೆ ಮಾಡಿಕೊಳ್ಳುವುದು ನನಗೆ ಅಭ್ಯಾಸವಾಗಿತ್ತು. ಅಲ್ಲಿ ನಮ್ಮ ಆಹಾರವನ್ನು ನಾವು ಬೇಯಿಸಿಕೊಳ್ಳದಿದ್ದರೆ ಬದುಕುವುದು ಕಷ್ಟ, ಅದರಲ್ಲೂ ಸಸ್ಯಾಹಾರಿಗಳಿಗೆ ವಿಪರೀತ ಕಷ್ಟ. ಆ ಅನುಭವದಿಂದಾಗಿಯೇ ಇಲ್ಲಿ ಈ ಎರಡು ವರ್ಷ ಬದುಕು ಸಹನೀಯವಾಯ್ತು. ನನಗೆ ಆಹಾರ ತಯಾರಿಸುವುದರಲ್ಲಿ ಅಂತಹ ಆಸಕ್ತಿಯೇನೂ ಇಲ್ಲ. ಆದರೆ ಬರೀ ನಮ್ಮ ಆಸಕ್ತಿಯ ಕೆಲಸಗಳನ್ನೇ ಮಾಡಿಕೊಂಡು ಜೀವಿಸಲು ಎಷ್ಟು ಜನರಿಗೆ ಸಾಧ್ಯ? ಅಮ್ಮನ ಅಡುಗೆಯ ರುಚಿಯನ್ನು ಕಳೆದುಕೊಂಡಿದ್ದೇನೆಂಬ ಕಸಿವಿಸಿಯಾಗುತ್ತಿತ್ತಾದರೂ, ಬದುಕು ಎಲ್ಲವನ್ನೂ ಸಂಯಮದಿಂದ ಸ್ವೀಕರಿಸುವ ಸ್ವಭಾವವನ್ನು ನನಗೆ ಕಲಿಸಿಕೊಡುತ್ತಿತ್ತು. ಆಹಾರದ ರುಚಿಗೆ ಅಂತಹ ಪ್ರಾಮುಖ್ಯ ಕೊಡದಿದ್ದರೆ ಬದುಕು ಸುಗಮವಾಗುತ್ತದೆಂದು ನಾನಾಗಲೇ ಮನಗಂಡಿದ್ದೆ.

ಆದರೆ ಭಾರತದಲ್ಲಿ ನನಗೆ ಸಾಕಷ್ಟು ಸಮಯದ ಅಭಾವವಿರುತ್ತಿತ್ತು, ಇಂಗ್ಲೆಂಡಿನಂತೆ ಇಲ್ಲಿ ಬರೀ ಎಂಟು ತಾಸಿನ ಕಟ್ಟುನಿಟ್ಟಾದ ಕೆಲಸವಲ್ಲ. ಅಲ್ಲಿಯಂತೆ ಆಫೀಸಿನ ಹತ್ತಿರದಲ್ಲಿಯೇ ಮನೆಯೂ ಇಲ್ಲ. ದಿನದ ಹದಿನಾಲ್ಕು, ಹದಿನಾರು ಗಂಟೆಗಳ ಕಾಲ

ಬೆಂಗಳೂರಿನ ದುರ್ಗಮ ಟ್ರಾಫಿಕ್ಕಿನಲ್ಲಿ ಓಡಾಡಿ, ಆಫೀಸಿಗೆ ಹೋಗಿ ಬರುವುದರಲ್ಲೇ ನನ್ನ ಶಕ್ತಿಯೆಲ್ಲಾ ಉಡುಗಿ ಹೋಗುತ್ತಿತ್ತು. ರಾತ್ರಿ ಒಂಬತ್ತಕ್ಕೆ ಮನೆಗೆ ಬಂದ ನಂತರ, ಕುಕ್ಕರ್ ಏರಿಸುವಾಗ ಕೆಲವೊಮ್ಮೆ ದುಃಖವಾಗುತ್ತಿತ್ತು. ತರಕಾರಿಯನ್ನು ಹೆಚ್ಚಿ ಬೇಯಿಸಿ ಪಲ್ಯ ಮಾಡಿಕೊಳ್ಳುವಷ್ಟು ಸಂಯಮವಿರದ ಕಾರಣ, ಯಾವುದಾದರೂ ಚಟ್ನಿಪುಡಿ, ಉಪ್ಪಿನಕಾಯಿ, ಮೊಸರಿನ ಜೊತೆಗೆ ಊಟ ಮಾಡಿ ಮುಗಿಸುತ್ತಿದ್ದೆ. ಆರೋಗ್ಯದ ಮೇಲೆ ವಿಪರೀತ ಕಾಳಜಿಯಿರುವುದರಿಂದ, ನನಗೆ ದಿನನಿತ್ಯ ಹೊರಗೆ ಊಟ ಮಾಡುವುದು ಸಾಧ್ಯವಿರಲಿಲ್ಲ. ಇಂತಹ ಹೊತ್ತಿನಲ್ಲಿಯೇ ನಮ್ಮ ಮನೆಗೆ ಗೌರಮ್ಮ ಅಡುಗೆಯವಳಾಗಿ ಬಂದು ಸೇರಿಕೊಂಡಳು.

ಗೌರಮ್ಮನ ಪರಿಚಯ ಅಚಾನಕ್ಕಾಗಿ ಆಯ್ತು. ಒಂದು ದಿನ ನಮ್ಮ ಅಪಾರ್ಟ್‌ಮೆಂಟಿನಲ್ಲಿರುವ ಗೆಳೆಯರೊಬ್ಬರ ಮನೆಗೆ ಊಟಕ್ಕೆ ಹೋಗಿದ್ದೆ. ಅವರ ಮನೆಯಲ್ಲಿ ಗೌರಮ್ಮ ಅಡುಗೆ ಮಾಡುತ್ತಿದ್ದಳು. ನನಗೆ ಊಟ ತುಂಬಾ ರುಚಿಯಾಗಿದೆಯೆನ್ನಿಸಿತು. ನನ್ನ ಗೆಳೆಯರ ಮುಂದೆ ಊಟವನ್ನು ಪ್ರಶಂಸಿಸಿ, ನನ್ನ ದಿನನಿತ್ಯದ ಹೊಟ್ಟೆಪಾಡಿನ ಪರದಾಟವನ್ನು ಹೇಳಿಕೊಂಡು ನಗುತ್ತಿದ್ದೆ. ಆಗವರು "ನೀವ್ಯಾಕೆ ಗೌರಮ್ಮನಿಂದ ಅಡುಗೆ ಮಾಡಿಸಿಕೊಳ್ಳಬಾರದು?" ಎಂದು ಕೇಳಿದರು. ನನಗೆ ಈ ಅನಿರೀಕ್ಷಿತ ಪ್ರಶ್ನೆ ಬೆಚ್ಚಿ ಬೀಳಿಸಿತು. ಆ ಎರಡು ವರ್ಷಗಳ ಕಾಲ ನಾನು ಸಾಕಷ್ಟು ಕಷ್ಟ ಪಟ್ಟಿದ್ದರೂ, ಎಂದೂ ನನಗೆ ಒಬ್ಬ ಅಡುಗೆಯವರನ್ನು ನೇಮಿಸಿಕೊಳ್ಳಬೇಕೆಂಬ ಕಲ್ಪನೆಯೇ ಬಂದಿರಲಿಲ್ಲ. ಈಗವರ ಪ್ರಶ್ನೆಗೆ ಉತ್ತರಿಸಲೂ ಎರಡು ನಿಮಿಷ ಹಿಡಿಯಿತು. "ಅವರು ಒಪ್ಪಿಕೊಂಡರೆ ಯಾಕಾಗಬಾರದು?" ಎಂದೆ. ತಕ್ಷಣ ಅವರು ಗೌರಮ್ಮನ ಜೊತೆ ಮಾತನಾಡಿ ಅಡುಗೆಗೆ ಒಪ್ಪಿಸಿಬಿಟ್ಟರು. ಈ ಘಟನೆ ನಡೆದು ಆಗಲೇ ಎಂಟು ವರ್ಷಗಳಾಗಿವೆ. ಈಗಲೂ ಗೌರಮ್ಮ ನನಗೆ ಅಡುಗೆ ಮಾಡಿ ಕೊಡುತ್ತಾಳೆ. ರಾತ್ರಿ ಆಫೀಸಿನಿಂದ ಹಸಿದು ಮನೆಗೆ ಬಂದಾಗ ತಿನ್ನಲು ಆಹಾರವಿರುತ್ತದೆಂಬ ಸಂಗತಿ, ಬದುಕಿನ ಅತ್ಯಂತ ಸಂತೋಷದ ಸಂಗತಿಗಳಲ್ಲಿ ಒಂದೆಂದು ನನಗೆ ಹಲವಾರು ಬಾರಿ ಅನ್ನಿಸಿದೆ. ಪ್ರತಿನಿತ್ಯ ತಪ್ಪದಂತೆ ಊಟ ಹಾಕುವ ಗೌರಮ್ಮ ನನಗಂತೂ ಸಾಕ್ಷಾತ್ ಅನ್ನಪೂರ್ಣೆಯೇ ಆಗಿದ್ದಾಳೆ. ತಮಾಷೆಯೆಂದರೆ ನನಗೆ ಪರಿಚಯ ಮಾಡಿಕೊಟ್ಟ ಗೆಳೆಯರ ಮನೆಯನ್ನು ಎರಡೇ ತಿಂಗಳಿಗೆ ಆಕೆ ಬಿಟ್ಟು "ಭಾಳ ಡಿಮ್ಯಾಂಡ್ ಮಾಡ್ತಾರೆ ಅಣ್ಣಾ. ಬೇರೆ ಅಡುಗೆಯವರನ್ನ ಒಪ್ಪಿಸಿಕೊಟ್ಟೆ" ಎಂದಿದ್ದಳು.

ಎರಡು ವರ್ಷಗಳ ಕಾಲ ನನಗೆ ಅಡುಗೆಯವರೊಬ್ಬರನ್ನು ನಿಯಮಿಸಿಕೊಂಡು, ನನ್ನ ಊಟದ ಸಮಸ್ಯೆ ಪರಿಹರಿಸಿಕೊಳ್ಳಬೇಕೆಂಬುದು ಹೊಳೆಯಲೇ ಇಲ್ಲವೆನ್ನುವ ಸಂಗತಿ ನನಗೆ ಬಹಳಷ್ಟು ದಿನ ಕಾಡಿತು. ಬಾಲ್ಯದಲ್ಲಿ ಎಂದೂ ನಮ್ಮ ಮನೆಗೆ ಅಡುಗೆ ಮಾಡುವವರಿರಲಿಲ್ಲ. ನಮಗೆ ಗೊತ್ತಿರುವ ಬಂಧು-ಬಳಗದಲ್ಲಿಯೂ

ಅಡುಗೆಯವರನ್ನು ನೇಮಿಸಿಕೊಳ್ಳುವ ಶ್ರೀಮಂತರು ಇರಲಿಲ್ಲ. ಅಡುಗೆಯವರು ಕೇವಲ ದೊಡ್ಡ ದೊಡ್ಡ ಸಮಾರಂಭಗಳಿಗೆ ಮಾತ್ರ ಬರುತ್ತಿದ್ದರು. ಆದ್ದರಿಂದಲೇ ನನಗೆ ಈ ಉಪಾಯ ಹೊಳೆದಿಲ್ಲವೆನ್ನುವುದು ನಿಧಾನಕ್ಕೆ ಅರ್ಥವಾಯಿತು. ತಮಾಷೆಯೆಂದರೆ, ಮುಸುರೆ ಪಾತ್ರೆ ತೊಳೆಯಲು ಮತ್ತು ನೆಲ ಒರೆಸಲು ಒಬ್ಬರು ದಿನವೂ ಮನೆಗೆ ಬರುತ್ತಿದ್ದರು. ಯಾಕೆಂದರೆ, ಅಮ್ಮನೂ ಕೆಲಸಕ್ಕೆ ನರಸಕ್ಕನನ್ನು ನೇಮಿಸಿಕೊಂಡಿದ್ದಳಲ್ಲವೆ? ಅದನ್ನೇ ನಾನೂ ಅನುಸರಿಸಿರಬೇಕು. ಬಾಲ್ಯದ ಬದುಕು ನಮ್ಮ ಮೇಲೆ ಎಂತಹ ಪ್ರಭಾವ ಬೀರಿರುತ್ತದೆಯೆಂದರೆ, ನಮ್ಮ ಮನಸ್ಸಿನಲ್ಲಿ ತನ್ನದೇ ಒಂದು ಆವರಣವನ್ನು ಸೃಷ್ಟಿಸಿರುತ್ತದೆ. ಆ ಆವರಣವನ್ನು ದಾಟಲಾಗದೆ ಸಮಸ್ಯೆಯ ಜೊತೆಗೆ ಹೊಂದಿಕೊಂಡು, ಗೊಣಗಾಡುತ್ತಲೇ ಬದುಕುತ್ತಿರುತ್ತೇವೆ. ಸರಳ ಪರಿಹಾರಗಳೂ ನಮಗೆ ಗೋಚರಿಸುವದಿಲ್ಲ.

ಆಕೆ ಬ್ರಾಹ್ಮಣರಲ್ಲ!

ಗೌರಮ್ಮನನ್ನು ನನಗೆ ಅಡುಗೆಯವಳಾಗಿ ಒಪ್ಪಿಸಿದ ಗೆಳೆಯರು ನನ್ನನ್ನು ಲಿಫ್ಟಿನ ತನಕ ಬೀಳ್ಕೊಡಲು ಬಂದು, ಪಿಸುಮಾತಿನಲ್ಲಿ "ಆಕೆ ಬ್ರಾಹ್ಮಣರಲ್ಲ!" ಎಂದರು. ನಾನು ನಕ್ಕು ಬಿಟ್ಟೆ. "ನಂಗೆ ಯಾರಾದ್ರೂ ಪರವಾಗಿಲ್ಲ. ಶುಚಿಯಾಗಿದ್ರೆ ಆಯ್ತು" ಎಂದೆ. "ಹಾಗಲ್ಲ, ನಿಮ್ಮ ಮನೆಗೆ ಯಾರಾದರೂ ಬಂಧು-ಬಳಗ ಬಂದಾಗ ಸಮಸ್ಯೆಯಾಗಬಾರದು. ಅದಕ್ಕಾಗಿಯೇ ಹೇಳಿದೆ"- ಎಂದು ಸಂಕೋಚದಿಂದ ಹೇಳಿದರು. "ಮಡಿ-ಮೈಲಿಗೆ ಮಾಡುತ್ತಿದ್ದ ಹಿರಿಯರೆಲ್ಲರೂ ಈಗ ನಮ್ಮನ್ನು ಅಗಲಿ ಹೋಗಿದ್ದಾರೆ. ಯಾರಾದರೂ ಅಂತಹ ಸಮಸ್ಯೆಯನ್ನು ವ್ಯಕ್ತಪಡಿಸಿದರೆ, ಅವರು ನನ್ನ ಮನೆಯಲ್ಲಿ ಇರುವಷ್ಟು ದಿನ, ತಾವೇ ಅಡುಗೆ ಮಾಡಿಕೊಂಡು ನನಗೂ ಹಾಕಲು ಹೇಳಿ ಬಿಡುತ್ತೇನೆ. ಗೌರಮ್ಮಗೆ ಆ ದಿನಗಳಲ್ಲಿ ರಜೆ ಸಿಕ್ಕಂತಾಗುತ್ತದೆ. ಯಾವುದೇ ತೊಂದರೆಯಿಲ್ಲ"- ಎಂದೆ. ಅವರಿಗೆ ನನ್ನ ಮಾತಿಂದ ಖುಷಿಯಾಯ್ತು.

ಈವತ್ತಿಗೂ ಗೌರಮ್ಮನ ಜಾತಿ ಯಾವುದೆಂದು ನನಗೆ ಗೊತ್ತಿಲ್ಲ. ಮಂಡ್ಯದ ಕಡೆಯ ಹಳ್ಳಿಯವಳೆಂದು ಅವಳೊಮ್ಮೆ ಹೇಳಿದ್ದಳು. ಅದಕ್ಕೂ ಹೆಚ್ಚಿನ ವಿವರವನ್ನು ಆಕೆಯೆಂದೂ ಹೇಳಿಲ್ಲ ಮತ್ತು ನಾನು ಕೇಳಿಲ್ಲ. ನನ್ನ ಮನೆಗೆ ಬಂದ ಬಂಧುಗಳೆಲ್ಲರೂ ಆಕೆಯ ಕೈಯಡುಗೆಯನ್ನು ಉಂಡು ಸಂತೋಷವನ್ನು ವ್ಯಕ್ತಪಡಿಸಿದ್ದಾರೆ. ಬಾಲ್ಯದ ಮಡಿಹೆಂಗಸರ ದರ್ಬಾರಿನ ಲೋಕ ನಮ್ಮ ಕುಟುಂಬಗಳಲ್ಲಿ ಈಗ ಮಾಯವಾಗಿದೆ.

ಅಡುಗೆ ಮನೆಯ ಮೂಲೆಯಲ್ಲಿ ಅಪ್ಪನ ಕಾಲದಿಂದ ಬಂದ ದೇವರ ಮೂರ್ತಿ, ಸಂಪುಷ್ಟಗಳನ್ನು ಪುಟ್ಟ ಮಂದಾಸನದಲ್ಲಿ ಇಟ್ಟಿದ್ದೇನೆ. ಆಗೊಮ್ಮೆ ಈಗೊಮ್ಮೆ ದೇವರಿಗೆ

ಹೂ ಏರಿಸಿ, ಪೂಜೆ ಮತ್ತು ಧ್ಯಾನ ಮಾಡುವ ಸ್ವಭಾವ ನನಗಿದೆ. ಆದ್ದರಿಂದ ಮಂದಾಸನದ ಸುತ್ತ-ಮುತ್ತ ನಿರ್ಮಾಲ್ಯದ ಹೂಗಳು, ಉರಿದ ಹೂಬತ್ತಿಗಳು ಬಿದ್ದಿರುತ್ತವೆ. ಅದೆಲ್ಲವನ್ನೂ ಗೌರಮ್ಮನೇ ಸ್ವಚ್ಛಗೊಳಿಸುತ್ತಾಳೆ.

ಎಂಥಾ ಅಡುಗೆ?

ಮೊದಲ ದಿನ ಬಂದಾಗ ಗೌರಮ್ಮ "ಎಂಥಾ ಅಡಿಗಿ ಮಾಡಬೇಕಣ್ಣ?" ಎಂದು ಕೇಳಿದಳು. "ಹಂಗಂದ್ರೆ?" ಅಂತ ಗೊಂದಲದಿಂದ ಕೇಳಿದ್ದೆ. "ಕರ್ನಾಟಕದವರ ಅಡಿಗಿ ಮಾಡಬೇಕಾ, ಇಲ್ಲಾ ಹಿಂದಿಯವರ ಅಡಿಗಿ ಮಾಡಬೇಕಾ?" ಎಂದು ವಿವರಿಸಿದ್ದಳು. "ಕನ್ನಡ ಮಾತಾಡ್ತಿನಲ್ಲಮ್ಮ, ಕರ್ನಾಟಕದವರ ಅಡಿಗಿಯನ್ನೇ ಮಾಡು" ಎಂದು ಹೇಳಿದ್ದೆ.

ಮೊದಲ ತಿಂಗಳು ನನ್ನ ರುಚಿಗೆ ತಕ್ಕಂತೆ ಆಕೆಯ ಅಡುಗೆಯನ್ನು ಬದಲಾಯಿಸುವುದು ಕಷ್ಟದ ಕೆಲಸವಾಗಿತ್ತು. ಎಣ್ಣೆ, ಉಪ್ಪು, ಖಾರ ಹಾಕುವುದರಲ್ಲಿ ಆಕೆಯ ಕೈಮುಂದು. ಉಳಿದವುಗಳ ಬಗ್ಗೆ ನನಗೆ ತಕರಾರಿಲ್ಲದಿದ್ದರೂ, ಆರೋಗ್ಯಕ್ಕೆ ಸಂಬಂಧಿಸಿದ ಈ ವಿಚಾರದಲ್ಲಿ ಮಾತ್ರ ಬಹಳ ಜಾಗ್ರತೆ ವಹಿಸುತ್ತಿದ್ದೆ. "ಇನ್ನೂ ಸ್ವಲ್ಪ ಉಪ್ಪು, ಖಾರ, ಎಣ್ಣೆ ಕಡಿಮೆ ಮಾಡಬೇಕಮ್ಮ" ಎಂದು ವಿನಯದಿಂದ ಹೇಳುತ್ತಿದ್ದೆ. "ಹಂಗೇ ಆಗಲಣ್ಣ" ಎಂದು ಆಕೆಯೂ ಒಪ್ಪಿಕೊಂಡು, ಮರುದಿನ ಬಂದಾಗ "ನಿನ್ನೆ ಊಟ ಪರವಾಗಿರಲಿಲ್ಲೇನಣ್ಣ?" ಎಂದು ಕೇಳುತ್ತಿದ್ದಳು. "ಇನ್ನೂ ಸ್ವಲ್ಪ ಕಡಿಮೆ ಮಾಡಿದ್ರೆ ಒಳ್ಳೇದು" ಎಂದು ನಾನು ರಾಗವೆಳೆಯುತ್ತಿದ್ದೆ. "ಹಂಗೇ ಆಗಲಿ" ಎಂದು ಒಪ್ಪಿಕೊಳ್ಳುತ್ತಿದ್ದಳು. ಒಂದು ತಿಂಗಳಾದರೂ ನನ್ನ 'ಇನ್ನೂ ಕಡಿಮೆ' ಎಂಬ ಆಲಾಪನೆ ಮುಗಿಯಲಿಲ್ಲ. ಕಡೆಗೊಂದು ದಿನ ರೋಸಿ ಹೋದ ಗೌರಮ್ಮ "ಇದಕ್ಕೂ ಕಡಿಮೆ ಉಪ್ಪು-ಖಾರ ಎಣ್ಣೆ ಹಾಕಿ ಅಡಿಗಿ ಮಾಡೋದಕ್ಕೆ ನಂಗೆ ಬರಲ್ಲಣ್ಣ" ಎಂದು ಕೈ ಚೆಲ್ಲಿ ನಿಂತುಬಿಟ್ಟಳು. 'ನೀನು ಏನು ಬೇಕಾದ್ರೂ ಮಾಡಿಕೋ...' ಎಂಬ ಬಂಡಾಯದ ಭಾವ ಆಕೆಯ ಕಣ್ಣುಗಳಲ್ಲಿತ್ತು. ನನಗೆ ಆ ಕ್ಷಣದಲ್ಲಿ ತಬ್ಬಿಬ್ಬಾಗಿತ್ತು. "ಪರವಾಗಿಲ್ಲ, ಪರವಾಗಿಲ್ಲ. ನಿನ್ನೆ ಇದ್ದಷ್ಟು ಉಪ್ಪು-ಖಾರ ಎಣ್ಣೆ ಇದ್ರೆ ಅಡ್ಡಿ ಇಲ್ಲ" ಎಂದು ಬಡಬಡಿಸಿದ್ದೆ.

ಬೆಳ್ಳುಳ್ಳಿ ಫಜೀತಿ

ಬಾಲ್ಯದಿಂದಲೂ ನನಗೆ ಬೆಳ್ಳುಳ್ಳಿಯ ಅಭ್ಯಾಸವಿಲ್ಲ. ಮನೆಯಲ್ಲಿ ಅದಕ್ಕೆ ನಿಷಿದ್ಧವಿತ್ತು. ಜೊತೆಗೆ ಅದನ್ನು ತಿನ್ನಕೂಡದೆಂದು ಅಪ್ಪ-ಅಮ್ಮ ಚೆನ್ನಾಗಿ

ತಲೆತುಂಬಿಸಿಬಿಟ್ಟಿದ್ದರು. ಆದ್ದರಿಂದ ಇಂಜಿನಿಯರಿಂಗ್‌ಗೆಂದು ಹಾಸ್ಟೆಲ್ ಸೇರಿದಾಗ, ಬಹಳಷ್ಟು ದಿನ ಒದ್ದಾಡಿದ್ದೆ. ಹಾಸ್ಟಲ್ ವಾರ್ಡನ್‌ಗೆ ಈ ವಿಷಯವಾಗಿ ತಕರಾರು ಹೇಳಲು ಹೋಗಿ, ಸರಿಯಾಗಿ ಬೈಸಿಕೊಂಡಿದ್ದೆ. ಹೊಟ್ಟೆ ಹಸಿದರೆ ಎಲ್ಲದಕ್ಕೂ ಹೊಂದಿಕೊಳ್ಳುತ್ತೀವಲ್ಲವೆ? ಹಾಗೆಯೇ ನಿಧಾನಕ್ಕೆ ಬೆಳ್ಳುಳ್ಳಿಗೆ ಹೊಂದಿಕೊಂಡೆ. ಆದರೆ ಮತ್ತೆ ಕೆಲಸಕ್ಕೆ ಸೇರಿ, ಅಮ್ಮನ ಅಡುಗೆ ಶುರುವಾದ ತಕ್ಷಣ ಬೆಳ್ಳುಳ್ಳಿಗೆ ಮುನಿಸಿಕೊಳ್ಳ ತೊಡಗಿದೆ. ಹೋಟೆಲಿಗೆ ಹೋದಾಗ, ಗೆಳೆಯರ ಮನೆಗೆ ಹೋದಾಗ ಈ ನಾಜೂಕು ನಾನು ಮಾಡುವುದಿಲ್ಲ. ಆದರೆ ಮನೆಯಲ್ಲಿ ಅದಕ್ಕೆ ಪ್ರವೇಶವಿಲ್ಲ.

ಉಪ್ಪು-ಖಾರ, ಎಣ್ಣೆಯ ವಿಷಯದಲ್ಲಿ ಗೌರಮ್ಮ ಹತೋಟಿ ಸಾಧಿಸಿದರೂ ಬೆಳ್ಳುಳ್ಳಿಯನ್ನು ಬಿಡಲು ಸಿದ್ಧವಿರಲಿಲ್ಲ. ನಾನು ತರಕಾರಿ ತರುವಾಗ ಬೆಳ್ಳುಳ್ಳಿ ಎಂದೂ ತಂದವನಲ್ಲ. ಆದರೂ ಆಕೆ ಯಾರದೋ ಮನೆಯಿಂದ ಬೆಳ್ಳುಳ್ಳಿ ತಂದು, ದಿನನಿತ್ಯ ಹಾಕಲು ಶುರುವಿಟ್ಟಳು. ಒಂದು ದಿನ ಖಡಾಖಂಡಿತವಾಗಿ ಹಾಕಬೇಡವೆಂದು ಹೇಳಿದೆ. “ಅದಿಲ್ಲ ಅಂದ್ರೆ ಅಡಿಗಿ ರುಚಿ ಇರಲ್ಲಣ್ಣ” ಎಂದು ಗೊಣಗಾಡಿದಳು. “ರುಚಿ ಇಲ್ಲದಿದ್ದರೆ ಬೇಡ. ನಂಗದು ಸೇರಲ್ಲ” ಅಂತ ಹೇಳಿದೆ. “ಆಯ್ತು. ನಾಳೆಯಿಂದ ಹಾಕಲ್ಲ” ಎಂದು ಗೋಣಲ್ಲಾಡಿಸಿದಳು. ಆದರೂ ಊಟದಲ್ಲಿ ನನಗೆ ಸಣ್ಣಗೆ ಬೆಳ್ಳುಳ್ಳಿ ವಾಸನೆ ಬರುತ್ತಿತ್ತು. ಆಕೆಯನ್ನು ಕೇಳಿದರೆ “ನೀವು ಹೇಳಿದ ಮರುದಿನದಿಂದಲೇ ನಿಲ್ಲಿಸಿ ಬಿಟ್ಟೀನಿ” ಎಂದು ಕೈಯಲ್ಲಾಡಿಸಿ ಬಿಟ್ಟಳು. ಬಹುಶಃ ಇದು ನನ್ನ ಮಾನಸಿಕ ಸಮಸ್ಯೆ ಇರಬೇಕೆಂದು ಸುಮ್ಮನಾದೆ. ಆದರೂ ಊಟದ ಮೊದಲ ತುತ್ತಿನಲ್ಲಿ ಬೆಳ್ಳುಳ್ಳಿ ವಾಸನೆ ಬರುತ್ತಿತ್ತು! ನನಗೆ ಗೊತ್ತಾಗದಂತೆ ಆಕೆ ಬೆಳ್ಳುಳ್ಳಿ ಹಾಕುತ್ತಲೇ ಇರಬೇಕೆಂದು ನನಗೆ ಅನ್ನಿಸಲಾರಂಭಿಸಿತು. ಆಕೆಯಿಲ್ಲದ ಹೊತ್ತಿನಲ್ಲಿ ಮನೆಯನ್ನೆಲ್ಲಾ ಬೆಳ್ಳುಳ್ಳಿಗಾಗಿ ಹುಡುಕುತ್ತಿದ್ದೆ. ಫ್ರಿಜ್‌ನಲ್ಲಿ ಇರಲಿಲ್ಲ. ಡಬ್ಬಗಳನ್ನು ಹುಡುಕಿದೆ. ಅಲಮಾರಗಳಲ್ಲಿ ಕೈಯಾಡಿಸಿ ನೋಡಿದೆ. ಅಡುಗೆ ಮನೆಯೆಲ್ಲಾ ಜಾಲಾಡಿಸಿದರೂ ಎಲ್ಲೂ ಇಲ್ಲ. ಇದು ನನ್ನದೇ ಮನಸ್ಸಿನ ಕಿರಿಕಿರಿ ಎಂದುಕೊಂಡು ಸುಮ್ಮನಾಗಬೇಕೆಂದುಕೊಂಡಾಗ, ಒಂದು ದಿನ ದೇವರ ಮುಂದೆ ನಿಂತು ಭಕ್ತಿಯಿಂದ ಕೈ ಮುಗಿಯುವಾಗ ಬೆಳ್ಳುಳ್ಳಿ ವಾಸನೆ ಬಂದು ಬಿಟ್ಟಿತು! ದೇವರಿಗೆ ಮುಡಿಸಿದ ಮೈಸೂರು ಮಲ್ಲಿಗೆಯ ವಾಸನೆಯನ್ನೂ ಮೀರಿ ದಟ್ಟವಾಗಿ ಬೆಳ್ಳುಳ್ಳಿ ವಾಸನೆ ಬಂತು. ಪೂಜೆ-ಪ್ರಾರ್ಥನೆ ಎಲ್ಲವನ್ನೂ ಮರೆತು, ದೇವರ ಮಂದಾಸನವನ್ನು ಹುಡುಕಲಾರಂಭಿಸಿದೆ. ಸಿಕ್ಕಿಬಿಟ್ಟಿತು! ಮಂದಾಸನದ ಹಿಂದೆ, ಮೂಲೆಯಲ್ಲಿ ಒಂದು ಪುಟ್ಟ ಬೆಳ್ಳುಳ್ಳಿಯನ್ನು ಇಡಲಾಗಿತ್ತು. ಬೆಣ್ಣೆ ಕಳ್ಳ ಡೊಗ್ಗಾಲು ಕೃಷ್ಣ ಕೆಲದಿನಗಳಿಂದ ಮುಖ ಸಿಂಡರಿಸಿದ್ದೇಕೆಂದು ನನಗೀಗ ಅರ್ಥವಾಯ್ತು.

ಮರುದಿನ ಗೌರಮ್ಮ ಬರುವುದನ್ನೇ ಕಾಯುತ್ತಿದ್ದೆ. ಆಕೆ ಮನೆಯೊಳಗೆ ಕಾಲಿಟ್ಟಿದ್ದೇ “ಎಂಥಾ ಕೆಲಸ ಮಾಡಿಯಲ್ಲ ಗೌರಮ್ಮ, ಮಂದಾಸನದ ಹಿಂದೆ

ಬೆಳ್ಳುಳ್ಳಿ ಇಟ್ಟೀ" ಅಂತ ಅಸಹಾಯಕ ಧ್ವನಿಯಲ್ಲಿ ಹೇಳಿದೆ. ಆಕೆ ಕಿಸಕ್ಕೆಂದು ನಕ್ಕಳು. "ನಾನು ಇಟ್ಟಿಲ್ಲಣ್ಣಾ. ಯಾವಾಗ್ಲೋ ಇಲಿ ತೊಗೊಂಡು ಹೋಗಿ ಅಲ್ಲಿ ಬಿಟ್ಟಿರಬೇಕು" ಅಂದಳು. ನಮ್ಮ ಮನೆಯಲ್ಲಿ ಇಲಿಗಳಿಲ್ಲವೆಂದು ನನಗೆ ಚೆನ್ನಾಗಿ ಗೊತ್ತು. ಆಕೆಯ ಕಣ್ಣೆದುರಿಗೇ ಬೆಳ್ಳುಳ್ಳಿಯನ್ನು ಕಸದಬುಟ್ಟಿಗೆ ಹಾಕಿ "ಇನ್ನು ಮುಂದೆ ನಮ್ಮ ಮನೆಯಲ್ಲಿ ಬೆಳ್ಳುಳ್ಳಿಗೆ ಪ್ರವೇಶ ಇಲ್ಲ" ಅಂದೆ. ನಗುತ್ತಲೇ ತಲೆಯಲ್ಲಾಡಿಸಿದಳು. ಆ ದಿನದಿಂದ ನನಗೆ ಊಟದಲ್ಲಿ ಬೆಳ್ಳುಳ್ಳಿ ವಾಸನೆ ಬರಲಿಲ್ಲ.

ಬೆಳ್ಳುಳ್ಳಿ ತಿನ್ನಬಾರದೆಂಬ ನನ್ನ ಹಠವೂ, ತಿನ್ನಿಸಲೇಬೇಕೆಂಬ ಆಕೆಯ ಹಠವೂ ಈಗ ನನಗೆ ತಮಾಷೆಯಾಗಿ ಕಾಣುತ್ತದೆ.

ನಂಬಿ ಕೆಟ್ಟವರಿಲ್ಲವೋ

ನಾನು ಬೆಳಿಗ್ಗೆ ಎಂಟು ಗಂಟೆಗೆ ಆಫೀಸಿಗೆ ಹೊರಡುತ್ತಿದ್ದೆ. ಅಷ್ಟರಲ್ಲಿಯೇ ಗೌರಮ್ಮ ಬಂದು ನನಗೆ ನಾಷ್ಟ ಮಾಡಿಕೊಟ್ಟು, ರಾತ್ರಿಯೂಟವನ್ನೂ ಸಿದ್ಧಪಡಿಸಬೇಕಿತ್ತು. ಆದರೆ ಆಕೆ ಬರುವುದು ಕೆಲವೊಮ್ಮೆ ತಡವಾಗುತ್ತಿತ್ತು. ಹಲವಾರು ಮನೆಗಳಿಗೆ ಆಕೆ ಅಡುಗೆ ಮಾಡುತ್ತಿದ್ದಳು. ಆಕೆಯ ಮನೆಯೂ ತುಂಬಾ ದೂರವಿತ್ತು. ಗಳಿಗೆ ಗಳಿಗೆಗೆ ದುಪ್ಪಟ್ಟಾಗುವ ಟ್ರಾಫಿಕ್ ನನ್ನ ಆತಂಕವನ್ನು ಹೆಚ್ಚಿಸುತ್ತಿತ್ತು. ಎಷ್ಟೋ ಬಾರಿ ಆಕೆ ಬರುವ ಹೊತ್ತಿನ ತನಕ ನನಗೆ ಕಾಯಲು ಆಗದೆ ಆಫೀಸಿಗೆ ನಾಷ್ಟಾವಿಲ್ಲದೆ ಉಪವಾಸ ಹೋಗಬೇಕಾಗುತ್ತಿತ್ತು. ರಾತ್ರಿಯ ಊಟಕ್ಕೂ ಖೋತಾ! ಮರುದಿನ ಆಕೆಯ ಮೇಲೆ ನಾನು ರೇಗುತ್ತಿದ್ದೆ. ಆಕೆ ಮಾತ್ರ ಎಂದೂ ಸಿಟ್ಟು ಮಾಡಿಕೊಳ್ಳುತ್ತಿರಲಿಲ್ಲ. ತನ್ನ ವೃತ್ತಿಗೆ ಸಿಟ್ಟು ಸರಿ ಹೊಂದುವುದಿಲ್ಲವೆನ್ನುವುದನ್ನು ಆಕೆಗೆ ಅನುಭವ ಕಲಿಸಿತ್ತು.

ಒಂದು ದಿನ ಗೌರಮ್ಮನೇ ಒಂದು ಸರಳ ಉಪಾಯವನ್ನು ಹೇಳಿ ಕೊಟ್ಟಳು. "ಅಣ್ಣ, ಒಂದು ಡೂಪ್ಲಿಕೇಟ್ ಕೀಲಿಕೈ ನನ್ನ ಕೈಯಾಗೆ ಕೊಟ್ಟು ಬಿಡಿ. ನಾನು ಮಧ್ಯಾಹ್ನ ನೆಮ್ಮದಿಯಿಂದ ಬಂದು ಅಡಿಗಿ ಮಾಡ್ತೀನಿ. ರಾತ್ರಿಗಾದ್ರೂ ಊಟ ಇರ್ತದೆ. ಅಂಥಾ ದಿನ ಬೆಳಿಗ್ಗೆ ನಾಷ್ಟಾಕ್ಕೆ ಏನಾದರೂ ಅಡ್ಜಸ್ಟ್ ಮಾಡಿಕೊಳ್ಳುವಂತ್ರಿ" ಎಂದು ಹೇಳಿದಳು. ನನಗೆ ಉಪಾಯ ಹಿಡಿಸಿದರೂ ಕೀಲಿಕೈ ಕೊಡಲು ಅಂಜಿದೆ. ದಿನನಿತ್ಯ ವೃತ್ತಪತ್ರಿಕೆಗಳಲ್ಲಿ ಅದೆಷ್ಟು ಕ್ರೂರವಾರ್ತೆಗಳು ಬರುತ್ತವೆಂದರೆ, ನಗರದಲ್ಲಿ ಯಾರು ಯಾರನ್ನೂ ಸುಲಭವಾಗಿ ನಂಬಲು ಬಿಡುವುದಿಲ್ಲ. ಆದ್ದರಿಂದ ಒಂದೆರಡು ದಿನ ನಾನು ಸಮ್ಮತಿಸಲಿಲ್ಲ. ನನ್ನ ಮೌನವನ್ನು ಗಮನಿಸಿದ ಗೌರಮ್ಮ "ಅಣ್ಣ, ನನ್ನ ಮೇಲೆ ಅನುಮಾನ ಮಾಡಬ್ಯಾಡ್ರಿ. ನಿಮ್ಮನೇದು ಒಂದು ಕಡ್ಡೀನೂ ಆಚೆ-ಈಚೆ ಹೋಗದಂತೆ ನೋಡಿಕೊಳ್ತೀನಿ" ಅಂದಳು. ಒಂದು ರಾತ್ರಿ ಇದ್ದಕ್ಕಿದ್ದಂತೆ "ನನ್ನ

ಮನೆಯಲ್ಲಿ ಕಳುವಾಗುವಂತಹ ವಸ್ತುವಾದರೂ ಏನಿದೆ?" ಎಂಬ ಪ್ರಶ್ನೆ ಮೂಡಿ ನನಗೆ ಜ್ಞಾನೋದಯವಾಯ್ತು. ಬೆಳ್ಳಿಯಿಲ್ಲ, ಬಂಗಾರವಿಲ್ಲ, ಸೀರೆ-ಒಡವೆಗಳಿಲ್ಲ, ದುಡ್ಡಿಲ್ಲ, ಧಾನ್ಯವಿಲ್ಲ. ಅಂದ ಮೇಲೆ ಅನಾವಶ್ಯಕವಾಗಿ ಯಾಕೆ ಕಳ್ಳತನದ ಭಯ? ಮನೆಯಲ್ಲಿ ಕದಿಯಲು ಹೇರಳವಾಗಿ ಇರುವುದು ಕನ್ನಡ ಪುಸ್ತಕಗಳು ಮತ್ತು ಕಲಾತ್ಮಕ ಸಿನಿಮಾ ಡಿವಿಡಿಗಳು ಮಾತ್ರ. ಅವನ್ನು ಯಾರಾದರೂ ಯಾಕೆ ಒಯ್ದಾರು? ಬೇರೆ ಸಾಮಾನುಗಳನ್ನು ತೆಗೆದುಕೊಂಡು ಹೋಗಲು ಗೇಟಿನಲ್ಲಿರುವ ದೈತ್ಯ ಸೆಕ್ಯೂರಿಟಿ ಗಾರ್ಡ್‌ಗಳು ಬಿಡುವುದಿಲ್ಲ. ಇಲ್ಲಸಲ್ಲದ ಶಂಕೆಯೇಕೆ?

ಮರುದಿನ ಇನ್ನೊಂದು ಕೀಲಿಕೈಯನ್ನು ಗೌರಮ್ಮನಿಗೆ ಕೊಟ್ಟೆ. ಅಂದಿನಿಂದ ಇಂದಿನವರೆಗೆ ಆಕೆ ತನಗೆ ಹೊಂದಾಣಿಕೆಯಾಗುವ ಸಮಯದಲ್ಲಿ ಮನೆಗೆ ಬಂದು, ಅಡುಗೆ ಮಾಡಿ ಹೋಗುತ್ತಾಳೆ. ತಡವಾಗಿ ಬಂದ ದಿನ ನನಗೆ ನಾಷ್ಟಾಕ್ಕೆ ಅನುಕೂಲವಾಗಲೆಂದು ಇಡ್ಲಿ ಹಿಟ್ಟು, ದೋಸೆ ಹಿಟ್ಟು ಮಾಡಿಟ್ಟಿರುತ್ತಾಳೆ. ಒಮ್ಮೊಮ್ಮೆ ತನ್ನ ಮನೆಯಿಂದಲೇ ನನಗೆ ನಾಷ್ಟಾ ಮಾಡಿಕೊಂಡು ಬಂದು, ನನ್ನ ಕಾರು ಹೋಗುವ ದಾರಿಯಲ್ಲಿ ನಿಂತು ಕೊಟ್ಟಿದ್ದಿದೆ. ನಾನು ಕೀಲಿಕೈಯನ್ನು ಮನೆಯಲ್ಲಿ ಮರೆತು, ಬಾಗಿಲನ್ನು ಹಾಕಿಕೊಂಡು ಬಿಟ್ಟರೆ (ಆಟೋಲಾಕ್ ಬಾಗಿಲು) ಮತ್ತೆ ಮನೆಯಿಂದ ವಾಪಾಸು ಬಂದು ಬಾಗಿಲು ತೆಗೆದುಕೊಟ್ಟು ಹೋಗಿದ್ದಾಳೆ.

ಆಕೆ ಕೊಟ್ಟ ಮಾತಿನಂತೆ ಈವತ್ತಿಗೂ ನನ್ನ ಮನೆಯಿಂದ ಒಂದು ಕಾಸೂ ಕಾಣೆಯಾಗಿಲ್ಲ.

ಸಂಸಾರ

ಗೌರಮ್ಮ ತನ್ನ ಮಗಳು ಗಿರಿಜಾಳ ಬಗ್ಗೆ ತುಂಬಾ ಅಭಿಮಾನ ಹೊಂದಿದ್ದಾಳೆ. ಆಕೆಯ ಓದು, ಹವ್ಯಾಸ, ಕಿರಿಕಿರಿಗಳನ್ನು ಆಗೊಮ್ಮೆ ಈಗೊಮ್ಮೆ ನನ್ನ ಮುಂದೆ ಹೇಳುತ್ತಿದ್ದಳು. ಆಕೆಯ ಫೋಟೋವೊಂದನ್ನು ನನಗೊಮ್ಮೆ ತಂದು ತೋರಿಸಿ "ಒಳ್ಳೆ ಗಂಡ ಸಿಕ್ಕರೆ ಸಾಕಣ್ಣ" ಎಂದಿದ್ದಳು. ತನ್ನ ತಾಯಿಯ ಬಗ್ಗೆಯೂ ಹೇಳುತ್ತಿದ್ದಳು. ಆಕೆಯ ಅನಾರೋಗ್ಯ, ಅದಕ್ಕೆ ತಗಲುವ ಖರ್ಚು, ಆಕೆ ತನಗೆ ನೀಡುವ ಧೈರ್ಯ ಮುಂತಾದವನ್ನು ಅಡುಗೆ ಮಾಡುತ್ತಲೇ ಹೇಳುತ್ತಿದ್ದಳು. ಆದರೆ ಆಕೆಯ ಗಂಡನ ಬಗ್ಗೆ ಮಾತ್ರ ಎಂದೂ ಹೇಳಿರಲಿಲ್ಲ. ನನಗೆ ಕುತೂಹಲವಾಗಿದ್ದು ನಿಜವಾದರೂ, ಅದರ ಬಗ್ಗೆ ಕೇಳಲು ಹೋಗಿರಲಿಲ್ಲ. ಬಹುಶಃ ಆತ ಈಗ ಆಕೆಯ ಜೊತೆಯಲ್ಲಿ ಇಲ್ಲವೆಂದು ಮಾತ್ರ ನನಗೆ ಅನ್ನಿಸುತ್ತಿತ್ತು. ಒಮ್ಮೆ ಮಾತ್ರ ಆತನ ಬಗ್ಗೆ ಪರೋಕ್ಷವಾಗಿ ಪ್ರಸ್ತಾಪಿಸಿದ್ದಳು.

ಒಂದು ದಿನ ಪಾತ್ರೆ ತೊಳೆಯುವ ಗಂಗಮ್ಮ ಬರಲಿಲ್ಲ. ಆ ಕೆಲಸವೆಲ್ಲಾ ಗೌರಮ್ಮನ ಮೇಲೆ ಬಿತ್ತು. ಮರುದಿನ ಆಕೆ ಬಂದಾಗ ಗೌರಮ್ಮ "ಯಾಕೆ ನಿನ್ನೆ ಬರಲಿಲ್ಲ? ನಾನೇ ಎಲ್ಲಾ ಪಾತ್ರೆ ತೊಳ್ಕೋಬೇಕಾಯ್ತು. ಎಫ್ ಬ್ಲಾಕ್ ಮನೆಗೆ ಹೋಗೋದಕ್ಕೆ ತಡ ಆಗಿ ಬೈಸಿಕೊಂಡೆ" ಎಂದು ಗದರಿಸಿದಳು. ಗಂಗಮ್ಮ ತುಂಬಾ ಸಪ್ಪಗಿದ್ದಳು. ಕೈ, ಬೆನ್ನಿನ ಮೇಲೆ ಮೂಡಿದ ಬಾಸುಂಡೆಗಳನ್ನು ತೋರಿಸಿ, ತನ್ನ ಗಂಡ ನಿನ್ನೆ ಕುಡಿದು ಬಂದು ಹೊಡೆದನೆಂದು ಹೇಳಿ ಅತ್ತಳು. ಗೌರಮ್ಮ ಆಕೆಯನ್ನು ಕೂಡಿಸಿ, ಸಮಾಧಾನ ಪಡಿಸಿದಳು. ನನಗೂ ಆಕೆಯ ಅವಸ್ಥೆಯನ್ನು ನೋಡಿ ದುಃಖವಾಯ್ತು. "ಆತ ಹೊಡಿಲಿಕ್ಕೆ ಬಂದ್ರೆ ನೀನ್ಯಾಕೆ ಸುಮ್ಮನಿದ್ದಿ? ಏನಾದ್ರೂ ತೊಗೊಂಡು ಎರಡು ಬಾರಿಸಬೇಕಿತ್ತು" ಎಂದು ಹೇಳಿದೆ. ಆ ನೋವಿನಲ್ಲೂ ಆಕೆ ನನ್ನ ಮಾತಿಗೆ ನಕ್ಕಳು. ಗೌರಮ್ಮ ಮಾತ್ರ ವಿಷಾದದಿಂದ "ನಮ್ಮ ಜನಗಳೇ ಹಿಂಗಣ್ಣ. ನೂರಕ್ಕೆ ತೊಂಬತ್ತು ಜನ ಕುಡೀತಾರೆ, ಹೆಂಡತಿನ್ನ ಹೊಡೀತಾರೆ. ನಿಮ್ಮ ಜನಗಳ ತರಹ ಹೊಂದಾಣಿಕೆ ಮಾಡಿಕೊಂಡು ಬದುಕು ಮಾಡಲ್ಲ. ನಾನೂ ಸಾಕಷ್ಟು ಅನುಭವಿಸಿ ರೋಸಿಗೊಂಡು ಒದ್ದು ಓಡಿಸಿದೆ. ಈಗ ಗಂಗಮ್ಮನ ಸರದಿ"– ಎಂದಿದ್ದಳು. ಆಕೆಯು ಗಂಡನಿಂದ ದೂರವಾಗಿದ್ದಾಳೆ ಎಂದು ನನಗೆ ಆಗ ಗೊತ್ತಾಗಿತ್ತು.

ಒಮ್ಮೆ ಅಕ್ಕ ಹೊಸಪೇಟೆಯಿಂದ ಬಂದಾಗ, ಕೆಲವೇ ಗಂಟೆಗಳಲ್ಲಿ ಗೌರಮ್ಮನ ಗೆಳೆತನವನ್ನು ಸಂಪಾದಿಸಿ, ಆಕೆಯ ಗಂಡನ ಬಗ್ಗೆ ಸಮಗ್ರವಾಗಿ ತಿಳಿಸಿದಳು. ಮಹಾ ಕುಡುಕನಂತೆ. ಮದುವೆಯಾದ ಒಂದೆರಡು ತಿಂಗಳು ಚೆನ್ನಾಗಿದ್ದನೆಂಬುದು ಬಿಟ್ಟರೆ, ಆಮೇಲೆ ದಿನಾ ಕುಡಿತ, ಹೊಡೆತಕ್ಕೆ ಶುರುವಿಟ್ಟುಕೊಂಡನಂತೆ. ಒಮ್ಮೆ ಗೌರಮ್ಮ ಗಿರಿಜಾಳ ಬಸಿರನ್ನು ಹೊತ್ತಿರುವಾಗಲೂ ಕರುಣೆಯಿಲ್ಲದಂತೆ ಕಾಲಿನಿಂದ ಒದ್ದನಂತೆ. ತನ್ನದೇ ಮಗುವಿನ ಸುರಕ್ಷತೆಯ ಬಗ್ಗೆಯೂ ಖಬರಿಲ್ಲದ ಅವನೊಡನೆ ಇನ್ನು ಬಾಳುವುದರಲ್ಲಿ ಅರ್ಥವಿಲ್ಲವೆಂದು ನಿರ್ಧರಿಸಿ ಅವನಿಂದ ಅಂದೇ ಗೌರಮ್ಮ ದೂರವಾದಳಂತೆ. ಬದುಕಿನ ನಿರ್ವಹಣೆಗಾಗಿ ಅಡುಗೆ ಕೆಲಸವನ್ನು ಮಾಡಲಾರಂಭಿಸಿದಳಂತೆ. ಅವಳಿಗೆ ನೈತಿಕ ಧೈರ್ಯ ತುಂಬಲು ಅವಳಮ್ಮ ಜೊತೆಗಿದ್ದಾಳೆ. ಆಕೆಯ ಬದುಕೆಲ್ಲವೂ ಮಗಳು ಮತ್ತು ತಾಯಿಯ ಸುತ್ತಲೇ ಸುತ್ತುತ್ತದೆ.

ದಿನಚರಿ

ಗೌರಮ್ಮನ ದಿನಚರಿ ಬೆಳಿಗ್ಗೆ ನಾಲ್ಕಕ್ಕೆ ಶುರುವಾಗುತ್ತದೆ. ಬೆಳಿಗ್ಗೆ ಎದ್ದು ಅಮ್ಮಗೆ, ಮಗಳಿಗೆ ಅಡುಗೆ ಮಾಡಿಟ್ಟು, ಬಸ್ಸು ಹಿಡಿದು ಆರಕ್ಕೆಲ್ಲಾ ನಮ್ಮ ಮನೆಗಳ ಕಡೆಗೆ ಬರಬೇಕು. ಆರು ಕಿಲೋಮೀಟರ್ ದೂರದಿಂದ ಬರಲು ಮೂರು ಬಸ್ಸು

ಬದಲಾಯಿಸಬೇಕು. ಅಷ್ಟು ದೂರ ಯಾಕೆ ಮನೆ ಮಾಡಿದೆಯೆಂದು ನಾನು ಕೇಳಿದ್ದೆ. "ನಿಮ್ಮ ಮನೆಗಳ ಹತ್ತಿರ ಬಾಡಿಗಿ ಜಾಸ್ತಿ ಕೇಳ್ತಾರಣ್ಣ. ಕಡಿಮೆ ಇರೋದಕ್ಕೆ ಹೋದರೆ ನೀರಿಗೆ ಕಷ್ಟ ಇರ್ತದೆ. ದೂರದಾಗೆ ಇದ್ದರೆ ಬಾಡಿಗೀನೂ ಕಮ್ಮಿ, ನೀರೂ ಇರ್ತದೆ" ಎಂದು ಹೇಳಿದ್ದಳು. ಈಗಿರುವ ಮನೆಯನ್ನು ಭೋಗ್ಯಕ್ಕೆ ತೆಗೆದುಕೊಂಡ ಮೂರು ತಿಂಗಳಿಗೆ ಮಹಾನಗರ ಪಾಲಿಕೆಯವರು ಆ ರಸ್ತೆಯಲ್ಲಿ ಒಂದು ಅಂಡರ್‌ಪಾಸ್ ಮಾಡಲು ಶುರುವಿಟ್ಟರು. ಅದರಿಂದಾಗಿ ರಸ್ತೆ ಮುಚ್ಚಿ ಹೋಗಿ, ಅಲ್ಲಿಂದ ನಮ್ಮನೆಗೆ ಬರುವುದಕ್ಕೆ ಮುಕ್ಕಾಲು ಗಂಟೆ ಹೆಚ್ಚು ಬೇಕಾಗುತ್ತದೆ. ಈ ಅಂಡರ್‌ಪಾಸ್ ಮುಗಿಸಲು ಅವರು ಸರಿಯಾಗಿ ಆರು ವರ್ಷ ತೆಗೆದುಕೊಂಡರು. ಇಷ್ಟು ವರ್ಷಗಳ ಕಾಲ ಅವರು ಮುಲಾಜಿಲ್ಲದೆ ಗೌರಮ್ಮನ ಬದುಕಿನ ಪ್ರತಿದಿನದ ಒಂದು ಗಂಟೆಯ ನೆಮ್ಮದಿಯ ನಿದ್ದೆಯನ್ನು ಕಸಿದುಕೊಂಡಿದ್ದರು.

ಸುಮಾರು ಏಳೆಂಟು ಮನೆಗಳಲ್ಲಿ ಆಕೆ ಕೆಲಸ ಮಾಡುತ್ತಾಳೆ. ಮೇಲಿಂದ ಮೇಲೆ ಮೊಬೈಲ್ ಗೊಣಗುಟ್ಟುತ್ತಲೇ ಇರುತ್ತದೆ. "ಈಗ ಬಂದ್ಬಿಟ್ಟೆ ಅಮ್ಮ. ಇಲ್ಲೇ ಹತ್ತಿರದಾಗೆ ಇದ್ದೀನಿ" ಅಂತ ಆಕೆ ಸಮಾಧಾನ ಹೇಳಿ ಮೊಬೈಲ್ ಆಫ್ ಮಾಡಿ "ಒಂದೈದು ನಿಮಿಷ ತಡ ಆದ್ರೂ ಜನ ಹಸಿವಿ ತಟ್ಟಿಗೊಳ್ಳಂಗಿಲ್ಲ ನೋಡಣ್ಣ" ಎಂದು ನಗುತ್ತಾಳೆ. ಯಾವಾಗಲೂ ಓಡು ನಡಿಗೆಯಲ್ಲಿಯೇ ಇರುತ್ತಾಳೆ. ಸ್ಥೂಲ ದೇಹದ ಆಕೆಗೆ, ಈ ಅವಸರದ ಬದುಕು ನಿರ್ವಹಿಸುವುದು ಕಷ್ಟವೆಂಬುದು ಆಕೆ ಆಗಾಗ ಬಿಡುವ ನಿಟ್ಟುಸಿರಿನಿಂದಲೇ ನನಗೆ ಗೊತ್ತಾಗುತ್ತದೆ. ಬಂದ ಕ್ಷಣದಿಂದ ಪಟಪಟನೆ ಅಡುಗೆ ಮಾಡಿ ಮುಗಿಸಿ, "ತಡ ಆಯ್ತು. ಈವತ್ತು ಬೈಸ್ಕೋಬೇಕು" ಎನ್ನುತ್ತಲೇ ಇನ್ನೊಂದು ಮನೆಗೆ ಓಡಿ ಹೋಗುತ್ತಾಳೆ.

ನಾವು ಒಂದೆರಡು ತಾಸು ತೆಗೆದುಕೊಳ್ಳಬಹುದಾದ ಕೆಲಸವನ್ನು, ಆಕೆ ಅರ್ಧ ತಾಸಿನಲ್ಲಿ ಮಾಡಿ ಮುಗಿಸುತ್ತಾಳೆ. ತರಕಾರಿ ಕತ್ತರಿಸುವುದಿರಲಿ, ಯಾವ ಅಡುಗೆ ಮೊದಲು, ಯಾವುದು ನಂತರ, ಎರಡು ಮೂರು ಒಲೆಗಳನ್ನು ಹೇಗೆ ಸಂಭಾಳಿಸುವುದು, ಪಾತ್ರೆ ತೊಳೆಯುವವರನ್ನು ಒಪ್ಪಿಸಿ, ಅವರಿಂದ ಕೊಬ್ಬರಿ ತುರಿಸಿ ಕೊಳ್ಳುವುದು – ಇತ್ಯಾದಿಗಳಲ್ಲಿ ಆಕೆ ನಿಪುಣೆ.

ಎಲ್ಲಾ ಮನೆಗಳ ಕೆಲಸ ಮುಗಿಯುವ ಹೊತ್ತಿಗೆ ಸಂಜೆ ನಾಲ್ಕು ಗಂಟೆಯಾಗುತ್ತದೆ. ಮನೆಗೆ ಹೋಗುವಷ್ಟರಲ್ಲಿ ಸಂಜೆ ಆರು. ರಾತ್ರಿ ಊಟ ಮಾಡಿ ಮಲಗಿದರೆ ಆಯ್ತು, ಮತ್ತೆ ಬೆಳಿಗ್ಗೆ ನಾಲ್ಕಕ್ಕೆ ಏಳುತ್ತಾಳೆ. ಇದು ವಾರದ ಏಳೂ ದಿನವೂ ಆಕೆಯ ದಿನಚರಿ. ಹಬ್ಬ-ಹರಿದಿನವೆಂದು ಆಕೆಗೆ ವಿನಾಯ್ತಿಯೂ ಇಲ್ಲ, ಆ ದಿನಗಳಲ್ಲಿ ಇನ್ನೂ ಕೆಲಸ ಜಾಸ್ತಿ. ಆಕೆಯ ಈ ಪರಿಯ ಕೆಲಸಗಾರಿಕೆಯನ್ನು ನೋಡಿ "ನಾನು ಸಾಫ್ಟ್‌ವೇರ್ ಕಂಪನಿಯಲ್ಲಿ ಮಾಡೋದಕ್ಕಿಂತಲೂ ನೀನು ಹೆಚ್ಚಿಗೆ ಕೆಲಸ ಮಾಡ್ತಿ ಗೌರಮ್ಮ"

ಎಂದಿದ್ದೆ. "ಆದರೆ ಅಷ್ಟು ಸಂಬಳ ನಮಗೆ ಯಾರೂ ಕೊಡಲ್ಲ ನೋಡಣ್ಣ" ಎಂದು ನಕ್ಕಿದ್ದಳು. ಆಕೆಗೆ ಅಬ್ಬಬ್ಬಾ ಎಂದರೆ ಈ ಎಲ್ಲಾ ಮನೆಗಳಿಂದ 15 ಸಾವಿರ ರೂಪಾಯಿಗಳ ವರಮಾನ ತಿಂಗಳಿಗೆ ಬರುತ್ತದೆ. ಅದರಲ್ಲಿ ಮೂವರು ಬದುಕಬೇಕು. ಈ ರಾಕ್ಷಸ ಬೆಂಗಳೂರಿಗೆ ಅದು ಎಲ್ಲಿ ಸಾಕಾಗುತ್ತದೆ?

ಗೌರಮ್ಮ ಸ್ವಾಭಿಮಾನಿ. ಇಷ್ಟು ಜನರ ಮನೆಯಲ್ಲಿ ಅಡುಗೆ ಮಾಡಿದರೂ ಎಲ್ಲಿಯೂ ಉಣ್ಣಲು ಆಕೆಯ ಮನಸ್ಸು ಒಪ್ಪುವುದಿಲ್ಲ. ನಾಷ್ಟಾಕ್ಕೆ ಮ್ಯಾಗಿ, ಬಿಸ್ಕತ್ತು ತಂದುಕೊಂಡಿರುತ್ತಾಳೆ. ಮಧ್ಯಾಹ್ನದ ಊಟವನ್ನು ಮನೆಯಿಂದಲೇ ಬುತ್ತಿ ಕಟ್ಟಿಕೊಂಡು ಬರುತ್ತಾಳೆ. "ನಿಂಗೇನು ಬೇಕೋ ಅದು ಮಾಡಿಕೊಂಡು ತಿನ್ನಮ್ಮ. ಊಟ ತಿಂಡಿಗೆ ಸಂಕೋಚ ಮಾಡಬೇಡ" ಅಂತ ನಾನು ಎಷ್ಟೇ ಹೇಳಿದರೂ ಕೇಳುವುದಿಲ್ಲ. ಆದರೆ ಬೇಕಾದಾಗಲೆಲ್ಲಾ ಟೀ ಮಾಡಿಕೊಂಡು ಕುಡಿಯುತ್ತಾಳೆ.

ಯಾತ್ರೆ ಮಾಡುವ ಆಸೆ

ಗೌರಮ್ಮಗೆ ಹೇಳಿಕೊಳ್ಳುವಂತಹ ಹವ್ಯಾಸಗಳಿಲ್ಲ. ಸಿನಿಮಾ, ನಾಟಕ ಯಾವುದಕ್ಕೂ ಆಕೆ ಹೋಗುವುದಿಲ್ಲ. ಆದರೆ ಆಗೊಮ್ಮೆ ಈಗೊಮ್ಮೆ ದೂರದೂರಿನ ದೇವಸ್ಥಾನಗಳ ಯಾತ್ರೆಗೆ ಹೋಗಿ ಬಿಡುತ್ತಾಳೆ. ವಾರದ ಏಳೂ ದಿನವೂ ದುಡಿಯುವ ಈಕೆ, ಬಾಕಿ ಉಳಿಸಿಕೊಂಡ ರಜೆಗಳನ್ನೆಲ್ಲಾ ಒಮ್ಮೆಲೇ ಕಬಳಿಸುವಂತೆ ನಾಲ್ಕೈದು ದಿನ ಚಕ್ಕರ್ ಕೊಟ್ಟು ಯಾತ್ರೆಗೆ ಹೋಗಿ ಬಿಡುತ್ತಾಳೆ. ಹೊಸ ಊರಿನ ಪಯಣ ಆಕೆಯ ಅತ್ಯಂತ ಪ್ರಿಯವಾದ ಹವ್ಯಾಸ. ಕನ್ಯಾಕುಮಾರಿಯಿಂದ ಹಿಡಿದು, ಶಿರಡಿ ಸಾಯಿಬಾಬನ ತನಕ ಹೋಗಿ ಬಂದಿದ್ದಾಳೆ. ಮಗಳು, ತಾಯಿಯನ್ನು ಮನೆಯಲ್ಲಿ ಬಿಟ್ಟು, ಕೆಲಸ ಮಾಡುವ ಮನೆಗಳಿಗೆ ಮುಲಾಜಿಲ್ಲದಂತೆ ಬರುವುದಿಲ್ಲ ಎಂದು ಹೇಳಿ ತನ್ನ ಪಾಡಿಗೆ ತಾನು ಯಾತ್ರೆಗೆ ಹೋಗಿ ಬಿಡುತ್ತಾಳೆ. ಈ ಯಾತ್ರೆಗಳಿಗೆ ಜಾಸ್ತಿ ಖರ್ಚಾಗದಂತೆ ಸುಲಭದ ಉಪಾಯಗಳನ್ನು ಕಂಡುಕೊಂಡಿದ್ದಾಳೆ. ಯಾತ್ರೆ ಹೋಗಲೆಂದೇ ಚೀಟಿ ಕಟ್ಟುತ್ತಾಳೆ, ಯಾವುದೋ ಭಜನಾಮಂಡಳಿಗಳಿಗೆ ಸೇರಿಕೊಂಡು ಬಿಡುತ್ತಾಳೆ, ಮತ್ತೆ ಯಾರೋ ರಾಜಕೀಯ ಧುರೀಣರು ಏರ್ಪಾಡು ಮಾಡುವ ಪುಕ್ಕಟೆ ಯಾತ್ರೆಯಲ್ಲಿ ಸೇರಿಕೊಂಡು ಬಿಡುತ್ತಾಳೆ. ಈಕೆಯ ಊರು ತಿರುಗುವ ಹುಚ್ಚನ್ನು ನೋಡಿ "ಬಂಧು-ಬಳಗದ ಮನೆಗೆ ಹೋಗಬಾರದೇನು ಗೌರಮ್ಮ, ಯಾವಾಗಲೂ ಗುಡಿ-ಗುಂಡಾರ ಅಂತ ಅಲೀತಿಯಲ್ಲಾ" ಎಂದು ನಾನು ಒಮ್ಮೆ ಕೇಳಿದ್ದೆ. "ದೇವರು ಒಳ್ಳೆಯವನು ಅಣ್ಣ. ಯಾವತ್ತೂ ನಮಗೆ ಕೆಟ್ಟ ಮಾತು ಆಡಲ್ಲ. ಬಂಧು-ಬಳಗದವರ ನಾಲಿಗೆ ಕಂಡ್ರೆ ನಂಗೆ ಹೆದರಿಕೆ ಆಗ್ತದೆ" ಅಂತ ಹೇಳಿದ್ದಳು.

ಬಹು ಆಸ್ತಿಕ ಮನೋಭಾವ ಹೊಂದಿರುವ ಈಕೆ ತನಗೆ ಏನೇ ಸಂಕಷ್ಟ ಬಂದರೂ ಯಾವುದೋ ದೇವರಿಗೆ ಬಂದು ಕಾಣುವುದಾಗಿ ಹರಕೆ ಹೊತ್ತು ಬಿಡುತ್ತಾಳೆ. ಮಂತ್ರಾಲಯದ ರಾಘವೇಂದ್ರ, ಬಂಗಾರದ ಗುಡಿಯ ಲಕ್ಷ್ಮಿ, ಗುರುವಾಯೂರ ಕೃಷ್ಣ, ಗಾಣಗಾಪುರದ ದತ್ತಾತ್ರೇಯ – ಹೀಗೆ ಯಾರಾದರೊಬ್ಬ ದೇವರು ಆಕೆಯ ಕಷ್ಟಕ್ಕೆ ಸಹಾಯ ಮಾಡುತ್ತಾನೆ. ಒಂದಿಷ್ಟು ದಿನ "ಆ ದೇವರು ಬಹಳ ಸತ್ಯ ಅಣ್ಣ" ಎಂದು ಹೇಳುತ್ತಿರುತ್ತಾಳೆ. ಅನಂತರ ಬೇರೊಬ್ಬ ದೇವರಿಗೆ ಒಲಿಯುತ್ತಾಳೆ! ಒಮ್ಮೆಯಂತೂ ಸ್ವಾದಿಯ ವಾದಿರಾಜರ ಫೋಟೋ ಪೂಜೆ ಮಾಡಿದರೆ ಕಷ್ಟ ಪರಿಹಾರವಾಗುತ್ತದೆಂದು ಯಾರೋ ಆಕೆಗೆ ಹೇಳಿಬಿಟ್ಟಿದ್ದರು. ಆ ಯತಿಗಳ ಹೆಸರೇ ಆಕೆಗೆ ಗೊತ್ತಿಲ್ಲ, ಉಚ್ಚರಿಸಲು ಪರಿಚಿತ ಹೆಸರೂ ಅಲ್ಲ. "ತಲೆ ಮೇಲೆ ಪುಟ್ಟಿ ಇಟ್ಟುಗೊಂಡು ಕುದುರೆಗೆ ಏನೋ ತಿನ್ನಿಸ್ತಾರೆ ನೋಡಣ್ಣಾ, ಆ ದೇವರ ಫೋಟೋ ಬೇಕಿತ್ತು" ಅಂತ ನನಗೆ ವಿವರಿಸಿದ್ದಳು. ನಾನು ಗೂಗಲಿನಲ್ಲಿ ಹುಡುಕಿ ವಾದಿರಾಜರ ಚಿತ್ರವನ್ನು ತೋರಿಸಿ "ಇದಾ?" ಎಂದು ಅಚ್ಚರಿಯಿಂದ ಕೇಳಿದ್ದೆ. "ಹೌದು" ಎಂದು ಮುಖವರಳಿಸಿದ್ದಳು. "ಇದು ನಮ್ಮ ಜನದ ದೇವರು. ನೀನು ಏನು ಮಾಡ್ತಿ ಗೌರಮ್ಮ?" ಎಂದರೆ, "ಯಾವ ಜನದ ದೇವರಾದ್ರೆ ಏನಣ್ಣ? ಒಳ್ಳೇದು ಮಾಡ್ತದೆ ಅಂದ್ರೆ ಆಯ್ತು, ಪೂಜೆ ಮಾಡಬಹುದು" ಎಂದು ಸೊಗಸಾದ ಮಾತನ್ನು ಹೇಳಿದ್ದಳು. ರಾಯರ ಮಠವನ್ನು ಹುಡುಕಿಕೊಂಡು ಹೋಗಿ, ಆ ಫೋಟೋವನ್ನು ಖರೀದಿಸಿ ತಂದು ಕೊಟ್ಟಿದ್ದೆ.

ನಾನು ಕೈಲಾಸ ಮಾನಸ ಸರೋವರ ಯಾತ್ರೆ ಮುಗಿಸಿಕೊಂಡು ಬಂದ ಮೇಲೆ, ಅಲ್ಲಿ ತೆಗೆದ ಹಲವಾರು ಫೋಟೋಗಳನ್ನು ಜೋಡಿಸಿ, ಒಂದು ಸೊಗಸಾದ ಹಾಡಿನ ಜೊತೆಗೆ ಮೂವಿ ಫೈಲ್ ಮಾಡಿ, ಡಿವಿಡಿಯಲ್ಲಿ ಹಾಕಿ ತೋರಿಸಿದೆ. ಕೈಲಾಸ ಪರ್ವತ ತೋರಿಸಿ, ಅಲ್ಲಿಯೇ ಶಿವ–ಪಾರ್ವತಿ ವಾಸಿಸುತ್ತಾರೆಂಬ ನಂಬಿಕೆಯಿದೆಯೆಂದು ಹೇಳಿದೆ. ಮಾನಸ ಸರೋವರವನ್ನು ತೋರಿಸಿ ಅಲ್ಲಿ ಶಿವ ಸ್ನಾನ ಮಾಡುತ್ತಾನೆಂದು ಹೇಳಿದೆ. ಆ ಹಿಮಾಲಯದ ಹಸಿರು, ನೀರಿನ ತಿಳಿನೀಲಿ, ಸೊಗಸಾದ ಶುಭ್ರ ಆಕಾಶ, ಎಲ್ಲಕ್ಕೂ ಹೆಚ್ಚಾಗಿ ಶಿವನು ವಾಸಿಸುವ ಸ್ಥಳವೆಂದು ತಿಳಿದು, ಆಕೆ ಅತ್ಯಂತ ಸಂತೋಷ ಪಟ್ಟಳು. "ನಾನೂ ಮುಂದಿನ ವರ್ಷ ಹೋಗಿ ಬರ್ತೀನಣ್ಣ. ಎಷ್ಟು ಖರ್ಚಾಗ್ತದೆ" ಅಂತ ಕೇಳಿದಳು. ನಾನು ಸಂಕೋಚದಿಂದಲೇ "ಒಂದು ಲಕ್ಷದ ಮೇಲೆ ಆಗ್ತದೆ ಗೌರಮ್ಮ" ಎಂದು ಉಗುಳು ನುಂಗಿದೆ. ಆಕೆ ಹೆದರಿಕೊಂಡು ಬಿಟ್ಟಳು. "ಅಯ್ಯಯ್ಯಪ್ಪ! ಈತ ನಿಜವಾಗ್ಲೂ ದೊಡ್ಡ ಶಂಕರ. ಇಲ್ಲಿಂದ್ಲೇ ನಮಸ್ಕಾರ ಮಾಡಿಬಿಡ್ತೀನಿ. ನಮಗೆ ನಮ್ಮ ನಂಜುಂಡೇಶ್ವರನೇ ಸರಿ" ಅಂತ ಟಿ.ವಿ.ಗೆ ಕೈ ಮುಗಿದುಬಿಟ್ಟಳು.

ಕನ್ನಡ ಬೇಡ!

ಗೌರಮ್ಮಗೆ ಓದು ಬರಹ ಬರುವುದಿಲ್ಲ. ಆಕೆ ಶಾಲೆಗೆ ಹೋದವಳಲ್ಲ. ಆ ಕಾರಣದಿಂದಾಗಿಯೇ ಆಕೆಗೆ ಹಲವಾರು ಸಮಸ್ಯೆಗಳು ಉದ್ಭವವಾಗುತ್ತಿದ್ದವು. ಬ್ಯಾಂಕ್‌ನಲ್ಲಿ ಹಣವಿಟ್ಟರೆ ಅದನ್ನು ತೆಗೆದುಕೊಳ್ಳುವ ಕಿರಿಕಿರಿಗೆ ಹೆದರಿ, ಬರೀ ಚೀಟಿ ವ್ಯವಹಾರದಲ್ಲಿ ಹಣ ಹೂಡುತ್ತಿದ್ದಳು. ಹೊಸಬರು ಫೋನ್ ಮಾಡಿ ಅಡುಗೆಯ ಕೆಲಸವಿದೆಯೆಂದು ಹೇಳಿದರೆ, ಆ ವಿಳಾಸವನ್ನು ಹೇಗೆ ಬರೆದುಕೊಳ್ಳಬೇಕೆಂದು ತಿಳಿಯದೆ, ಇತರರ ಸಹಾಯ ಪಡೆಯುತ್ತಿದ್ದಳು. ಅಪಾರ್ಟ್‌ಮೆಂಟಿನವರು ಕರಾರುವಾಕ್ಕಾಗಿ ಏನಾದರೂ ಅರ್ಜಿ ತುಂಬಿಸಿಕೊಂಡು ಬರಲು ಹೇಳಿದರಂತೂ ಆಕೆ ಕಂಗಾಲಾಗುತ್ತಿದ್ದಳು.

ಮೊಬೈಲ್ ತೆಗೆದುಕೊಳ್ಳಲು ಬಹಳ ದಿನ ಹಿಂಜರಿಯುತ್ತಿದ್ದಳು. "ಅದನ್ನು ಬಳಸೋದು ನಮ್ಮಂತವರಿಗೆ ಹೆಂಗೆ ಬರ್ತದೆ ಅಣ್ಣಾ?" ಎಂದು ಹೇಳುತ್ತಿದ್ದಳು. ಅದರಿಂದ ತನ್ನ ಉದ್ಯೋಗಕ್ಕೆ ಬಹಳ ಉಪಯೋಗವಾಗುತ್ತದೆಂದು ಗೊತ್ತಿದ್ದರೂ, ಅಕ್ಷರಗಳಿಂದ ಕೂಡಿದ ಮೊಬೈಲ್ ಆಕೆಯನ್ನು ಹೆದರಿಸುತ್ತಿತ್ತು. ಕೊನೆಗೆ ಒಂದು ಉಪಾಯವನ್ನು ಹೇಳಿಕೊಟ್ಟೆ. ಕೇವಲ ಒಳ ಬರುವ ಕರೆಗಳಿಗಾಗಿ ಅದನ್ನು ಬಳಸಿಕೊಳ್ಳಬಹುದು. ಆಕೆಯೇ ಕರೆ ಮಾಡಬೇಕೆಂದರೆ ಇಂಗ್ಲೀಷ್ ಹೆಸರನ್ನು ಕಾಂಟ್ಯಾಕ್ಟ್ಸ್‌ನಲ್ಲಿ ಹುಡುಕುವುದು ಕಷ್ಟ. ಆದರೆ ಆಕೆಗೆ ಇಂಗ್ಲೀಷ್ ಅಂಕೆಗಳನ್ನು ಓದಲು ಬರುತ್ತಿತ್ತು. ಹತ್ತು ಜನಕ್ಕಿಂತಲೂ ಹೆಚ್ಚಿನ ಜನರನ್ನು ಆಕೆ ಎಂದೂ ಸಂಪರ್ಕಿಸುವ ಸಾಧ್ಯತೆ ಕಡಿಮೆ. ಆದ್ದರಿಂದ 1 ರಿಂದ 10ರ ತನಕ ನಂಬರ್‌ಗಳಿಗೆ ಸ್ಪೀಡ್ ಡಯಲ್ ಮಾಡಿಕೊಟ್ಟೆ. ಮೊದಲು ಕೆಲವು ದಿನಗಳ ಕಾಲ ಆಕೆಗೆ 1ರಿಂದ 10ರ ತನಕ ಯಾರ ನಂಬರ್ ಯಾರದು? ಎಂದು ಗೊಂದಲವಾಗುತ್ತಿತ್ತು. ತಪ್ಪು ತಪ್ಪಾಗಿ ಕಾಲ್ ಮಾಡಿ ಕ್ಷಮೆ ಕೇಳುತ್ತಿದ್ದಳು. ಈಗ ಎಲ್ಲವೂ ಬಾಯಿಪಾಠವಾಗಿದೆ. ಜೊತೆಗೆ ಕರೆಯೊಂದು ಬಂದಾಗ ತೆರೆಯ ಮೇಲೆ ಮೂಡುವ ಇಂಗ್ಲೀಷಿನ ಹೆಸರಿನ 'ಅಕ್ಷರ ಚಿತ್ರ' ಅವಳಿಗೆ ಅಭ್ಯಾಸವಾಗಿದೆ. ಆದ್ದರಿಂದ ನಾವು ಹತ್ತು ಜನ ಯಾರೇ ಕರೆ ಮಾಡಿದರೂ, ಆಕೆಗೆ ಕರೆ ಮಾಡಿದವರು ಯಾರೆಂದು ತಿಳಿದು "ಹೇಳಣ್ಣ..." ಎಂದು ತಾನೇ ಮೊದಲು ಮಾತಿಗೆ ತೊಡಗುತ್ತಾಳೆ.

ನಾನು ಮನೆಯಲ್ಲಿಲ್ಲದ ವೇಳೆಯಲ್ಲಿಯೇ ಗೌರಮ್ಮ ಬಂದು ಹೋಗುತ್ತಿದ್ದಳಾದ್ದರಿಂದ ಆಕೆಗೆ ಏನಾದರೂ ಮಾಹಿತಿಯನ್ನು ರವಾನಿಸಲು ಬಹಳ ಕಷ್ಟವಾಗುತ್ತಿತ್ತು. ಆಗಿನ್ನೂ ಆಕೆ ಮೊಬೈಲ್ ತೆಗೆದುಕೊಂಡಿರಲಿಲ್ಲ. ನಾನು ಪುಟ್ಟ ಕಾಗದಗಳಲ್ಲಿ 'ಈ ದಿನ ರಾತ್ರಿ ಅಡುಗೆ ಬೇಡ', 'ನಾಲ್ಕು ಚಪಾತಿ ಹೆಚ್ಚಿಗೆ ಮಾಡಿ, ಅತಿಥಿಯೊಬ್ಬರು

ಬರುತ್ತಿದ್ದಾರೆ' ಎಂದು ಬರೆದು, ಗ್ಯಾಸ್ ಸ್ಟೌವಿನ ಮೇಲಿಡುತ್ತಿದ್ದೆ. ಆಕೆಗೆ ವಿಚಿತ್ರ ಸಮಸ್ಯೆಯೊಂದು ಎದುರಾಯ್ತು. "ಅಣ್ಣ, ಕನ್ನಡದಾಗ ಚೀಟಿ ಬರೆದು ಇಡಬೇಡ. ಈ ಅಪಾರ್ಟ್‌ಮೆಂಟ್‌ನಾಗೆ ಯಾರಿಗೂ ಕನ್ನಡ ಸರಿಯಾಗಿ ಓದಲಿಕ್ಕೆ ಬರಲ್ಲ. ಅದನ್ನು ಓದಿಸ್ಕೋಬೇಕು ಅಂದ್ರೆ ನಾನು ಬನ್ನೇರುಘಟ್ಟ ರಸ್ತೆ ತನಕ ನಡಕೊಂಡು ಹೋಗಬೇಕು. ನಂಗೆ ಅಷ್ಟು ಟೈಮ್ ಇರಲ್ಲ. ಇನ್ನು ಮುಂದೆ ಇಂಗ್ಲೀಷಿನಾಗೆ ಬರೆದಿಡು. ಯಾರನ್ನ ಕೇಳಿದ್ರೂ ಓದಿ ಹೇಳ್ತಾರೆ" ಎಂದು ಬೇಡಿಕೊಂಡಳು. ಈ ಕರ್ನಾಟಕದ ರಾಜಧಾನಿ ಬೆಂಗಳೂರಲ್ಲಿ ಇಬ್ಬರು ಕನ್ನಡಿಗರಿಂದ ಕನ್ನಡ ಅಕ್ಷರಗಳು ಹೀಗೆ ತಿರಸ್ಕೃತಗೊಂಡಿದ್ದು ಕಂಡು ನನಗೆ ವಿಚಿತ್ರ ತಲ್ಲಣವಾಗಿತ್ತು. ಭಾಷೆಗಿಂತಲೂ ಬದುಕು ಮುಖ್ಯವಲ್ಲವೆ? ಮರುದಿನದಿಂದ ಇಂಗ್ಲೀಷಿನಲ್ಲಿ ಚೀಟಿಗಳನ್ನು ಬರೆದಿಡಲಾರಂಭಿಸಿದೆ.

ಆಕೆ ನನಗೆ ಮಾಹಿತಿಗಳನ್ನು ಸುಲಭವಾಗಿ ರವಾನಿಸುತ್ತಿದ್ದಳು. ಯಾವುದೇ ತರಕಾರಿ ಮುಗಿದಿದೆಯೆಂದರೆ ಆ ತರಕಾರಿಯ ಒಂದು ಚೂರನ್ನು ಗ್ಯಾಸ್ ಕಟ್ಟೆಯ ಮೇಲಿಡುತ್ತಿದ್ದಳು. ಈರುಳ್ಳಿ ಸಿಪ್ಪೆ, ಟೊಮ್ಯಾಟೋ ತುಂಡು, ತೆಂಗಿನ ಜುಟ್ಟು, ಮೂಲಂಗಿ ತುದಿ, ಬೀನ್ಸ್ ನಾರು... ಹೀಗೆ. ಅಕ್ಕಿ, ಬೇಳೆ ಮುಗಿದು ಹೋದರೆ ಆ ಡಬ್ಬಿಯ ಮುಚ್ಚಳ ತೆಗೆದು, ಅದರಲ್ಲಿ ಒಂದು ಹಿಡಿ ಧಾನ್ಯದ ಕಾಳುಗಳನ್ನು ಇಡುತ್ತಿದ್ದಳು. ಗ್ಯಾಸ್ ಮುಗಿದಿದೆಯೆಂದರೆ ಸಿಲೆಂಡರನ್ನೇ ಹೊರಗೆ ಎಳೆದು ಇಟ್ಟಿರುತ್ತಿದ್ದಳು. ಈಗ ಆಕೆಯೂ ಮೊಬೈಲ್ ಕೊಂಡಿರುವಳಾದ್ದರಿಂದ, ಮಾತುಕತೆ ಸುಲಭವಾಗಿದೆ.

ಓದು, ಬರಹ ಬರದಿದ್ದರೂ, ಗೌರಮ್ಮ ಭಾಷೆಯನ್ನು ಕಲಿಯುವುದರಲ್ಲಿ ಜಾಣೆ. ಕನ್ನಡ, ತೆಲುಗು, ತಮಿಳು, ಮಲೆಯಾಳಂ, ಹಿಂದಿ ಭಾಷೆ ಆಕೆಗೆ ಮಾತನಾಡಲು ಬರುತ್ತದೆ. ಸ್ವಲ್ಪ ಇಂಗ್ಲಿಷ್ ಪದಗಳೂ ಗೊತ್ತಿದ್ದು ಅದನ್ನೂ ನಿರ್ವಹಿಸುತ್ತಾಳೆ. ಹೆಚ್ಚು ಭಾಷೆಗಳನ್ನು ಕಲಿತರೆ, ಜಾಸ್ತಿ ಗಿರಾಕಿಗಳು ಈ ಕಾಸ್ಮೋ ನಗರದಲ್ಲಿ ಸಿಗುತ್ತಾರೆ. ಜೊತೆಗೆ ಕನ್ನಡದವರಿಗಿಂತಲೂ ಹಿಂದಿಯವರು ಹೆಚ್ಚು ಹಣ ಕೊಡುತ್ತಾರೆಂದು ಹೇಳುತ್ತಾಳೆ. ಮಂಡ್ಯ ಜಿಲ್ಲೆಯ ಯಾವುದೋ ಹಳ್ಳಿಯಲ್ಲಿ ಹುಟ್ಟಿ ಬೆಳೆದ ಈಕೆಗೆ ಇಷ್ಟೊಂದು ಭಾಷೆಗಳು ಕರಗತವಾಗಿರುವುದು ನನಗೆ ಬಹಳ ಅಚ್ಚರಿ ಮತ್ತು ಸಂತೋಷವನ್ನುಂಟು ಮಾಡುತ್ತಿತ್ತು. "ಹೆಂಗೆ ಇವೆಲ್ಲಾ ಕಲಿತುಗೊಂಡೆ?" ಅಂತ ಕೇಳಿದರೆ, "ಸಂಪಾದಿಸಬೇಕು ಅಂದರೆ ಹೊಸದನ್ನು ಕಲಿತುಗೊಳ್ಳಬೇಕಲ್ಲೇನಣ್ಣ?" ಎಂದು ನಕ್ಕು ನುಡಿದು ಬಿಡುತ್ತಾಳೆ. "ನೀನು ಕೆಲಸ ಮಾಡೋ ಮನೆಯವರಿಗೆ ಸ್ವಲ್ಪ ಕನ್ನಡ ಕಲಿಸಿ ಕೊಡು" ಎಂದು ಒಮ್ಮೆ ಕನ್ನಡಾಭಿಮಾನದ ಬಿಂಕದಲ್ಲಿ ಉಪದೇಶ ಮಾಡಿದೆ. "ಸುಮ್ಮನಿರಣ್ಣ, ಕಡಿಮೆ ಸಂಬಳಕ್ಕೆ ಬರೀ ಕನ್ನಡ ಗೊತ್ತಿರೋರನ್ನ ಕೆಲಸಕ್ಕೆ ಇಟ್ಟುಗೊಂಡು, ನನ್ನ ಓಡಿಸಿ ಬಿಡ್ತಾರೆ" ಎಂದು ವ್ಯವಹಾರದ ಜಾಣ್ಮೆಯನ್ನು ಹೇಳಿದ್ದಳು!

ವೃತ್ತಿ ಜೀವನ

ಒಮ್ಮೆ ಕೆಲಸದ ಗಂಗಮ್ಮ ಎರಡು ದಿನ ಬರಲಿಲ್ಲ. ಪಾತ್ರೆ ತೊಳೆಯುವ ಜವಾಬ್ದಾರಿಯೂ ಈಕೆಯ ಮೇಲೆಯೇ ಬಿತ್ತು. ಯಾವಾಗಲೂ ಕುದುರೆಯ ಮೇಲೇ ಏರಿ ಬಂದಂತೆ ಅವಸರದಲ್ಲಿರುವ ಗೌರಮ್ಮಗೆ ಈ ಅನಿರೀಕ್ಷಿತ ಕೆಲಸ ತೊಂದರೆಯನ್ನುಂಟು ಮಾಡುತ್ತಿತ್ತು. ಗಂಗಮ್ಮನನ್ನು ಬೈಯುತ್ತಲೇ ಪಾತ್ರೆ ತೊಳೆಯಲು ಶುರುವಿಟ್ಟಳು. ಅಡುಗೆ ಮಾಡುವ ತನಗೆ ಈ ಕೆಳಮಟ್ಟದ ಪಾತ್ರೆ ತೊಳೆಯುವ ಕೆಲಸ ಮಾಡುವುದು ಗೌರವವಲ್ಲವೆಂದು ಈಕೆ ಹೀಗೆ ಗೊಣಗುತ್ತಾಳೇನೋ ಎಂಬ ಅನುಮಾನ ನನಗಾಯ್ತು. "ನಿನಗೆ ಪಾತ್ರೆ ತೊಳೆಯಲು ಆಗಲ್ಲ ಅಂದ್ರೆ ಬಿಟ್ಟು ಬಿಡು ಗೌರಮ್ಮ. ಬೇರೆ ಯಾರನ್ನಾದ್ರೂ ಕರೆದು ಪಾತ್ರೆ ತಿಕ್ಕಿಸಿಕೊಂಡು ಕಾಸು ಕೊಡೋಣ. ಈ ಅಪಾರ್ಟ್‌ಮೆಂಟಿನಲ್ಲಿ ನೂರಾರು ಜನ ಕೆಲಸದವರು ಇರ್ತಾರೆ" ಎಂದು ಹೇಳಿದೆ. ಅದಕ್ಕೆ ಆಕೆ "ಅಯ್ಯೋ ಅಣ್ಣ, ನಾನು ಮುಸುರೆ ತೊಳೆಯೋ ಕೆಲಸದಿಂದಲೇ ಬದುಕು ಶುರು ಮಾಡಿಕೊಂಡಿದ್ದು. ಅಡುಗೆ ಮಾಡೋದು ಮೊದಲು ನನಗೆ ಎಲ್ಲಿ ಬರ್ತಿತ್ತು?" ಎಂದು ಹೇಳಿದಳು. ನನಗೆ ಅಚ್ಚರಿಯಾಗಿ ವಿವರಗಳನ್ನು ಕೇಳಿ ತಿಳಿದುಕೊಂಡೆ.

ಗಂಡ ತೊರೆದ ಮೇಲೆ ಬದುಕಲು ಬೇರೆ ಯಾವ ದಾರಿಯೂ ಕಾಣದೆ ಕಸ–ಮುಸುರೆಗೆ ಕೆಲವು ಮನೆಗಳಿಗೆ ಒಪ್ಪಿಕೊಂಡಳಂತೆ. ಎಷ್ಟೇ ಮನೆಗಳಿಗೆ ಬೆವರಿಳಿಸಿಕೊಂಡು ಕೆಲಸ ಮಾಡಿದರೂ, ಅದರಿಂದ ಎಷ್ಟು ಮಹಾ ಹಣ ಬಂದೀತು? ಎಳೆಯ ಮಗುವನ್ನು ಮತ್ತು ತಾಯಿಯನ್ನು ನಿಭಾಯಿಸುವುದು ತುಂಬಾ ಕಷ್ಟವಾಗುತ್ತಿತ್ತು. ಆದರೆ ಒಂದು ದಿನ ಉತ್ತರ ಭಾರತದ ಮನೆಯ ಹಿಂದಿ ಮಾತನಾಡುವ ಅಜ್ಜಿಯೊಬ್ಬರು ಈಕೆಯ ಕಷ್ಟವನ್ನು ನೋಡಿ ಒಂದು ಉಪಾಯ ಹೇಳಿಕೊಟ್ಟರು. "ಈ ಕಸ–ಮುಸುರೆ ಕೆಲಸ ಎಷ್ಟು ಮಾಡಿದ್ರೂ ನಿಂಗೆ ಬರೋ ಹಣ ಅಷ್ಟರಾಗೇ ಇರ್ತದೆ. ನಾನು ಅಡುಗೆ ಮಾಡೋದು ಹೆಂಗೆ ಅಂತ ಕಲಿಸಿ ಕೊಡ್ತೀನಿ. ನಿಷ್ಠೆಯಿಂದ ಕೆಲಸ ಕಲಿತುಕೋ. ನಿಂಗೆ ಜಾಸ್ತಿ ಹಣ ಸಿಗ್ತದೆ" ಎಂದು ಬುದ್ಧಿ ಹೇಳಿ, ಉತ್ತರ ಭಾರತೀಯರ ಅಡುಗೆಗಳನ್ನು ಮಾಡುವುದನ್ನು ಕಲಿಸಿಕೊಟ್ಟು, ತನ್ನ ಮನೆಗೇ ಅಡುಗೆಯವಳನ್ನಾಗಿ ಹೆಚ್ಚು ಸಂಬಳ ನೀಡಿ ನಿಯಮಿಸಿಕೊಂಡಳು. ಆಗ ಗೌರಮ್ಮಗೆ ವೃತ್ತಿ ಜೀವನದಲ್ಲಿ ಹೇಗೆ ಅಭಿವೃದ್ಧಿ ಹೊಂದಬೇಕೆಂದು ಜ್ಞಾನೋದಯವಾಯಿತು. ಎಲ್ಲ ಬಗೆಯ ಅಡುಗೆಗಳನ್ನು ಆಸಕ್ತಿಯಿಂದ ಕಲಿಯಲಾರಂಭಿಸಿದಳು. ಆಕೆಗೆ ಮೊದಲು ಗೊತ್ತಿದ್ದುದು ಬರೀ ಮಂಡ್ಯ ಕಡೆಯ ಹಳ್ಳಿಯವರ ಅಡುಗೆ ಮಾತ್ರವಾಗಿತ್ತು. ಈಗ ಉತ್ತರ ಭಾರತ, ಗುಜರಾತಿ, ಕನ್ನಡ, ತೆಲುಗು ಮತ್ತು

ತಮಿಳರ ಅಡುಗೆಗಳು ಬರುತ್ತವೆ. ಆಗಾಗ ಹೊಸದಾಗಿ ಏನಾದರೂ ಅಡುಗೆಯನ್ನು ಪ್ರಯತ್ನಿಸಿ, ಕಲಿಯುತ್ತಲೇ ಇರುತ್ತಾಳೆ. ನನಗೂ ಒಮ್ಮೊಮ್ಮೆ ಹೊಸ ರುಚಿಗಳು ಸಮರ್ಪಣೆಯಾಗುತ್ತಿರುತ್ತವೆ.

ಅಡುಗೆಯ ಜೊತೆಯಲ್ಲಿಯೇ ಹೊಸ ಭಾಷೆಗಳನ್ನೂ ಅಭ್ಯಾಸ ಮಾಡಿಕೊಂಡಳಂತೆ. ದಕ್ಷಿಣದ ಭಾಷೆಗಳನ್ನು ಕಲಿಯಲು ಕಷ್ಟವಾಗದಿದ್ದರೂ ಹಿಂದಿ ಕಲಿಯಲು ತುಂಬಾ ದಿನ ಬೇಕಾಯಿತಂತೆ. ಆದರೆ ಹೆಚ್ಚು ಹೆಚ್ಚು ಭಾಷೆ ಕಲಿತಂತೆಲ್ಲಾ ಆಕೆಯ ಆತ್ಮಸ್ಥೈರ್ಯ ಹೆಚ್ಚುತ್ತಾ ಹೋಗಿ, ಈಗ ಯಾರನ್ನಾದರೂ ನಿಭಾಯಿಸುವ ಧೈರ್ಯ ಬಂದಿದೆ.

ತನಗೆ ವೃತ್ತಿಯಲ್ಲಿ ಅಭಿವೃದ್ಧಿ ಹೊಂದಲು ಮಾರ್ಗದರ್ಶನ ಮಾಡಿದ, ಆ ಉತ್ತರ ಭಾರತದ ಹಿರಿಯ ಅಜ್ಜಿಯ ಮೇಲೆ ಆಕೆಗೆ ತುಂಬಾ ಅಭಿಮಾನ. "ತಂಪು ಹೊತ್ತಿನಾಗೆ ಆ ಅಜ್ಜಿನ್ನ ನೆನೀಬೇಕಣ್ಣ. ಒಳ್ಳೆಯ ಜನ ಎಲ್ಲಾ ಕಡೀನೂ ಇರ್ತಾರೆ" ಎಂದು ಆರ್ದ್ರವಾಗಿ ಹೇಳುತ್ತಾಳೆ. ಆ ಅಜ್ಜಿಯ ಒಳ್ಳೆಯತನವನ್ನು ತನ್ನಲ್ಲಿಯೂ ರೂಢಿಸಿಕೊಂಡು, ಹೊಸ ಹುಡುಗಿಯರಿಗೆ ಅಡುಗೆ ಮಾಡುವುದನ್ನು ಕಲಿಸಿಕೊಡುತ್ತಾಳೆ. "ಸುಮ್ಮನೆ ಗಾರ್ಮೆಂಟ್ ಫ್ಯಾಕ್ಟರಿಗೆ ಹೋಗಿ ಬೆಳಿಗ್ಗೆಯಿಂದ ಸಂಜೀತನಕ ದುಡುದ್ರೂ ಜಾಸ್ತಿ ಸಿಗಲ್ಲ ನಿಮಗೆ. ನನ್ನ ಹಂಗೆ ಅಡುಗೆ ಮಾಡಿ ಬದುಕ್ರಿ" ಎಂದು ಎಳೆಯ ಹುಡುಗಿಯರಿಗೆ ಬುದ್ಧಿ ಹೇಳಿ, ಅವರನ್ನು ಹೊಸ ಮನೆಗಳಿಗೆ ನೇಮಿಸಿ ಬರುತ್ತಾಳೆ. ಸುತ್ತಮುತ್ತಲಿನ ಅಪಾರ್ಟ್‌ಮೆಂಟಿನಲ್ಲಿ ಯಾರಾದರೂ ಅಡುಗೆಯವರು ಬೇಕೆಂದರೆ ಆಕೆಗೆ ನೇರವಾಗಿ ಫೋನ್ ಮಾಡುತ್ತಾರೆ.

ಮುಂದೆ ಕೇಟರಿಂಗ್ ಸರ್ವೀಸಸ್ ಶುರು ಮಾಡಿ, ಆಫೀಸಿಗೆ ಹೋಗುವ ಜನರಿಗೆ ಮಧ್ಯಾಹ್ನದ ಊಟವನ್ನು ಕಟ್ಟಿಕೊಡಬೇಕೆಂಬ ಆಶಯವನ್ನು ಹೊಂದಿದ್ದಾಳೆ. ಇದಾದರೆ ತನ್ನ ಮನೆಯಿಂದಲೇ ಎಲ್ಲವನ್ನೂ ನಿಭಾಯಿಸಬಹುದೆಂದೂ, ಈ ಸಿಟಿ ಬಸ್ಸುಗಳನ್ನು ಹಿಡಿದು ಓಡಾಡುವ ಅವಶ್ಯಕತೆಯಿರುವುದಿಲ್ಲವೆಂದೂ ಆಕೆಯ ತರ್ಕ. "ಈ ಊರಾಗೆ ಜನ ಕಷ್ಟಪಟ್ಟರೆ ದುಡ್ಡು ಸಂಪಾದಿಸಬೋದಣ್ಣ, ಆದರೆ ಮನೆ ಊಟ ಸಂಪಾದಿಸೋದು ಕಷ್ಟ" ಎಂದು ಹೇಳುತ್ತಾಳೆ. "ನೀನು ಕೇಟರಿಂಗ್ ಶುರು ಮಾಡಿಕೊಂಡರೆ ನನ್ನ ಗತಿಯೇನು?" ಎಂದು ನಾನು ಕೇಳಿದರೆ, "ಇಲ್ಲಿ ಇನ್ನೊಬ್ಬರನ್ನು ನಿಯಮಿಸಿ ಹೋಗ್ತೀನಿ ಬಿಡಣ್ಣ. ಯಾಕೆ ಯೋಚನಿ ಮಾಡ್ತಿ" ಎಂದು ನಗುತ್ತಾ ಉತ್ತರಿಸುತ್ತಾಳೆ.

ಗಂಗಮ್ಮ

ಮನೆಯ ಪಾತ್ರೆ ತೊಳೆದು, ನೆಲ ಒರೆಸಲು ಗಂಗಮ್ಮ ಎನ್ನುವಾಕೆಯನ್ನು ಗೌರಮ್ಮನೇ ಕರೆದು ತಂದು ಸೇರಿಸಿದ್ದಳು. ಆಕೆಯ ಸಂಬಳವನ್ನೂ ಈಕೆಯೇ ನಿರ್ಧರಿಸಿಬಿಟ್ಟಿದ್ದಳು. "ಸ್ವಲ್ಪ ಜಾಸ್ತಿ ಆಯ್ತು ಗೌರಮ್ಮ" ಎಂದು ನಾನು ಗೊಣಗಿದರೆ, "ಹಂಗನ್ನಬೇಡಣ್ಣ. ಪ್ರತಿಯೊಂದೂ ತುಟ್ಟಿ ಆಗ್ಯದೆ. ಎಲ್ಲಾರೂ ಬದುಕಬೇಕು ನೋಡು. ಸ್ವಲ್ಪ ಜಾಸ್ತಿ ಸಂಬಳ ತೊಗೊಂಡರೂ ಈಕಿ ಕೆಲಸ ಬಾಳ ನೀಟ್ ಆಗಿರ್ತದೆ. ಕೈ ಕೂಡಾ ಭಾಳ ಸ್ವಚ್ಛ" ಎಂದು ಪ್ರಶಂಸೆ ಮಾಡಿದಳು. ನಾನು ಒಪ್ಪಿಕೊಂಡೆ.

ಇಬ್ಬರೂ ಬೇರೆ ಬೇರೆ ಸಮಯದಲ್ಲಿ ಮನೆಗೆ ಬಂದು ಹೋಗುತ್ತಿದ್ದರು. ಇವರನ್ನು ನಾನು ನೋಡುತ್ತಿದ್ದುದು ವಾರಾಂತ್ಯದಲ್ಲಿಯೇ ಆಗಿತ್ತು. ಆದರೂ ಆಗೊಮ್ಮೆ ಈಗೊಮ್ಮೆ ಇವರು ಸಿಕ್ಕಾಗ ಒಬ್ಬರ ಮೇಲೊಬ್ಬರು ಆಪಾದನೆ ಹೊರಿಸಲು ಶುರುವಿಟ್ಟರು. "ಈ ಪಾತ್ರೆ ನೋಡಣ್ಣ, ಹಂಗಂಗೇ ಕೊಳೆ ಎಲ್ಲಾ ಉಳಿಸಿಬಿಟ್ಟಾಳೆ. ನಿಮ್ಮ ಆರೋಗ್ಯಕ್ಕೆ ಏನಾದ್ರೂ ಆದ್ರೆ ಗತಿಯೇನು?" ಎಂದು ಗೌರಮ್ಮ ಯಾವುದೋ ತಟ್ಟೆಯಲ್ಲಿ ಉಳಿದ ಕಲೆಯನ್ನು ತೋರಿಸುತ್ತಿದ್ದಳು. "ನೀನೇ ಆಕಿನ್ನ ರೆಕಮೆಂಡ್ ಮಾಡಿ ಸೇರಿಸಿದ್ದಲ್ಲೇನಮ್ಮ?" ಎಂದು ನಾನೆಂದರೆ, "ಈಕಿ ಮೂರು ತಿಂಗಳಿಗೆ ಹಿಂಗೆ ಕತ್ತೆ ಆಗ್ತಾಳೆ ಅಂತ ನಂಗೆಲ್ಲಿ ಗೊತ್ತಿತ್ತಣ್ಣಾ?" ಎಂದು ಅದರಲ್ಲಿ ತನ್ನ ತಪ್ಪೇನೂ ಇಲ್ಲವೆಂದು ಹೇಳುತ್ತಿದ್ದಳು.

ನಾನು ಗಂಗಮ್ಮ ಬಂದಾಗ "ಸರಿಯಾಗಿ ಪಾತ್ರೆ ತೊಳೀತಿಲ್ಲಂತೆ. ಗೌರಮ್ಮ ನಿನ್ನ ಬೈದಳು" ಎಂದು ಹೇಳಿದರೆ, ಆಕೆ ಅದನ್ನು ಒಂದಿಷ್ಟೂ ಕಿವಿಗೆ ಹಾಕಿಕೊಳ್ಳದೆ "ಆಕಿ ಮಾತು ಕೇಳಬೇಡಣ್ಣ. ಇಲ್ಲಿ ಬರ್ರಿಲ್ಲಿ, ಒಂದು ಸಲ ಫ್ರಿಜ್ ಹೆಂಗದೆ ನೋಡ್ರಿ. ಕೊಳೆತು ಹೋಗಿರೋ ಟೊಮ್ಯಾಟೋ ಕೂಡಾ ತೆಗೆದಿಲ್ಲ. ಮೂರು ತಿಂಗಳಾದ್ರೂ ಇನ್ನೂ ಒಂದು ಸಲನೂ ಅದನ್ನ ಕ್ಲೀನ್ ಮಾಡಿಲ್ಲ. ಫ್ರಿಜ್ ಕ್ಲೀನ್ ಆಗಿಡೋದು ಅಡುಗೆಯವರ ಕೆಲಸ ಅಲ್ಲೇನಣ್ಣ? ನೀವು ಮೆತ್ತನವರು ಅಂತ ಆಕಿ ಮನಸ್ಸಿಗೆ ಬಂದಂಗೆ ಕೆಲಸ ಮಾಡಿ ಓಡಿ ಹೋಗ್ತಾಳೆ"– ಎಂದು ಇಷ್ಟುದ್ದಾ ಆಪಾದನೆ ಮಾಡುತ್ತಿದ್ದಳು. ನನಗೆ ತಲೆ ಕೆಡುತ್ತಿತ್ತು. "ನೀನೇ ಆಕೆಗೆ ಹೇಳಿ ಸರಿ ಮಾಡಿಸು" ಅಂತಂದರೆ, "ಯಜಮಾನ ನೀನಣ್ಣ. ನಾವು ಹೇಳಿದ್ರೆ ಏನು ಬೆಲೆ ಇರ್ತದೆ? ನಾವು ಕೆಲಸದವರು ಒಬ್ಬರಿಗೊಬ್ಬರು ಕೆಟ್ಟ ಮಾತು ಆಡೋಕೆ ಆಗ್ತದಾ?" ಎಂದು ವಿಚಿತ್ರ ತರ್ಕವನ್ನು ಒಪ್ಪಿಸುತ್ತಿದ್ದಳು.

ಯಾವತ್ತೋ ಒಂದು ದಿನ ಅಪರೂಪಕ್ಕೆ ನಾನು ಮನೆಯಲ್ಲಿರುವ ಹೊತ್ತಿನಲ್ಲಿಯೇ ಇವರಿಬ್ಬರೂ ಒಟ್ಟಿಗೇ ಕೆಲಸಕ್ಕೆ ಬರುತ್ತಿದ್ದರು. ಆಗವರು ಈ ಹಿಂದೆ ಅಂತಹ

ಆಪಾದನೆಗಳನ್ನು ಮಾಡಿದ್ದೇ ಸುಳ್ಳೆನ್ನಿಸುವಂತೆ ಒಬ್ಬರಿಗೊಬ್ಬರು ಪ್ರೀತಿಯಿಂದ ಒಡನಾಡುತ್ತಿದ್ದರು. "ಕೊಬ್ಬರಿ ತುರಿದು ಕೊಡಲೇನಕ್ಕಾ? ಬೀನ್ಸ್ ಹೆಚ್ಚಿ ಕೊಡಲಾ? ಅವರೆಕಾಯಿ ಬಿಡಿಸಿ ಕೊಡಲಾ?" ಅಂತ ಗಂಗಮ್ಮ ಕೇಳಿದರೆ, "ಗಂಗಿ, ನೀನು ಸ್ವಲ್ಪ ಸುಮ್ಮನೆ ಕೂತುಗೋ. ಬಿಸಿ ಬಿಸಿ ಕಾಫಿ ಮಾಡಿ ಕೊಡ್ತೀನಿ, ಕುಡಿ. ಎರಡು ದೋಸೆ ಹಾಕಿ ಕೊಡ್ತೀನಿ, ತಿನ್ನು" ಅಂತ ಗೌರಮ್ಮ ಅಕ್ಕರೆಗರೆಯುತ್ತಿದ್ದಳು. ಈ ಅಕ್ಕ-ತಂಗಿಯರು ಅಡುಗೆ ಮನೆಯಲ್ಲಿ ಲಕ್ಷಣವಾಗಿ ಒಂದರ್ಧ ಗಂಟೆ ಕೂತು, ಬದುಕಿನ ಸುಖ-ದುಃಖಗಳ ಹರಟೆ ಹೊಡೆಯುತ್ತಿದ್ದರು. ನಾನೇನಾದರೂ ಅವರು ಮಾಡಿದ ಆಪಾದನೆಗಳನ್ನು ಈ ಹೊತ್ತಲ್ಲಿ ತೆಗೆದರೆ, ಇಬ್ಬರೂ ಸೇರಿ "ನೀನು ಸುಮ್ಮನೆ ಬರಕೊಂತಾ ಹಾಲಿನಾಗೆ ಕೂಡಣ್ಣ. ನಾವಿಬ್ಬರೂ ಹೆಂಗೋ ಅಡ್ಜಸ್ಟ್ ಮಾಡ್ಕೊಳ್ತೀವಿ" ಅಂತ ನನ್ನನ್ನು ದೂರ ಮಾಡುತ್ತಿದ್ದರು. ಮತ್ತೆರಡು ದಿನಕ್ಕೆ ಒಬ್ಬರ ಮೇಲೊಬ್ಬರು ದೂರುವುದು ಶುರುವಾಗುತ್ತಿತ್ತು. ನಾನು ಅವರ ಎಲ್ಲಾ ದೂರುಗಳನ್ನು ಕಿವಿಯ ಮೇಲೆ ಹಾಕಿಕೊಳ್ಳುವುದನ್ನು ನಿಲ್ಲಿಸಿದ ಮೇಲೆ ಈಗ ಅವರಿಬ್ಬರ ಹಾರಾಟ ಸ್ವಲ್ಪ ಶಾಂತವಾಗಿದೆ.

ತೆಲುಗು ಹುಡುಗ, ದೆಹಲಿ ಹುಡುಗಿ

ತಾನು ಕೆಲಸ ಮಾಡುವ ಇತರ ಮನೆಗಳ ವಿಷಯವನ್ನು ಗೌರಮ್ಮ ಹೇಳುವುದು ಕಡಿಮೆ. ಆಕೆಗೆ ಅಡುಗೆ ಕೆಲಸ ಮಾಡಿ ಓಡಿ ಹೋಗುವುದರಲ್ಲಿಯೇ ಆಸಕ್ತಿ. ಆದರೂ ಬಹಳ ವರ್ಷಗಳ ಕಾಲ ಕೆಲಸ ಮಾಡುತ್ತಿರುವ ಒಂದು ಮನೆಯ ಬಗ್ಗೆ ಯಾವಾಗಲೂ ನನ್ನ ಹತ್ತಿರ ಹೇಳುತ್ತಿದ್ದಳು.

ಅದು ಹತ್ತಿರದಲ್ಲೇ ಇರುವ ಒಂದು ಅಪಾರ್ಟ್‌ಮೆಂಟಿನಲ್ಲಿತ್ತು. ಆ ಮನೆಯಲ್ಲಿ ಗೌರಮ್ಮ ಸುಮಾರು 12 ವರ್ಷಗಳಿಂದ ಕೆಲಸ ಮಾಡುತ್ತಿದ್ದಳು. ಆ ಮನೆಯವರನ್ನು ಈಕೆ ತುಂಬಾ ಹಚ್ಚಿಕೊಂಡಿದ್ದಳು. ಅವರು ಈಕೆಗೆ ಹೆಚ್ಚು ಹಣವನ್ನೂ ಕೊಡುತ್ತಿದ್ದರು. ಮನೆಯ ಯಜಮಾನ ನನ್ನ ವಯಸ್ಸಿನವನಂತೆ. ದೊಡ್ಡ ಸಾಫ್ಟ್‌ವೇರ್ ಕಂಪನಿಯಲ್ಲಿ ಉನ್ನತ ಹುದ್ದೆಯಲ್ಲಿರುವವನು. ಲೆಕ್ಕಕ್ಕೆ ಸಿಗದಷ್ಟು ಸಂಬಳ ಬರುತ್ತಿರಬೇಕೆಂದು ಗೌರಮ್ಮ ಹೇಳುತ್ತಿದ್ದಳು. ಈಕೆಯೊಬ್ಬಳಲ್ಲದೆ, ಇಬ್ಬರು ಡ್ರೈವರುಗಳು, ಇಬ್ಬರು ಕೆಲಸದಾಳುಗಳು ಹಾಗೂ ಮಗುವನ್ನು ನೋಡಿಕೊಳ್ಳಲು ಒಬ್ಬ ಆಯ. ಎಲ್ಲರಿಗೂ ಹತ್ತು ಸಾವಿರ ಸಂಬಳ. ವಾರದಲ್ಲಿ ನಾಲ್ಕು ದಿನ ಹೊರಗೇ ಊಟ ಮಾಡುವ ಈ ಕುಟುಂಬದಲ್ಲಿ ಅಡುಗೆಯ ಕೆಲಸ ಕಡಿಮೆ ಇತ್ತು. ಮಾಡಿದ ಅಡುಗೆಯೆಲ್ಲಾ ಮರುದಿನಕ್ಕೆ ಉಳಿದು, ಆಳುಕಾಳುಗಳೆಲ್ಲಾ ತಿಂದರೂ ಸಾಕಷ್ಟು ಚೆಲ್ಲುವುದನ್ನು ನೋಡಿದಾಗ ಗೌರಮ್ಮಗೆ ಸಂಕಟವಾಗುತ್ತಿತ್ತು.

ಈ ಹುಡುಗ ಆಂಧ್ರದವನು; ಬಹು ಒಳ್ಳೆಯವನು. ಎಲ್ಲರನ್ನೂ ಮುತುವರ್ಜಿಯಿಂದ ಮತ್ತು ಪ್ರೀತಿಯಿಂದ ಮಾತನಾಡಿಸುತ್ತಾನೆ. ಯಾವ ಕಾರಣಕ್ಕೂ ಯಾರನ್ನೂ ಬೈಯುವುದಿಲ್ಲ. ಎಂದಾದರೂ ಹಣಕ್ಕೆ ಅಡಚಣೆಯಾಗಿ ಸಾಲವನ್ನು ಕೇಳಿದರೆ ತಕ್ಷಣ ಕೊಡುತ್ತಿದ್ದ. ಅದನ್ನು ಮತ್ತೆ ಬೇಕೆಂದೂ ಕೇಳುತ್ತಿರಲಿಲ್ಲ. ಆದ್ದರಿಂದ ಈತನೆಂದರೆ ಎಲ್ಲರಿಗೂ ಪ್ರೀತಿ ಮತ್ತು ಗೌರವವಿತ್ತು. ಆತನ ಹೆಂಡತಿ ದೆಹಲಿಯ ಕಡೆಯವಳು, ಹಿಂದಿ ಮಾತನಾಡುತ್ತಾಳೆ. ಇಬ್ಬರೂ ಪ್ರೀತಿಸಿ ಮದುವೆಯಾಗಿದ್ದಾರೆ. ಮುದ್ದಾದ ಮಗನೊಬ್ಬನಿದ್ದಾನೆ, ಐದನೇ ಕ್ಲಾಸು ಕಲಿಯುತ್ತಿದ್ದಾನೆ. ಪಟಪಟನೆ ಇಂಗ್ಲೀಷಿನಲ್ಲಿ ಮಾತನಾಡುತ್ತಾನೆ. ಮಗನನ್ನು ಕಂಡರೆ ಯಜಮಾನನಿಗೆ ಬಹಳ ಪ್ರೀತಿ, ಜೀವ.

ಯಜಮಾನ ಒಳ್ಳೆಯವನಾದರೂ, ಅದೇ ಮಾತನ್ನು ದೆಹಲಿಯ ಹುಡುಗಿಯ ಬಗ್ಗೆ ಹೇಳುವಂತಿಲ್ಲ. ಆಕೆ ಮಹಾ ಜೋರು. ಹಣದ ವಿಷಯದಲ್ಲಿ ತಲೆ ಹಾಕುವುದಿಲ್ಲವಾದರೂ, ಇನ್ನಿಲ್ಲದ ಅಧಿಕಾರವನ್ನು ಚಲಾಯಿಸುತ್ತಾಳೆ. ಆ ತೆಲುಗು ಹುಡುಗನ ಅಪ್ಪ-ಅಮ್ಮ ಬಡವರು. ಮಗನನ್ನು ಕಷ್ಟಪಟ್ಟು ಓದಿಸಿ ಬೆಳೆಸಿದ್ದಾರೆ. ಆದರೆ ಮದುವೆಯಾಗಿ ಒಂದೆರಡು ವರ್ಷದಲ್ಲಿಯೇ ಅವರನ್ನು ಈಕೆ ದೂರ ಮಾಡಿದ್ದಾಳೆ. ಅವರು ಮಗನನ್ನು ಮಾತನಾಡಿಸಲು ತಿಂಗಳಿಗೋ, ಎರಡು ತಿಂಗಳಿಗೋ ಒಮ್ಮೆ ಬಂದರೂ, ಅವರು ಎರಡು ದಿನಕ್ಕೂ ಹೆಚ್ಚು ಇರಲು ಕೊಡದೆ ಓಡಿಸಿಬಿಡುತ್ತಾಳೆ. ಹೆಂಡತಿಯನ್ನು ಎದುರಿಸಿ ಮಾತನಾಡುವಷ್ಟು ಧೈರ್ಯ ಯಜಮಾನನಿಗಿಲ್ಲ. ದುಃಖ ನುಂಗಿಕೊಂಡು ಸುಮ್ಮನಿರುತ್ತಾನೆ. ಈ ಹುಡುಗಿಯ ಅಪ್ಪ-ಅಮ್ಮ ಮಾತ್ರ ವರ್ಷಕ್ಕೆ ಒಂಬತ್ತು ತಿಂಗಳು ಇವರ ಜೊತೆಯೇ ಇರುತ್ತಾರೆ. ಆಳುಗಳ ಮೇಲೆ ವಿಪರೀತ ಅಧಿಕಾರವನ್ನು ಚಲಾಯಿಸುತ್ತಾರೆ.

ಇಂತಹ ವೈಭವದ ಕುಟುಂಬಕ್ಕೆ ಕೆಟ್ಟ ದಿನಗಳು ಬಂದವು. ಒಂದು ದಿನ ಇದ್ದಕ್ಕಿದ್ದಂತೆ ನಲವತ್ತರ ಯಜಮಾನ ಕಾರಿಡಾರಿನಲ್ಲಿ ನಡೆಯುತ್ತಿರುವವನು ಅಚಾನಕ್ಕಾಗಿ ಕುಸಿದು ಬಿದ್ದ. ಆಸ್ಪತ್ರೆಗೆ ಸೇರಿಸಿದರು. ಇಡೀ ದೇಹಕ್ಕೆ ಪಾರ್ಶ್ವವಾಯು ಬಡಿಯಿತು. ಅವನ ಧ್ವನಿ ಬಿದ್ದು ಹೋಯ್ತು. ನಡೆಯುವ ಶಕ್ತಿಯನ್ನು ಕಳೆದುಕೊಂಡ. ಎಂತಹ ದೊಡ್ಡ ಆಸ್ಪತ್ರೆಗೆ ಕರೆದುಕೊಂಡು ಹೋದರೂ ಹಣ ನೀರಿನಂತೆ ಖರ್ಚಾಯಿತೇ ಹೊರತು, ಅವನು ಗುಣವಾಗಲಿಲ್ಲ. ಮೂರು ತಿಂಗಳು ಆಸ್ಪತ್ರೆಯಲ್ಲಿದ್ದು ಚಿಕಿತ್ಸೆ ಮಾಡಿದರೂ ಅವನಿಗೆ ಮಾತಾಡಲು, ಓಡಾಡಲು ಸಾಧ್ಯವಾಗಲಿಲ್ಲ. ಮನೆಗೆ ಕಳುಹಿಸಿಬಿಟ್ಟರು. ಜೀವಂತ ಶವದಂತೆ ಅವನು ಕೋಣೆಯ ಮೂಲೆಯಲ್ಲಿ ಸ್ಥಾಪನೆಯಾದ.

ಈ ದಿನಗಳಲ್ಲಿ ಗೌರಮ್ಮ ತುಂಬಾ ನೋವನ್ನು ಅನುಭವಿಸಿದಳು. "ಇನ್ನೂ ನಲವತ್ತು ವರ್ಷ ಅಣ್ಣ. ದೇವರು ಎಂಥಾ ಕಷ್ಟ ಕೊಟ್ಟುಬಿಟ್ಟ. ಆಫೀಸಿನಲ್ಲಿ ಕೆಲಸ

ಜಾಸ್ತಿ ಮಾಡಿದ್ದಕ್ಕೆ ಹಿಂಗಾಗಿಬಿಟ್ಟದಂತೆ" ಎಂದು ದುಃಖದಿಂದ ಹೇಳುತ್ತಿದ್ದಳು. ತಮ್ಮ ಮನೆಯ ಹತ್ತಿರವಿರುವ ದುರ್ಗಮ್ಮನ ಗುಡಿಗೆ ಭಕ್ತಿಯಿಂದ ಸೇವೆ ಮಾಡಿ, ಆ ಪ್ರಸಾದವನ್ನು ಒಯ್ದು ಆ ಹುಡುಗನಿಗೆ ಕೊಡುತ್ತಿದ್ದಳು. ಆದರೂ ಅವನು ಗುಣವಾಗಲಿಲ್ಲ.

ಮನೆಗೆ ಬರುತ್ತಿದ್ದ ವರಮಾನ ನಿಂತು ಹೋಯಿತು. ದೆಹಲಿಯ ಹುಡುಗಿ ಹತಾಶಳಾದಳು. ಹಿಂದೊಮ್ಮೆ ಮದುವೆಗೂ ಮುಂಚೆ ಕೆಲಸ ಮಾಡಿದವಳಂತೆ. ಆದರೆ ಮದುವೆಯಾಗಿ, ಮಗು ಹುಟ್ಟಿದ ನಂತರ, ಹಣದ ಅವಶ್ಯಕತೆಯಿಲ್ಲವೆಂದು ಕೆಲಸ ಬಿಟ್ಟು ಮನೆಯಲ್ಲಿ ಇರಲು ನಿಶ್ಚಯಿಸಿದ್ದಳು. ಈಗ ಮತ್ತೆ ಆಕೆಗೆ ಕೆಲಸ ಸಿಗುವುದು ಕಷ್ಟ. ಜೊತೆಗೆ ಗಂಡನನ್ನು ಚಿಕ್ಕ ಮಗುವಿನಂತೆ ನೋಡಿಕೊಳ್ಳಬೇಕಿತ್ತು. ಆತನ ಸ್ನಾನ, ಶೌಚ, ಬಟ್ಟೆ ಬದಲಿಸುವುದು, ಊಟ – ಎಲ್ಲವನ್ನೂ ಯಾರಾದರೂ ಮಾಡಬೇಕಿತ್ತು. ಅವಳ ಅಪ್ಪ-ಅಮ್ಮ ಈಗ ಅಷ್ಟಾಗಿ ಇಲ್ಲಿರಲು ಬರುತ್ತಿರಲಿಲ್ಲ. ಆದರೆ ಯಜಮಾನನ ಬಡ ಅಪ್ಪ-ಅಮ್ಮ ಬಂದು ಮಗನನ್ನು ನೋಡಿಕೊಳ್ಳಲಾರಂಭಿಸಿದರು. ಅವನ ಸೇವೆಯನ್ನು ಸಂಪೂರ್ಣವಾಗಿ ಮಾಡಲಾರಂಭಿಸಿದರು. ದೆಹಲಿಯ ಹುಡುಗಿ ಇದಕ್ಕೆ ಚಕಾರವೆತ್ತಲಿಲ್ಲ.

ಮನೆಯಲ್ಲಿ ಹಣದ ಅಡಚಣೆ ದಿನದಿನಕ್ಕೆ ಉಲ್ಬಣಗೊಳ್ಳಲಾರಂಭಿಸಿತು. ಒಬ್ಬೊಬ್ಬರೇ ಆಳುಗಳನ್ನು ವಾಪಾಸು ಮನೆಗೆ ಕಳುಹಿಸಲಾರಂಭಿಸಿದರು. ಗೌರಮ್ಮ ಮತ್ತು ಒಬ್ಬ ಡ್ರೈವರ್ ಮಾತ್ರ ಉಳಿದುಕೊಂಡರು. ದೆಹಲಿಯ ಹುಡುಗಿ ಈಗ ಎಲ್ಲದಕ್ಕೂ ರೇಗುತ್ತಾಳೆ. ಗಂಡನ ರೂಮಿಗೂ ಮೂರು ದಿನಕ್ಕೊಮ್ಮೆಯೂ ಹೋಗುವುದಿಲ್ಲ. ಅಪ್ಪ-ಅಮ್ಮಗೆ ಫೋನ್ ಮಾಡಿ ಏನೇನೋ ಗುಸುಗುಸು ಮಾತನಾಡುತ್ತಾಳೆ. ನಿಧಾನಕ್ಕೆ ಆಕೆಯ ಉದ್ದೇಶ ಆಳುಗಳಿಗೆ ಗೊತ್ತಾಗಲಾರಂಭಿಸಿತು.

ಒಂದು ದಿನ ಗೌರಮ್ಮ ಅತ್ಯಂತ ದುಃಖದಿಂದ ಮನೆಗೆ ಬಂದವಳೇ "ಆ ದೆಹಲಿ ಹುಡುಗಿ ಸೋಡಾಚೀಟಿ ಕೊಡ್ತಾ ಇದ್ದಾಳಂತಣ್ಣ" ಎಂದು ಹೇಳಿ ಕಣ್ಣೀರು ಹಾಕಿದಳು. "ನನ್ನ ಗಂಡಗೂ, ಈ ದೆಹಲಿ ಹುಡುಗೀಗೂ ಯಾವುದೇ ವ್ಯತ್ಯಾಸ ಇಲ್ಲ ನೋಡಣ್ಣ" ಎಂದು ಬೇಸರ ಪಟ್ಟುಕೊಂಡಳು.

ಮನೆಯಲ್ಲಿ ಖರ್ಚನ್ನು ಮತ್ತಷ್ಟು ಕಡಿಮೆ ಮಾಡಲಾರಂಭಿಸಿದರು. ಇದ್ದೊಬ್ಬ ಡ್ರೈವರನ್ನು ಕಳುಹಿಸಿಬಿಟ್ಟರು. ಗೌರಮ್ಮನಿಗಿಂತಲೂ ಅರ್ಧದಷ್ಟು ಸಂಬಳ ಪಡೆಯುವ ಹುಡುಗಿಯೊಬ್ಬಳನ್ನು ಕರೆದುಕೊಂಡು ಬರಲು ಈಕೆಗೆ ಹೇಳಿದರು. ಗೌರಮ್ಮ ಪರಿಸ್ಥಿತಿಯನ್ನು ಅರ್ಥ ಮಾಡಿಕೊಂಡು, ಅತ್ಯಂತ ಮುತುವರ್ಜಿಯಿಂದ ಹುಡುಕಾಡಿ ಒಬ್ಬ ಹುಡುಗಿಯನ್ನು ಆ ಮನೆಯ ಇತರೆ ಕೆಲಸಕ್ಕೆ ಸೇರಿಸಿದಳು. ಆ ಹುಡುಗಿಗೆ ಅಡುಗೆ ಮಾಡುವುದಕ್ಕೆ ಕಲಿಸಿಕೊಡಲು ಹೇಳಿದರು. ಈಕೆ ಅದನ್ನೂ ನಿಷ್ಠೆಯಿಂದ

ಮಾಡಿದಳು. ಕೊನೆಗೊಂದು ದಿನ ಗೌರಮ್ಮಗೂ ಮನೆಗೆ ಹೋಗೆಂದು ಹೇಳಿ ಹೊರದಬ್ಬಿದರು. ಇದನ್ನು ನಿರೀಕ್ಷಿಸಿದ್ದಳಾದರೂ, ಕೆಲಸ ಮಾಡಲೆಂದು ಹೋದಾಗ ಬಾಗಿಲ ಹೊರಗೇ ನಿಲ್ಲಿಸಿ, ಮನೆಗೆ ದಬ್ಬಿದ್ದು ಗೌರಮ್ಮಗೆ ಆಘಾತವನ್ನುಂಟು ಮಾಡಿತ್ತು. "ಹನ್ನೆರಡು ವರ್ಷ ಕೆಲಸ ಮಾಡೀನಿ ಅಣ್ಣ. ಹೆಂಗೆ ದಬ್ಬಿಬಿಟ್ಟರು ನೋಡಿ" ಎಂದು ಬೇಸರದಿಂದ ಹೇಳಿದ್ದಳು.

ಮುಂದೆ ದೆಹಲಿಯ ಹುಡುಗಿ ಸೋಡಾಚೀಟಿ ಪಡೆಯುವಲ್ಲಿ ಯಶಸ್ವಿಯಾದಳು. ಅರ್ಧ ಆಸ್ತಿಯನ್ನು ತನ್ನ ಹೆಸರಿಗೆ ಮಾಡಿಸಿಕೊಂಡಳು. ಮಗನನ್ನು ಕರೆದುಕೊಂಡು ದೆಹಲಿಯಲ್ಲಿ ಅಪ್ಪ-ಅಮ್ಮನ ಜೊತೆಗಿರಲು ಹೊರಟು ಹೋದಳು. ಈ ಬಡ ತಂದೆ-ತಾಯಿಗಳು ಒಂದು ಅಂಬುಲೆನ್ಸ್ ಮಾಡಿಕೊಂಡು, ಜೀವಂತ ಶವದಂತಾಗಿರುವ, ತಮ್ಮ ಮಗನನ್ನು ಕರೆದುಕೊಂಡು ಹಳ್ಳಿಗೆ ಹೋದರು. ಆ ದಿನ ಅತ್ಯಂತ ದುಃಖಪಟ್ಟ ಗೌರಮ್ಮ "ಒಂದೇ ಸಮಾಧಾನ ಏನಂದರೆ ಆಯಮ್ಮ ಯಜಮಾನಗೆ ವಿಷ ಕೊಟ್ಟು ಕೊಂದು ಎಲ್ಲಾ ಆಸ್ತಿ ತಾನೇ ಹೊಡ್ಕೊಳ್ಳಿಲ್ಲ ನೋಡಣ್ಣ. ಮರ್ಯಾದೆಯಿಂದ ಸೋಡಾಚೀಟಿ ಕೊಟ್ಟು ಅರ್ಧ ಆಸ್ತಿ ತೊಗೊಂಡು ಹೋದಳು" ಎಂದಳು.

ಕೀಲಿಕೈ ಪ್ರಸಂಗ

ಒಂದು ಸಲ ಬಸ್ಸಿನಲ್ಲಿ ಹೋಗುವಾಗ, ಬನಶಂಕರಿಯ ಹತ್ತಿರ ಆಕೆಯ ಪರ್ಸ್ ಕಳೆದು ಹೋಯ್ತು. ಒಂದಿಷ್ಟು ಹಣ, ಐಡೆಂಟಿಟಿ ಕಾರ್ಡ್, ತಿಂಗಳ ಬಸ್ ಪಾಸ್, ಜೊತೆಗೆ ನನ್ನ ಮನೆಯ ಕೀಲಿಕೈ ಅದರಲ್ಲಿತ್ತು. ಮರುದಿನ ಬಂದು ಬೇಸರದಿಂದಲೇ ಈ ಸಂಗತಿಯನ್ನು ತಿಳಿಸಿದಳು. ನನ್ನ ಮನೆಯ ಬೀಗಕ್ಕೆ ನಾಲ್ಕು ಕೀಲಿಕೈಗಳಿದ್ದವು. ಒಂದು ಹೋದರೆ ಬೇಸರ ಪಡುವಂತಹದ್ದೇನೂ ಇರಲಿಲ್ಲ. ಆದರೆ ಕೀಲಿಕೈ ಜೊತೆಯಲ್ಲಿ ಆಕೆಯ ಅಪಾರ್ಟ್‌ಮೆಂಟ್ ಐಡೆಂಟಿಟಿ ಕಾರ್ಡ್ ಕೂಡಾ ಕಳುವಾಗಿತ್ತಲ್ಲವೆ? ಅವರೆಡರ ಸಹಾಯದಿಂದ ಸುಲಭವಾಗಿ ನನ್ನ ಮನೆ ಯಾವುದೆಂದು ಕಳ್ಳರು ಗುರುತಿಸಬಹುದಾಗಿತ್ತು. ಆದ್ದರಿಂದ ಮನೆಯ ಬೀಗವನ್ನೇ ಬದಲಾಯಿಸುವುದು ಸುರಕ್ಷಿತವೆಂದು ನಾನು ನಿರ್ಧರಿಸಿದೆ. ಕಾರ್ಪೆಂಟರ್‌ಗೆ ಹೇಳಿ ಕಳುಹಿಸಿದೆ.

ಅವನು ಬಂದಾಗ ಗೌರಮ್ಮ ಅಡುಗೆ ಮನೆಯಲ್ಲಿ ಕೆಲಸ ಮಾಡುತ್ತಿದ್ದಳು. ಅವನೊಡನೆ ನಾನು ಮಾತನಾಡಿದ್ದು ಅವಳಿಗೆ ಕೇಳಿಸುತ್ತಿತ್ತು. ಆತ ಹೊಸ ಬೀಗಕ್ಕೆ ಎರಡು ಸಾವಿರ ರೂಪಾಯಿಗಳಾಗುತ್ತವೆಂಬ ಭಯಾನಕ ಸುದ್ದಿಯನ್ನು ಹೇಳಿದ. ನಾನು ಬೀಗವೊಂದು ನೂರು, ಇನ್ನೂರು ರೂಪಾಯಿಗಿಂತಲೂ ಹೆಚ್ಚಿರಲಿಕ್ಕಿಲ್ಲವೆಂದು

ಊಹಿಸಿದ್ದೆ. ಗೌರಮ್ಮ ಮಾಡಿದ ತಪ್ಪಿಗೆ ನಾನು ಎರಡು ಸಾವಿರ ದಂಡ ತೆರಬೇಕಾಯಿತಲ್ಲ ಎಂದು ಸಂಕಟವಾಯ್ತು. ಆಕೆಯ ಮೇಲೆ ಸ್ವಲ್ಪ ಸಿಟ್ಟು ಕೂಡಾ ಬಂತು. ಆದ್ದರಿಂದ ಈ ವಿವರಗಳೆಲ್ಲಾ ಆಕೆಗೆ ತಿಳಿದು, ತಾನು ಮಾಡಿದ ತಪ್ಪಿಗೆ ಆಕೆ ಪಶ್ಚಾತ್ತಾಪ ಪಡಲಿ ಎನ್ನುವ ದೃಷ್ಟಿಯಿಂದ ಗಟ್ಟಿಗಟ್ಟಿಯಾಗಿ ಮಾತನಾಡಿದೆ. ಎರಡೆರಡು ಬಾರಿ ಆ ಬೀಗದ ಹಣವೆಷ್ಟು ಎಂದು ಕೇಳಿ, "ಅಷ್ಟು ಜಾಸ್ತಿನಾ?" ಎಂಬ ದೊಡ್ಡ ಉದ್ಗಾರ ಮಾಡಿದೆ. ಕಾರ್ಪೆಂಟರಿಗೆ ನಾಳೆ ಬಂದು ಹೊಸ ಬೀಗವನ್ನು ಹೊಂದಿಸೆಂದು ಹೇಳಿ, ಹಣವನ್ನು ಕೊಟ್ಟೆ.

ವಾಪಾಸು ಸೋಫಾದ ಮೇಲೆ ಬಂದು ಕುಳಿತಾಗ, ಮನಸ್ಸು ಗೌರಮ್ಮನ ಮೇಲೆ ಸಿಟ್ಟು ಮಾಡಿಕೊಂಡಿತ್ತು. ತಾನು ಮಾಡಿದ ತಪ್ಪಿಗೆ ಆಕೆ ಒಮ್ಮೆ ಕ್ಷಮಾಪಣೆ ಕೇಳಲಿ ಎಂದು ಬಯಸುತ್ತಿತ್ತು. ಅತ್ತ ಕಾರ್ಪೆಂಟರ್ ಹೋದ ತಕ್ಷಣ ಗೌರಮ್ಮ ನನ್ನ ಕಡೆಗೆ ಬಂದು "ಅಣ್ಣಾ" ಎಂದಳು. ಗಡುಸಾಗಿಯೇ "ಏನು?" ಅಂದೆ. "ಆ ಹಳೇ ಬೀಗ ಏನು ಮಾಡ್ತಿಯಣ್ಣ?" ಎಂದು ಕೇಳಿದಳು. "ಇನ್ನೇನು ಮಾಡಲಿಕ್ಕೆ ಬರ್ತದೆ, ಕಸದ ಬುಟ್ಟಿನಾಗೆ ಬಿಸಾಕ್ತೀನಿ" ಎಂದೆ. "ಅಯ್ಯೋ, ಅದನ್ನು ಬಿಸಾಡ ಬೇಡಣ್ಣ. ನಂಗೆ ಕೊಡು. ನಮ್ಮ ಮನೆಗೆ ಹಾಕಿಸ್ಕೊಳ್ತೀನಿ. ಹೆಂಗೂ ಮೂರು ಕೀಲಿಕೈ ಅವೆ. ನಂಗೆ ಅಷ್ಟು ಸಾಕು" ಎಂದಳು. ಈ ವಿಚಿತ್ರ ಬೇಡಿಕೆಯಿಂದ ನನಗೆ ಸಿಟ್ಟು ಇನ್ನಷ್ಟು ಏರಿತು. "ಅಲ್ಲಮ್ಮಾ, ನಿನ್ನಿಂದಾಗಿ ಸುಮ್ಮಸುಮ್ಮನೆ ಎರಡು ಸಾವಿರ ರೂಪಾಯಿ ಖರ್ಚು ಆಗ್ತಾ ಅದೆ. ನಿಂಗೆ ಅದರ ಬಗ್ಗೆ ಖಬರಿಲ್ಲ. ಹಳೆ ಬೀಗ ಬೇಕು ಅಂತೀಯಲ್ಲಮ್ಮ" ಎಂದು ಸಿಟ್ಟನ್ನು ಹೊರ ಹಾಕಿಯೇ ಬಿಟ್ಟೆ. ಆಕೆ ಒಂಚೂರೂ ಬೇಜಾರು ಮಾಡಿಕೊಳ್ಳದೆ "ಇಷ್ಟು ವರ್ಷ ನಿಮ್ಮನೆ ಕೆಲಸ ಮಾಡೀನಿ, ಯಾವತ್ತೂ ಕೀಲಿಕೈ ಕಳಕೊಂಡಿಲ್ಲ. ಇವತ್ತೇನೋ ಪಿಕ್ ಪಾಕೇಟ್ ಆಗಿ ಹೋಗ್ಯದೆ. ಅದಕ್ಕೆ ಅಷ್ಟು ಬೇಜಾರು ಮಾಡ್ಕೊಳ್ತಿಯಲ್ಲಣ್ಣ" ಎಂದಳು. ಆಕೆಯ ಮಾತು ನನ್ನ ಸಿಟ್ಟನ್ನೆಲ್ಲಾ ಜರ್ರನೆ ಇಳಿಸಿತು. ನಾನೆಷ್ಟು ಚಿಕ್ಕ ಬುದ್ಧಿಯವನು ಅಂತ ಅನ್ನಿಸಿ ನಾಚಿಕೆಯಾಯಿತು. ಆಕೆಗೆ "ಸಾರಿ ಗೌರಮ್ಮ" ಎಂದು ಹೇಳಿ, ಹಳೆಯ ಬೀಗವನ್ನು ಕೊಡುವುದಾಗಿ ಮಾತು ಕೊಟ್ಟೆ.

ಗಿರಿಜಾ ಕಲ್ಯಾಣ

ಮಗಳು ಗಿರಿಜಳೆಂದರೆ ಗೌರಮ್ಮನ ಜೀವ. ಈ ಮಗು ಹುಟ್ಟಿದಾಗ ಬಹಳ ಅನಾರೋಗ್ಯದಿಂದ ಒದ್ದಾಡಿತಂತೆ. ಕಂಡ ಕಂಡ ಆಸ್ಪತ್ರೆಗೆ ಆ ಮಗುವನ್ನು ಹೊತ್ತುಕೊಂಡು ಅಲೆದಾಡಿದಳಂತೆ. ಆದ್ದರಿಂದ ಸಾಕಷ್ಟು ಸಾಲ ಮಾಡಿಕೊಳ್ಳಬೇಕಾಯಿತಂತೆ. ಗಂಡ ಜೊತೆಯಲ್ಲಿಲ್ಲ ಎಂಬ ದುಃಖ ಒಂದು ಕಡೆ,

ಉಳಿದ ಈ ಮಡಿಲ ಕುಡಿ ಎಲ್ಲಿ ಕೈ ಬಿಡುವುದೋ ಎಂಬ ಸಂಕಟ ಮತ್ತೊಂದು ಕಡೆ. ಮುಂದೆ ಬದುಕನ್ನು ನಡೆಸುವುದು ಹೇಗಪ್ಪಾ ಎಂಬ ಚಿಂತೆಯಿಂದ ರಾತ್ರಿ ನಿದ್ದೆಯೂ ಬರುತ್ತಿರಲಿಲ್ಲವಂತೆ. ಎಲ್ಲ ಡಾಕ್ಟರರು ಕೈಲಾದಷ್ಟು ಔಷಧಿ ಕೊಟ್ಟು ಆಸೆ ಬಿಟ್ಟುಬಿಡಲು ಹೇಳಿದರಂತೆ. ಬಂಧು ಬಳಗದವರೂ "ಸಾಯೋ ಮಗೂ ಮೇಲೆ ಅಷ್ಟೊಂದು ದುಡ್ಡು ಯಾಕೆ ಖರ್ಚು ಮಾಡ್ತೀಯ. ಹೃದಯ ಕಲ್ಲು ಮಾಡಿಕೊಂಡು ಸುಮ್ಮನೆ ಇದ್ದು ಬಿಡು" ಎಂದು ಬುದ್ಧಿಮಾತು ಹೇಳಿದರಂತೆ. ಆದರೂ ಗೌರಮ್ಮ ಕೇಳಲಿಲ್ಲ. ತನ್ನ ಅಳಿವು, ಉಳಿವು ಈ ಮಗುವಿನ ಮೇಲೆ ನಿಂತಿದೆ ಅಂತ ನಿರ್ಧರಿಸಿ ಇನ್ನಷ್ಟು ದೊಡ್ಡ ದೊಡ್ಡ ಡಾಕ್ಟರರಿಗೆ ತೋರಿಸಿದಳಂತೆ. ದಿನವೂ ತಪ್ಪದೆ ಹತ್ತಿರದ ಆಂಜನೇಯ ಸ್ವಾಮಿಗೆ ನಡೆದುಕೊಂಡಳಂತೆ. ಅಂತೂ ಭಗವಂತ ಕೃಪೆ ತೋರಿದ. ಮಗು ಸಾಯಲಿಲ್ಲ. ಗೌರಮ್ಮ ಬದುಕಿಕೊಂಡಳು.

ತನ್ನಂತೆ ಈ ಮಗು ಕಷ್ಟಪಡಬಾರದೆನ್ನುವುದು ಗೌರಮ್ಮನ ಅಪೇಕ್ಷೆಯಾಗಿತ್ತು. ಆದ್ದರಿಂದ ಮಗಳನ್ನು ಬಿ.ಎ. ಓದಿಸಿದ್ದಳು. ಮಗಳು ಇಂಗ್ಲೀಷಿನಲ್ಲಿ ಮಾತನಾಡುತ್ತಾಳೆ ಎಂಬುದು ಆಕೆಯ ಹೆಮ್ಮೆ. ಆದಷ್ಟು ಬೇಗನೆ ಈಕೆಗೆ ಮದುವೆ ಮಾಡಬೇಕೆಂದು ಪ್ರಯತ್ನಿಸಿದ್ದಳು. ಗೌರಮ್ಮನ ತಮ್ಮನೊಬ್ಬನಿದ್ದ, ದೊಡ್ಡಪ್ಪನ ಮಗ. ಒಳ್ಳೆಯ ಉದ್ಯೋಗದಲ್ಲಿಯೂ ಇದ್ದ. ಆತನಿಗೆ ಗಿರಿಜಳನ್ನು ಕೊಟ್ಟರೆ, ಚೆನ್ನಾಗಿರುತ್ತದೆಂದು ಈಕೆಯ ಆಸೆ. ಆದ್ದರಿಂದ ಅವನನ್ನು ಚಿಕ್ಕಂದಿನಿಂದಲೂ ಮನೆಗೆ ಕರೆದುಕೊಂಡು ಬರುತ್ತಿದ್ದಳು. ಒಂದು ದಿನ ಇಬ್ಬರಿಗೂ ತನ್ನ ಮನದ ಆಸೆಯನ್ನು ಬಿಚ್ಚಿಟ್ಟಳು. ಆದರೆ ಇಬ್ಬರೂ ಈ ಮದುವೆಯನ್ನು ವಿರೋಧಿಸಿ ಬಿಟ್ಟರು. ತಾವಿಬ್ಬರೂ ಅಣ್ಣ ತಂಗಿಯರಂತೆ ಇದುವರೆಗೂ ಬದುಕಿದ್ದೇವೆಂದೂ, ತಮಗೆ ಅಂತಹ ಭಾವನೆಗಳಿಲ್ಲವೆಂದೂ ಹೇಳಿಬಿಟ್ಟರು. "ನೋಡಣ್ಣಾ, ಇಬ್ಬರಿಗೂ ಪ್ರೀತಿ ಬೆಳೀಲಿ ಅಂತ ಆತನ್ನ ಚಿಕ್ಕಂದಿನಿಂದ ಮನೆಯಾಗೆ ಕರೆದುಕೊಂಡು ಬಂದು ಇಟ್ಟುಗೊಳ್ತಿದ್ದೆ. ಈಗ ನೋಡಿದ್ರೆ ಅಣ್ಣ-ತಂಗಿ ಅಂತಾರೆ" ಎಂದಳು. "ಹೋಗಲಿ ಬಿಡು ಗೌರಮ್ಮ. ಬಳಗದಾಗೆ ಮದುವೆ ಮಾಡಬಾರದು ಅಂತ ಡಾಕ್ಟರು ಹೇಳ್ತಾರೆ. ಹೊರಗೇ ಸಂಬಂಧ ಹುಡುಕು. ಗಿರಿಜ ನೋಡಲಿಕ್ಕೆ ಚೆನ್ನಾಗಿ ಇದ್ದಾಳೆ. ಒಳ್ಳೆ ಹುಡುಗ ಸಿಗ್ತಾನೆ" ಎಂದು ಸಮಾಧಾನ ಮಾಡಿದ್ದೆ. "ಬರೀ ಕುಡಿದು ಬಡಿಯೋ ಗಂಡಸರೇ ಸಿಗ್ತಾರಣ್ಣ. ಒಳ್ಳೆ ಹುಡುಗನ್ನ ಹುಡುಕೋದು ಭಾಳ ಕಷ್ಟ" ಎಂದು ತನ್ನ ಹಿಂದಿನ ದಿನಗಳ ಕಹಿಯನ್ನು ನೆನೆಸಿಕೊಂಡು ಹೇಳಿದ್ದಳು.

ಹಲವಾರು ಕಡೆ ಪ್ರಯತ್ನ ಮಾಡಿ ಇಬ್ಬರು ವರಗಳನ್ನು ಗೌರಮ್ಮ ಆಯ್ಕೆ ಮಾಡಿದಳು. ಅವರಿಬ್ಬರ ಫೋಟೋಗಳನ್ನು ನನಗೆ ತಂದು ತೋರಿಸಿದಳು. ಒಬ್ಬ ಎಂ.ಎ. ಓದಿದ್ದ, ಆದರೆ ಇನ್ನೂ ಯಾವುದೇ ಕೆಲಸ ಸಿಕ್ಕಿರಲಿಲ್ಲ. ಇನ್ನೊಬ್ಬ ಎಂ.ಕಾಂ. ಮಾಡಿದ್ದ, ಈತ ಆಡಿಟರ್ ಹತ್ತಿರ ಕೆಲಸ ಮಾಡುತ್ತಿದ್ದ. ಇಬ್ಬರಿಗೂ

ಕುಡಿತ, ಬೀಡಿ–ಸಿಗರೇಟಿನ ಸಹವಾಸವಿಲ್ಲವೆಂದು ಕಂಡುಕೊಂಡಿದ್ದಳು. "ಯಾರಿಗೆ ಕೊಟ್ಟರೆ ಚೆನ್ನಾಗಿರ್ತದೆ ಅಣ್ಣ?" ಎಂದು ಕೇಳಿದ್ದಳು. ನಾನು ಸ್ವಲ್ಪ ಯೋಚಿಸಿ "ಎಂ. ಕಾಂ. ಮಾಡಿದ ಹುಡುಗಗೇ ಕೊಡು. ಈಗಾಗಲೇ ಕೆಲಸದಲ್ಲಿದ್ದಾನೆ. ಮುಂದೆ ಅವನಿಗೆ ಒಳ್ಳೆಯ ಅವಕಾಶ ಸಿಗ್ತಾವೆ. ನೋಡಲಿಕ್ಕೂ ಚೆನ್ನಾಗಿದ್ದಾನೆ" ಎಂದು ನನ್ನ ಆಯ್ಕೆಯನ್ನು ತಿಳಿಸಿದ್ದೆ. "ಆಗಲಿ ಅಣ್ಣ. ಮಾತುಕತೆ ಮಾಡ್ತೀನಿ" ಎಂದು ಹೇಳಿದ್ದಳು.

ನಾನು ಆ ವಿಚಾರವಾಗಿ ಆಗೊಮ್ಮೆ ಈಗೊಮ್ಮೆ ಕೇಳುತ್ತಿದ್ದೆ. ಕೊನೆಗೂ ಗೌರಮ್ಮ ಎಂ.ಎ. ಓದಿದ ಹುಡುಗನನ್ನೇ ಆಯ್ಕೆ ಮಾಡಿದಳು. ನನಗೆ ಅಚ್ಚರಿಯಾಗಿತ್ತು. ಈ ಹುಡುಗಗೆ ಇನ್ನೂ ಒಳ್ಳೆಯ ಕೆಲಸವಿರಲಿಲ್ಲ, ಏನೋ ಪುಟ್ಟ ಬಿಜಿನೆಸ್ ಮಾಡಿಕೊಂಡಿದ್ದ. "ಹಳ್ಳಿಯಲ್ಲಿ ಹತ್ತು ಎಕರೆ ಭೂಮಿ ಅದಣ್ಣ" ಎಂದು ಗೌರಮ್ಮ ಹೇಳಿದಳು. "ಇವನು ಹೊಲ ಮನೆ ಮಾಡ್ತಾನಾ?" ಎಂದು ಕೇಳಿದೆ. "ಇಲ್ಲಣ್ಣ, ಬೆಂಗಳೂರಿನಾಗೆ ಇರ್ತೀನಿ ಅಂತ ಹೇಳ್ತಾನೆ" ಎಂದಳು. "ಹಂಗಾರೆ ಎಂ.ಕಾಂ. ಹುಡುಗಂಗೆ ಕೊಡಬೇಕಿತ್ತು. ಯಾಕೆ ಈ ನಿರ್ಧಾರ ಮಾಡಿದಿ?" ಎಂದು ಕೇಳಿದೆ. ಸ್ವಲ್ಪ ಸಂಕೋಚದಿಂದಲೇ ಸತ್ಯವನ್ನು ತೆರೆದಿಟ್ಟಳು. "ಅಣ್ಣ, ನಿನ್ನ ಮುಂದೆ ಸುಳ್ಳು ಹೇಳಲ್ಲ. ಎರಡೂ ವರಗಳ ಅಪ್ಪ–ಅಮ್ಮನ ಜೊತೆ ಮಾತು ಕತೆ ಮಾಡಿದೆ. ಎಂ.ಕಾಂ. ಓದಿದ ಹುಡುಗನ ಅಪ್ಪ–ಅಮ್ಮ ತಿರುಗಾಮುರುಗಾ ನನ್ನ ಗಂಡನ ಬಗ್ಗೆ ಕೇಳ್ತಾ ಹೋದ್ರು. ಯಾಕೆ ಬಿಟ್ಟ ಅಂತ ಕೆದಕಿದ್ರು. ಈ ಎಂ.ಎ. ಓದಿದ ಹುಡುಗನ ಅಪ್ಪ–ಅಮ್ಮ ಅದರ ಬಗ್ಗೆ ಒಂದು ಮಾತೂ ಆಡಲಿಲ್ಲ. ಅದಕ್ಕೇ ಅವನಿಗೆ ಕೊಡೋದು ಅಂತ ನಿರ್ಧಾರ ಮಾಡಿ ಬಿಟ್ಟೆ" ಎಂದು ಹೇಳಿ ನನಗೆ ದಂಗು ಬಡಿಸಿದ್ದಳು.

ಮದುವೆಯನ್ನು ಮಾಡುವ ಜವಾಬ್ದಾರಿಯನ್ನು ಗಂಡಿನ ಮನೆಯವರಿಗೇ ವಹಿಸಿಕೊಟ್ಟಳು. ಅದಕ್ಕೆ ಎರಡು ಪ್ರಮುಖ ಕಾರಣಗಳಿದ್ದವು. ಬೆಂಗಳೂರಿನಲ್ಲಿ ಮದುವೆಯ ಖರ್ಚು ಜಾಸ್ತಿಯಾಗುತ್ತದೆ ಎಂಬುದು ಪ್ರಮುಖ ಕಾರಣವಾಗಿತ್ತು. ಗಂಡಿನವರಿಗೆ ತುಮಕೂರಿನ ಹತ್ತಿರದ ಹಳ್ಳಿಯಲ್ಲಿ ಮನೆಯಿತ್ತು. ಅಲ್ಲಿಯೇ ಅವರು ಮದುವೆ ಮಾಡಿಕೊಡುವುದೆಂದೂ, ಅದಕ್ಕೆ ತಗಲುವ ಖರ್ಚನ್ನು ಗೌರಮ್ಮ ವಹಿಸುವುದೆಂದೂ ಒಪ್ಪಂದ ಮಾಡಿಕೊಂಡಳು. ಅದು ಸರಿಯಾದ ನಿರ್ಧಾರವೇ ಆಗಿತ್ತು. ಈ ಊರಲ್ಲಿ ಒಂದು ಕಲ್ಯಾಣ ಮಂಟಪಕ್ಕೆ ಕೊಡುವ ಹಣದಲ್ಲಿ ಹಳ್ಳಿಯಲ್ಲಿ ಎರಡು ಮದುವೆಗಳನ್ನು ಮಾಡಬಹುದು.

ಎರಡನೆಯ ಕಾರಣ ಮಾತ್ರ ವಿಶೇಷವಾಗಿತ್ತು. ಗಂಡನನ್ನು ತೊರೆದ ಮೇಲೆ ಗೌರಮ್ಮ ಬದುಕಿನ ಖರ್ಚನ್ನು ನಿರ್ವಹಿಸುವುದಕ್ಕೆ ಹಗಲು–ಇರುಳು ಹೋರಾಡುವುದರಲ್ಲಿ ನಿರತಳಾಗಿ ಬಿಟ್ಟು, ತನ್ನ ಬಂಧು–ಬಳಗದವರನ್ನೆಲ್ಲಾ ದೂರ ಮಾಡಿಕೊಂಡಿದ್ದಳು. ಮದುವೆ ಮಾಡಬೇಕೆಂದರೆ ಕೆಲಸ ಮಾಡಲು ಜನರು

ಬೇಕಲ್ಲವೆ? ಗೌರಮ್ಮ ಅಡುಗೆ ಮಾಡುವ ಮನೆಯವರು ಬಂದು ಮಾಡುತ್ತಾರೆಯೆ? ಎನ್ನುವುದು ಆಕೆಯ ನಿಲುವಾಗಿತ್ತು. "ನಂಗೆ ಸಂಪ್ರದಾಯಗಳು ಗೊತ್ತಿಲ್ಲಣ್ಣ. ಬರೀ ಅಡಿಗಿ ಕೆಲಸ ಮಾಡೋದ್ರಲ್ಲೇ ಜೀವನ ಕಳೆದು ಬಿಟ್ಟೆ. ಯಾರ ಮನಿ ಮದುವೀಗೂ ಹೋಗಲಿಲ್ಲ, ನಾಮಕರಣಕ್ಕೂ ಹೋಗಲಿಲ್ಲ. ಬಂಧು-ಬಳಗ ದೂರ ಆಗಿ ಬಿಟ್ಟಾರೆ. ಅದಕ್ಕೇ ಹೆದರಿಕೆ ಆಗ್ತದೆ" ಎಂದು ಹೇಳಿದ್ದಳು. "ನಮಗೆ ಯಾವುದು ಸರಿಯಾದದ್ದು, ನ್ಯಾಯವಾದದ್ದು ಅಂತ ಅನ್ನಿಸುತ್ತೋ ಅದನ್ನು ಮಾಡೋದೇ ಸಂಪ್ರದಾಯ ಆಗ್ತದೆ. ಸುಮ್ಮನೆ ಅದಕ್ಕೆಲ್ಲಾ ಹೀಗೆ ತಲೆ ಕೆಡಿಸಿಕೊಳ್ಳಬೇಡಿ" ಎಂದು ನಾನು ಹೇಳಿದ್ದೆ.

ಕಳುವಿನ ಪ್ರಸಂಗ

ಮದುವೆ ತುಮಕೂರಿನಿಂದ 20 ಕಿಲೋಮೀಟರ್ ದೂರದಲ್ಲಿರುವ ಹಳ್ಳಿಯಲ್ಲಿದ್ದರಿಂದ ನಾನು ಹೋಗಲಿಲ್ಲ. ಜೊತೆಗೆ ಮದುವೆಯನ್ನು ಗೌರಮ್ಮನ ಬೀಗರು ಮಾಡುತ್ತಿದ್ದಾರೆ, ಈಕೆಯೇ ಅತಿಥಿಯಾಗಿ ಹೋಗುತ್ತಿದ್ದಾಳೆ, ಆದ್ದರಿಂದ ಹೋಗುವುದು ಬೇಡವೆಂದು ನಿರ್ಧರಿಸಿದೆ. ಆದರೆ ಉಡುಗೊರೆ ಕೊಡಬೇಕಲ್ಲ? ಏನೇನೋ ಕೊಂಡು ತಂದು ಕೊಡುವುದಕ್ಕಿಂತಲೂ ಹಣ ಕೊಡುವುದು ಒಳ್ಳೆಯದೆಂದು ನಿರ್ಧರಿಸಿದೆ. ಒಂದು ದಿನ ಆಕೆ ಅಡುಗೆ ಮಾಡುವಾಗ ಒಂದಿಷ್ಟು ಹಣವನ್ನು ಒಯ್ದು ಕಟ್ಟೆಯ ಮೇಲಿಟ್ಟು "ನಿನ್ನ ಮಗಳಿಗೆ ಇದರಾಗೆ ಏನಾದ್ರೂ ಕೊಡಸಮ್ಮ" ಎಂದು ಹೇಳಿದೆ. "ಆಯ್ತಣ್ಣ. ಹಂಗೇ ಆಗಲಿ" ಎಂದು ಹೇಳಿದಳು. ಆಮೇಲೆ ನನ್ನ ಕೆಲಸಗಳನ್ನು ಮಾಡಲು ಹೋದೆ. ಯಾಕೋ ಗೊತ್ತಿಲ್ಲ, ಇಷ್ಟು ವರ್ಷ ಕೆಲಸ ಮಾಡಿದ ಆಕೆಯ ಏಕೈಕ ಮಗಳ ಮದುವೆಗೆ ನಾನು ಕೊಟ್ಟ ಉಡುಗೊರೆಯ ಹಣ ಕಡಿಮೆಯೆಂದೆನ್ನಿಸಿಬಿಟ್ಟಿತು. ಅದು ನನ್ನನ್ನು ಎಷ್ಟು ಕಾಡಿತೆಂದರೆ ನನಗೆ ಯಾವ ಕೆಲಸದಲ್ಲಿಯೂ ತೊಡಗಿಸಿಕೊಳ್ಳಲು ಸಾಧ್ಯವಾಗಲಿಲ್ಲ. ಮನೆಯಲ್ಲಿ ಅಲ್ಲಿಂದಿಲ್ಲಿ, ಇಲ್ಲಿಂದಲ್ಲಿ ಓಡಾಡತೊಡಗಿದೆ. ಏನು ಮಾಡಿದರೂ ಸಮಾಧಾನವಾಗಲಿಲ್ಲ. ತಕ್ಷಣ ಮತ್ತೊಂದಿಷ್ಟು ಹಣವನ್ನು ತಂದು, ಅದರ ಜೊತೆಗಿಟ್ಟು "ಕೊಟ್ಟಿದ್ದು ಕಡಿಮಿ ಅನ್ನಿಸ್ತಮ್ಮ. ಇನ್ನೊಂಚೂರು ತೊಗೋ" ಎಂದೆ. ಆಕೆ ಮೊದಲು ಕೊಟ್ಟ ಹಣವೆಷ್ಟಿದೆಯೆಂದು ಇನ್ನೂ ನೋಡಿರಲಿಲ್ಲ, ಈಗ ಕೊಟ್ಟದ್ದೆಷ್ಟು ಎಂದೂ ಗಮನಿಸಲಿಲ್ಲ. ಸುಮ್ಮನೆ ನಕ್ಕು ಬಿಟ್ಟಳು. ನಾನು ಅಪರಾಧಿ ಪ್ರಜ್ಞೆಯಿಂದ ನಿರಾಳನಾದೆ.

ಆದರೆ ಕೆಲಸ ಮುಗಿಸಿ ಮತ್ತೊಂದು ಮನೆಗೆ ಹೋದ ಹತ್ತು ನಿಮಿಷದಲ್ಲಿಯೇ ಆತಂಕದಲ್ಲಿ ವಾಪಾಸು ಬಂದಳು. "ಇಲ್ಲಿಯೇ ಏನಾದ್ರೂ ಹಣ ಬಿಟ್ಟಿದೀನೇನಣ್ಣ?" ಎಂದು ಅಡುಗೆ ಮನೆಯ ಕಟ್ಟೆಯನ್ನೆಲ್ಲಾ ಹುಡುಕಾಡಿದಳು. ಅಲ್ಲಿ ಏನೂ ಇರಲಿಲ್ಲ.

ಆಕೆಗೆ ಆಗಲೇ ಅಳು ಬಂದು ಬಿಟ್ಟಿತ್ತು. ಇನ್ನೊಂದು ಮನೆಯವರು ಆ ದಿನ ಅಪಾರ್ಟ್‌ಮೆಂಟ್ ಖಾಲಿ ಮಾಡಿ, ಬೇರೆ ಕಡೆಗೆ ಹೋಗುತ್ತಿದ್ದರಂತೆ. ಅವರನ್ನು ಮಾತನಾಡಿಸಿ ಬೀಳ್ಕೊಡಲು ಈಕೆ ಹೋಗಿದ್ದಾಳೆ. ಅಲ್ಲಿ ನಾಲ್ಕು ಪ್ಯಾಕೇಜಿಂಗ್ ಹುಡುಗರು ಮನೆಯ ಸಾಮಾನುಗಳನ್ನು ಡಬ್ಬಗಳಲ್ಲಿ ಜೋಡಿಸಿಡುತ್ತಿದ್ದಾರೆ. ಮನೆಯಾಕೆ ಏನೋ ಪುಟ್ಟ ಕೆಲಸವನ್ನು ಹೇಳಿದ್ದಾಳೆ. ಈಕೆ ತನ್ನ ಪರ್ಸನ್ನು ಅಲ್ಲಿಯೇ ಬಿಟ್ಟು, ಎರಡು ನಿಮಿಷ ಒಳಗೆ ಹೋಗಿ ಬರುವುದರಲ್ಲಿ ಪರ್ಸಿನ ಜಾಗ ಸ್ವಲ್ಪ ಬದಲಾಗಿತ್ತು. ಅನುಮಾನದಿಂದ ನೋಡಿದರೆ, ಪರ್ಸಿನಲ್ಲಿದ್ದ ಹಣ ಮಂಗಮಾಯವಾಗಿದೆ. ಆ ನಾಲ್ಕೂ ಹುಡುಗರನ್ನು ದಬಾಯಿಸಿ ಕೇಳಿದ್ದಾಳೆ. ಅವರು ತಮಗೇನೂ ಗೊತ್ತಿಲ್ಲವೆಂದು ಹೇಳಿದ್ದಾರೆ. ಮನೆಯೊಡತಿಯೂ ಗೌರಮ್ಮನ ಮೇಲೇ ಅನುಮಾನಿಸಿ "ಅಲ್ಲೇ ಬಿಟ್ಟು ಬಂದಿರಬೇಕು ನೋಡು, ಹೋಗಿ ಹುಡುಕು" ಎಂದು ಕಳುಹಿಸಿದ್ದಾಳೆ.

ಗೌರಮ್ಮಗೆ ಹಣ ಕಳೆದುಕೊಂಡದ್ದಕ್ಕೆ ದುಃಖವಾಯ್ತು. ನನಗೂ ಬೇಸರವಾಯ್ತು. ಅನಾವಶ್ಯಕವಾಗಿ ಇನ್ನಷ್ಟು ಹಣವನ್ನು ಇನ್ನೊಮ್ಮೆ ಕೊಟ್ಟೆನಲ್ಲ, ಅದನ್ನು ಕೊಡದಿದ್ದರೆ ಚೆನ್ನಾಗಿತ್ತು ಎಂದೆನ್ನಿಸಿಬಿಟ್ಟಿತು. ಆದರೆ ಗೌರಮ್ಮ ಗಟ್ಟಿಗಿತ್ತಿ. ಸಮಾಧಾನ ಮಾಡಿಕೊಂಡು "ನನ್ನ ಜೊತೀಗೆ ಬರ್ರಣ್ಣ" ಎಂದು ಹೊರಡಿಸಿಯೇ ಬಿಟ್ಟಳು. ಮೂರನೆಯ ಮಹಡಿಯಲ್ಲಿದ್ದ ಅವರ ಮನೆಗೆ ಹೋಗಿ, ಆ ನಾಲ್ಕೂ ಹುಡುಗರ ಮುಂದೆ ನಿಂತು, ಗಟ್ಟಿ ಧ್ವನಿಯಲ್ಲಿ ಕೂಗಾಡಲಾರಂಭಿಸಿದಳು. "ನೀವು ನಾಲ್ಕು ಜನದಾಗೆ ಯಾರೋ ಒಬ್ಬರು ನನ್ನ ದುಡ್ಡು ಎಗರಿಸೀರಿ. ಐದು ನಿಮಿಷದ ಕೆಳಗೆ ಅಣ್ಣ ಕೊಟ್ಟ ದುಡ್ಡು ಅದು. ನನ್ನ ಮಗಳ ಮದುವೀಗೆ ಅಂತ ಕೊಟ್ಟಿದ್ದು. ನೀವು ನೆಟ್ಟಗೆ ಕೊಟ್ಟರೆ ಸರಿ. ಇಲ್ಲಾ ಅಂದ್ರೆ ನಿಮ್ಮನ್ನ ಇಲ್ಲಿಂದ ಹೋಗೋದಕ್ಕೆ ಬಿಡಲ್ಲ. ಅಣ್ಣ ಈಗ ಪೋಲೀಸರಿಗೆ ಫೋನು ಮಾಡಿ ಕರೆಸ್ತಾನೆ. ನಿಮ್ಮ ಬಟ್ಟೆ ಎಲ್ಲಾ ಬಿಚ್ಚಿಸಿ ಹಣ ಹುಡುಕಿಸ್ತೀನಿ. ಜೈಲಿಗೆ ಹಾಕಿಸ್ದೇ ಬಿಡಲ್ಲ" ಎಂದು ಆವಾಜ್ ಹಾಕಿದಳು. ಆಕೆಯ ಧ್ವನಿಗೆ ಮನೆಯಾಕೆಗೆ ಸಿಟ್ಟು ಬಂತು. "ನೀನು ನಮ್ಮನಿಯಾಗೆ ಹಿಂಗೆಲ್ಲಾ ಕೂಗಾಡೋದು ಮಾಡಬೇಡ. ಅಕ್ಕಪಕ್ಕದವರು ಏನಾದ್ರೂ ತಪ್ಪು ತಿಳ್ಕೊಳ್ತಾರೆ" ಎಂದು ಬೈಯಲಾರಂಭಿಸಿದಳು. ಗೌರಮ್ಮ ಆ ಬೆದರಿಕೆಗೆ ಸೊಪ್ಪು ಹಾಕಲಿಲ್ಲ. ಇನ್ನಷ್ಟು ದೊಡ್ಡ ಧ್ವನಿಯಲ್ಲಿ "ಮರ್ಯಾದೆಯಿಂದ ಕೊಡ್ತೀರೋ ಇಲ್ವೋ" ಎಂದು ಆ ಹುಡುಗರ ಎದುರಿಗೆ ಸಾಕ್ಷಾತ್ ಕಾಳಿಯಂತೆ ನಿಂತು ಬಿಟ್ಟಳು. ನನಗೂ ಪರಿಸ್ಥಿತಿ ಅರ್ಥವಾಗಿ "ನೋಡ್ರಪ್ಪ. ಆಕೆಗೆ ಕೊಟ್ಟಿರೋ ದುಡ್ಡು ಹೊಸ ನೋಟಿನ ಬಂಡಲ್‌ನಿಂದ ತೆಗೆದು ಕೊಟ್ಟಿದ್ದು. ಎಲ್ಲಾ ಸೀರಿಯಲ್ ನಂಬರ್‌ಗಳು ನನ್ನ ಹತ್ತಿರ ಅವೆ. ನೀವು ಕೊಡ್ತೀರೋ ಇಲ್ಲಾ ಪೋಲೀಸರನ್ನ ಕರಕೊಂಡು ಬರಲೋ" ಎಂದು ಸಾವಧಾನದಿಂದಲೇ ಹೇಳಿದೆ. ನಾನೂ ಗೌರಮ್ಮಗೆ ಸಾತ್ ನೀಡಿದ್ದು ಕಂಡು ಮನೆಯಾಕೆ ಸುಮ್ಮನಾದಳು. ಆ

ಹುಡುಗರೂ ಸ್ವಲ್ಪ ಅಧೀರರಾದರು. ಆ ನಾಲ್ಕೂ ಜನರಲ್ಲಿ ಹಿರಿಯನಾದವನೊಬ್ಬ "ಒಂದೈದು ನಿಮಿಷ ನನಗೆ ಟೈಮ್ ಕೊಡ್ರಿ ಸಾರ್. ಹುಡುಗರ ಜೊತೀಗೆ ಮಾತಾಡ್ತೀನಿ" ಎಂದು ಹೇಳಿ, ಒಂದು ಕೋಣೆಗೆ ಅವರೆಲ್ಲರನ್ನೂ ಕರೆದುಕೊಂಡು ಹೋಗಿ ಬಾಗಿಲು ಹಾಕಿಕೊಂಡ. ಅವರು ಗುಸುಗುಸು ಮಾತನಾಡಿದ್ದು ಕೇಳಿಸಿತು. ಯಾರೋ ಯಾರಿಗೋ ಬೈದು, ಎರಡೇಟು ಕೆನ್ನೆಗೆ ಬಿಟ್ಟ ಸದ್ದು ಕೇಳಿಸಿತು. ನಂತರ ಆತ ಹೊರಬಂದು, ಅಷ್ಟೂ ಹಣವನ್ನು ಗೌರಮ್ಮಗೆ ಹಿಂತಿರುಗಿಸಿದ. "ನೋಡಮ್ಮಾ, ಯಾರು ಕದ್ದಿದ್ದು ಅಂತ ನೀನು ಕೇಳೋ ಹಂಗಿಲ್ಲ. ಪೋಲೀಸರಿಗೆ ಹೇಳೋ ಹಂಗಿಲ್ಲ. ಅವು ಬಡ ಹುಡುಗರು. ಸುಮ್ಮನೆ ನಿನ್ನ ಹಣ ತೊಗೊಂಡು ಹೋಗಿ ಬಿಡು" ಎಂದು ಬೇಡಿಕೊಂಡ. ಗೌರಮ್ಮಗೆ ಹಣ ಸಿಕ್ಕಿದ್ದು ಸಮಾಧಾನ ತಂದಿತ್ತು. ಮತ್ತೇನೂ ಬೇಡವಾಗಿತ್ತು. ಅದನ್ನು ತನ್ನ ಪರ್ಸಿನಲ್ಲಿ ಸೇರಿಸಿ "ನೀನು ಮನೆಗೆ ನಡಿಯಣ್ಣಾ" ಎಂದು ಹೇಳಿದಳು. ಮನೆಯೊಡತಿ ಬೆಕ್ಕಸಬೆರಗಾಗಿದ್ದಳು.

ಗೌರಮ್ಮನ ಈ ಚಂಡಿ ಅವತಾರ ನನಗೂ ವಿಶೇಷ ದರ್ಶನವಾಗಿ ಕಂಡಿತ್ತು. ಇಂತಹ ಗಟ್ಟಿಗತನವಿಲ್ಲದಿದ್ದರೆ ಆಕೆ ಬದುಕಿನಲ್ಲಿ ತನ್ನ ಕಾಲ ಮೇಲೆ ತಾನು ನಿಲ್ಲಲು ಸಾಧ್ಯವೇ ಇರಲಿಲ್ಲ ಎಂದೂ ಹೊಳೆಯಿತು. ಮೆಟ್ಟಿಲುಗಳನ್ನು ಇಳಿದು ಬರುವಾಗ ಕುತೂಹಲದಿಂದ "ಹೆಂಗೆ ಕೂಗಾಡಿಬಿಟ್ಟೆಯಲ್ಲ ಗೌರಮ್ಮ. ನಂಗಂತೂ ನಿನ್ನ ಅವತಾರ ನೋಡಿ ಹೆದರಿಕೆ ಆಯ್ತು" ಎಂದೆ. "ನಾನು ಕಷ್ಟಪಟ್ಟು ಸಂಪಾದನೆ ಮಾಡಿರೋ ಹಣ ಕಳಕೊಂಡ್ರೆ ಸಂಕಟ ಆಗಲ್ಲೇನಣ್ಣಾ? ಸುಮ್ಮನೆ ಇರೋಕೆ ಆಗ್ತದ?" ಎಂದು ಕೇಳಿದಳು.

ನಾನು ಉಡುಗೊರೆಯಾಗಿ ನೀಡಿದ ಹಣವನ್ನು ಆಕೆ "ನಾನು ಕಷ್ಟಪಟ್ಟು ಸಂಪಾದನೆ ಮಾಡಿದ್ದು" ಎಂದ ಮಾತು ನನಗೆ ಆ ದಿನವೆಲ್ಲಾ ಕಾಡಿತು. ಮರುದಿನ ಆಕೆ ಕೆಲಸಕ್ಕೆ ಬಂದಾಗ ಕುಚೇಷ್ಟೆಯ ಧ್ವನಿಯಲ್ಲಿ "ಉಡುಗೊರೆ ಅಂತ ಕೊಟ್ಟಿದ್ದ ದುಡ್ಡನ್ನ ನೀನು ಕಷ್ಟಪಟ್ಟು ಸಂಪಾದಿಸಿದ್ದು ಅಂದು ಬಿಟ್ಟೆಯಲ್ಲ ಗೌರಮ್ಮ" ಎಂದೆ. ಗೌರಮ್ಮ ಒಂದಿಷ್ಟೂ ವಿಚಲಿತಳಾಗದೆ "ಇಷ್ಟು ವರ್ಷ ಕಷ್ಟಪಟ್ಟು ಕೆಲಸ ಮಾಡೀನಿ ಅಂತ ಆ ಉಡುಗೊರೆ ನೀವು ಕೊಟ್ಟಿದ್ದಲ್ಲೇನಣ್ಣ? ಇಲ್ಲದಿದ್ದರೆ ಸುಮ್ಮಸುಮ್ಮನೆ ಯಾರಾದ್ರೂ ಹಂಗೆ ಕೊಡ್ತಾರಾ?" ಎಂದು ನನಗೆ ಮರು ಪ್ರಶ್ನೆ ಹಾಕಿದಳು. ನಾನು ತೆಪ್ಪಗಾದೆ.

ಮನೆ ಅಳಿಯ

ಗೌರಮ್ಮಗೆ ಹುಡುಗನನ್ನು ಮನೆ ಅಳಿಯ ಮಾಡಿಕೊಳ್ಳಬೇಕೆಂಬ ಆಸೆಯಿತ್ತು. ಎರಡು ದಶಕಕ್ಕೂ ಹೆಚ್ಚು ಕಾಲ ಗಂಡಸೊಬ್ಬ ಮನೆಯಲ್ಲಿಲ್ಲದೆ ಏಕಾಂಗಿಯಾಗಿ ಸಂಸಾರವನ್ನು ನಿಭಾಯಿಸಿದ್ದಳು. ಸಮಾಜದಿಂದ ಬರುವ ಹಲವಾರು ತೊಂದರೆಗಳನ್ನು

ಅನುಭವಿಸಿ ಹಣ್ಣಾಗಿದ್ದಳು. ಈಗ ಅಳಿಯ ಮನೆಯಲ್ಲಿಯೇ ಇದ್ದನೆಂದರೆ, ಮನೆಗೆ ಒಂದು ಕಳೆ ಬರುತ್ತದೆ, ರಕ್ಷಣೆ ಸಿಗುತ್ತದೆ ಎಂಬುದು ಆಕೆಯ ಆಸೆಯಾಗಿತ್ತು. ಮದುವೆಯ ಮಾತು-ಕತೆಯಲ್ಲಿ ಆ ಹುಡುಗನ ತಂದೆ-ತಾಯಿಯರನ್ನು ಇದಕ್ಕೆ ಒಪ್ಪಿಸಿದ್ದಳು. ಹೇಗೂ ಅವರಿಗೆ ಇಬ್ಬರು ಗಂಡು ಮಕ್ಕಳಿದ್ದರು.

ಮದುವೆಯಾಗಿ ಎರಡು ತಿಂಗಳ ಕಾಲ ಅಳಿಯ ಮನೆಯಲ್ಲಿಯೇ ಇದ್ದ. ಆದರೆ ಅನಂತರ ಅವರಿಬ್ಬರನ್ನೂ ವಾಪಾಸು ಅವರ ಮನೆಗೇ ಕಳುಹಿಸಿ ಬಿಟ್ಟಳು. ನನಗೆ ಈ ವಿಷಯ ಆಕೆ ಹೇಳಿರಲಿಲ್ಲ. ಒಂದು ದಿನ ಅಚಾನಕ್ಕಾಗಿ ಏನೋ ಹೇಳಬೇಕಾಗಿ ಗೌರಮ್ಮನ ಮೊಬೈಲಿಗೆ ಫೋನ್ ಮಾಡಿದಾಗ "ಅಮ್ಮ ಮೊಬೈಲ್ ನಮ್ಮನಿಯಾಗೇ ಬಿಟ್ಟು ಹೋಗ್ಯಾರಣ್ಣ. ಅವರಿಗೆ ಹೆಂಗೆ ಹೇಳಲಿ?" ಎಂದು ಗಿರಿಜಾಳೇ ಉತ್ತರಿಸಿದಳು. ಆಗಲೇ ನನಗೆ ಅವರು ಬೇರೆ ಮನೆಯಲ್ಲಿ ಇರುವುದು ಗೊತ್ತಾಗಿದ್ದು. ಗೌರಮ್ಮ ಮನೆಗೆ ಬಂದಾಗ ಅದರ ಬಗ್ಗೆ ವಿಚಾರಿಸಿದೆ.

"ನಂಗೇನೋ ಹುಡುಗ ನಮ್ಮನೆಯಾಗೆ ಇರಬೇಕು ಅಂತ ಆಸೆ ಅಣ್ಣ. ಆದರೆ ಅವನಮ್ಮ ಎರಡು ತಿಂಗಳಿಗೆಲ್ಲಾ ಮಗ ಇನ್ನೊಬ್ಬರ ಮನಿಯಾಗೆ ಇರ್ತಾನೆ ಅನ್ನೋದಕ್ಕೆ ಮನಸ್ಸಿಗೆ ನೋವು ಮಾಡಿಕೊಂಡು ಬಿಟ್ಟಳು. ಇನ್ನೊಬ್ಬರ ಮನಸ್ಸಿಗೆ ನೋವು ಮಾಡಿದ್ರೆ ನಮಗೆ ಒಳ್ಳೇದು ಆಗಲ್ಲ. ಅದಕ್ಕೇ ಇಬ್ಬರನ್ನೂ ಅವರ ಮನೆಗೆ ಕಳುಹಿಸಿ ಬಿಟ್ಟೆ. ಹೆಂಗೂ ನನಗೆ ನನ್ನಮ್ಮ ಮನಿಯಾಗೆ ಇದ್ದಾಳೆ" ಎಂದು ವಿವರಣೆಯಿತ್ತಳು. "ಮಾತುಕತೆ ಹೊತ್ತಿನಲ್ಲಿ ಅವರು ಒಪ್ಪಿದ್ದರಲ್ಲಮ್ಮಾ?" ಎಂದು ನಾನು ನ್ಯಾಯದ ವಿಚಾರಣೆ ಮಾಡಿದೆ. "ಏನೋ ಆ ಹೊತ್ತಿನಾಗೆ ಒಂದು ಮಾತು ಆಡಿರ್ತಾರೆ. ಈವಾಗ ಎಲ್ಲಾರೂ ಸಂತೋಷದಿಂದ ಇರೋದಕ್ಕೆ, ಕೊಟ್ಟಿರೋ ಮಾತು ಮುರಿದರೆ ತಪ್ಪಿಲ್ಲ ಅಲ್ವೇನಣ್ಣಾ?" ಎಂದು ನಕ್ಕು ಹೇಳಿಬಿಟ್ಟಳು.

ಬದುಕಿನ ಬೇವು-ಬೆಲ್ಲ

ಮತ್ತೆ ಹಲವಾರು ಸಂಗತಿಗಳು ಗೌರಮ್ಮನ ಬದುಕಿನಲ್ಲಿ ಘಟಿಸಿವೆ. ಮೊಮ್ಮಗ ಹುಟ್ಟಿದ್ದಾನೆ. ಕೂಸು-ಬಾಣಂತಿ ಆರೋಗ್ಯವಾಗಿದ್ದಾರೆ. ಸಂಭ್ರಮದಿಂದ ಬಾಣಂತನ ಮಾಡುತ್ತಿದ್ದಾಳೆ. ಅಳಿಯ ಯಾವುದೋ ವ್ಯಾಪಾರ ಮಾಡುತ್ತೇನೆಂದದ್ದಕ್ಕೆ ಬಂಡವಾಳವಾಗಿ ಹಲವರ ಬಳಿ ಸಾಲವನ್ನು ಮಾಡಿ ಹಣವನ್ನು ಕೊಟ್ಟಿದ್ದಳು. ಆತ ವ್ಯಾಪಾರದಲ್ಲಿ ಸೋಲುಂಡಿದ್ದಾನೆ. ಗೌರಮ್ಮನ ಹಣ ಹೋಗಿದೆ. ಆದರೆ ಯಾರು ಯಾರದೋ ಮುಲಾಜು ಹಿಡಿದು ಆತನಿಗೆ ಒಂದು ಕೆಲಸವನ್ನು ಕೊಡಿಸಿದ್ದಾಳೆ. ವ್ಯಾಪಾರ ನಿನಗೆ ಒಗ್ಗುವುದಿಲ್ಲ ಎಂದು ಬೈದು ಬುದ್ಧಿ ಹೇಳಿದ್ದಾಳೆ. ಸಾಲ

ತೀರಿಸುವ ಸಲುವಾಗಿ ಒಂದು ಮನೆಯನ್ನು ಹೆಚ್ಚಿಗೆ ಹಿಡಿದಿದ್ದಾಳೆ. ಅರ್ಧ ಗಂಟೆ ನಿದ್ದೆ ಕಡಿಮೆಯಾಗಿದೆ. ಕುಕ್ಕೆ ಸುಬ್ರಹ್ಮಣ್ಯದಲ್ಲಿ ನಾಗಪ್ರತಿಷ್ಠೆ ಮಾಡಿಸಿದರೆ ಎಲ್ಲಾ ಕಷ್ಟಗಳೂ ಪರಿಹಾರವಾಗುತ್ತವೆಂದು ಯಾರೋ ಹೇಳಿದ್ದಾರೆ. ಅದಕ್ಕಾಗಿ ತಯಾರಿ ಮಾಡುತ್ತಿದ್ದಾಳೆ. ಮೊನ್ನೆ ರಾಜಸ್ಥಾನದ ಹೊಸ ಖಾದ್ಯವೊಂದನ್ನು ಕಲಿತುಕೊಂಡು ನನಗೆ ಮಾಡಿಕೊಟ್ಟಳು. "ಹೆಂಗದಣ್ಣಾ?" ಎಂದು ಸ್ವಲ್ಪ ನಾಚಿಕೆಯಿಂದ ನಗುತ್ತಾ ಕೇಳಿದಳು.

26ನೇ ನವೆಂಬರ್ 2012

ಕುಂತಿ ಕರ್ಣರ ಪ್ರಸಂಗ

ಮಹಾಭಾರತದ ಉದ್ಯೋಗಪರ್ವದ ಕೊನೆಯಲ್ಲಿ ಬರುವ ಭಗವದ್ಯಾನ (ಭಗವತ್ ಯಾನ?) ಉಪಪರ್ವದಲ್ಲಿ, ಕುಂತಿಯು ಕರ್ಣನನ್ನು ಭೇಟಿಯಾಗುವ ಪ್ರಸಂಗ ಅತ್ಯಂತ ಮುಖ್ಯ ಘಟನೆಯಾಗಿದೆ. ಅಲ್ಲಿ ಕರ್ಣ ತೆಗೆದುಕೊಳ್ಳುವ ನಿರ್ಧಾರ ಇಡೀ ಕುರುಕ್ಷೇತ್ರ ಯುದ್ಧದ ಆಗು–ಹೋಗುಗಳನ್ನ ಪಲ್ಲಟಗೊಳಿಸುವಷ್ಟು ಪ್ರಮುಖವಾದದ್ದು. ಸಾಮ್ರಾಜ್ಯದ ಆಸೆಯನ್ನು ಧಿಕ್ಕರಿಸಿ, ತನ್ನ ತಂದೆ–ತಾಯಿಯರಿಗೆ ಮತ್ತು ಒಡೆಯನಿಗೆ ನಿಯತ್ತಿನಿಂದ ನಡೆದುಕೊಳ್ಳುತ್ತೇನೆಂದು ಹೇಳುವ ಕರ್ಣ ಈ ಪ್ರಸಂಗದಲ್ಲಿ ತನ್ನ ಖಳನಾಯಕ ವರ್ಚಸ್ಸಿನಿಂದ ನಾಯಕನ ವರ್ಚಸ್ಸಿಗೇರುತ್ತಾನೆ. ತನ್ನ ಬದುಕಿನುದ್ದಕ್ಕೂ ಅವನು ನಡೆದುಕೊಳ್ಳುವ ರೀತಿ ಅತ್ಯಂತ ಕೀಳುಮಟ್ಟದ್ದಾಗಿದೆ. ತನಗಿಂತಲೂ ಹತ್ತು ವರ್ಷ ಚಿಕ್ಕವನಾದ ಬಾಲಕ ಅರ್ಜುನನ (ಬರೀ ಹದಿನಾಲ್ಕು ವರ್ಷ) ಮೇಲೆ ಸವಾಲನ್ನು ಹಾಕುವ ದೃಶ್ಯದೊಂದಿಗೆ ಪ್ರವೇಶವಾಗುವ ಇಪ್ಪತ್ತೈದು ವರ್ಷದ ಕರ್ಣ, ಮುಂದೆ ಆ ಕಿರಿಯ ಅರ್ಜುನನಿಂದ ಹಲವಾರು ಬಾರಿ ಯುದ್ಧದಲ್ಲಿ ಸೋತು ಓಡಿ ಹೋಗುತ್ತಾನೆ. (ದ್ರೌಪದಿ ಸ್ವಯಂವರ, ಘೋಷಾಯಾತ್ರೆ, ಗೋಗ್ರಹಣ ಇತ್ಯಾದಿ ಉದಾಹರಣೆಗಳನ್ನು ನೋಡಬಹುದು) ದುಷ್ಟರೊಂದಿಗೆ ಸ್ನೇಹ ಮಾಡಿ, ಅವೇ ಗುಣಗಳನ್ನು ಬೆಳೆಸಿಕೊಂಡ ಕರ್ಣ, ಸಭೆಯಲ್ಲಿ ದ್ರೌಪದಿಗೆ ಅವಮಾನ

ವಾಗುವಾಗ ಹಿರಿಹಿರಿ ಹಿಗ್ಗುತ್ತಾನೆ. ನಲವತ್ತು ದಾಟಿದ ದ್ರೌಪದಿಯನ್ನು "ದಾಸಿ" ಎಂದು ಕರೆಯುವುದಕ್ಕೂ ಹೇಸುವುದಿಲ್ಲ ("ದಾಸಿ" ಎಂದರೆ ಬಯಸಿದ ಕ್ಷತ್ರಿಯರಿಗೆ ಮೈ ಒಪ್ಪಿಸಿಕೊಳ್ಳುವವಳು ಎಂಬರ್ಥದಲ್ಲಿ ಬಳಸಿದ್ದಾನೆ). ಮುಂದೆ ಮಹಾಭಾರತ ಯುದ್ಧದಲ್ಲಿ ತನ್ನ ಪ್ರತಿಷ್ಠೆಯನ್ನೇ ಮುಖ್ಯ ಮಾಡಿಕೊಂಡು, ಹತ್ತು ದಿನ ಯುದ್ಧದಲ್ಲಿ ಭಾಗವಹಿಸದೆ, ಒಡೆಯ ದುರ್ಯೋಧನನಿಗೆ ಅಸಹಕಾರವನ್ನು ತೋರಿಸುತ್ತಾನೆ. ಇವೆಲ್ಲಾ ಸಾಲದೆಂಬಂತೆ ಬಾಲಕ ಅಭಿಮನ್ಯುವನ್ನು ಅಧರ್ಮದ ರೀತಿಯಲ್ಲಿ ಹಿಂದಿನಿಂದ ತಿವಿದು ಅವನ ಸಂಹಾರಕ್ಕೆ ಸಹಾಯ ಮಾಡುತ್ತಾನೆ. ವಿಧಿಯಿಂದ ವಂಚಿತನಾದನೆಂಬ ಕಾರಣಕ್ಕೆ ಅವನ ಬಗ್ಗೆ ಅನುಕಂಪ ಮೂಡುತ್ತದಾದರೂ (ಈ ಅನುಕಂಪವನ್ನೇ ಪ್ರಧಾನ ಮಾಡಿಕೊಂಡು ಮುಂದೆ ಹಲವು ಕವಿಗಳು ಅವನ ಪಾತ್ರದ ಬಗ್ಗೆ ಭಾವಾವೇಶಕ್ಕೆ ಒಳಗಾಗುವುದು ವಿಷಾದದ ಸಂಗತಿಯಾಗಿದೆ), ಅವನ ವರ್ತನೆಗಳು ಯಾವತ್ತೂ ಶ್ರೋತೃಗಳ ಗೌರವವನ್ನು ಗಳಿಸುವುದಿಲ್ಲ. ಆದರೆ ಕುಂತಿ ಭೇಟಿಯಾದ ಸಂದರ್ಭದಲ್ಲಿ ಮಾತ್ರ ಕರ್ಣ ನಮ್ಮ ಮನಸ್ಸನ್ನು ಗೆದ್ದು ಬಿಡುತ್ತಾನೆ.

ಈ ಸಂದರ್ಭವನ್ನು ವೇದವ್ಯಾಸ, ಕುಮಾರವ್ಯಾಸ ಮತ್ತು ಭೈರಪ್ಪನವರು ನಿರ್ವಹಿಸಿದ ರೀತಿ ಅನನ್ಯವಾಗಿವೆ. ಇದನ್ನು ಸೂಕ್ಷ್ಮವಾಗಿ ಅವಲೋಕಿಸಿದಾಗ ಪ್ರತಿಯೊಬ್ಬರೂ ಮಹಾಭಾರತದ ಬಗ್ಗೆ ತಳೆದ ಮನೋಭಾವ ತಿಳಿಯುತ್ತದೆ. ಆ ಸಂಗತಿಗಳನ್ನು ಕ್ಷಿಪ್ರವಾಗಿ ನಿಮ್ಮೊಂದಿಗೆ ಹಂಚಿಕೊಳ್ಳುವುದು ಈ ಪ್ರಬಂಧದ ಉದ್ದೇಶವಾಗಿದೆ.

ವೇದವ್ಯಾಸ ಅರ್ಥಾತ್ ಕೃಷ್ಣದ್ವೈಪಾಯನ

ನಮಗೆ ಲಭ್ಯವಿರುವ ವೈಶಂಪಾಯನನ ವ್ಯಾಸಭಾರತ ನಿಸ್ಸಂಶಯವಾಗಿ ಪಾಂಡವರ ಪರವಾದದ್ದು. ವ್ಯಾಸರು ಎಷ್ಟೇ ನಿಷ್ಪಕ್ಷಪಾತಿ ಎಂದು ಪ್ರತಿಬಿಂಬಿತವಾದರೂ ಅವರು ಆಂತರ್ಯದಲ್ಲಿ ಪಾಂಡವರ ಪರ ಎನ್ನುವುದು ತಿಳಿಯುತ್ತದೆ. ಪಂಚ ಪಾಂಡವರ ಹೆಸರನ್ನು ಹೇಳಲು ಒಬ್ಬ ಪುಟ್ಟ ಬಾಲಕನನ್ನು ಕೇಳಿ, ಪಟಪಟನೆ ಹೇಳಿ ಬಿಡುತ್ತಾನೆ. ಆದರೆ ನೂರು ಜನ ಕೌರವರಲ್ಲಿ ಐವರ ಹೆಸರನ್ನು ಹೇಳು ಎಂದು ಪಂಡಿತರನ್ನು ಕೇಳಿ, 'ದುರ್ಯೋಧನ, ದುಶ್ಯಾಸನ...' ಎಂದ ಮೇಲೆ ಕಣ್ಣು ಕಣ್ಣು ಬಿಡುತ್ತಾರೆ. ಅಬ್ಬಬ್ಬಾ ಎಂದರೆ ವಿಕರ್ಣ ಮತ್ತು ದುಶ್ಶೀಲೆಯನ್ನು ಹೆಸರಿಸಿಯಾರು. ಒಂದು ಲಕ್ಷಕ್ಕೂ ಹೆಚ್ಚು ದ್ವಿಪದಿಗಳಿಂದ ರಚಿತವಾದ ಈ ಮಹಾಕಾವ್ಯದಲ್ಲಿ ಉಳಿದ ಕೌರವರಿಗೆ ಇರುವ ಪಾತ್ರವೇನಿದ್ದರೂ ಗಾಂಧಾರಿಯ ಛಿದ್ರಗೊಂಡ ಬಸುರಿಂದ ಜನಿಸಿ, ಭೀಮನಿಂದ ಹತರಾಗಿ ಯುದ್ಧದಲ್ಲಿ ಮಡಿಯುವುದಾಗಿದೆ. ಎಲ್ಲಾ ನೂರು ಜನರ

ಹೆಸರುಗಳನ್ನು ವ್ಯಾಸರು ನಮೂದಿಸಿದ್ದಾರಾದರೂ ಅವು ಕೇವಲ 'ನಾಮ'ಕಾವಾಸ್ತೆಗೆ ಸೀಮಿತವಾಗಿವೆ.

ಆದರೆ ವೇದವ್ಯಾಸರು ಹಲವಾರು ಕಡೆ ಈ ಮನೋಭಾವವನ್ನು ಮೀರಿ ಬರೆಯುತ್ತಾರೆ. ಶ್ರೀಕೃಷ್ಣನನ್ನು ದೇವತಾಸ್ವರೂಪವೆಂದು ಹೇಳಿಕೊಂಡರೂ, ತನಗಿಂತಲೂ ಸುಮಾರು ನಲವತ್ತು ವರ್ಷ ಕಿರಿಯನಾದ ಅವನ ಲೋಪ-ದೋಷಗಳನ್ನು ಹೇಳುವುದಕ್ಕೆ ಹಿಂಜರಿಯುವುದಿಲ್ಲ. ಇದನ್ನು ಕುರುಕ್ಷೇತ್ರ ಯುದ್ಧದಲ್ಲಿ ಘಟೋತ್ಕಚ ಸಂಹಾರವಾದ ಹೊತ್ತಿನಲ್ಲಿ ನೋಡಬಹುದು. ಮಗ ಸತ್ತನೆಂದು ಪಾಂಡವರು ಅತ್ಯಂತ ದುಃಖದಲ್ಲಿದ್ದರೆ, ಕೃಷ್ಣನು ಮಾತ್ರ ಅತ್ಯಂತ ಸಂತೋಷದಲ್ಲಿ ಸಿಂಹನಾದವನ್ನು ಮಾಡುತ್ತಾ ಕುಣಿದಾಡಿ ಬಿಡುತ್ತಾನೆ. ಕರ್ಣನ ಬತ್ತಳಿಕೆಯಲ್ಲಿದ್ದ ಬಹು ಮುಖ್ಯ ಶಕ್ತಿಯೊಂದನ್ನು, ಘಟೋತ್ಕಚನ ಮೇಲೆ ಪ್ರಯೋಗ ಮಾಡಿಯಾಗಿದ್ದರಿಂದ, ಇನ್ನು ಅರ್ಜುನನಿಗೆ ಕರ್ಣನಿಂದ ಯಾವುದೇ ಹಾನಿಯಿಲ್ಲವೆಂಬುದು ಅವನ ಸಂತೋಷಕ್ಕೆ ಕಾರಣವಾಗಿರುತ್ತದೆ. ಅರ್ಜುನನು ಅವನ ಪ್ರಾಣಸ್ನೇಹಿತನೆಂದು ಸ್ವೀಕರಿಸಿದರೂ, ಎಳೆಯ ಬಾಲಕನೊಬ್ಬ ಮಡಿದು ಹೋದ ಹೊತ್ತಿನಲ್ಲಿ ಕೃಷ್ಣನ ಈ ಹಿಗ್ಗು ಅಮಾನವೀಯವಾದದ್ದು. ವ್ಯಾಸರಿಗೆ ಅದನ್ನು ನಮೂದಿಸಲು ಯಾವುದೇ ಅಳುಕಿಲ್ಲ.

ವ್ಯಾಸರದು ಅತ್ಯಂತ ಸೂಕ್ಷ್ಮ ಭಾಷೆ, ಜೊತೆಗೆ ವಾಸ್ತವಕ್ಕೆ ಬಹು ಹತ್ತಿರವಾದ ಚಿಂತನಾ ಕ್ರಮ. ನಾವು ತುಸು ಅವಸರ ಮಾಡಿದರೂ ಅವರ ಆಂತರ್ಯವನ್ನು ಅರ್ಥ ಮಾಡಿಕೊಳ್ಳುವುದರಲ್ಲಿ ವಿಫಲರಾಗುತ್ತೇವೆ. ಒಂದು ಪುಟ್ಟ ವಾಕ್ಯ ಅಥವಾ ಘಟನೆಯ ಮೂಲಕ ಪಾತ್ರಗಳ ಮನೋಭಾವವನ್ನು ತೆರೆದಿಟ್ಟುಬಿಡುತ್ತಾರೆ. ಸಾಮಾನ್ಯವಾಗಿ ಪಾತ್ರಗಳ ಸ್ವಭಾವವನ್ನು ವಾಚ್ಯವಾಗಿ ಹೇಳುವುದಿಲ್ಲ. ವಾಲ್ಮೀಕಿಯು ರಾಮಾಯಣದಲ್ಲಿ ಯುದ್ಧ ಮುಗಿದು ದುಷ್ಟ ಸಂಹಾರವಾದ ನಂತರ 'ರಾಮರಾಜ್ಯ'ದ ಅತಿಸುಂದರ ಚಿತ್ರಣವನ್ನು ನೀಡಿದರೆ, ವ್ಯಾಸರು ಯುದ್ಧದ ನಂತರ ಅಂತಹ ಯಾವ ರಮ್ಯಲೋಕವನ್ನೂ ಚಿತ್ರಿಸದೆ 'ಸ್ತ್ರೀ ಪರ್ವ'ದಂತಹ ಶೋಕದ ಹಾಗೂ ವಿಷಾದದ ಬದುಕನ್ನು ಚಿತ್ರಿಸುತ್ತಾರೆ. ಕೌರವರ ಆಳ್ವಿಕೆಯ ನಂತರ, ಪಾಂಡವರ ಆಳ್ವಿಕೆಯ ರಮ್ಯಲೋಕದ ನಂಬಿಕೆಯೇ ವ್ಯಾಸರಿಗಿಲ್ಲ. ಪಾಂಡವರೂ ಕೌರವರಿಗಿಂತಲೂ ಬೇರೆ ತರಹ ರಾಜ್ಯಭಾರ ಮಾಡಲಿಕ್ಕಿಲ್ಲವೆಂದು ಸೂಕ್ಷ್ಮವಾಗಿ ಸೂಚಿಸುತ್ತಾರೆ. ಅವರದು ಅಷ್ಟೊಂದು ನಿರ್ಮಮಕಾರಯುತ 'ವಾಸ್ತವ' ಕಥನ ಮಾರ್ಗ!

ಕೃಷ್ಣನು ಕರ್ಣನನ್ನು ಭೇಟಿಯಾಗುವ ಉದ್ದೇಶ ಅತ್ಯಂತ ಸ್ಪಷ್ಟವಾಗಿ ಕೌರವರಲ್ಲಿ ಬಿರುಕು ಉಂಟು ಮಾಡುವ ರಾಜಕೀಯ ಬುದ್ಧಿಯಿಂದ ಕೂಡಿದ್ದಾಗಿದೆ. ಸಂಧಾನದಲ್ಲಿ ವಿಫಲನಾದ ಮೇಲೆ, ಕೃಷ್ಣ ಈ ಒಡಕನ್ನು ಹುಟ್ಟಿಸುವುದಕ್ಕೆ ಕೊನೆಯ ಪ್ರಯತ್ನವಾಗಿ

ಕೈ ಹಾಕುತ್ತಾನೆ. ಹೇಗಾದರೂ ಮಾಡಿ ತನ್ನ ಪ್ರಿಯ ಅರ್ಜುನನನ್ನು ಈ ಯುದ್ಧದಲ್ಲಿ ಗೆಲ್ಲಿಸಲೇ ಬೇಕೆಂಬುದು ಆಗಲೇ ಅವನ ಮನಸ್ಸಿನಲ್ಲಿ ಸಂಕಲ್ಪವಾಗಿಬಿಟ್ಟಿದೆ. ಮನಸ್ಸಿನಲ್ಲಿ ಮಾಡಿದ ಸಂಕಲ್ಪವನ್ನು ಸಾಧಿಸದೆ ಬಿಡುವುದು ಅವನ ಸ್ವಭಾವವಲ್ಲ. ಆದರೆ ಯುದ್ಧದಲ್ಲಿ ಕೌರವರನ್ನು ಗೆಲ್ಲುವುದು ಸುಲಭವಲ್ಲವೆಂದು ಅವನಿಗೆ ಗೊತ್ತು. ದುರ್ಯೋಧನ ಮತ್ತು ಕರ್ಣರ ಗಟ್ಟಿ ಸ್ನೇಹ ಕೌರವರ ಶಕ್ತಿಯನ್ನು ದ್ವಿಗುಣ ಮಾಡುತ್ತದೆಂದು ಅವನು ಬಲ್ಲ. ತನ್ನ ಮತ್ತು ಅರ್ಜುನನ ಸ್ನೇಹದಷ್ಟೇ ಗಟ್ಟಿಯಾದದ್ದು ಕರ್ಣ–ದುರ್ಯೋಧನನ ಸ್ನೇಹವೆಂದು ಈ ಚಾಣಾಕ್ಷನಿಗೆ ತಿಳಿದಿದೆ. ಆದ್ದರಿಂದ ಆ ಸ್ನೇಹದ ಹೆಮ್ಮರದಲ್ಲಿ ಗೆದ್ದಲು ಹುಳುಗಳನ್ನು ಬಿಡಲು ಅವನು ಪ್ರಯತ್ನಿಸುತ್ತಾನೆ.

ಪಾಂಡವರ ಹಿರಿಯನಾದ ಕರ್ಣನ ಬಗ್ಗೆ ಕೃಷ್ಣನಿಗೆ ಅಂತಹ ಗೌರವವೂ ಇಲ್ಲ, ಬಂಧುತ್ವದ ಪ್ರೀತಿಯೂ ಇಲ್ಲವೆಂಬುದು ಕರ್ಣನು ಭೇಟಿಯಾದ ಗಳಿಗೆಯಲ್ಲಿಯೇ ತಿಳಿದುಬಿಡುತ್ತದೆ. ತನಗಿಂತಲೂ ಹತ್ತು ವರ್ಷ ದೊಡ್ಡವನಾದ ಕರ್ಣನನ್ನು ಕಂಡ ತಕ್ಷಣ ಕೃಷ್ಣ ಅವನಿಗೆ ನಮಸ್ಕರಿಸುವುದಿಲ್ಲ. ಸುಮ್ಮನೆ ರಥದಲ್ಲಿ ಹತ್ತಿಸಿ ಪಕ್ಕದಲ್ಲಿ ಕೂಡಿಸಿಕೊಳ್ಳುತ್ತಾನೆ. ಆರ್ಯರು ಭೇಟಿಯಾದಾಗ ವಯಸ್ಸಿನಲ್ಲಿ ಹಿರಿಯರಾದವರಿಗೆ ಕಿರಿಯರು ನಮಸ್ಕಾರ ಮಾಡುವುದು ಅತ್ಯಂತ ಮುಖ್ಯ ಸಂಗತಿಯಾಗಿತ್ತು. ಆ ಸಂಪ್ರದಾಯದ ಮಹತ್ವ ತಿಳಿಯುವುದು ರಾಜಸೂಯ ಯಾಗದ ಸಂದರ್ಭದಲ್ಲಿ. ಕೃಷ್ಣನಿಗೆ ಪ್ರಥಮ ಅರ್ಘ್ಯವನ್ನು ಕೊಡಬೇಕೆಂದು ನಿರ್ಧರಿಸಿದ ಮೇಲೆ, ಅವನಿಗೆ ಯಾರು ಆ ಸನ್ಮಾನವನ್ನು ಮಾಡಬೇಕೆಂಬ ಸಮಸ್ಯೆಯೇಳುತ್ತದೆ. ಸಾಂಪ್ರದಾಯಿಕವಾಗಿ ರಾಜಸೂಯ ಯಾಗವನ್ನು ಮಾಡಿದ ಧರ್ಮರಾಯನು ಈ ಜವಾಬ್ದಾರಿಯನ್ನು ನಿರ್ವಹಿಸಬೇಕು. ಆದರೆ ತನಗಿಂತಲೂ ಕಿರಿಯನಾದ ಕೃಷ್ಣನ ಕಾಲನ್ನು ಅವನು ಹೇಗೆ ತೊಳೆಯಲು ಸಾಧ್ಯ? ಭೀಮನೂ ಮಾಡಲಾರ, ಸಹವಯಸ್ಕ ಅರ್ಜುನನೂ ಮಾಡಲಾರ. ಕೊನೆಗೆ ಈ ಜವಾಬ್ದಾರಿಯನ್ನು ಸಹದೇವನಿಗೆ ವಹಿಸಿ ಕೊಡಲಾಗುತ್ತದೆ. ಸಭೆಯಲ್ಲಿ ಅಷ್ಟೆಲ್ಲಾ ಹಿರಿಯರು ಇರುವಾಗ ರಾಜಸೂಯ ಮಾಡಿದವನಿಗಿಂತಲೂ ಕಿರಿಯನಾದ ಕೃಷ್ಣನಿಗೆ ಏಕೆ ಪ್ರಥಮ ಅರ್ಘ್ಯ ನೀಡುತ್ತಿರುವಿರಿ ಎಂದು ಶಿಶುಪಾಲ ತಕರಾರು ತೆಗೆಯುವುದು ಈ ಕಾರಣಕ್ಕಾಗಿಯೇ ಆಗಿದೆ. ಹಲವಾರು ಸಂದರ್ಭಗಳಲ್ಲಿ ಕೃಷ್ಣನು ಪಾಂಡವರನ್ನು ಭೇಟಿಯಾದ ತಕ್ಷಣ ಧರ್ಮರಾಯ, ಭೀಮನಿಗೆ ನಮಸ್ಕರಿಸುವ ದೃಶ್ಯಗಳು ಮಹಾಭಾರತದಲ್ಲಿ ಬಂದಿವೆ. ಆದರೆ ಕರ್ಣನ ಭೇಟಿಯಾದ ಸಂದರ್ಭದಲ್ಲಿ ಇಂತಹ ಗೌರವವನ್ನು ಕೃಷ್ಣ ತೋರಿಸುವುದಿಲ್ಲ. ಬಹುಶಃ ಕರ್ಣನು ಸೂತಕುಲದಲ್ಲಿ ಬೆಳೆದವನು, ರಾಜನಾಗುವುದಕ್ಕೆ ಯೋಗ್ಯನಲ್ಲ ಎಂಬ ಮನೋಭಾವ ಕೃಷ್ಣನಿಗೆ ಅರಿವಾಗದಂತೆ ಅವನ ಮನಸ್ಸಿನಲ್ಲಿ ಉಳಿದು ಬಿಟ್ಟಿರಬೇಕು. (ವ್ಯಾಸರ ಬರವಣಿಗೆಯ ಸೂಕ್ಷ್ಮತೆಯನ್ನು ಅವರು ಬರೆಯದೆ ಬಿಟ್ಟ ಘಟನೆಯಿಂದ

ಅರ್ಥ ಮಾಡಿಕೊಳ್ಳಬೇಕಾಗಿದೆ!) ಆದರೆ ಕರ್ಣನು ಅವನೊಡ್ಡಿದ ಆಮಿಷವನ್ನು ವಿನಯಪೂರ್ವಕವಾಗಿ ನಿರಾಕರಿಸಿದಾಗ ಕೃಷ್ಣ ಅವನನ್ನು ಹೆದರಿಸುವುದಕ್ಕೂ ಹಿಂಜರಿಯುವುದಿಲ್ಲ. ಪಾಂಡವರು ನಿಮ್ಮನ್ನೆಲ್ಲಾ ಬಗ್ಗು ಬಡಿಯುತ್ತಾರೆ ಎಂದು 'ಹಗ್ಗದ ಹಾವು' ಬಿಡುತ್ತಾನೆ. ವೀರನಾದ ಕರ್ಣ ಆ ಬೆದರಿಕೆಗೆ ಬಗ್ಗುವುದಿಲ್ಲ. ರಾಜ್ಯದ ಆಮಿಷದ ಜೊತೆಗೆ ಕೃಷ್ಣನು ದ್ರೌಪದಿಯ ಆಮಿಷವನ್ನೂ ಕರ್ಣನಿಗೆ ನೀಡುತ್ತಾನೆ. ಪಂಚಪಾಂಡವರಿಗೆ ಐದು ವರ್ಷ ಸೇವೆ ಮಾಡುವ ದ್ರೌಪದಿ ಇನ್ನು ಮುಂದೆ ಆರನೆಯ ವರ್ಷ ನಿನಗೆ ಪತ್ನಿಯಾಗಿ ಸೇವೆ ಸಲ್ಲಿಸುತ್ತಾಳೆ ಎಂದು ಹೇಳುತ್ತಾನೆ. ಬಹುಶಃ ಈ ಮಾತುಗಳನ್ನು ಕೃಷ್ಣ ಅಶ್ಲೀಲವಾಗಿ ಹೇಳಿಲ್ಲವೆಂದೆನ್ನಿಸುತ್ತದೆ. ಆಗಲೇ ಅರವತ್ತೈದು ದಾಟಿ ಹಲವಾರು ಪತ್ನಿಯರನ್ನು ಪಡೆದ ಕರ್ಣನಿಗೆ ಖಂಡಿತವಾಗಿಯೂ ಐವತ್ತು ದಾಟಿದ ದ್ರೌಪದಿಯ ದೇಹದ ಮೇಲೆ ಆಸೆಯಿರಲು ಸಾಧ್ಯವಿಲ್ಲ. ಆದರೆ ಅದೊಂದು ಪದವಿ ಎಂಬಂತೆ ಕೃಷ್ಣ ಇಲ್ಲಿ ಹೇಳಿರಬೇಕು. ಕಾನೀನ, ನಿಯೋಗ, ಸಹೋಢಗಳು ರೂಢಿಯಲ್ಲಿದ್ದ ದಿನಗಳಲ್ಲಿ ಈ ಮಾತು, ಆಮಿಷ ಅಷ್ಟೊಂದು ಕೆಟ್ಟ ಮನೋಭಾವದ್ದಾಗಿರಲಿಕ್ಕಿಲ್ಲ. ಆದರೆ ಕರ್ಣ ಎಲ್ಲ ಆಮಿಷಗಳನ್ನೂ ಧಿಕ್ಕರಿಸಿ ನಾಯಕನಾಗಿ ಮೆರೆಯುತ್ತಾನೆ.

ಕೃಷ್ಣನೇನಾದರೂ ಯುದ್ಧವನ್ನು ತಪ್ಪಿಸುವ ಒಳ್ಳೆಯ ದೃಷ್ಟಿಯಿಂದ ಕರ್ಣನನ್ನು ಭೇಟಿಯಾದನೆ? ಎಂಬ ಅನುಮಾನ ಮೂಡುತ್ತದಾದರೂ ಅವನ ಉದ್ದೇಶ ಅದಾಗಿರಲಿಲ್ಲ- ಎಂದು ತರ್ಕಬದ್ಧವಾಗಿ ಯೋಚಿಸಿದರೆ ತಿಳಿಯುತ್ತದೆ. ಯುದ್ಧವನ್ನು ನಿಲ್ಲಿಸುವ ಮನಸ್ಸಿದ್ದರೆ ಸಂಧಾನಕ್ಕೂ ಮೊದಲೇ ಕರ್ಣನನ್ನು ಗೌರವದಿಂದ ಭೇಟಿಯಾಗಿ, ಅವನಿಗೆ ಪರಿಸ್ಥಿತಿಯನ್ನು ವಿವರಿಸಿ, ಸಂಧಾನದಲ್ಲಿ ಯುದ್ಧ ನಿಲ್ಲಿಸುವುದಕ್ಕೆ ಸಹಾಯ ಮಾಡೆಂದು ಕೇಳುತ್ತಿದ್ದ. ಅದಕ್ಕೆ ಬದಲು ಹೀಗೆ ಸಂಧಾನ ಮುರಿದು ಬಿದ್ದು, ಉಪಪ್ಲಾವ್ಯ ನಗರಕ್ಕೆ ತೆರಳುವಾಗ, ಅವಸರವಸರದಲ್ಲಿ ಊರ ಹೊರಗೆ ಕಳ್ಳತನದಲ್ಲಿ ಕರ್ಣನನ್ನು ಭೇಟಿಯಾಗುತ್ತಿರಲಿಲ್ಲ. ಸಂಧಾನಕ್ಕೆ ಬರುವ ಮೊದಲೇ ಕೃಷ್ಣನಿಗೆ ಯುದ್ಧದ ಬಗ್ಗೆ ಒಲವಿತ್ತು ಮತ್ತು ಯುದ್ಧದ ಹೊರತಾಗಿ ಬೇರೆ ಯಾವುದೂ ಈ ತೊಡಕಿಗೆ ದಾರಿಯಲ್ಲವೆಂಬುದು ಆತನ ನಿರ್ಧಾರವಾಗಿತ್ತು. ಅವನನ್ನು ಸ್ವಾಗತಿಸಲು ದುರ್ಯೋಧನ ಅತ್ಯಂತ ಉತ್ಸಾಹದಿಂದ ತಯಾರಿ ಮಾಡಿಕೊಂಡಿರುತ್ತಾನೆ. ಅವನಿಗಾಗಿ ಭರ್ಜರಿ ಭೋಜನದ ಏರ್ಪಾಟನ್ನೂ ಮಾಡಿರುತ್ತಾನೆ. ಆದರೆ ಕೃಷ್ಣ ಅವನ್ನೆಲ್ಲಾ ನಿರಾಕರಿಸಿ ದುರ್ಯೋಧನನ ಕೋಪ ಹೆಚ್ಚುವಂತೆ ಮಾಡುತ್ತಾನೆ. ದೂತನಾಗಿ ಬಂದವನು ರಾಜನ ಆತಿಥ್ಯ ಪಡೆಯಬಾರದು ಎನ್ನುವುದು ಅವನ ಉದ್ದೇಶವಾಗಿದ್ದರೂ, ಅದನ್ನು ನಯವಾಗಿ ಹೇಳಬಹುದಾಗಿತ್ತು. ಅವನನ್ನು ಭೇಟಿ ಮಾಡಿ, ತನ್ನ ಅಸಹಾಯಕತೆಯನ್ನು ತಿಳಿಸದೆ ಒರಟಾಗಿ ವಿದುರನ ಮನೆಗೆ ಹೋಗುವ

ಅವಶ್ಯಕತೆಯಿರಲಿಲ್ಲ. ದುರ್ಯೋಧನನ ಕೋಪಕ್ಕೆ ಕಾರಣವಾಗುವ ಈ ಘಟನೆ ಒಟ್ಟಾರೆಯಾಗಿ ಕೃಷ್ಣನದು ಯುದ್ಧಪರ ಮನೋಭಾವವೆಂಬುದನ್ನು ಸ್ಪಷ್ಟ ಪಡಿಸುತ್ತದೆ. ಕುಂತಿಯು ಕೃಷ್ಣನ ಮುಂದೆ ಯುದ್ಧವೇ ಕ್ಷತ್ರಿಯ ಧರ್ಮವೆಂದು ಮಕ್ಕಳಿಗೆ ಹೇಳಲು ತಿಳಿಸಿದಾಗಲೂ ಅವನು ಅದನ್ನು ವಿರೋಧಿಸುವುದಿಲ್ಲ.

ಕಡೆಯ ಪ್ರಯತ್ನವಾಗಿ ಕುಂತಿ ಕರ್ಣನನ್ನು ಭೇಟಿಯಾಗಲು ಬರುತ್ತಾಳೆ. ಬಹುಶಃ ಕೃಷ್ಣನೇ ಈ ಕೆಲಸವನ್ನು ಆಕೆಗೆ ಒಪ್ಪಿಸಿರಬೇಕು. ಅತ್ಯಂತ ಜಾಣನಾದ ಕೃಷ್ಣನು ಒಂದು ವೇಳೆ ತನ್ನ ಕೈಯಲ್ಲಿ ಕರ್ಣನ ಮನಸ್ಸು ಪರಿವರ್ತಿಸಲು ಸಾಧ್ಯವಾಗದಿದ್ದರೆ, ತಾಯಿಯಾದ ಕುಂತಿಯಿಂದಲಾದರೂ (ಒಂದು ರೀತಿಯಲ್ಲಿ ಎಮೋಷನಲ್ ಬ್ಲಾಕ್‌ಮೇಲ್) ಈ ಕೆಲಸವನ್ನು ಮಾಡಿಸಬೇಕೆಂದು ದೂರಾಲೋಚನೆ ಮಾಡಿರಬೇಕು. ಸೂತಕೇರಿಯಲ್ಲಿ ಹದಿಮೂರು ವರ್ಷ ವಿದುರನ ಮನೆಯಲ್ಲಿ ವಾಸವಾಗಿದ್ದರೂ, ಅದೇ ಕೇರಿಯ ಕರ್ಣನನ್ನು ಒಮ್ಮೆಯೂ ಮಾತನಾಡಿಸದ ಕುಂತಿ, ಈಗ ತನ್ನ ಪ್ರೀತಿಯ ಐವರು ಮಕ್ಕಳ ಒಳಿತಿಗಾಗಿ ಈ ಕಾರ್ಯಕ್ಕೆ ಕೈ ಹಾಕುತ್ತಾಳೆ. ಇದು ಕೃಷ್ಣನ ಬಲವಂತಕ್ಕೆ ಅವಳು ಮನಸ್ಸಿಲ್ಲದ ಮನಸ್ಸಿನಿಂದ ಒಪ್ಪಿಕೊಂಡ ಕಾರ್ಯವಾಗಿರಬೇಕು. ಕರ್ಣನ ರಂಗಪ್ರವೇಶದ ದಿನವೇ ಮೊಲೆಯ ಹಾಲು ಚೆಲ್ಲಿ ಮೂರ್ಛೆ ಬೀಳುವ ಕುಂತಿಗೆ, ಅವನು ತನ್ನ ಮಗನೆಂಬುದು ಎಂದಿನಿಂದಲೋ ಗೊತ್ತು. ಆದರೆ ಒಪ್ಪಿಕೊಳ್ಳುವ ಮನಸ್ಸಿಲ್ಲ. ಗಂಡ ಬದುಕಿದ ಹೊತ್ತಿನಲ್ಲಿ ಅವನು ಒಪ್ಪಲಿಕ್ಕಿಲ್ಲವೇನೋ ಎಂಬ ಅಳುಕಿದ್ದರೂ, ಅನಂತರ ಒಪ್ಪಿಕೊಳ್ಳಬಹುದಿತ್ತು. ಅವನು ದುಷ್ಟರ ಜೊತೆ ಸೇರಿ ಹಾಳಾಗುತ್ತಿದ್ದಾನೆಂಬ ಅರಿವಿದ್ದರೂ, ಅವನ ಬಗ್ಗೆ ಒಂದಿಷ್ಟೂ ಜವಾಬ್ದಾರಿಯನ್ನು ಆಕೆ ತನ್ನ ಬದುಕಿನಲ್ಲಿ ತೆಗೆದುಕೊಳ್ಳುವುದಿಲ್ಲ. ಒಟ್ಟಾರೆಯಾಗಿ ತಾನವನ ತಾಯಿಯೆಂಬುದನ್ನು ಆಕೆ ತನ್ನ ಸ್ಥಾನದ ಮೇಲಿನ ಪ್ರೀತಿಯಿಂದ ಬಲವಂತವಾಗಿ ಮರೆತು ಬಿಟ್ಟಿರುತ್ತಾಳೆಂಬುದು ಮಹಾಭಾರತದಲ್ಲಿ ನಿಖರವಾಗಿಯೇ ನಿರೂಪಿತವಾಗಿದೆ.

ಈ ವಿಷಯವನ್ನು ಕರ್ಣ ಸ್ಪಷ್ಟವಾಗಿ ಅವಳಿಗೆ ಮನದಟ್ಟು ಮಾಡಿಕೊಡುತ್ತಾನೆ. ಕುಂತಿಯ ಆಹ್ವಾನವನ್ನು ನಿರಾಕರಿಸುವುದಕ್ಕೆ ಅವನು ಎರಡು ಪ್ರಮುಖ ಕಾರಣಗಳನ್ನು ಕೊಡುತ್ತಾನೆ. ಮೊದಲನೆಯದಾಗಿ ತನ್ನ ಮನಸ್ಸಿಗೆ ಕುಂತಿಯನ್ನು ತಾಯಿಯೆಂದು ಒಪ್ಪಿಕೊಳ್ಳಲು ಸಾಧ್ಯವಿಲ್ಲ ಎಂದು ಹೇಳುತ್ತಾನೆ. ಈ ಮಾತುಗಳು ಅತ್ಯಂತ ಕಠೋರವಾಗಿವೆ ಮತ್ತು ಕುಂತಿಯನ್ನು ಕೆಟ್ಟ ಅವಮಾನಕ್ಕೆ ಒಡ್ಡುವಂತಹವಾಗಿವೆ. "ನನ್ನ ಶತ್ರುವೂ ಮಾಡಲಾರದಂತಹ ಪಾಪ ಕಾರ್ಯವನ್ನು ಮಾಡಿದ ನಿನಗೆ ನನ್ನ ಮೇಲೆ ಪುತ್ರಪ್ರೇಮವಿಲ್ಲ, ಸುಮ್ಮನೆ ಈಗ ನಿನ್ನ ಮಕ್ಕಳಿಗೆ ಒಳಿತನ್ನು ಮಾಡುವ ಕಾರ್ಯನಿಮಿತ್ತ ನನ್ನ ಬಳಿ ತಾಯಿಪ್ರೇಮದ ಮುಖವಾಡ ಹಾಕಿಕೊಂಡು

ಬಂದಿರುವೆ" ಎಂದು ನೇರವಾಗಿ ಹೇಳುತ್ತಾನೆ. ತನ್ನನ್ನು ಪ್ರೀತಿಯಿಂದ ಸಾಕಿದ, ತನ್ನ ಹೇಲು ಬಟ್ಟೆಗಳನ್ನು ತೊಳೆದ, ತನಗೆ ಮದುವೆಗಳನ್ನು ಮಾಡಿದ ಅಧಿರಥ ಮತ್ತು ರಾಧೆಯರನ್ನು ತೊರೆಯಲು ಕರ್ಣನ ಮನಸ್ಸು ಒಪ್ಪುವುದಿಲ್ಲ. ಈಗಾಗಲೇ ಸೂತ ಕುಲದಲ್ಲಿ ಬೆಳೆದು ದೊಡ್ಡವನಾಗಿ, ಅಲ್ಲಿಯೇ ಸಂಬಂಧಗಳನ್ನು ಬೆಳೆಸಿಕೊಂಡಿರುವ ಕರ್ಣನಿಗೆ ಈ ಮುಪ್ಪಿನ ವಯಸ್ಸಿನಲ್ಲಿ ಹೊಸಬಾಳಿನ ಬಗ್ಗೆ ಉತ್ಸಾಹವಿಲ್ಲ. ಈಗಾಗಲೇ ಅವನು ದುರ್ಯೋಧನನ ಜೊತೆ ಸೇರಿ ಕ್ಷತ್ರಿಯ ಬದುಕಿನ ರುಚಿಯನ್ನು ಅನುಭವಿಸಿದ್ದಾನೆ. ಅದೇನೂ ಅವನಿಗೆ ಅಪರಿಚಿತವಲ್ಲ ಮತ್ತು ವಿಶೇಷವೂ ಅಲ್ಲ. ದುರ್ಯೋಧನನು ಹುಮ್ಮಸ್ಸಿನಿಂದ ಅವನನ್ನು ಅಂಗರಾಜ್ಯದ ರಾಜನನ್ನಾಗಿಸಿದರೂ ಅವನು ಬದುಕುವುದು ಸೂತಕೇರಿಯಲ್ಲಿ ಸೂತನಾಗಿಯೇ! ಈಗ ಮತ್ತೊಂದು ಹೊಸ ಬದುಕನ್ನು ಸ್ವೀಕರಿಸುವುದೆಂದರೆ ಈವರೆಗೆ ನಾವು ಬಾಳಿದ ರೀತಿಯು ಅಂತಹ ಶ್ರೇಷ್ಠವಲ್ಲದ್ದೆಂದು ಪರೋಕ್ಷವಾಗಿ ಸಮಾಜದ ಮುಂದೆ ಒಪ್ಪಿಕೊಂಡಂತಾಗುತ್ತದೆ. ಅಂತಹ ತೇಜೋವಧೆಯನ್ನು ಯಾರು ತಾನೆ ತಮ್ಮ ಇಳಿ ವಯಸ್ಸಿನಲ್ಲಿ ಇಷ್ಟಪಡುತ್ತಾರೆ? ಆದ್ದರಿಂದ ಕರ್ಣನು ಕ್ಷತ್ರಿಯನಾಗುವುದಕ್ಕೆ ನಿರಾಕರಿಸಿದ್ದು ಸರಿಯೆನ್ನಿಸುತ್ತದೆ.

ಜೊತೆಗೆ ಕರ್ಣನಿಗೆ ಮತ್ತೊಂದು ಸಮಸ್ಯೆಯಿದೆ. ತಾನು ಈಗ ಕುಂತಿಯ ಪುತ್ರನೆಂದು ಘೋಷಿಸಿಕೊಂಡರೆ, ಈಗಾಗಲೇ ಸತ್ತಿರುವ ರಾಧೆಗೆ ಪಿಂಡವನ್ನು ಪ್ರದಾನ ಮಾಡುವವರಾದರೂ ಯಾರು? ಈ ಅರವತ್ತೈದು ವರ್ಷ ರಾಧೆಯನ್ನೇ ತಾಯಿಯೆಂದು ಭಾವಿಸಿ, ಬದುಕಿದ ಕರ್ಣನಿಗೆ ಈ ಹೊತ್ತಿನಲ್ಲಿ ಅದನ್ನು ತೊರೆಯುವುದು ಸಾಧ್ಯವಿಲ್ಲ. ಮಕ್ಕಳು, ಮೊಮ್ಮಕ್ಕಳನ್ನು ವಿಪುಲವಾಗಿ ಕಂಡ ಕರ್ಣನಿಗೆ ತಾಯ್ತನದ ಮಹತ್ವದ ಅರಿವಿದೆ. ಅದು ಕೇವಲ ಜನ್ಮ ನೀಡಿ ಕೈ ತೊಳೆದುಕೊಳ್ಳುವಂತಹದಲ್ಲ ಎಂದು ಅರ್ಥ ಮಾಡಿಕೊಂಡಿದ್ದಾನೆ. ಎಂತಹ ಆಮಿಷಕ್ಕೂ ರಾಧೆಯನ್ನು ತೊರೆಯುವ ಸಣ್ಣ ಮನಸ್ಸು ಅವನದಲ್ಲ. ಆದ್ದರಿಂದ ಕುಂತಿ ಮತ್ತು ಕೃಷ್ಣರ ಆಮಿಷವನ್ನು ನಿರಾಕರಿಸುವ ಕರ್ಣನ ನಿರ್ಧಾರ ಅತ್ಯಂತ ಸಹಜವಾಗಿದೆ, ಆದರ್ಶಪ್ರಾಯವಾಗಿದೆ ಮತ್ತು ಧೈರ್ಯದಿಂದ ಕೂಡಿದೆ. ಇಡೀ ಕುರುಕುಲದ ಹಿರಿಯನಾಗುವ, ಹಸ್ತಿನಾವತಿಯ ಪಟ್ಟ ಕಟ್ಟಿಸಿಕೊಳ್ಳುವ ಅವಕಾಶವನ್ನು ಕೇವಲ ತನ್ನನ್ನು ಸಾಕಿದ ತಂದೆ-ತಾಯಿಯರಿಗಾಗಿ (ಈಗವರು ಬದುಕಿಯೂ ಇಲ್ಲ) ಮತ್ತು ಸಲಹಿದ ಗೆಳೆಯನ ಸಲುವಾಗಿ ಕಳೆದುಕೊಳ್ಳುವುದು ಕಡಿಮೆ ತ್ಯಾಗದ ಸಂಗತಿಯಲ್ಲ.

ಎರಡನೆಯದಾಗಿ ತನ್ನನ್ನು ಇಲ್ಲಿಯವರೆಗೆ ಸ್ನೇಹಿತನಂತೆ ಕಂಡ ದುರ್ಯೋಧನ ಮತ್ತು ಕೌರವರನ್ನು ತೊರೆಯುವುದು ಅಧರ್ಮವಾಗುತ್ತದೆಂದು ಹೇಳುತ್ತಾನೆ. ಅರ್ಜುನನನ್ನು ಹೊರತುಪಡಿಸಿ ಉಳಿದವರ ತಂಟೆಗೆ ಹೋಗುವುದಿಲ್ಲವೆಂದು ಮಾತು

ಕೊಡುತ್ತಾನೆ. ಅರ್ಜುನ ಸತ್ತರೂ ಅಥವಾ ತಾನೇ ಸತ್ತರೂ ಕುಂತಿಗೆ ಕೊನೆಯಲ್ಲಿ ಐದು ಮಕ್ಕಳು ಉಳಿಯುತ್ತವೆಂದು ಅಭಯ ನೀಡುತ್ತಾನೆ. ಉಳಿದ ನಾಲ್ವರು ಪಾಂಡವರ ತಲೆ ಕಾಯುವಂತೆ ಅಭಯ ನೀಡುವ ಕರ್ಣನ ಕ್ರಮ ದ್ವಂದ್ವದಿಂದ ಕೂಡಿದೆ. ಕೇವಲ ಅರ್ಜುನನನ್ನು ಮಾತ್ರ ನಾಶ ಮಾಡಿದರೆ ಸಾಕೆ? ಉಳಿದವರೂ ತನ್ನ ಒಡೆಯ ದುರ್ಯೋಧನನ ಶತ್ರುಗಳೇ ಅಲ್ಲವೆ? ಅವರ ತಲೆ ಕಾಯುತ್ತೇನೆಂದು ಹೇಳುವುದು ಒಂದರ್ಥದಲ್ಲಿ ದುರ್ಯೋಧನನಿಗೆ ಮೋಸ ಮಾಡಿದಂತೆಯೇ ಅಲ್ಲವೆ? ಇಂತಹ ಧರ್ಮಸೂಕ್ಷ್ಮಗಳು ಕರ್ಣನಿಗೆ ಹೊಳೆಯುವುದಿಲ್ಲ. ತನ್ನ ಪ್ರತಿಷ್ಠೆಯನ್ನು ವಿಜೃಂಭಿಸಲು ಅವನು ಆಗಾಗ ದುರ್ಯೋಧನನಿಗೆ ಪರೋಕ್ಷವಾಗಿ ಮೋಸ ಮಾಡುತ್ತಲೇ ಇರುತ್ತಾನೆ. ಮುಂದೆ ಯುದ್ಧದ ಆರಂಭದಲ್ಲಿ, ನೂರು ದಾಟಿದ ಭೀಷ್ಮ ಹೇಳಿದ ಯಾವುದೋ ವೀರ ತಾರತಮ್ಯದ ಮಾತನ್ನೇ ನೆಪ ಒಡ್ಡಿ ಯುದ್ಧದಿಂದ ಹತ್ತು ದಿನ ದೂರ ಉಳಿಯುವ ಅವನ ಸ್ವಭಾವವೂ ಅವನ ಒಣ ಪ್ರತಿಷ್ಠೆಗೆ ಒಂದು ಉದಾಹರಣೆಯಾಗಿದೆ.

ಕುಮಾರವ್ಯಾಸ ಅರ್ಥಾತ್ ಗದುಗಿನ ನಾರಾಯಣಪ್ಪ

ವೇದವ್ಯಾಸರು ಆದಿಪರ್ವದ ಕೊನೆಯಲ್ಲಿ ಯಾವುದೇ ಆರ್ಭಟವಿಲ್ಲದೆ ಕೃಷ್ಣನ ರಂಗಪ್ರವೇಶ ಮಾಡಿಸಿದರೆ, ಕುಮಾರವ್ಯಾಸ ತನ್ನ ಕಾವ್ಯದ ಆರಂಭದಲ್ಲಿಯೇ 'ತಿಳಿಯ ಹೇಳುವೆ ಕೃಷ್ಣ ಕಥೆಯನು... ಕೃಷ್ಣ ಮೆಚ್ಚಲಿಕೆ...' ಎಂದು ವಾಚ್ಯವಾಗಿಯೇ ತನ್ನ ಉದ್ದೇಶವನ್ನು ಸ್ಪಷ್ಟ ಪಡಿಸಿಬಿಡುತ್ತಾನೆ. ಆದ್ದರಿಂದ ಅವನಿಗೆ ಕೃಷ್ಣ ಮೆಚ್ಚದ ಯಾವ ಸಂಗತಿಗಳನ್ನೂ ಹೇಳುವ ಮನಸ್ಸಿಲ್ಲ. ಆಗೊಮ್ಮೆ ಈಗೊಮ್ಮೆ ಭಾವಾವೇಶದಲ್ಲಿ ಬೇರೆ ಧ್ವನಿಯನ್ನು ಹೊರಡಿಸುತ್ತಾನೆಂಬ ಅನುಮಾನ ಮೂಡಿಸಿದರೂ, ಮತ್ತೆ ಬಹುಬೇಗನೆ ಕೃಷ್ಣಭಕ್ತಿಯೆಡೆಗೆ ಬಂದು ವಿರಮಿಸಿಬಿಡುತ್ತಾನೆ. ಅವನ ಮಿತಿಮೀರಿದ ಕೃಷ್ಣ ಪ್ರೇಮವನ್ನು ದ್ರೌಪದಿ ವಸ್ತ್ರಾಪಹರಣ ಸನ್ನಿವೇಶದಲ್ಲಿ ನೋಡಬಹುದಾಗಿದೆ.

ಕುಮಾರವ್ಯಾಸನು ಮಹಾಭಾರತವನ್ನು ಕನ್ನಡಕ್ಕೆ ತರುವಾಗ ವೇದವ್ಯಾಸರು ಸುದೀರ್ಘವಾಗಿ ಹೇಳಿದ್ದನ್ನು ಅತ್ಯಂತ ಜಾಣತನದಿಂದ ಒಂದೆರಡು ಭಾಮಿನಿ ಷಟ್ಪದಿಗಳಲ್ಲಿ ಸಶಕ್ತವಾಗಿ ಸಂಗ್ರಹಿಸಿ ಕೊಡುವುದನ್ನು ಕೃತಿಯುದ್ದಕ್ಕೂ ಕಾಣಬಹುದಾಗಿದೆ. ಆದರೆ ಈ ಸ್ವಭಾವ ದ್ರೌಪದಿ ವಸ್ತ್ರಾಪಹರಣದ ಭಾಗದಲ್ಲಿ ಉಲ್ಟಾ ಹೊಡೆಯುತ್ತದೆ. ವಿದ್ವಾಂಸರೆಲ್ಲಾ ಈಗಾಗಲೇ ವ್ಯಾಸಭಾರತದ ದ್ರೌಪದಿ ವಸ್ತ್ರಾಪಹರಣ ಮತ್ತು ಕೃಷ್ಣನ ಅಕ್ಷಯವಸ್ತ್ರ ನೀಡುವಿಕೆಯ ಪ್ರಸಂಗವನ್ನು ಪ್ರಕ್ಷೇಪವೆಂದು ತರ್ಕಬದ್ಧವಾಗಿ ನಿರೂಪಿಸಿದ್ದಾರೆ. ಅದಕ್ಕೆ ತಕ್ಕಂತೆ ಈ ಪ್ರಸಂಗವು ವ್ಯಾಸಭಾರತದಲ್ಲಿ

ಕೇವಲ ಒಂದೂವರೆ ಪುಟದಲ್ಲಿ ಮುಗಿದು ಹೋಗಿದೆ. (ದುಶ್ಯಾಸನ ದ್ರೌಪದಿಯ ಸೀರೆಯನ್ನು ಎಳೆಯುವುದರಿಂದ ಹಿಡಿದು, ಕೃಷ್ಣ ಅಕ್ಷಯ ವಸ್ತ್ರ ನೀಡಿ ಆಕೆಯ ಮರ್ಯಾದೆ ಕಾಪಾಡುವವರೆಗೆ) ಆದರೆ ಈ ಭಾಗವನ್ನು ನಮ್ಮ ಕುಮಾರವ್ಯಾಸ ಸುಮಾರು ಐವತ್ತಕ್ಕೂ ಹೆಚ್ಚು ಷಟ್ಪದಿಗಳಲ್ಲಿ ವೈಭವೀಕರಿಸಿದ್ದಾನೆ! ಇದಕ್ಕೆ ಕಾರಣ ಅವನ ವಿಪರೀತ ಕೃಷ್ಣಭಕ್ತಿಯೇ ಹೊರತು ಬೇರೇನೂ ಅಲ್ಲ. ಇದು ಮುಂದೆ ಕೃಷ್ಣನು ಕರ್ಣನನ್ನು ಭೇಟಿಯಾಗುವ ಸಂದರ್ಭದಲ್ಲಿಯೂ ವ್ಯಕ್ತವಾಗುತ್ತದೆ. ವಯಸ್ಸಿನಲ್ಲಿ ಮತ್ತು ಬಾಂಧವ್ಯದಲ್ಲಿ ಹಿರಿಯನಾದ ಕರ್ಣನಿಗೆ ಕೃಷ್ಣನು ನಮಸ್ಕಾರ ಮಾಡುವ ಮಾತಂತಿರಲಿ, ಕುಮಾರವ್ಯಾಸನ ಕರ್ಣನೇ ಕೃಷ್ಣನಿಗೆ ತಲೆಬಾಗಿ ಕೈಮುಗಿದುಬಿಡುತ್ತಾನೆ! ಈ ಕರ್ಣನಿಗೆ ತನ್ನ ಕುಲದ ಬಗ್ಗೆ, ತನ್ನ ವಂಶದ ಬಗ್ಗೆ ಅತ್ಯಂತ ಕೀಳರಿಮೆಯಿದೆ. ಕೃಷ್ಣ ತನ್ನನ್ನು ಮಾತನಾಡಿಸಿ, ಬಳಿ ಕೂಡಿಸಿಕೊಂಡು, ತಾಂಬೂಲವನ್ನು ಕೊಟ್ಟಿದ್ದಕ್ಕೇ ಹಿರಿಹಿರಿ ಹಿಗ್ಗುತ್ತಾನೆ.

ಕೃಷ್ಣನ ಪ್ರಿಯರಾದ ಪಾಂಡವರ ಬಗ್ಗೆಯೂ ಅಪಶೃತಿ ನುಡಿಯಲು ಕುಮಾರವ್ಯಾಸನಿಗೆ ಹಿಂಜರಿಕೆಯಿದೆ. ಈ ಮನೋಭಾವವು ಅವನ ಕುಂತಿ–ಕರ್ಣರ ಭೇಟಿಯ ಪ್ರಸಂಗದಲ್ಲಿ ಸ್ಪಷ್ಟವಾಗಿ ನಿದರ್ಶನಗೊಳ್ಳುತ್ತದೆ.

ಕೃಷ್ಣನು ಕರ್ಣನಿಗೆ ದ್ರೌಪದಿಯ ಆಮಿಷವನ್ನು ಒಡ್ಡುವುದನ್ನು ಕುಮಾರವ್ಯಾಸ ಕೈ ಬಿಡುತ್ತಾನೆ. ಬಹುಶಃ ಅವನ ಕಾಲದಲ್ಲಿ ಇಂತಹ ಸಂಗತಿಗಳನ್ನು ಹೇಳುವುದು ಕಷ್ಟವಾಗಿರಬಹುದು. ಜೊತೆಗೆ ಈ ಪ್ರಸಂಗ ಪ್ರಕ್ಷಿಪ್ತವಾಗಿರುವ ವ್ಯಾಸಭಾರತವನ್ನು ಅವನು ಗಮನಿಸಿರುವ ಸಾಧ್ಯತೆಯೂ ಇದೆ. ಆದರೆ ಕರ್ಣನು ಕುಂತಿಯನ್ನು ಅವಮಾನ ಮಾಡುವ ಮಾತುಗಳನ್ನು ಕುಮಾರವ್ಯಾಸ ಕೈ ಬಿಟ್ಟಾಗ ಮಾತ್ರ ತುಂಬಾ ಬೇಸರವಾಗುತ್ತದೆ. ವೇದವ್ಯಾಸರು ಸುಮಾರು ಮೂರು ಪುಟಗಳಲ್ಲಿ ಕರ್ಣನು ಕುಂತಿಯ ವರ್ತನೆಯನ್ನು ಖಂಡಿಸುವುದನ್ನು ಬರೆದರೆ, ಕುಮಾರವ್ಯಾಸ ಒಂದು ಸಾಲನ್ನೂ ಬರೆಯುವುದಿಲ್ಲ. ಅವನ ಉದ್ದೇಶ ಬಹು ಸ್ಪಷ್ಟವಾಗಿದೆ. ಈ ನಿಂದನೆಯಿಂದ ಕುಂತಿ ಕೆಟ್ಟ ತಾಯಿಯಾಗಿ ಚಿತ್ರಿತಳಾಗುತ್ತಾಳೆ. ಅದು ಅವನಿಗೆ ಇಷ್ಟವಿಲ್ಲದ ಸಂಗತಿ. ಇದಷ್ಟೇ ಅಲ್ಲದೆ ಕುಂತಿಯ ಮಾನ ಸಂರಕ್ಷಣೆಗಾಗಿ ಒಂದು ಉಪಕತೆಯನ್ನು ಸೃಷ್ಟಿಸುತ್ತಾನೆ. ಅವರ ಭೇಟಿಯ ಹೊತ್ತಿನಲ್ಲಿ ಗಂಗೆ ಪ್ರತ್ಯಕ್ಷಳಾಗಿ 'ಕುಂತಿ, ಈಸು ದಿನ ಇವನ ಆಗು–ಹೋಗುಗಳನ್ನು ನೋಡಿಕೊಂಡೆ. ಇಲ್ಲಿಗೆ ನನ್ನ ಭಾಷೆ ಸಂದಿತು' ಎಂದು ಹೇಳಿ ಕರ್ಣನನ್ನು ಕುಂತಿಗೆ ಒಪ್ಪಿಸುತ್ತಾಳೆ. ಈ ಉಪಕತೆಯ ಉದ್ದೇಶ ತುಂಬಾ ಸರಳವಾದದ್ದಾಗಿದೆ. ಕುಂತಿ ತನ್ನ ಮಗುವನ್ನು ನೀರನಲ್ಲಿ ಬಿಟ್ಟರೂ, ತನ್ನ ಜವಾಬ್ದಾರಿಯನ್ನು ಮರೆಯಲಿಲ್ಲ. ಗಂಗೆಗೆ ಅವನ ಯೋಗಕ್ಷೇಮ ನೋಡಿಕೊಳ್ಳಬೇಕೆಂದು ಒಪ್ಪಿಸಿದ್ದಳು. ಇದರಿಂದಾಗಿ ಅವಳ ತಪ್ಪು

ಅಂತಹ ಘನಘೋರವಾದದ್ದಲ್ಲ – ಎಂಬ ಭಾವವನ್ನು ಓದುಗರಲ್ಲಿ ಮೂಡಿಸುವುದು ಕುಮಾರವ್ಯಾಸನ ಉದ್ದೇಶ. ಆದರೆ ವೇದವ್ಯಾಸರ ಭಾರತವನ್ನು ಓದಿದ ಯಾರಿಗಾದರೂ ಕರ್ಣನ ಪೋಷಣೆಯಲ್ಲಿ ಗಂಗೆಯ ಪಾತ್ರವೇನೂ ಇಲ್ಲವೆಂಬುದು ಸ್ಪಷ್ಟವಾಗಿ ತಿಳಿಯುತ್ತದೆ. ಅದನ್ನು ಅತ್ಯಂತ ಪ್ರೀತಿಯಿಂದ ನಿರ್ವಹಿಸಿದವರು ಅಧಿರಥ ಮತ್ತು ರಾಧೆಯೆಂಬ ಸೂತದಂಪತಿ. ಗಂಗೆಯೇನಿದ್ದರೂ ಶಂತನು ಮತ್ತು ಭೀಷ್ಮರಿಗೆ ಸಂಬಂಧ ಪಟ್ಟ ವ್ಯಕ್ತಿಯೇ ಹೊರತು, ಕರ್ಣನಿಗಲ್ಲ. ಈ ಉಪಕತೆ ಕಡಿದ ಬಾಳೆಯಂತೆ ಕುಸಿದು ಬೀಳುತ್ತದೆ. (ವಿಶೇಷವೆಂದರೆ ಪಂಪನೂ ಈ 'ಗಂಗೆ'ಯ ಉಪಕತೆಯನ್ನು ಬಳಸಿಕೊಂಡಿದ್ದಾನೆ)

ಕುಮಾರವ್ಯಾಸನ ಕರ್ಣನು ಕುಂತಿಯ ಐದೂ ಮಕ್ಕಳ ತಲೆಗಾಯ್ವೆನೆಂದು ಭಾಷೆ ಕೊಡುತ್ತಾನೆ! ಹಾಗಿದ್ದರೆ ಅವನು ಯುದ್ಧದಲ್ಲಿ ಮಾಡುವುದೇನು? ಯಾರೊಂದಿಗೆ ಹೋರಾಡಬೇಕು? ಕುಮಾರವ್ಯಾಸ ಇಂತಹ ಸಂಗತಿಗಳನ್ನು ತರ್ಕಬದ್ಧವಾಗಿ ಯೋಚಿಸುವುದಿಲ್ಲ. ಜೊತೆಗೆ ಇಷ್ಟೆಲ್ಲಾ ಅವಮಾನವಾದರೂ 'ಹೋದ ಬಾಣವ ಮರಳಿ ತೊಡದಿರು' ಎಂಬಂತಹ ವಿಶೇಷ ವರವನ್ನು ಕುಂತಿ ಪಡೆಯುತ್ತಾಳೆ. ಈ ವರದ ಖಚಿತವಾದ ಬಳಕೆ ವ್ಯಾಸಭಾರತದಲ್ಲಿ ಕಾಣುವುದಿಲ್ಲ.

ಕುಮಾರವ್ಯಾಸನದು ಕವಿಹೃದಯ. ಕವಿಗೆ ಸಹಜವಾದ ಭಾವಾವೇಶ, ಶಬ್ದಗಳ ವ್ಯಾಮೋಹ, ವಿಭಿನ್ನ ಭಾಷಾ ಪ್ರಯೋಗ, ವಿಪರೀತ ರೂಪಕಗಳ ಸೃಷ್ಟಿ ಮತ್ತು ಹರಮಾರಿ ಛಂದಸ್ಸಿನ ಬಳಕೆಯನ್ನು ಅವನಲ್ಲಿ ಕಾಣಬಹುದಾಗಿದೆ. ('ನಾರಾಯಣ'ನು 'ನಾರಯಣ'ನಾದರೂ ಅಡ್ಡಿಯಿಲ್ಲ ಎಂಬ ಮನೋಭಾವ) ಆದರೆ ಕತೆಗಾರನಿಗೆ ಕರಾರುವಾಕ್ಕಾಗಿ ಬೇಕಾದ ತರ್ಕ ಸೂಕ್ಷ್ಮತೆ, ಪೂರ್ವಾಗ್ರಹರಹಿತ ಪಾತ್ರಚಿತ್ರಣದ ಕೊರತೆ ಅವನಲ್ಲಿ ಕಾಣುತ್ತದೆ. ತನ್ನನ್ನು ವ್ಯಾಸರ ಕುಮಾರನೆಂದೂ ಕರೆದುಕೊಂಡಿದ್ದರೂ ಅವನು ವೇದವ್ಯಾಸರ ಕತೆಗೆ, ಅವರ ಸೂಕ್ಷ್ಮತೆಗೆ, ಅವರ ಪಾತ್ರಚಿತ್ರಣಕ್ಕೆ ಪ್ರಾಮಾಣಿಕನಾಗಿ ಉಳಿಯುವುದಿಲ್ಲ. ವಿಪರೀತ ಕೃಷ್ಣಪ್ರೇಮದ ಪೂರ್ವಾಗ್ರಹಕ್ಕೆ ಒಳಗಾಗುತ್ತಾನೆ. ಆದ್ದರಿಂದ ಬಹಳಷ್ಟು ತರ್ಕದೋಷಗಳನ್ನು ಕೃತಿಯುದ್ದಕ್ಕೂ ಮಾಡುತ್ತಲೇ ಹೋಗುತ್ತಾನೆ.

ಎಸ್.ಎಲ್. ಭೈರಪ್ಪ

ವೇದವ್ಯಾಸರ ಭಾರತದಲ್ಲಿ ಬರುವ ಅಲೌಕಿಕ ಸಂಗತಿಗಳನ್ನು ಕೈಬಿಟ್ಟು, ಅದಕ್ಕೆ ಬೇರೆ ಸಂಭವನೀಯ ವಾಸ್ತವ ಪರ್ಯಾಯಗಳನ್ನು ಸೃಷ್ಟಿಸುವ ತಂತ್ರದಿಂದ ರಚಿತವಾದ ಎಸ್.ಎಲ್. ಭೈರಪ್ಪನವರ 'ಪರ್ವ' ಕಾದಂಬರಿಯು ಮೂಲಭಾರತದ

ಆಶೋತ್ತರಕ್ಕೆ (ಯಥಾವತ್ತಾದ ಕತೆಗಲ್ಲ) ಅತ್ಯಂತ ಪ್ರಾಮಾಣಿಕವಾಗಿ ಸ್ಪಂದಿಸುತ್ತದೆ. ವೇದವ್ಯಾಸರ ಪುರಾಣವನ್ನು ಇತಿಹಾಸವಾಗಿ ನೋಡುವ ಭೈರಪ್ಪನವರ ಮನೋಧರ್ಮ ಅತ್ಯಂತ ಶ್ರದ್ಧೆಯಿಂದ ಮತ್ತು ಪ್ರೀತಿಯಿಂದ ಕೂಡಿದ್ದಾಗಿದೆ. ವೇದವ್ಯಾಸರು ಒಂದು ವಾಕ್ಯದಲ್ಲಿ ಹೇಳಿದ ಸೂಕ್ಷ್ಮ ಸಂಗತಿಯನ್ನು ಅತ್ಯಂತ ಜಾಣತನದಿಂದ ಗ್ರಹಿಸಿ, ಅದರ ವ್ಯಾಪ್ತಿಯನ್ನು ಹಿಗ್ಗಿಸುವ ಕ್ರಮ ಇಲ್ಲಿ ಕಂಡು ಬರುತ್ತದೆ. "ತನಗೆ ಹಲವಾರು ಕನ್ಯೆಯರನ್ನು ತಂದು ಅಧಿರಥ ಮದುವೆ ಮಾಡಿದ್ದಾನೆ" ಎಂದು ಕರ್ಣ ಹೇಳುವ ಒಂದು ಮಾತನ್ನು ಹಿಡಿದು ಭೈರಪ್ಪನವರು ಕರ್ಣನ ಮನೆಯ ಚಿತ್ರಣವನ್ನು ಕೊಡುವುದರಲ್ಲಿ ಯಶಸ್ವಿಯಾಗುತ್ತಾರೆ. ಮಹಾಭಾರತವನ್ನು ಪ್ರೀತಿಸುವ ಎಲ್ಲ ಭಾರತೀಯರ ಪ್ರೀತಿಯ ಹರವು ಇನ್ನಷ್ಟು ಹೆಚ್ಚಾಗುವುದಕ್ಕೆ ಈ ಕಾದಂಬರಿ ಸಹಾಯ ಮಾಡುತ್ತದೆ. ಮಹಾಭಾರತದ ಬಗ್ಗೆ ಹೊಸನೋಟದಿಂದ, ವಿದ್ವತ್ತಿನಿಂದ ಮತ್ತು ಸೂಕ್ಷ್ಮತೆಯಿಂದ ರಚಿಸಲ್ಪಟ್ಟಿರುವ ಇಂತಹ ಬಹುಮುಖ್ಯ ಕಾದಂಬರಿ ನಮ್ಮ ಜೀವಿತಾವಧಿಯಲ್ಲಿ ಬರೆಯಲ್ಪಟ್ಟಿತೆಂಬುದು ಬಹು ಹೆಮ್ಮೆಯ ಸಂಗತಿಯಾಗಿದೆ.

ಆದರೆ ಭೈರಪ್ಪನವರು ಕೃಷ್ಣನ ಪಾತ್ರಚಿತ್ರಣದಲ್ಲಿ ಮತ್ತೊಂದು ಪೂರ್ವಾಗ್ರಹಕ್ಕೆ ಒಳಗಾಗುತ್ತಾರೆ. ಕೃಷ್ಣನನ್ನು ಆಧುನಿಕ ಜೀವನದ ಮ್ಯಾನೇಜ್‌ಮೆಂಟ್ ಗುರುವಿನಂತೆ ಚಿತ್ರಿಸುವುದಕ್ಕೆ ಅವರು ಹಂಬಲಿಸುತ್ತಾರೆ. ಆದ್ದರಿಂದ ಅವನ ತಪ್ಪು-ಒಪ್ಪುಗಳೆಲ್ಲದರ ಹಿಂದೆಯೂ ಒಂದು ಒಳ್ಳೆಯ ಉದ್ದೇಶವಿತ್ತೆಂಬುದನ್ನು ಕಾಣಲು ಹಠ ಮಾಡುತ್ತಾರೆ. ಅವನು ಜರಾಸಂಧನನ್ನು ವಿರೋಧಿಸದೆ ದ್ವಾರಕೆಗೆ ಓಡಿ ಹೋಗಿದ್ದು, ನೂರಾರು ಹೆಂಗಸರನ್ನು ಮದುವೆಯಾಗುವುದಕ್ಕೆ ಸಿದ್ಧನಾದದ್ದು, ಜರಾಸಂಧನನ್ನು ಕುತಂತ್ರದಿಂದ ಸೋಲಿಸಿದ್ದು, ಶಿಶುಪಾಲನ ತರ್ಕಬದ್ಧ ಪ್ರಶ್ನೆಗಳಿಗೆ ಉತ್ತರವನ್ನೂ ಕೊಡದೆ ಅನಾವಶ್ಯಕವಾಗಿ ಆ ಯುದ್ಧಬಾರದ ಬಾಲಕನನ್ನು ಕೊಂದದ್ದು - ಎಲ್ಲವಕ್ಕೂ ಜಾಣತನದ ಲೇಪವನ್ನು ಕೊಡುತ್ತಾರೆ. ದ್ರೌಪದೀ ವಸ್ತ್ರಾಪಹರಣದ ಸನ್ನಿವೇಶವನ್ನೂ ಚಿತ್ರಿಸಿ, ಅದರಲ್ಲಿ ಕೃಷ್ಣನನ್ನು ಪರೋಕ್ಷವಾಗಿ ನಮೂದಿಸಿ, ಆ ಹೆಸರಿಗೇ ಕೌರವರು ಹೆದರಿಕೊಂಡರೆಂಬ ನಂಬಲನರ್ಹವಾದ ಸನ್ನಿವೇಶವನ್ನು ಚಿತ್ರಿಸುತ್ತಾರೆ. ಎಲ್ಲ ಪಾತ್ರಗಳ ಅತಿಮಾನುಷ ಸಂಗತಿಗಳನ್ನು ತಿರಸ್ಕರಿಸಿ, ಮನುಷ್ಯರನ್ನಾಗಿಸುವ ಪರಿಕ್ರಮದಲ್ಲಿ ಕೃಷ್ಣನನ್ನೂ ಚಿತ್ರಿಸುತ್ತಾರೆ. ಅವನನ್ನು ಧೃತರಾಷ್ಟ್ರ, ದುರ್ಯೋಧನ, ಗಾಂಧಾರಿ, ಬಲರಾಮ ಮುಂತಾದವರು ಕೆಟ್ಟ ಮಾತುಗಳಿಂದ ಬೈದರೂ, ಪಾಂಡವರೆಲ್ಲರೂ ಅವನನ್ನು ಗೌರವಿಸುವಂತೆ ನೋಡಿಕೊಳ್ಳುತ್ತಾರೆ. ತನ್ನ ಅತ್ಯಂತ ಪ್ರೀತಿಯ ಪತಿಯಾದ ಅರ್ಜುನನಿಗೆ ತನ್ನ ತಂಗಿಯನ್ನು ಕುತಂತ್ರದಿಂದ ಮದುವೆ ಮಾಡಿಸಿ, ತನಗೆ ಸವತಿಯನ್ನು ತಂದರೂ, ದ್ರೌಪದಿ ಎಂದೂ ಕೃಷ್ಣನನ್ನು ಜರೆಯುವುದಿಲ್ಲ. ತನ್ನ ಮಗನ ಕಳೇಬರವನ್ನು ಎದುರಿನಲ್ಲಿ ಇಟ್ಟುಕೊಂಡು ದುಃಖಿಸುವ ಭೀಮನೂ

ಆ ಹೆಣದ ಮುಂದೆ ಹಿಗ್ಗಿನಿಂದ ಕುಣಿಯುವ ಕೃಷ್ಣನ ಬಗ್ಗೆ ಯಾವುದೇ ಅಪಸ್ವರ ಎತ್ತುವುದಿಲ್ಲ. ಒಟ್ಟಾರೆಯಾಗಿ ಪರೋಕ್ಷವಾಗಿ ಕೃಷ್ಣಪರವಾದ ಇವರ ಮನಸ್ಸು ಅತ್ಯಂತ ಜಾಣತನದಲ್ಲಿ ಅವನನ್ನು ಎಲ್ಲ ಸಂದರ್ಭದಲ್ಲಿಯೂ ಸಮರ್ಥಿಸುತ್ತಲೇ ಹೋಗುತ್ತದೆ. ಆ ಮನೋಭಾವಕ್ಕೆ ಅಡ್ಡಿಯಾಗುತ್ತದೆಂಬ ಕಾರಣದಿಂದಲೇ ಕೃಷ್ಣನ ಮೂಲಕ ದ್ರೌಪದಿಯ ಆಮಿಷವನ್ನು ಕರ್ಣನಿಗೆ ತೋರಿಸುವ ಪ್ರಂಸಗವನ್ನು ಭೈರಪ್ಪನವರು ಕೈಬಿಡುತ್ತಾರೆ. ಆದರೂ ವ್ಯಾಸಭಾರತದ ಬಗ್ಗೆ ಭೈರಪ್ಪನವರು ಬಹು ಪ್ರಾಮಾಣಿಕರಾಗಿರುವುದರಿಂದ 'ಪರ್ವ'ದಲ್ಲಿ ಬೇರೊಂದು ರೀತಿಯಲ್ಲಿ ಈ ವಿವರಗಳು ಬರುತ್ತವೆ. ಕರ್ಣನೇ ಆ ಬಯಕೆಯನ್ನು ಕುಂತಿಯ ಮುಂದೆ ವ್ಯಕ್ತಪಡಿಸುತ್ತಾನೆ ಮತ್ತು ಹಿಂದೆಯೇ ಅದನ್ನು ಕೇವಲ ಕುಂತಿಯ ಪರೀಕ್ಷೆ ಮಾಡುವುದಕ್ಕಾಗಿ ಹೇಳಿದ ತಮಾಷೆಯೆನ್ನುವಂತೆ ತಳ್ಳಿಹಾಕಿ ಬಿಡುತ್ತಾನೆ. ಆದರೆ ಕರ್ಣನು ಕುಂತಿಯ ತೇಜೋವಧೆಯನ್ನು ಮಾಡುವ ಮಾತುಗಳಂತೂ ಇಲ್ಲಿ ಸ್ಪಷ್ಟವಾಗಿ ಬಂದಿವೆ.

"ಬರೀ ಮಗುವನ್ನು ಹಡೆದ ತಕ್ಷಣ ಯಾವ ಸ್ತ್ರೀಯೂ ತಾಯಿಯಾಗುವುದಿಲ್ಲ. ಆ ಮಗುವಿನ ಪಾಲನೆ ಪೋಷಣೆಯ ಮೂಲಕ ಅವಳು ತಾಯ್ತನವನ್ನು ಪಡೆಯುತ್ತಾಳೆ" ಎಂಬ ಕರ್ಣನ ಮಾತು ಬಹುಮೌಲ್ಯಯುತ ಅಪ್ರಿಯ ಸತ್ಯವಾಗಿದೆ. ಕುಂತಿಗೆ ಕರ್ಣನ ಮೇಲೆ ಹೇಳಿಕೊಳ್ಳುವಂತಹ ಮಾತೃವಾತ್ಸಲ್ಯ ಇರಲಿಲ್ಲವೆಂಬುದು ಅತ್ಯಂತ ಸ್ಪಷ್ಟವಾಗಿ ಗೋಚರಿಸುತ್ತದೆ. ತನ್ನ ಮಕ್ಕಳ ತಲೆಯನ್ನು ಕಾಪಾಡಬೇಕೆಂದು ಕರ್ಣನ ಬಳಿ ವರ ಬೇಡುವ ಈಕೆ, ತನ್ನ ಪಂಚಪಾಂಡವರಿಗೆ ಕರ್ಣನ ತಲೆ ಕಾಯಿರೆಂದು ಕೃಷ್ಣನ ಮೂಲಕ ಹೇಳಿ ಕಳುಹಿಸುವುದಿಲ್ಲ. ಅದಕ್ಕೆ ಬದಲು ಯುದ್ಧ ಮಾಡಿ, ಕೌರವರನ್ನೆಲ್ಲಾ ಸಂಹರಿಸಿ, ಹಸ್ತಿನಾವತಿಯನ್ನು ತಮ್ಮದಾಗಿಸಿಕೊಂಡರೆ ಮಾತ್ರ, ಅವರು ತಾಯಿಯ ಋಣ ತೀರಿಸಿದಂತೆ– ಎಂಬ ಉಗ್ರ ಬಯಕೆಯನ್ನು ಅವರಿಗೆ ತಿಳಿಸುವಂತೆ ಹೇಳುತ್ತಾಳೆ. ಪ್ರತಿಯೊಬ್ಬ ಮಗನಿಗೂ ಮತ್ತು ಸೊಸೆ ದ್ರೌಪದಿಗೂ ಬೇರೆ ಬೇರೆ ರೂಪದಲ್ಲಿ ಈ ಸಂದೇಶವನ್ನು ತಿಳಿಸುತ್ತಾಳೆ.

ಉಳಿದ ಕೆಲವು ಸಂಗತಿಗಳು

ಇನ್ನೂ ಕೆಲವು ವಿಭಿನ್ನತೆ ಈ ಮೂವರಲ್ಲಿ ಕಂಡು ಬರುತ್ತದೆ. ಆದರೆ ಅವು ಮೂಲ ಕತೆಯ ಆಶಯಕ್ಕೆ ಮತ್ತು ವ್ಯಾಸರ ಪಾತ್ರಚಿತ್ರಣಕ್ಕೆ ಎಲ್ಲಿಯೂ ಕುಂದು ತರುವುದಿಲ್ಲ. ಅವುಗಳನ್ನು ಕೇವಲ ಕುತೂಹಲಕ್ಕಾಗಿ ಇಲ್ಲಿ ನಮೂದಿಸುತ್ತೇನೆ.

ಕೃಷ್ಣನಿಗೆ ಕರ್ಣನ ಜನನದ ಗುಟ್ಟನ್ನು ಹೇಳಿದವರು ಯಾರು ಎಂಬ ಪ್ರಶ್ನೆ ನಮ್ಮಲ್ಲಿ ಉಳಿದು ಬಿಡುತ್ತದೆ. ವಿದುರನ ಮನೆಗೆ ಅತಿಥಿಯಾಗಿ ಹೋದಾಗ ಕೃಷ್ಣನಿಗೆ

ಕುಂತಿಯು ಈ ರಹಸ್ಯವನ್ನು ಹೇಳಿರಬಹುದೇನೋ ಎಂಬ ಅನುಮಾನವಾಗುತ್ತದೆ. ಮೂರೂ ಲೇಖಕರಲ್ಲಿ ಈ ವಿಚಾರ ಸ್ಪಷ್ಟವಾಗಿ ಬಿಂಬಿತವಾಗಿಲ್ಲ. ಆದರೆ ವ್ಯಾಸಭಾರತದಲ್ಲಿ ಕರ್ಣನಿಗೆ ಈ ರಹಸ್ಯ ಬಹು ಹಿಂದಿನಿಂದಲೂ ಗೊತ್ತಿತ್ತೆಂಬಂತೆ ಚಿತ್ರಿತವಾಗಿದೆ. ಆದ್ದರಿಂದಲೇ ಕೃಷ್ಣನು ಅವನಿಗೆ ಈ ರಹಸ್ಯವನ್ನು ಹೇಳಿದಾಗ, ಅವನು ಯಾವ ಆಘಾತಕ್ಕೂ ಒಳಗಾಗದೆ, ಅವೆಲ್ಲಾ ತನಗೆ ಮೊದಲೇ ತಿಳಿದಿತ್ತೆಂದೂ, ಧರ್ಮಬದ್ಧವಾಗಿ ತಾನು ಪಾಂಡುವಿನ ಹಿರಿಯ ಮಗನೆಂದೂ ಹೇಳಿಕೊಳ್ಳುತ್ತಾನೆ. ಆದರೆ ತನ್ನ ವೈಯಕ್ತಿಕ ಧರ್ಮ ಬೇರೆಯಾದ್ದರಿಂದ ತಾನು ಪಾಂಡವ ಪಕ್ಷ ಸೇರಲು ಒಪ್ಪುವುದಿಲ್ಲ ಎಂದು ಸ್ಪಷ್ಟಪಡಿಸುತ್ತಾನೆ. ಈ ರಹಸ್ಯವನ್ನು ಉಳಿದವರಿಗೆ ಹೇಳಬೇಡವೆಂದು ಅವನು ಕೃಷ್ಣನಲ್ಲಿ ಭಿನ್ನವಿಸುತ್ತಾನೆ. ಅಂದರೆ ಈ ಜನ್ಮರಹಸ್ಯ ಕರ್ಣನಿಗೆ ಅವನ ತಂದೆ-ತಾಯಿಗಳಿಂದ ತಿಳಿದಿದ್ದರೂ ಅವನು ಅದನ್ನು ತನ್ನ ಹೊಟ್ಟೆಯಲ್ಲಿ ಕಾಪಾಡಿಕೊಂಡಿರುತ್ತಾನೆಂದು ನಾವು ಊಹಿಸಬಹುದಾಗಿದೆ. ವ್ಯಾಸರ ಶೈಲಿಯೇ ಅಂತಹದು. ಅನಿರೀಕ್ಷಿತ ತಿರುವುಗಳನ್ನು ತಂದೊಡ್ಡುವ ಜನಪ್ರಿಯ ಕಥನಶೈಲಿಯನ್ನು ಅವರು ಬಳಸುವದಿಲ್ಲ. ಕತೆಯ ಅಂತ್ಯವನ್ನು ಹಲವಾರು ಬಾರಿ ಆರಂಭದಲ್ಲಿಯೇ ಹೇಳಿಬಿಡುತ್ತಾರೆ. ಆದರೆ ಕುಮಾರವ್ಯಾಸ ಮತ್ತು ಭೈರಪ್ಪನವರ ಮಹಾಭಾರತದಲ್ಲಿ ಈ ರಹಸ್ಯ ಬಯಲಾದಾಗ ಕರ್ಣ ಕಂಗೆಡುತ್ತಾನೆ.

ಕುಂತಿಯು ಕರ್ಣನನ್ನು ಭೇಟಿಯಾಗುವ ಸಮಯ ಮೂವರಲ್ಲೂ ಬೇರೆ ಬೇರೆಯಾಗಿದೆ. ವ್ಯಾಸರ ಭಾರತದಲ್ಲಿ ಕುಂತಿ ಮಧ್ಯಾಹ್ನದ ಬಿಸಿಲಿನಲ್ಲಿ ತಲೆ ಸುಟ್ಟುಕೊಂಡು ಕರ್ಣನಿಗಾಗಿ ಕಾದು, ಕೊನೆಗೆ ಸೂರ್ಯ ಕಂತುವ ಹೊತ್ತಿನಲ್ಲಿ ಅವನನ್ನು ಭೇಟಿಯಾಗುತ್ತಾಳೆ. ಅಂದರೆ ಕರ್ಣ ಮಧ್ಯಾಹ್ನದ ಅರ್ಘ್ಯಕ್ಕಾಗಿ ಗಂಗೆಯ ಬಳಿ ಬಂದಿರಬೇಕು. ಆದರೆ ಭೈರಪ್ಪನವರು ಇದನ್ನು ಸೂರ್ಯ ಮೂಡುವುದಕ್ಕೆ ಮುಂಚಿನ ಅರುಣೋದಯ ಗಳಿಗೆಯಾಗಿ ಪರಿವರ್ತಿಸಿಕೊಳ್ಳುತ್ತಾರೆ. ಕುಮಾರವ್ಯಾಸನೂ ನೈದಿಲೆಗಳು ಇಳಿದು, ಕಮಲಗಳು ಅರಳುವ ಹೊತ್ತೆಂದು ಹೇಳಿ, ವಿಶೇಷವಾಗಿ 'ರವಿವಾರ'ದಂದು ಕರ್ಣ ಅರ್ಘ್ಯವನ್ನು ಕೊಡಲು ನದಿಗೆ ಹೋಗಿದ್ದನೆಂದು ತಿಳಿಸುತ್ತಾನೆ. ದ್ವಾಪರಯುಗದಲ್ಲಿ ಖಂಡಿತವಾಗಿಯೂ ಏಳು ದಿನಗಳ ವಾರದ ಕಲ್ಪನೆಯಿರಲಿಲ್ಲ. ಇದು ಇತ್ತೀಚಿನದು. ಕೇವಲ ಹದಿನೈದು ದಿನಗಳ ಶುಕ್ಲ ಪಕ್ಷ ಮತ್ತು ಕೃಷ್ಣ ಪಕ್ಷಗಳ ಬಳಕೆ ದ್ವಾಪರದಲ್ಲಿದ್ದಿರಬೇಕು. ವಸ್ತುಶಃ ಕುಮಾರವ್ಯಾಸನು ಕರ್ಣನನ್ನು ದ್ವಾಪರದಿಂದ ಕಲಿಯುಗಕ್ಕೆ ಎಳೆದು ತರುತ್ತಾನೆ! ಈ ತರಹದ ಬಹಳಷ್ಟು ಆಧುನಿಕ ಸಂಗತಿಗಳನ್ನು ಕುಮಾರವ್ಯಾಸನು ಕೃತಿಯುದ್ದಕ್ಕೂ ತುಂಬಾ ಸೊಗಸಾಗಿ ಬಳಸುತ್ತಾನೆ. ಎರಡನೆಯ ಶತಮಾನದಲ್ಲಿ ಭಾರತಕ್ಕೆ ಬಂದ ವೀಳ್ಯದೆಲೆಯನ್ನು ಕುಮಾರವ್ಯಾಸನ ಕೃಷ್ಣನು ಕರ್ಣನಿಗೆ ಕೊಡುತ್ತಾನೆ, ಸಂಸ್ಕೃತಕ್ಕೆ ಲಿಪಿಯೆಂಬುದು

ಇಲ್ಲದ ಹೊತ್ತಿನಲ್ಲಿ ಮೌಖಿಕವಾಗಿ ರಚಿತವಾದ ಮಹಾಭಾರತದ ಕತೆಯ ಮಧ್ಯೆ ದ್ರೌಪದಿಯ ಸ್ವಯಂವರದ ಮದುವೆಯ ಓಲೆಗಳನ್ನು ಕುಮಾರವ್ಯಾಸ ಎಲ್ಲರಿಗೂ ಹಂಚಿಸಿ ಬಿಡುತ್ತಾನೆ, ಸ್ವಯಂವರಕ್ಕೆ ಮುಂಚೆ ಬಹಳಷ್ಟು ರಾಜರುಗಳಿಗೆ, ದಕ್ಷಿಣದಲ್ಲಿ ಪಲ್ಲವರಿಂದ ಕಟ್ಟಿಸಲ್ಪಟ್ಟ ಕಂಚಿ ಕಾಮಾಕ್ಷಿಯ ದರ್ಶನ ಮಾಡಿಸಿ, ಆಶೀರ್ವಾದ ಮಾಡಿಸುತ್ತಾನೆ. ದ್ವಾಪರದ ಕತೆಯನ್ನು ಕಲಿಯುಗಕ್ಕೆ ಬಹುಜಾಣತನದಿಂದ ಮತ್ತು ಸೊಗಸಾಗಿ ಎಳೆದು ತರುವ ಕುಮಾರವ್ಯಾಸನ ಹಾಡನ್ನು ನಾವು 'ಕುಮಾರವ್ಯಾಸನು ಹಾಡಿದನೆಂದರೆ ದ್ವಾಪರ ಕಲಿಯುಗವಾಗುವುದು!' ಎಂದು ಹೆಮ್ಮೆಯಿಂದಲೇ ಹೇಳಬಹುದು (ಕುವೆಂಪುರವರು ನನ್ನನ್ನು ಕ್ಷಮಿಸಲಿ).

ಸೂಚನೆ:

1. ವೇದವ್ಯಾಸ, ಕುಮಾರವ್ಯಾಸ ಮತ್ತು ಭೈರಪ್ಪನವರ ಬಗ್ಗೆ ನನಗೆ ಸಮಾನ ಗೌರವ ಮತ್ತು ಪ್ರೀತಿಗಳಿವೆಯಾದರೂ, ಕುಮಾರವ್ಯಾಸನ ಬಗ್ಗೆ ಬರೆಯುವಾಗ ಮಾತ್ರ ಗೌರವದ ಬಹುವಚನವನ್ನು ಉಪಯೋಗಿಸಲು ಸಾಧ್ಯವಾಗಲೇ ಇಲ್ಲ. ಕುವೆಂಪುರವರೂ 'ಕುಮಾರವ್ಯಾಸ ಹಾಡಿದನೆಂದರೆ..' ಎಂದು ಏಕವಚನದಲ್ಲಿಯೇ ಸಂಬೋಧಿಸುವದನ್ನು ನೋಡಿದಾಗ, ಬಹುಶಃ ಈ ರೂಪಕ ಸಾಮ್ರಾಟ ಚಕ್ರವರ್ತಿಯನ್ನು ನಾವು ಗೆಳೆಯನಂತೆ ಪ್ರೀತಿಸುತ್ತೇವೆನ್ನಿಸುತ್ತದೆ.
2. ಮಹಾಭಾರತದ ಪಾತ್ರಗಳ ವಯಸ್ಸನ್ನು ಕರಾರುವಾಕ್ಕಾಗಿ ಗುಣಿಸುವುದು ಕಷ್ಟದ ಕೆಲಸ. ಆದರೂ ಅಲ್ಲಲ್ಲಿ ವ್ಯಾಸರು ಹೇಳಿದ ವಯಸ್ಸು ಮತ್ತು ಅವಧಿಗಳನ್ನು ಗಮನದಲ್ಲಿರಿಸಿಕೊಂಡು ಪಾತ್ರಗಳ ವಯಸ್ಸನ್ನು ನಿರ್ಧರಿಸಬಹುದಾಗಿದೆ.
3. ಕನ್ನಡಕ್ಕೆ ಬಹುಮುಖ್ಯವಾದ ಪಂಪಭಾರತವನ್ನು ನಾನು ಓದಿಲ್ಲ. ಯಾರಾದರೂ ವಿದ್ವಾಂಸರು ಪಂಪನು ಈ ಸನ್ನಿವೇಶವನ್ನು ಹೇಗೆ ನಿಭಾಯಿಸಿದ್ದಾನೆಂಬುದನ್ನು ಬರೆದರೆ ಈ ಲೇಖನ ಪರಿಪೂರ್ಣವಾಗುತ್ತದೆ.
4. ಹಲವಾರು ಓದುಗರು ಮಹಾಭಾರತವನ್ನು ಪುರಾಣವಾಗಿಯೇ ಸ್ವೀಕರಿಸಲು ಇಷ್ಟಪಡುತ್ತಾರೆ. ಅಂತಹ ಓದುಗರಿಗೆ ಬಹುಶಃ ಈ ತರ್ಕ ಸಮಂಜಸವಾಗಿ ಕಾಣಲಿಕ್ಕಿಲ್ಲ. ನನಗೆ ಅಂತಹ ಓದುಗರ ಮನಸ್ಸು ನೋಯಿಸುವ ಉದ್ದೇಶ ಖಂಡಿತಾ ಇಲ್ಲ. ಕೇವಲ ಮತ್ತೊಂದು ಬಗೆಯ ದೃಷ್ಟಿಕೋನದಿಂದ ಕುಂತಿ–ಕರ್ಣರ ಪ್ರಸಂಗವನ್ನು ನೋಡುವುದಷ್ಟೇ ಇಲ್ಲಿ ನನ್ನ ಪ್ರಯತ್ನವಾಗಿದೆ.

ಗ್ರಂಥ ಋಣ:

1. ಶ್ರೀ ವ್ಯಾಸಮಹರ್ಷಿಪ್ರಣೀತ ಶ್ರೀಮಹಾಭಾರತವು – ಪಂಡಿತ ದೇವಶಿಖಾಮಣಿ ಅಳಸಿಂಗರಾಚಾರ್ಯ
2. ಕುಮಾರವ್ಯಾಸ ಮಹಾಕವಿಯ ಕರ್ಣಾಟ ಭಾರತ ಕಥಾಮಂಜರಿ (ಸಂ: ಕುವೆಂಪು ಮತ್ತು ಮಾಸ್ತಿ ವೆಂಕಟೇಶ ಅಯ್ಯಂಗಾರ್)
3. ಯುಗಾಂತ – ಐರಾವತಿ ಕರ್ವೆ
4. ಪರ್ವ – ಎಸ್.ಎಲ್. ಭೈರಪ್ಪ

07ನೇ ಮಾರ್ಚ್ 2012 – 18ನೇ ಆಗಸ್ಟ್ 2012

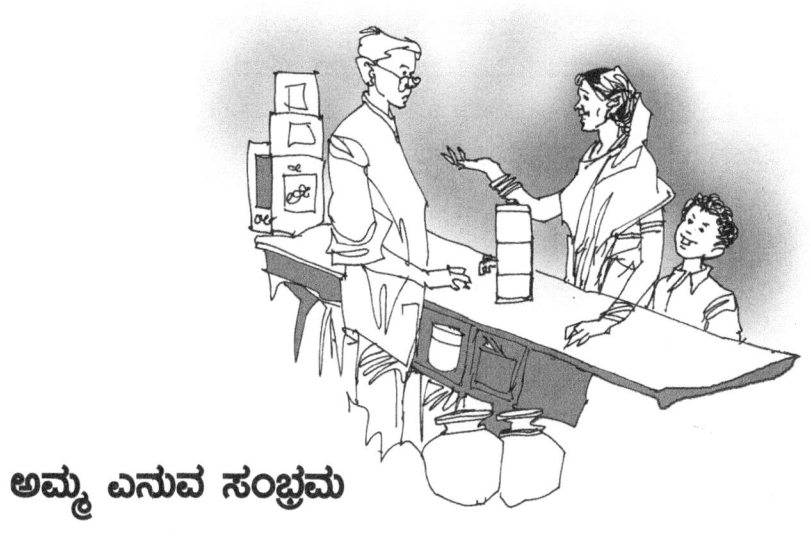

ಅಮ್ಮ ಎನುವ ಸಂಭ್ರಮ

ನಮ್ಮಮ್ಮನಿಗೆ ವಿಶಿಷ್ಟವಾದ ಹಾಸ್ಯಪ್ರಜ್ಞೆಯಿತ್ತು. ಆದರೆ ಅದನ್ನವಳು ಎಂದೂ 'ಹಾಸ್ಯ'ವೆಂದು ಒಪ್ಪುತ್ತಿರಲಿಲ್ಲ. ಆ ಸಂದರ್ಭಕ್ಕೆ ಹೇಳಿದ 'ಸರಿಯಾದ ಮಾತು' ಅದೆಂದು ಅವಳು ವಾದಿಸುತ್ತಿದ್ದಳು. ಯಾವತ್ತೂ ತನ್ನ ಹಾಸ್ಯದ ಮಾತಿಗೆ ಆಕೆ ನಗುತ್ತಿರಲಿಲ್ಲ. ಯಾರಿಗೂ ಮತ್ತು ಯಾವುದಕ್ಕೂ ಹೆದರದ ಆಕೆ ಪಟಕ್ಕನೆ, ನಿರೀಕ್ಷಿಸದ ಹೊತ್ತಿನಲ್ಲಿ ಏನೋ ಹೇಳಿದರೆ– ನಮಗೆ ನಗಬೇಕೋ ನಗಬಾರದೋ ಎಂದು ಗಲಿಬಿಲಿಯಾಗುತ್ತಿತ್ತು. ಅಮ್ಮನಿಲ್ಲದ ಈ ಹೊತ್ತಿನಲ್ಲಿ ಅವುಗಳನ್ನು ನೆನೆದರೆ, ನನಗೆ ನಗು ಉಕ್ಕಿ ಬರುತ್ತದೆ. ಅಂತಹ ಕೆಲವು ಸಂಗತಿಗಳನ್ನು ನಿಮ್ಮೊಡನೆ ಹಂಚಿಕೊಳ್ಳುತ್ತೇನೆ.

ನಮ್ಮ ಮನೆಯ ಎದುರಿಗೆ ಹೊಸದಾಗಿ ಮದುವೆಯಾದ ಪುಟ್ಟ ಸಂಸಾರವೊಂದು ಬಾಡಿಗೆಗೆ ಬಂತು. ಇಬ್ಬರೂ ಸರಕಾರೀ ಕೆಲಸದಲ್ಲಿದ್ದುದರಿಂದ ತಾವು 'ಆಧುನಿಕ' ಎಂದು ತೋರಿಸಿಕೊಳ್ಳಲು ಸರ್ವ ಪ್ರಯತ್ನಗಳನ್ನು ಮಾಡುತ್ತಿದ್ದರು. ಅವರಿಗೆ ಮಗಳೊಬ್ಬಳು ಹುಟ್ಟಿದಳು. ಯಥಾಪ್ರಕಾರ ನಾವೆಲ್ಲಾ ಉತ್ಸಾಹದಿಂದ ಮಗುವಿಗೆ ಏನು ಹೆಸರಿಡುತ್ತೀರಿ? ಎಂದು ಕೇಳಿದರೆ, ಅವರು ಹೇಳುವುದಕ್ಕೆ ನಿರಾಕರಿಸಿದರು. ಮಗುವಿನ ನಾಮಕರಣದ ಸಂಜೆಯೇ ಅದನ್ನು ಬಹಿರಂಗಗೊಳಿಸುವುದಾಗಿ ಹೇಳಿದರು. ಸಾಮಾನ್ಯವಾಗಿ ಮಗುವಿಗೆ ಇಡುವ ಹೆಸರನ್ನು, ಊರಲ್ಲಿ ಯಾರೂ

ಗೌಪ್ಯವಾಗಿ ಇಡುತ್ತಿರಲಿಲ್ಲ. ಇಂತಹ ಹೆಸರನ್ನು ಇಡುತ್ತೇವೆಂದು ನಾಮಕರಣಕ್ಕೂ ಮುಂಚೆ ಎಲ್ಲರ ಮುಂದೆಯೂ ಹೇಳುತ್ತಿದ್ದರು. ಆದರೆ, ಇವರು ಮಗುವಿನ ಹೆಸರನ್ನು ಹಿಚ್‌ಕಾಕ್ ಸಿನಿಮಾದ ಕೊನೆಯ ದೃಶ್ಯದಂತೆ ಜೋಪಾನವಾಗಿಟ್ಟರು. ಜೊತೆಗೆ ಯಾವು ಯಾವುದೋ ದಪ್ಪ ದಪ್ಪ ಪುಸ್ತಕಗಳನ್ನು ಅವರು ಹೆಸರಿಗಾಗಿ ಹುಡುಕುತ್ತಿರುವುದು ನಮಗೆ ಗೋಚರಿಸುತ್ತಿತ್ತು. ನಾಮಕರಣದ ದಿನ ಅಮ್ಮನೂ ಅರಿಷಿಣ-ಕುಂಕುಮಕ್ಕೆ ಹೋಗಿದ್ದಳು. "ಕಡೀಗೆ ಏನು ಇಟ್ಟಿಯಪ್ಪಾ ಹೆಸರು?" ಅಂತ ಕೇಳಿದಳು. ಮನೆಯೊಡೆಯ ಅತ್ಯಂತ ಹೆಮ್ಮೆಯಿಂದ "ಸುದೇಷ್ಣೆ ಅಂತ ಇಟ್ಟೀವಿ. ಮಹಾಭಾರತ ಎರಡು ಸಲ ಓದಿದ ಮೇಲೆ ಇದೇ ಹೊಸಾ ಹೆಸರು ಅಂತ ನಿರ್ಧಾರ ಮಾಡಿದ್ವಿ. ವಿರಾಟರಾಜನ ಹೆಂಡತಿಯಾಕೆ" ಎಂದು ಚಿದಂಬರ ರಹಸ್ಯವನ್ನು ಒಡೆದ. ಅಮ್ಮಗೆ ಗೊತ್ತಿರದ ಮಹಾಭಾರತ ಯಾವುದು? ಅದೆಷ್ಟು ಪುರಾಣ-ಪ್ರವಚನಗಳನ್ನು ಕೇಳಿದ್ದಾಳೋ ಲೆಕ್ಕವಿಟ್ಟವರು ಯಾರು? ತಕ್ಷಣ ತನ್ನ ಮಾತಿನ ಅಸ್ತ್ರವನ್ನು ಬಿಟ್ಟೇ ಬಿಟ್ಟಳು. "ಭಲೋ ಹೆಸರು ಇಟ್ಟೀ ಬಿಡಪ್ಪ. ಮುಂದಿನ ವರ್ಷಕ್ಕೆ ನಿಮ್ಮಿಬ್ಬರಿಗೆ 'ಕೀಚಕ' ಹುಟ್ಟುತಾನೆ"- ಎಂದು ಗಂಭೀರವಾಗಿ ಹೇಳಿ ಬಂದಳು. ಮಹಾಭಾರತದಲ್ಲಿ ಸುದೇಷ್ಣೆಯ ತಮ್ಮನೇ ಕೀಚಕ! ಅಮ್ಮನ ಮಾತಿಂದ ಗಂಡ-ಹೆಂಡತಿಯರಿಬ್ಬರಿಗೂ ತಲೆ ಕೆಟ್ಟುಹೋಯ್ತು. ಮರುದಿನವೇ ಮಗುವಿನ ಹೆಸರನ್ನು 'ಸುಧಾ' ಎಂದು ಬದಲಾಯಿಸಿರುವುದಾಗಿ ತಾವೇ ಖುದ್ದಾಗಿ ಎಲ್ಲರ ಮುಂದೂ ಹೇಳಿಕೊಂಡು ತಿರುಗಿದರು. ಮನೆಯಲ್ಲಿ ನಾವು ಅಮ್ಮನಿಗೆ "ಏನೋ ಪಾಪ ಹೊಸ ಹೆಸರಿಟ್ಟಿದ್ದರು. ನಿಂದೆಲ್ಲಾ ಅತಿರೇಕ ನೋಡು" ಎಂದು ಬೈದರೆ ಕೇಳುವ ಜೀವವೆ ಅದು? "ಮಹಾಭಾರತದಾಗೆ ಅದೆ ಅಂದಾಕ್ಷಣ ಮಗಗೆ 'ದುರ್ಯೋಧನ' ಅಂತ ದುಷ್ಟನ ಹೆಸರು ಇಡಲಿಕ್ಕೆ ಆಗ್ತದೇನ್ರೋ? ಯಾವುದನ್ನಾ ಭಲೋ ದೇವರ ಹೆಸರು ಇಡಬೇಕು. ವಿರಾಟರಾಜನ ಹೆಂಡ್ತಿ ಅನ್ನೋದು ಬಿಟ್ರೆ ಆ ಸುದೇಷ್ಣಾದೇವಿ ಅದೇನು ಹೆಸರಿಡುವಂಥಾದ್ದು ಮಾಡ್ಯಾಳೋ ನಂಗೆ ಗೊತ್ತಿಲ್ಲ ನೋಡ್ರಪ್ಪ" ಅಂತ ವಾದಿಸಿದ್ದಳು.

ಬೆಳಿಗ್ಗೆ ನಾವು ಎದ್ದು ತಲಬಾಗಿಲು ತೆಗೆಯುವ ಹೊತ್ತಿಗೆ ಸರಿಯಾಗಿ ನಮ್ಮ ಮನೆಯ ಮುಂದೆ ಕಂದು ಬಣ್ಣದ ಹಸುವೊಂದು ಹೊಸ್ತಿಲು ಹತ್ತಿ ನಿಂತಿರುತ್ತಿತ್ತು. ಅದಕ್ಕೆ ದಿನಂಪ್ರತಿ ಅಮ್ಮ ಒಂದಿಷ್ಟು ಅಕ್ಕಿ ಮತ್ತು ಬೆಲ್ಲವನ್ನು ಒಂದು ಹಿತ್ತಾಳೆ ಪಾತ್ರೆಯಲ್ಲಿ ತಿನ್ನಲು ಕೊಡುತ್ತಿದ್ದಳು. ಹತ್ತಿ ಬಿಡಿಸಿದ ಕಾಳುಗಳು, ಸೊಪ್ಪು ಬಿಡಿಸಿದ ದಂಟು, ಹಣ್ಣು ಮತ್ತು ತರಕಾರಿಗಳ ಸಿಪ್ಪೆಗಳನ್ನು ಅದಕ್ಕೆ ಕೊಡುತ್ತಿದ್ದಳು. ಅದು ನಿಧಾನಕ್ಕೆ ತಿಂದು ಸ್ವಲ್ಪ ಹೊತ್ತಿನ ನಂತರ ಹೊರಡುತ್ತಿತ್ತು. ಮತ್ತೆ ಮರುದಿನವೇ ಅದರ ದರ್ಶನ ನಮಗಾಗುತ್ತಿತ್ತು. ನಾವು ಏಳುವುದು ತಡ ಮಾಡಿದರೆ, ತಲಬಾಗಿಲ ಹೊರಗಿನ ಚಿಲಕವನ್ನು ತನ್ನ ಕೊಂಬಿನಿಂದ ಅಲ್ಲಾಡಿಸಿ ಸದ್ದು ಮಾಡುತ್ತಿತ್ತು. ಆ

ಹಸು ಯಾರು ಸಾಕಿದ್ದರೆಂಬುದೂ ನಮಗೆ ತಿಳಿದಿರಲಿಲ್ಲ. ಆದರೆ, ಅಮ್ಮನಿಗೆ ಅದರ ಮೇಲೆ ವಿಶೇಷ ಪ್ರೀತಿಯಿತ್ತು. ಒಮ್ಮೆ ಅಮ್ಮ ರಾಯರ ಮಠಕ್ಕೆ ಹೋಗುವಾಗ, ಮತ್ತೊಂದು ಸಣಕಲು ಹಸುವನ್ನು ಇದು ಅಟ್ಟಿಸಿಕೊಂಡು ಓಡಿ ಬರುತ್ತಿತ್ತಂತೆ. ಆದರೆ ದಾರಿಯಲ್ಲಿ ಅಮ್ಮನನ್ನು ನೋಡಿದ್ದೇ ತಕ್ಷಣ ತನ್ನ ಪುಂಡಾಟವನ್ನು ನಿಲ್ಲಿಸಿ, ತಲೆ ಬಗ್ಗಿಸಿಕೊಂಡು ನಿಂತು ಬಿಟ್ಟಿತಂತೆ. "ಮನುಷ್ಯರಿಗಿಂತಲೂ ಒಳ್ಳೆ ನಿಯತ್ತು ಈ ಮೂಕಪ್ರಾಣಿಗಳಿಗಿರ್ತದೆ" ಎಂದು ಅಮ್ಮ ಹೇಳುತ್ತಿದ್ದಳು.

ಬೆಳಗಿನ ಹೊತ್ತು ಈ ಹಸುವಿನ ಜೊತೆಗೆ ಹಳೇಬಾವಿ ಓಣಿಯ ರುದ್ರಮ್ಮ ಎನ್ನುವಾಕೆ ನಮ್ಮ ಮನೆಯ ಮುಂದೆ ಕಾಯುತ್ತಾ ನಿಂತಿರುತ್ತಿದ್ದಳು. ಈಕೆಗೊಂದು ವಿಚಿತ್ರ ಹವ್ಯಾಸವಿತ್ತು. ಅಕ್ಕಿ ಮತ್ತು ಬೆಲ್ಲವನ್ನು ತಿಂದ ತಕ್ಷಣ ನಮ್ಮ ಕಂದು ಹಸು ಮೂತ್ರ ವಿಸರ್ಜನೆ ಮಾಡುತ್ತಿತ್ತು. ಅದಕ್ಕಾಗಿಯೇ ಕಾದಿರುತ್ತಿದ್ದ ರುದ್ರಮ್ಮ ತನ್ನ ಬೊಗಸೆಯನ್ನು ಒಡ್ಡಿ ಆ ಗೋಮೂತ್ರವನ್ನು ಹಿಡಿದು ಗಟಗಟನೆ ಕುಡಿಯುತ್ತಿದ್ದಳು. ಮೈ ಜುಂ ಎನ್ನಿಸುವಂತಹ ಈ ಕೃತ್ಯದ ಬಗ್ಗೆ ರುದ್ರಮ್ಮನಿಗೆ ಒಂದಿಷ್ಟೂ ಅಸಹ್ಯವಿರಲಿಲ್ಲ. "ಆಕಳ ಮೈಯಾಗೆ ಕೋಟ್ಯಾಂತರ ದೇವತೆಗಳಿರ್ತಾವೆ. ಇದು ಆ ಎಲ್ಲಾ ದೇವರುಗಳ ತೀರ್ಥ. ದಿನಾ ಎರಡು ಬೊಗಸೆ ಗೋಮೂತ್ರ ತೊಗೊಂಡರೆ ಜೀವನದಾಗೆ ಯಾವ ಮಾತ್ರೆ ತೊಗೊಳ್ಳೋದು ಬೇಕಿಲ್ಲ"- ಅಂತ ವಿಚಿತ್ರ ತರ್ಕವನ್ನು ಒಪ್ಪಿಸಿದ್ದಳು. ಮಾತ್ರೆಗಳನ್ನು ಸೇವಿಸಬೇಕೆಂಬ ಹೆದರಿಕೆಗಿಂತಲೂ, ಅತ್ಯಂತ ಬಡತನದಲ್ಲಿ ಜೀವನ ಸಾಗಿಸುತ್ತಿದ್ದ ರುದ್ರಮ್ಮಗೆ, ಮಾತ್ರೆಗಳ 'ಬೆಲೆ'ಯಿಂದ ಕೊನೆಯ ತನಕ ದೂರವಿರುವ ಆಸೆಯಿತ್ತು. ಆಕೆಯ ಗೋಮೂತ್ರಪಾನ ದೃಶ್ಯವನ್ನು ನೋಡುವಷ್ಟು ದಿನ ನೋಡಿದ ಅಮ್ಮ "ಇನ್ನೂ ಒಂದು ಸ್ವಲ್ಪ ಹೊತ್ತು ಕಾದರೆ ಅದು ಸೆಗಣಿ ಹಾಕ್ತದೆ. ಕೋಟ್ಯಾಂತರ ದೇವರುಗಳ ಪ್ರಸಾದ. ಹೊಟ್ಟೆ ತುಂಬ ತಿಂದು ಹೋಗು. ಮನಿಯಾಗೆ ಅಡಿಗಿ ಮಾಡೋ ಖರ್ಚು ಉಳೀತದೆ" ಎಂದು ಹೇಳಿದ್ದಳು. ರುದ್ರಮ್ಮಗೆ ಸಿಟ್ಟು ಬಂದು "ಆಯಮ್ಮಗೆ ಭಯ-ಭಕ್ತಿ ಒಂದೂ ಇಲ್ಲ" ಎಂದು ಹೇಳಿಕೊಂಡು ತಿರುಗಾಡಿದಳು. ಅಮ್ಮ ಮಾತ್ರ ತನ್ನ ಮಾತನ್ನು ಸಮರ್ಥಿಸಿಕೊಂಡಳು. "ಏನೋ ಹಿರಿಯರು ಹೇಳ್ಯಾರೆ ಅಂತ ನಾಕು ಹನಿ ಪಂಚಗವ್ಯದಾಗೆ ಹಾಕಿಕೊಂಡು ಕುಡೀಬೇಕು. ಈಕಿ ನೋಡಿದ್ರೆ ಶ್ಯಾವಿಗಿ ಪಾಯಸದ ತರಹ ಸೆಂಡುತಾಳೆ" ಎಂದಳು.

ಹಲವಾರು ತಿಂಗಳುಗಳ ಕಾಲ ಈ ಗೋಮೂತ್ರ ಪಾನ ಮುಂದುವರೆಯಿತು. ಆದರೆ, ಒಂದು ದಿನ ಕಂದು ಹಸುವಿಗೆ ಅದೇನು ತಲೆಕೆಟ್ಟಿತ್ತೋ ಗೊತ್ತಿಲ್ಲ, ಬೊಗಸೆಯೊಡ್ಡಿ ನಿಂತ ರುದ್ರಮ್ಮಗೆ ಕಾಲಿನಿಂದ ಒದ್ದು ಬಿಟ್ಟಿತು. ಅದೆಷ್ಟು ಜೋರಾಗಿ ಒದ್ದಿತೆಂದರೆ, ರುದ್ರಮ್ಮ ಹದಿನೈದು ದಿನ ಆಸ್ಪತ್ರೆಯಲ್ಲಿ ದಾಖಲಾಗಿದ್ದಲ್ಲದೆ ಬೊಗಸೆಯಷ್ಟು ಮಾತ್ರೆಗಳನ್ನು ಹಗಲು ರಾತ್ರಿ ಸೇವಿಸಬೇಕಾಯ್ತು. ಮೊದಲೇ

ಬಡವಿಯಾದ ಆಕೆಯ ಅವಸ್ಥೆಯನ್ನು ಕಂಡು ನಮಗೆಲ್ಲಾ ದುಃಖವಾಯ್ತು. ಜೊತೆಗೆ ಆ ಕಂದು ಹಸುವಿನ ಮೇಲೆ ಸಿಟ್ಟೂ ಬಂತು. ಅದಕ್ಕೆ ಎರಡು ಏಟು ಹಾಕಿ, ಅದರ ಕಣ್ಣಲ್ಲಿ ಕಣ್ಣು ನೆಟ್ಟು ಬೈದೆವು. ಅಮ್ಮ ಮಾತ್ರ ನಮ್ಮ ವರ್ತನೆಯನ್ನು ಸಹಿಸಲಿಲ್ಲ. "ನಮ್ಮ ಪಾಡಿಗೆ ನಾವು ಸಮಾಧಾನದಿಂದ ಉಚ್ಚೆ ಹೊಯ್ಯೋದಕ್ಕೂ ಬಿಡದಂಗೆ ಬೊಗಸಿ ಹಿಡಕೊಂಡು ನಿಂತರೆ ಯಾರಿಗಾದ್ರೂ ಸಿಟ್ಟು ಬರ್ತದೆ. ಇಷ್ಟು ದಿನ ಸಹಿಸಿಗೊಂಡಿದ್ದೇ ಆ ಮೂಕಪ್ರಾಣಿ ದೊಡ್ಡ ಗುಣ" ಎಂದು ನಿರ್ಣಯವನ್ನು ಕೊಟ್ಟಳು. ಹಸುವಿನ ಜೊತೆ 'ನಮ್ಮ ಪಾಡಿಗೆ ನಾವು' ಅಂತ ಅಮ್ಮ ಸೇರಿಸಿದ್ದರಿಂದ ನನಗೆ ಈಗಲೂ ಅಮ್ಮನ ಆ ಮಾತು ನೆನಸಿಕೊಂಡರೆ ಮೂತ್ರ ಹೊಯ್ಯುವಾಗ ಯಾರೋ ಬೊಗಸೆ ಹಿಡಿದುಕೊಂಡು ನನ್ನ ಮುಂದೆ ಕುಳಿತ ದೃಶ್ಯ ನೆನಪಾಗಿ ನಗು ತಡೆದುಕೊಳ್ಳಲಾಗುವುದಿಲ್ಲ.

ಮುಂಚೆಯೆಲ್ಲಾ ನಮ್ಮ ಮನೆಯಲ್ಲಿ ಕಾಫಿಯ ಡಿಕಾಕ್ಷನನ್ನು ಬಟ್ಟೆಯೊಂದರಲ್ಲಿ ಹಿಂಡುತ್ತಿದ್ದೆವು. ಆಗ ಹೊಸ ಸ್ಟೇನ್‌ಲೆಸ್ ಸ್ಟೀಲ್ ಕಾಫಿ ಫಿಲ್ಟರ್‌ಗಳು ಅಗ್ಗದ ಬೆಲೆಗೆ ಮಾರುಕಟ್ಟೆಯಲ್ಲಿ ಬರಲಾರಂಭಿಸಿದವು. ನಾನು ಮತ್ತು ಅಮ್ಮ ಸ್ಟೀಲ್ ಅಂಗಡಿಗೆ ಹೋಗಿ, ಚೌಕಾಸಿ ಮಾಡಿ, ಒಂದು ಸ್ಟೇನ್‌ಲೆಸ್ ಸ್ಟೀಲಿನ ಫಿಲ್ಟರನ್ನು ತಂದೆವು. ಅದಕ್ಕೆ ಕಾಫಿ ಪುಡಿ ಹಾಕಿ, ಬಿಸಿ ನೀರನ್ನು ಸುರಿದು ಎರಡು ತಾಸು ಕಳೆದರೂ ಒಂದು ಚಮಚ ಡಿಕಾಕ್ಷನ್ ಇಳಿಯಲಿಲ್ಲ. ಅದಕ್ಕೆ ತಲೆಯ ಮೇಲೆ ಯಾರು ಎಷ್ಟೇ ಕುಟ್ಟಿದರೂ ಅದಕ್ಕಿಂತಲೂ ಹೆಚ್ಚಿನ ಡಿಕಾಕ್ಷನ್ ಇಳಿಸಲು ನಮಗೆ ಸಾಧ್ಯವಾಗಲಿಲ್ಲ. ನಮ್ಮ 'ಫಿಲ್ಟರ್ ಕಾಫಿ' ಕುಡಿಯುವ ಉತ್ಸಾಹಕ್ಕೆ ಭಂಗ ಬಂತು. ಮರುದಿನ ಮತ್ತೆ ಸ್ಟೀಲ್ ಅಂಗಡಿಗೆ ನಾವಿಬ್ಬರೂ ಓಡಿದೆವು. ಅಮ್ಮ ತನ್ನ ಉತ್ಪ್ರೇಕ್ಷಾ ಭಾಷೆಯಲ್ಲಿ ದೂರನ್ನು ನೀಡಿದಳು. "ಒಂದು ಹನಿ ಡಿಕಾಕ್ಷನ್ ಇಳಿಯೋದಕ್ಕೆ ಒಂದು ತಿಂಗಳು ಬೇಕಾಯ್ತು ನೋಡಪ್ಪಾ" ಎಂದಳು. ಇನ್ನೂ ನಿನ್ನೆ ಒಯ್ದ ಕಾಫಿ ಫಿಲ್ಟರ್ ಮೇಲೆ ಇಂತಹ ದೂರು ಹೇಳಿದರೆ ಹೇಗೆ? ಆದರೂ ಪಾಪ ಅಂಗಡಿಯವನು ಒಳ್ಳೆಯವನು. ಎದುರು ಮಾತನಾಡದೆ ಅದನ್ನು ಸರಿಪಡಿಸಲಾರಂಭಿಸಿದ. ಅವನಿಗೂ ಈ ಸ್ಟೀಲ್ ಫಿಲ್ಟರ್‌ಗಳು ಹೊಸತು. ಆದ್ದರಿಂದ ಹೆಚ್ಚಿನ ಜ್ಞಾನವಿರಲಿಲ್ಲ. ಆದರೂ ಹೆಸರು ಬರೆಯುವ ಮೊಳೆಯನ್ನು ತೆಗೆದುಕೊಂಡು ಒಂದೊಂದೇ ತೂತನ್ನೂ ಬಡಿದು ಹಿಗ್ಗಿಸಿ ಕೊಟ್ಟಿದ್ದ. ಮತ್ತೆ ಫಿಲ್ಟರ್ ಕಾಫಿಯ ಆಸೆಯಿಂದ, ಮನೆಗೆ ಬಂದು ಕಾಫಿ ಪುಡಿ ಮತ್ತು ನೀರು ಹಾಕಿದರೆ, ಕಣ್ಣು ಪಿಳುಕಿಸುವದರಲ್ಲಿ ಅಷ್ಟೂ ನೀರು ಇಳಿದು ಹೋಗಿ, ಡಿಕಾಕ್ಷನ್ನಿಗೆ ಸರಿಯಾಗಿ ಕಪ್ಪು ಬಣ್ಣವೂ ಬರಲಿಲ್ಲ! ಮತ್ತೆ ಅಂಗಡಿಗೆ ಓಡಿದೆವು. ಅಮ್ಮ ಹೊಸ ದೂರು ಹೇಳಿದಳು. "ನೀರು ಇಳಿಯಂಗೆ ಮಾಡಿಕೊಡಪ್ಪಾ ಅಂತ ಬೇಡಿಕೊಂಡರೆ ನಾನೇ ಇಳಿಯೋ ಹಂಗೆ ಮಾಡಿ ಕೊಟ್ಟೀಯಲ್ಲಪ್ಪಾ?" ಅಂದಳು. ಒಂದು ಪೈಸೆ ಲಾಭವಿಲ್ಲದಿದ್ದರೂ

ಒಂದು ತಾಸು ಕೂತು ಅತ್ಯಂತ ಸಹನೆಯಿಂದ ಎಲ್ಲಾ ತೂತುಗಳನ್ನು ಅಗಲ ಮಾಡಿದ್ದ ಅಂಗಡಿಯವನಿಗೆ ಸಿಟ್ಟು ಬಂತು. ಒಮ್ಮೆ ಮೇಲಿಂದ ಕೆಳಗಿನ ತನಕ ಐದೂವರೆ ಅಡಿಯ ಕಟ್ಟು ಮಸ್ತಾದ ದೇಹದ ಅಮ್ಮನನ್ನು ತನ್ನ ಕನ್ನಡಕದ ಮೂಲಕ ವೀಕ್ಷಿಸಿ, ಆ ಫಿಲ್ಟರನ್ನು ಅಮ್ಮನ ಕಾಲಿನ ಮುಂದಿಟ್ಟು "ಇಳೀರಿ, ನೋಡೋಣ" ಎಂದು ಸವಾಲ್ ಹಾಕಿದ. ಅಮ್ಮ ತೆಪ್ಪಗಾದಳು.

ಬಳ್ಳಾರಿಯ ಹುಡುಗಿಯೊಬ್ಬಳು, ಅದು ಹೇಗೋ ಏನೋ ದೇವರೇ ಬಲ್ಲ, ಕೇರಳದ ಮಲೆಯಾಳಿ ಹುಡುಗನನ್ನು ಪ್ರೀತಿಸಿ ಮದುವೆ ಮಾಡಿಕೊಳ್ಳಲು ಸಿದ್ಧಳಾದಳು. ಬೆಂಗಳೂರಿನಲ್ಲಿ ಕೆಲಸಕ್ಕೆ ಸೇರಿದ ಒಂದು ವರ್ಷದಲ್ಲಿ, ಅಲ್ಲಿಯೇ ಕೆಲಸ ಮಾಡುವ ಹುಡುಗನನ್ನು ಆಯ್ದುಕೊಂಡಿದ್ದಳು. ಇಲ್ಲಿ ಅವರಪ್ಪ–ಅಮ್ಮ ಜಾತಕದ ಜೆರಾಕ್ಸ್‌ಗಳನ್ನು ಮಾಡಿಸಿ, ಫಿಲ್ಟರ್ ಕಾಫಿಯ ಜೊತೆಗೆ ಜಾತಕದ ಕಾಪಿಯನ್ನೂ ದಲ್ಲಾಳಿಗಳಿಗೆ ಉಚಿತವಾಗಿ ಕೊಟ್ಟು, ಕಳಕಳಿಯಿಂದ ಬೇಡಿಕೆಯನ್ನಿತ್ತು, ಮಾಧ್ವ ಮಂಡಳಿಯಲ್ಲಿಯೂ ಹೆಸರು ಹಚ್ಚಿ ಬಂದು ಆತಂಕದಿಂದ ಕಾಯುತ್ತಿರುವಾಗ, ಮಗಳು ಈ ಗುಂಗುರು ಕೂದಲಿನ ಮಲೆಯಾಳಿ ಹುಡುಗನನ್ನು ಕರೆದುಕೊಂಡು ಬಂದು "ನಿಮ್ಮ ಅಳಿಯ" ಅಂತ ಪರಿಚಯಿಸಿದಳು. ಅತ್ತು–ಕರೆದರೂ ಮಗಳು ಮಾತು ಕೇಳಲಿಕ್ಕೆ ಸಿದ್ಧವಿಲ್ಲದ್ದರಿಂದ, ತಾವೇ ಸಮಾಧಾನ ಮಾಡಿಕೊಂಡರು. ಮದುವೆ ನಿಶ್ಚಯ ಮಾಡಿ, ಲಗ್ನ ಪತ್ರಿಕೆಗಳನ್ನು ಎಲ್ಲರಿಗೂ ಹಂಚಿ "ಮಲೆಯಾಳಿ ಆದ್ರೂನೂ ಬ್ರಾಹ್ಮಣರ ಹುಡುಗ ಅಂತೆ" ಅಂತ ಹೇಳಿ, ಹುಳ್ಳನೆಯ ನಗೆಯನ್ನು ನಕ್ಕು, ರಣ ಬಿಸಿಲಿನ ಏಪ್ರಿಲ್ ತಿಂಗಳಿನಲ್ಲಿ ಭರ್ಜರಿ ಮದುವೆಗೆ ಸಿದ್ಧವಾದರು. ಒಂದು ಬಸ್ಸಿನ ತುಂಬಾ ಬೀಗರು ಬಂದಿಳಿದರು. ಅದರಲ್ಲಿ ಒಬ್ಬರಿಗೂ ಕನ್ನಡದ ಗಂಧ–ಗಾಳಿಯಿಲ್ಲ. ಈ ಬಳ್ಳಾರಿ ಸೀಮೆಯವರಿಗೋ ಕನ್ನಡ–ತೆಲುಗು ಬಿಟ್ಟರೆ ಮತ್ತೊಂದು ಭಾಷೆ ಗೊತ್ತಿಲ್ಲ. ಮದುವೆಯಾಗುವ ಹುಡುಗಿ ಮಾತ್ರ ಆಗಲೇ ಹರಕು–ಮುರುಕು ಮಲೆಯಾಳಂ ಅಭ್ಯಾಸ ಮಾಡಿಕೊಂಡಿದ್ದಳು. ಒಂದು ನಾಲ್ಕು ಜನಕ್ಕೆ ಇಂಗ್ಲಿಷ್ ಮಾತನಾಡಲು ಬರುತ್ತಿತ್ತು. ಒಟ್ಟಾರೆ ಹೇಗೋ ಮದುವೆ ಜರುಗಲಾರಂಭಿಸಿತು. ಮೊದಲೇ ರಣ ಬಿಸಿಲು, ಜೊತೆಗೆ ಅರ್ಥವಾಗದ ಸಂಪ್ರದಾಯಗಳ ಮೂರು ದಿನಗಳ ಭರ್ಜರಿ ಮದುವೆ – ಬೀಗರು ಏನು ತಾನೆ ಮಾಡಿಯಾರು? ನಮ್ಮವರೆಲ್ಲಾ ಅವರನ್ನು ಕನ್ನಡದಲ್ಲಿಯೇ ಮಾತನಾಡಿಸುವ ಸಾಹಸ ಮಾಡಿದರು. ಅವರು ಪ್ರತಿಯೊಬ್ಬರಿಗೂ ಸುಮ್ಮನೆ ಕೈ ಮುಗಿದು, ಮುಖದ ತುಂಬಾ ನಗೆಯನ್ನು ಚೆಲ್ಲಿಕೊಂಡು ನಿಲ್ಲುತ್ತಿದ್ದರು. ಪುರೋಹಿತನ ಮಾತು ಅರ್ಥವಾಗದೆ 'ಬೆಬ್ಬೆಬ್ಬೆ' ಎಂದು ಕೂತಿದ್ದ ವರನಿಗೆ ಸಾಕ್ಷಾತ್ ಮದಲಗಿತ್ತಿಯೇ 'ತಾಳಿ ಕಟ್ಟು' ಅಂತ ಗಟ್ಟಿಮೇಳದ ಸದ್ದಿನಲ್ಲಿ ಗಟ್ಟಿಯಾಗಿ ಮಲೆಯಾಳಂನಲ್ಲಿ ಹೇಳಿದ ಮೇಲೆ ಆತ ಕಟ್ಟಿದ. ಅಂತೂ ಮದುವೆ ಆಯ್ತು.

ಎಲ್ಲರೂ ಹೊರಟು ಹೋದರು. "ಮದುವೆ ಹೇಗಾಯ್ತು?" ಅಂತ ಹುಡುಗಿಯ ಅಪ್ಪ-ಅಮ್ಮನಿಗೆ ಪ್ರತಿಕ್ರಿಯೆ ನೀಡುವುದು ಅಮ್ಮನ ಜನ್ಮಸಿದ್ಧ ಹಕ್ಕಲ್ಲವೆ? "ಭಲೋ ಬೀಗರಮ್ಮ! ಒಂದು ಜಗಳ ಇಲ್ಲ, ತೋಟಿ ಇಲ್ಲ. ಏನು ಕೇಳಿದ್ರೂ, ಏನು ಹೇಳಿದ್ರೂ ಗಂಟಿ ಮೇಲಿನ ಪ್ರಾಣದೇವರ ಹಂಗೆ ಕೈ ಮುಗಿದುಕೊಂಡು ನಿಂತು ಬಿಡ್ತಿದ್ರು" ಅಂದಳು. ತಮ್ಮ ಬೀಗರನ್ನು 'ಹನುಮಂತ'ನಿಗೆ ಹೋಲಿಸಿದ ಅಮ್ಮನ ಉಪಮಾ ಪಾಂಡಿತ್ಯಕ್ಕೆ ಹೇಗೆ ಪ್ರತಿಕ್ರಿಯಿಸಬೇಕೋ ಅರಿಯದೆ ಅವರು ತಬ್ಬಿಬ್ಬಾದರು!

ಮುಪ್ಪಿನಲ್ಲಿಯೂ ಅಮ್ಮನಿಗೆ ಈ ತಮಾಷೆಯ ಮನೋಭಾವ ಹೋಗಿರಲಿಲ್ಲ. ಊಟವಾದ ಮೇಲೆ ಅಮ್ಮ-ಅಪ್ಪ ಇಬ್ಬರೂ ತಮ್ಮ ಮಾತ್ರೆಗಳ ಸಂಚಿಯನ್ನು ಹರಡಿಕೊಂಡು ಕುಳಿತುಕೊಳ್ಳುತ್ತಿದ್ದರು. ತಾನು ತೆಗೆದುಕೊಳ್ಳಬೇಕಾದ ಮಾತ್ರೆಗಳನ್ನೆಲ್ಲ ಅಂಗೈಯಲ್ಲಿ ಹಿಡಿದುಕೊಂಡು, ಅಲ್ಲಿಯೇ ಪುಸ್ತಕ ಓದುತ್ತಾ ಕುಳಿತಿರುತ್ತಿದ್ದ ನನಗೆ "ಅಲ್ಲಪ್ಪಾ ರಾಜ, ಈ ಟೀವಿನಾಗೆ ಡ್ರಗ್ ಅಡಿಕ್ಟ್ ಅಂತ ಹೇಳ್ತಾರಲ್ಲ, ಹಂಗಂದ್ರೆ ಏನು? ದಿನಾ ಇಷ್ಟು ಡ್ರಗ್ಸ್ ತೊಗೊಳ್ತೀನಲ್ಲ, ನಾನೂ ಡ್ರಗ್ ಅಡಿಕ್ಟ್ ಏನು?" ಎಂದು ಕೇಳಿದ್ದಳು. ನನಗೆ ನಗು. "ಹೋಗಮ್ಮಾ, ಅದು ಬೇರೆ" ಎಂದು ಬೈದಿದ್ದೆ. ಅಪ್ಪನ ಮಾತ್ರೆಗಳನ್ನು ಸುಲಿದು ಆತನ ಕೈಗೆ ಕೊಟ್ಟು "ನೀವು ಮೊದಲು ಹೋಗ್ತೀರೋ, ನಾನು ಮೊದಲು ಹೋಗ್ತೀನೋ ನೋಡೋಣ" ಎನ್ನುತ್ತಿದ್ದಳು.

ಪುಸ್ತಕ ಓದುವುದು ಕಷ್ಟವಾದ ಮೇಲೆ, ಅಮ್ಮ ಟಿ.ವಿ. ನೋಡುವುದನ್ನು ಅಭ್ಯಾಸ ಮಾಡಿಕೊಂಡಳು. ಬಳ್ಳಾರಿಯಲ್ಲಿಯೇ ವಿದ್ಯಾಭ್ಯಾಸ ಮಾಡಿದ ಅಮ್ಮನಿಗೆ ತೆಲುಗು ಕಾರ್ಯಕ್ರಮಗಳ ಮೇಲೇ ಒಲವು ಹೆಚ್ಚು. ಯಾವುದೋ ಒಂದು ಮೆಗಾ ಧಾರಾವಾಹಿ ಅಮ್ಮಗೆ ಇಷ್ಟವಾಗತೊಡಗಿತು. ಮಧ್ಯಾಹ್ನ ಅಪ್ಪ ನಿದ್ದೆ ಮಾಡುವ ಹೊತ್ತಿಗೆ ಸರಿಯಾಗಿ ಈ ಧಾರಾವಾಹಿ ಬರುತ್ತಿತ್ತು. ಹಠ ಹಿಡಿದು, ಅಪ್ಪನನ್ನೂ ನಿದ್ದೆ ಮಾಡಲು ಬಿಡದೆ, ಧಾರಾವಾಹಿ ನೋಡಲು ಕೂಡಿಸುತ್ತಿದ್ದಳು. ಆತನಿಗೆ ಪೂರ್ತಿ ತೆಲುಗು ಬಾರದ ಕಾರಣ ಸಾಧ್ಯವಾದಷ್ಟು ಕನ್ನಡಾನುವಾದ ಮಾಡಿ ಹೇಳುತ್ತಿದ್ದಳು. ಅಪ್ಪನಿಗೂ ಈ ಧಾರಾವಾಹಿಯ ರುಚಿ ಹತ್ತಿತು. ಪುಣ್ಯಕ್ಕೆ ನಾನು ಆಫೀಸಿನಲ್ಲಿರುತ್ತಿದ್ದೆ. ರಾತ್ರಿ ಊಟಕ್ಕೆ ಕೂತಾಗ ಮಾತ್ರ ಅದರ ಸಂಪೂರ್ಣ ವೀಕ್ಷಕ ವರದಿಯನ್ನು ಒಪ್ಪಿಸುತ್ತಿದ್ದಳು. ಸುಮಾರು ನಾಲ್ಕು ವರ್ಷಗಳ ಕಾಲ ಈ ಧಾರಾವಾಹಿ ಮುಂದುವರೆಯಿತು. ಅಂತೂ ಕೊನೆಗೊಂದು ದಿನ ಮುಗಿಯಿತು. ಅದು ಮುಗಿದು ಸರಿಯಾಗಿ ಒಂದು ವಾರಕ್ಕೆ ಅಪ್ಪ ತೀರಿಕೊಂಡ. ಹಂಪಿಯಲ್ಲಿ ಕರ್ಮ ಕಾರ್ಯಗಳು ಮುಗಿದ ಮೇಲೆ, ಒಂದು ದಿನ ನನ್ನನ್ನೂ ಮತ್ತು ಅಕ್ಕನನ್ನೂ ಕರೆದು ಅಮ್ಮ "ನೀವೇನೇ ಅನ್ರಿ, ನಿಮ್ಮಪ್ಪಂದು ಪುಣ್ಯದ ಸಾವು. ಸೀರಿಯಲ್ ಮುಗಿಯೋ ತನಕ ಜೀವ ಗಟ್ಟಿಯಾಗಿ ಹಿಡಕೊಂಡಿದ್ರು" ಎಂದು ಹೇಳಿದ್ದಳು! ನಮ್ಮಿಬ್ಬರಿಗೂ ತಡೆದುಕೊಳ್ಳದಷ್ಟು ನಗು. ಆಕೆ ಮಾತ್ರ ನಗದೆ "ನಾನು

ಗಂಭೀರವಾದ ವಿಷಯ ಹೇಳಿದ್ರೆ, ಕಿಸಕಿಸ ಅಂತ ನಗ್ತೀರಲ್ರೋ" ಎಂದು ಬೈದಿದ್ದಳು.

ಅಪ್ಪ ಸತ್ತ ವರ್ಷದೊಳಗೆ ಗೋದಾನ ಮಾಡಬೇಕೆನ್ನುವುದು ಅಮ್ಮನ ಆಸೆಯಾಗಿತ್ತು. ನಾನು ಆಗ ಲಂಡನ್ನಿನಲ್ಲಿದ್ದೆ. ತಕ್ಷಣ ಹೊರಟು ಬಂದು ಗೋದಾನ ಮುಗಿಸಿ, ವಾಪಾಸು ಹೋಗು ಅಂತ ಅಮ್ಮ ಎರಡೆರಡು ಬಾರಿ ಹೇಳಿದಳು. ಬಹು ಮಹತ್ವದ ಪ್ರಾಜೆಕ್ಟಿನಲ್ಲಿದ್ದ ನನಗೆ, ಹಾಗೆ ಬಂದು ಹೋಗುವುದು ಸಾಧ್ಯವಿರಲಿಲ್ಲ. "ವೈತರಣಿ ನದಿ ಮುಂದೆ ನಿಮ್ಮಪ್ಪ ನಿಂತು ಬಿಟ್ಟಿರ್ತಾರೆ. ರಕ್ತ, ಕೀವು, ಮಲ, ಮೂತ್ರ ಎಲ್ಲಾ ಸೇರಿ ವೈತರಣೀ ನದಿ ಹರೀತದಂತೆ. ಅದನ್ನು ದಾಟಬೇಕು ಅಂದ್ರೆ ಹಸು ಬೇಕೇ ಬೇಕಂತೆ. ನನ್ನ ಮಗ ಯಾವಾಗ ಗೋದಾನ ಮಾಡ್ತಾನೆ ಅಂತ ನಿಮ್ಮಪ್ಪ ಕಾಯ್ಕೊಂತ ನಿಂತಿರ್ತಾರೆ" ಎಂದು ನನಗೆ ಫೋನಿನಲ್ಲಿ ಹೇಳಿದ್ದಳು. ನಾನು ಉಪಾಯದಿಂದ "ಅಲ್ಲಮ್ಮಾ, ಈ ಊರಾಗೂ ಥೇಮ್ಸ್ ನದಿ ಅದೆ. ಅದರ ದಡದಾಗೆ ಒಂದು ವೆಂಕಟರಮಣಸ್ವಾಮಿ ದೇವಸ್ಥಾನ ಅದೆ. ಇಲ್ಲೇ ನದಿಯಾಗೆ ಸ್ನಾನ ಮಾಡಿ, ಗುಡಿ ಪೂಜಾರಿಗೆ ಗೋದಾನ ಮಾಡ್ತೀನಿ" ಅಂತ ಹೇಳಿದೆ. ಆ ಮಾತಿಗೆ ಬೆಚ್ಚಿ ಬಿದ್ದ ಅಮ್ಮ "ಅಯ್ಯೋ ನಮ್ಮಪ್ಪ, ಇಂಗ್ಲೆಂಡ್ ಅಂದ್ರೆ ಮ್ಲೇಚ್ಛರ ದೇಶ. ಗೋದಾನ ಅಂತ ಮಾಡಿದ್ರೆ ಪೂಜಾರಿ ಮನೀಗೆ ಹೋಗಿ ಆ ಹಸುವನ್ನ ಕಡಕೊಂಡು ತಿಂದು ಬಿಡ್ತಾನೆ. ಅಷ್ಟೇ!" ಎಂದು ಹೇಳಿದಳು. ಇಂಗ್ಲೆಂಡಿನ ಬಗ್ಗೆ ಅಮ್ಮನಿಗಿರುವ ಕಲ್ಪನೆ ನೋಡಿ ನಾನು ನಕ್ಕಿದ್ದೆ.

ಅಮ್ಮ ಬದುಕಿರುವಾಗ ಗೋದಾನ ಮಾಡಲು ಸಾಧ್ಯವಾಗಲಿಲ್ಲ. ನಾನು ಇಂಗ್ಲೆಂಡಿನಿಂದ ವಾಪಾಸು ಬರುವುದಕ್ಕೂ ಮೊದಲೇ ಆಕೆ ತೀರಿಕೊಂಡಳು. ಆಕೆಯ ಆಸೆಯನ್ನು ನೆರವೇರಿಸುವ ಸಲುವಾಗಿ, ನಾನು ಮತ್ತು ಅಕ್ಕನ ಸಂಸಾರ ಸ್ವಾದಿಗೆ ಹೋದೆವು. ಅಮ್ಮನಿಗೂ ಒಂದು ಗೋದಾನ ಮಾಡಿಬಿಡು ಅಂತ ಅಕ್ಕ ಸಲಹೆ ಕೊಟ್ಟಳು. ಆದರೆ ಪ್ರತಿಯೊಂದು ಗೋದಾನಕ್ಕೂ ನಿಗದಿಯಾದ ಹಣ ನನಗೆ ಸ್ವಲ್ಪ ಜಾಸ್ತಿಯೆನ್ನಿಸಿತು. ನಾನು ಸ್ವಲ್ಪ ಬುದ್ಧಿ ಉಪಯೋಗಿಸಿ "ಆಚಾರ್ಯರೆ, ಇಬ್ಬರಿಗೂ ಸೇರಿ ಒಂದು ಗೋದಾನ ಕೊಟ್ಟರೆ ನಡಿಯಂಗಿಲ್ಲೇನ್ರಿ? ಹೆಂಗೂ ಗಂಡ–ಹೆಂಡತಿ. ಒಂದೇ ಹಸುವಿನ ಮೇಲೆ ಶಿವ–ಪಾರ್ವತಿ ಹಂಗೆ ಕೂತುಗೊಂಡು ವೈತರಣೀ ನದಿ ದಾಟ್ತಾರೆ" ಅಂದೆ. ಅಕ್ಕಗೆ ನನ್ನ ಮಾತಿನಿಂದ ಸಿಟ್ಟು ಬಂದು "ನಿನ್ನ ಇಂಜಿನಿಯರಿಂಗ್ ಬುದ್ಧಿ ಎಲ್ಲಿ ಹೋದ್ರೂ ಬಿಡಂಗಿಲ್ಲ ನೋಡು" ಎಂದು ಬೈದಳು. ಆದರೆ ಒಂದಿಷ್ಟೂ ಕೋಪಗೊಳ್ಳದ ಪುರೋಹಿತರು "ಶಿವ–ಪಾರ್ವತಿ ಕೂತುಗೊಳ್ಳೋದು ಹಸುವಿನ ಮೇಲೆ ಅಲ್ಲ ಯಜಮಾನ್ರೆ, ವೃಷಭದ ಮೇಲೆ. ಹಸು ಅಷ್ಟು ಭಾರ ಹೇಗೆ ತಡೆದುಕೊಳ್ಳುತ್ತೆ ಹೇಳ್ರಿ? ಎರಡು ಹಸು ದಾನ ಮಾಡ್ಲೇ ಬೇಕು" ಎಂದು ಹೇಳಿದರು. ತೆಪ್ಪಗೆ ಎರಡು ಹಸುಗಳನ್ನು ದಾನ ಮಾಡಿದೆ.

ನಮ್ಮ ಊರಿನ ಮನೆಯಲ್ಲಿ ಎರಡು ಪಾಯಿಖಾನೆಗಳು ಇದ್ದರೂ, ಹಿತ್ತಲಿನಲ್ಲಿ ಬಹು ದೂರದಲ್ಲಿವೆ. ಸಾಮಾನ್ಯವಾಗಿ ಹಿಂದಿನ ಕಾಲದ ಮನೆಗಳಲ್ಲಿ ಅವನ್ನು ದೂರದಲ್ಲಿಯೇ ಇಟ್ಟಿರುತ್ತಿದ್ದರು. ಆದರೆ ಮುಪ್ಪಿನ ವೇಳೆಗೆ ಅಮ್ಮ ತುಂಬಾ ನಿತ್ರಾಣವಾಗಿದ್ದಳಾದ್ದರಿಂದ, ಮನೆಯ ಪಕ್ಕವೇ ಒಂದು ಪಾಯಿಖಾನೆಯನ್ನು ಕಟ್ಟಿಸುವುದಕ್ಕಾಗಿ ಯೋಜಿಸಿದೆ. ಆಗ ಊರಿನಲ್ಲಿ ನನ್ನಕ್ಕನ ಸಂಸಾರ ಅಮ್ಮನ ಜೊತೆ ಇರುತ್ತಿತ್ತು. ಅಕ್ಕ ಮತ್ತು ಅಮ್ಮ ಇಬ್ಬರೂ ಸೇರಿ ಪಾಯಿಖಾನೆಯನ್ನು ಕಟ್ಟಿಸಿದರು. ಅಕ್ಕ ಆಫೀಸಿಗೆ ಹೋಗುವವಳಾದ್ದರಿಂದ, ಅಮ್ಮನ ಉಸ್ತುವಾರಿಕೆಯೇ ಜಾಸ್ತಿಯಿತ್ತು. ಸಾಯುವ ಎರಡು ದಿನಕ್ಕೆ ಮುಂಚೆ ಈ ಪಾಯಿಖಾನೆ ಉಪಯೋಗಿಸಲು ಸಿದ್ಧವಾಯ್ತು. ಅಮ್ಮ ಎರಡನೆಯ ದಿನ ಶೌಚಕ್ಕೆ ಹೋದಾಗಲೇ ಬಹು ತೀವ್ರವಾದ ಹೃದಯಾಘಾತವಾಗಿತ್ತು. ಅಮ್ಮನ ಕರ್ಮ-ಕಾರ್ಯಗಳು ಮುಗಿದ ಮೇಲೆ ಒಂದು ದಿನ ಅಮ್ಮನ ಖಾಸಾ ಗೆಳತಿ ಗೌರಮ್ಮ ನನ್ನನ್ನು ಮಾತನಾಡಿಸಲು ಬಂದಳು. ಅಮ್ಮನನ್ನು ನೆನಪಿಸಿಕೊಂಡು "ಹೆಂಗೆ ಬದುಕಿರ್ಲಪ್ಪ ನಿಮ್ಮಮ್ಮನ್ನ ಬಿಟ್ಟು" ಎಂದು ಬಹಳ ಹೊತ್ತು ಅತ್ತಳು. ಕೊನೆಗೆ ತಾನೇ ಸಮಾಧಾನ ಮಾಡಿಕೊಳ್ಳುತ್ತಾ ಕಣ್ಣೊರಸಿಕೊಂಡು ಒಮ್ಮಿಂದೊಮ್ಮೆಲೆ ಗಂಭೀರಳಾಗಿ "ನೀನು ಏನೇ ಹೇಳು, ನಿಮ್ಮಮ್ಮ ಗಟ್ಟಿಗಿತ್ತಿ. ನಿಂತು ಕಟ್ಟಿಸಿದ ಪಾಯಿಖಾನೀನ್ನ ಸುಮ್ಮನೆ ಬಿಡಲಿಲ್ಲ. ಬೋಣಿಗಿ ಮಾಡೇ ಸತ್ತಳು. ಅದೇ ನಂಗೆ ಸಮಾಧಾನ" ಅಂತ ಕಿತ್ತೂರು ರಾಣಿ ಚೆನ್ನಮ್ಮ ಯುದ್ಧದಲ್ಲಿ ವೀರಮರಣವಪ್ಪಿದ ಸಾಹಸದ ಕತೆಯಂತೆ ಹೇಳಿದಳು! ನನಗೆ ಥೇಟ್ ನಮ್ಮಮ್ಮನೇ ಕಣ್ಣ ಮುಂದೆ ನಿಂತಂತೆ ಸಂಭ್ರಮವಾಗಿತ್ತು.

02ನೇ ಮೇ 2012

ತಾಯಿ ದೇವರಲ್ಲ

ಶ್ಯಾವಿಗೆ ಖೀರನ್ನು ಮಾಡುವುದರಲ್ಲಿ ಅಮ್ಮನದು ಎತ್ತಿದ ಕೈ. ಕೂದಲೆಳೆಯಂತಹ ತೆಳ್ಳನೆಯ ಶ್ಯಾವಿಗೆಯನ್ನು ಮನೆಯಲ್ಲಿಯೇ ಹೊಸೆದು, ಅದೇ ತಾನೆ ಹಿಂಡಿದ ಹಾಲನ್ನು ತಂದು, ಕಾಸುವಾಗ ಹಾಲು ಉಕ್ಕದಂತೆ ಒಂದು ಪಿಂಗಾಣಿಯ ಬಿಲ್ಲೆಯನ್ನು ಅದರಲ್ಲಿ ಹಾಕಿ, ಸ್ಟೀಲ್ ಸೌಟಿನಿಂದ ತಿರುವುತ್ತಲೇ ಕುಳಿತು (ಹಾಗೆ ತಿರುವುವಾಗ ತಳದಲ್ಲಿನ ಬಿಲ್ಲೆಗೆ ಸೌಟು ತಾಕಿ ಬರುವ ವಿಚಿತ್ರನಾದದೊಂದಿಗೆ), ಒಂದು ಹದಕ್ಕೆ ಬಂದ ಮೇಲೆ ಮನೆಯಲ್ಲಿಯೇ ಕಡೆದು ತೆಗೆದ ಬೆಣ್ಣೆಯನ್ನು ಕಾಸಿ ಮಾಡಿದ ಘಮಘಮ ತುಪ್ಪದಲ್ಲಿ ಹುರಿದ ಶ್ಯಾವಿಗೆ, ದ್ರಾಕ್ಷಿ, ಮುರಿದ ಗೋಡಂಬಿ, ಯಾಲಕ್ಕಿ, ಕೇಸರಿಯನ್ನು ಹಾಕಿ, ಸಕ್ಕರೆಯನ್ನು ಹೆಚ್ಚೂ ಅಲ್ಲದಂತೆ ಕಡಿಮೆಯೂ ಅಲ್ಲದಂತೆ ಸೇರಿಸಿ, ಕಲಸಿದರೆ ಮನೆಯಲ್ಲಿ ಖೀರಿನ ಪರಿಮಳ ಹಬ್ಬುತ್ತಿತ್ತು. ಯಾವುದೇ ಸಂಕೋಚಗಳಿಲ್ಲದಂತೆ ಲೋಟ ಲೋಟ ಪಾಯಸವನ್ನು ಗಟಗಟ ಕುಡಿಯುತ್ತಿದ್ದೆವು. ತಂಗಳ ಖೀರು ಇನ್ನೂ ರುಚಿಯೆಂಬ ಜಿಹ್ವಾಚಾಪಲ್ಯದಲ್ಲಿ ಮರುದಿನವೂ ಅದರ ಸೇವನೆ ನಡೆಯುತ್ತಿತ್ತು. ಅಮ್ಮನಿಗೆ ಬಹು ಬೇಗನೆ ಮಧುಮೇಹ ಬಂದಿದ್ದರಿಂದ ಆಕೆ ಮಾತ್ರ ಈ ಪಾಯಸವನ್ನು ಕುಡಿಯುತ್ತಿರಲಿಲ್ಲ.

ಅಂತಹ ನಮ್ಮಮ್ಮ ಒಮ್ಮೆ ಶ್ಯಾವಿಗೆ ಪಾಯಸವನ್ನು ಹಾಳು ಮಾಡಿಬಿಟ್ಟಳು. ಅಮ್ಮನ ಶ್ಯಾವಿಗೆ ಪಾಯಸದ ವೈಭವವನ್ನು ಹೊಗಳಿ ಯಾರೋ ಅತಿಥಿಗಳನ್ನು ಅಂದು ಬರಮಾಡಿಕೊಂಡಿದ್ದೆವು. ಅಮ್ಮ ಆವತ್ತು ಅದ್ಯಾವ ಬೇಸರದಲ್ಲಿದ್ದಳೋ ಗೊತ್ತಿಲ್ಲ, ಚಿತ್ರಾನ್ನಕ್ಕೆಂದು ಮಾಡಿದ ಒಗ್ಗರಣೆಯನ್ನು ಪಾಯಸಕ್ಕೆ ಸುರುವಿಬಿಟ್ಟಳು.

ಮಾಡಿದ ತಪ್ಪು ತಕ್ಷಣಕ್ಕೆ ತಿಳಿದು ಸೌಟಿನಿಂದ ಅದನ್ನು ತೆಗೆದು ಹಾಕಿದಳಾದರೂ ಕುದಿಯುವ ಹಾಲಿನಲ್ಲಿ, ಅದು ಸಾಕಷ್ಟು ಕರಗಿ ಹೋಗಿ ಖೀರು ಅರಿಷಿಣ ಪುಡಿಯ ಹಳದಿಯನ್ನು ಪಡೆದುಕೊಂಡು ಬಿಟ್ಟಿತು. ಆಗ ಏನು ಮಾಡಲು ಸಾಧ್ಯ? ಮತ್ತೊಮ್ಮೆ ಖೀರು ಮಾಡಬೇಕೆಂದರೆ ಈಗಿನಂತೆ ಹಾಲು ಯಾವು ಯಾವುದೋ ಹೊತ್ತಿನಲ್ಲಿ ಆಗ ದೊರೆಯುತ್ತಿರಲಿಲ್ಲ. ಬೇರೆ ಸಿಹಿಯನ್ನು ತರಲು ನಮ್ಮೂರಲ್ಲಿ ಮಿಠಾಯಿ ಅಂಗಡಿಗಳಿರಲಿಲ್ಲ. ಜೊತೆಗೆ ದುಬಾರಿಯ ಪಾಯಸವನ್ನು ಚೆಲ್ಲಲೂ ಮನಸ್ಸಿಲ್ಲ. ಅಮ್ಮನನ್ನು ಇಡೀ ದಿನ ಶಪಿಸುತ್ತಲೇ ಪಾಯಸವನ್ನು ತಿಂದು ಮುಖವನ್ನು ಸಿಂಡರಿಸಿದ್ದೆವು. ಅತಿಥಿಗಳೂ ಪೇಚಾಡುತ್ತಲೇ ಪಾಯಸವನ್ನು ತಿಂದಿದ್ದರು. ಅಪ್ಪ, ನಾನು, ಅಕ್ಕ ಎಲ್ಲರೂ ಅಮ್ಮನ ದಡ್ಡತನವನ್ನು ಹಳಿಯುತ್ತಲೇ ನಮಗಾದ ನಷ್ಟವನ್ನು ಕಾರಿಕೊಂಡೆವು. ರಾತ್ರಿ ಮಲಗುವ ಹೊತ್ತಿನಲ್ಲೂ ಅಕ್ಕ ಅದೇ ಪೇಚಾಟವನ್ನು ಮುಂದುವರೆಸಿದಾಗ ಅಮ್ಮನಿಗೆ ಕೋಪ ಉಕ್ಕಿ ಬಂತು. "ಯಾವಾಗೋ ಒಮ್ಮೆ ನಾನೂ ತಪ್ಪು ಮಾಡಬಾರದೇನ್ರೋ? ನಾನೂ ನಿಮ್ಮ ಹಂಗೆ ಎರಡು ಕಾಲು ಎರಡು ಕೈ ಇರೋ ಮನುಷ್ಯಳು, ದೇವರಲ್ಲ. ತಿಳ್ಕೊಳ್ರಿ" ಎಂದು ಕೂಗಾಡಿ ಬಿಟ್ಟಳು. ಅಮ್ಮನ ಆ ಕೂಗಾಟಕ್ಕೆ ಮಳೆಯಲ್ಲಿ ತೊಯ್ದ ಗುಬ್ಬಚ್ಚಿಗಳಂತೆ ನಾವು ನಡುಗಿದ್ದೆವು. ಅಪ್ಪ ಇನ್ನಿಲ್ಲದಂತೆ ಸಮಾಧಾನ ಮಾಡಿ ಪರಿಸ್ಥಿತಿಯನ್ನು ಸುಧಾರಿಸಿದ್ದ.

ಅಮ್ಮನ ಅಂದಿನ ಕೋಪದ ಆ ಮಾತುಗಳು ಇಂದಿಗೂ ನನ್ನ ಕಿವಿಯಲ್ಲಿ ರಿಂಗಣಿಸುತ್ತಿವೆ. ಕಾಲದೋಟದಲ್ಲಿ ಅವು ಬೇರೆಯದೇ ಅರ್ಥದ ಮಾತುಗಳಾಗಿ ನನಗೆ ಕೇಳಿಸುತ್ತವೆ. ಭಾರತದಲ್ಲಿ ಅಮ್ಮನ ಪ್ರೀತಿ, ತ್ಯಾಗಗಳನ್ನು ಅತಿರೇಕಗಳಿಗೆ ಒಯ್ದು ಆಕೆಯನ್ನು 'ದೇವರು' ಮಾಡಿ ಬಿಟ್ಟಿದ್ದೇವೆ. ಎಲ್ಲಿಯೇ ಹೋದರೂ 'ತಾಯಿಯೇ ದೇವರು' ಎಂಬ ಮಾತು ಆಗಾಗ ಕಿವಿಗೆ ಬಿದ್ದು ನನಗೆ ಕಿರಿಕಿರಿಯಾಗುತ್ತದೆ. ತಾಯಿಯನ್ನು ದೇವತೆ ಮಾಡಿರುವುದರಿಂದ ಆಕೆಯಿಂದ ಯಾವ ತಪ್ಪೂ ನಡೆಯ ಕೂಡದೆಂಬಂತೆ ನಾವು ವರ್ತಿಸುತ್ತೇವೆ. ಆಕೆಯನ್ನು 'ಕ್ಷಮಯಾಧರಿತ್ರಿ'ಯಾಗಿಸಿ, ಅವಳು ಗಂಡ–ಮಕ್ಕಳನ್ನು ಕ್ಷಮಿಸುವುದು ಆಕೆಯ ಕರ್ತವ್ಯವೆಂಬಂತೆ ವರ್ತಿಸುತ್ತೇವೆ. ಆದರೆ 'ದೇವತೆ'ಯಾದ ಆಕೆಯ ತಪ್ಪುಗಳನ್ನು ಮಾತ್ರ ಕ್ಷಮಿಸಲು ನಾವು ಸಿದ್ಧರಿಲ್ಲ. ತಂದೆಯ ಎಲ್ಲ ತಪ್ಪುಗಳನ್ನು ಅವನ ಪುರುಷ ಸಹಜ ದೋಷಗಳಂತೆ ಭಾವಿಸಿ ಕಾಲಕ್ರಮದಲ್ಲಿ ಅವನ್ನು ಕ್ಷಮಿಸುವ ನಾವು, ಅಂತಹದೇ ತಪ್ಪುಗಳು ತಾಯಿಯಿಂದ ನಡೆದರೆ ಆಕೆಯನ್ನು ಜರೆಯುತ್ತೇವೆ. ಬದುಕಿನುದ್ದಕ್ಕೂ ಅವಳನ್ನು ಗೋಳಾಡಿಸಿ ದುಡಿಸಿಕೊಂಡರೂ, ಸತ್ತ ಮೇಲೆ ನಮ್ಮ ತಾಯಿ ಪ್ರೇಮದ ಡೌಲನ್ನು ತೋರಿಸುವಂತೆ, ಆಕೆಯ ದೊಡ್ಡ ಫೋಟೋವನ್ನು ಮನೆಯಲ್ಲಿ ನೇತು ಹಾಕಿ ಘಮಘಮ ಪರಿಮಳ ಬೀರುವ ಹೂವಿನ ಹಾರವನ್ನು ಹಾಕಿಬಿಡುತ್ತೇವೆ.

ಇಡೀ ಕ್ಷತ್ರಿಯ ಕುಲವನ್ನು ಚೆಂಡಾಡಿದ ಪರಶುರಾಮನ ಕತೆ ನೆನಪಾಗುತ್ತದೆ. ಯೌವನ ಸಹಜ ಆಕಾಂಕ್ಷೆಯಿಂದ ತಾಯಿ ರೇಣುಕೆ ಬೇರೊಬ್ಬ ಪುರುಷನನ್ನು ಇಷ್ಟಪಟ್ಟಳೆಂಬ ಕ್ಷುಲ್ಲಕ ಕಾರಣಕ್ಕೇ ತಾಯಿಯ ತಲೆಯನ್ನು ಕಡಿದ ಮಹಾನುಭಾವನೀತ. ಬಹುಶಃ ಅಪ್ಪ ಜಮದಗ್ನಿ ಬೇರೆ ಹೆಣ್ಣುಗಳ ಸಹವಾಸ ಮಾಡಿದ್ದರೆ ಇಂತಹ ರೌದ್ರಕ್ಕೆ ಇಳಿಯುತ್ತಿರಲಿಲ್ಲವೇನೋ! ಇಂದೂ ಎಷ್ಟೋ ಮಕ್ಕಳು ತಾಯಿಯ ಇಂತಹ ಯಾವುದೋ ಮಾನವ ಸಹಜ ದೋಷಗಳನ್ನು ಸಹಿಸಲಾಗದೆ, ಆಕೆಯ ಸಂಬಂಧ ಕಡಿದುಕೊಳ್ಳುವುದನ್ನು ನಾನು ಕಂಡಿದ್ದೇನೆ. ಅಥವಾ ಮಾನಸಿಕವಾಗಿ ಬಳಲಿ ವಿಕೃತ ವ್ಯಕ್ತಿತ್ವದವರಾಗಿ ಪ್ರತಿಯೊಂದು ಹೆಣ್ಣನ್ನೂ ಹತ್ಯೆ ಮಾಡುವ ಖಳನಾಯಕರನ್ನು ಸಿನಿಮಾಗಳಲ್ಲಿ ನೋಡಿದ್ದೇನೆ.

ದೇವತೆಯಾದವಳಿಗೆ ಭಕ್ತಿ, ಪೂಜೆಗಳು ಸಿಕ್ಕುತ್ತವೆಯೇ ಹೊರತು ಪ್ರೀತಿ-ಪ್ರೇಮಗಳಲ್ಲ. ಆದ್ದರಿಂದ ತಾಯಿಯ 'ದೇವತೆ'ಯ ಪಟ್ಟವನ್ನು ಬದಿಗಿಟ್ಟು, ಇಂದು ನಾವು ಆಕೆಯನ್ನು ನಮ್ಮಂತೆಯೇ ಒಬ್ಬ ಸಾಮಾನ್ಯ ಮನುಷ್ಯಳಾಗಿ ನೋಡುವ ಜರೂರತ್ತಿದೆ. ತಾಯಿಗೆ ಪ್ರೀತಿ ಸಿಕ್ಕುವುದು ಅವಳನ್ನು ನಾವು ನಮ್ಮಂತೆಯೇ ಒಬ್ಬ ಸಾಮಾನ್ಯಳಾಗಿ ಕಂಡಾಗಲೇ ಹೊರತು ದೇವತೆಯಾಗಿಸಿದಾಗಲಲ್ಲ. ಆಗ ಆಕೆಯ ತಪ್ಪುಗಳನ್ನೂ ಅರಗಿಸಿಕೊಳ್ಳುವ ಒಳ್ಳೆಯ ಮನಸ್ಸು ನಮ್ಮಲ್ಲಿ ಮೂಡುತ್ತದೆ.

ತಣ್ಣನೆಯ ಕ್ರೌರ್ಯವೊಂದು ಆಕೆಯನ್ನು 'ದೇವತೆ'ಯನ್ನಾಗಿಸುವುದರಲ್ಲಿ ನನಗೆ ಕಾಣುವುದಿಲ್ಲ. ಆದರೆ ಆಕೆ ಆ 'ದೇವತೆ'ಯ ಪಟ್ಟವನ್ನು ಒಪ್ಪಿಕೊಳ್ಳುವಂತೆ ಮಾಡುವುದರಲ್ಲಿ ಗೋಚರಿಸುತ್ತದೆ! ಒಮ್ಮೆ ಅಂತಹ 'ದೇವಿ'ಯ ಪಟ್ಟವನ್ನು ಆಕೆ ಒಪ್ಪಿಕೊಂಡರೆ ಕತೆ ಮುಗಿಯಿತು. ಬದುಕಿನುದ್ದಕ್ಕೂ ತನ್ನದಲ್ಲದ ತಪ್ಪುಗಳಿಗೆ ಆಕೆ ಪಶ್ಚಾತ್ತಾಪ ಪಡಲು ಆರಂಭಿಸುತ್ತಾಳೆ. ಇಡೀ ಜೀವನ ಮತ್ತೊಬ್ಬರನ್ನು ಖುಷಿ ಪಡಿಸುವುದರಲ್ಲಿಯೇ ವ್ಯಯ ಮಾಡುತ್ತಾಳೆ. ಗೊತ್ತಿಲ್ಲದಂತೆ ಸರ್ವರಿಂದಲೂ ಶೋಷಣೆಗೆ ಒಳಗಾಗುತ್ತಾಳೆ.

ಆದ್ದರಿಂದಲೇ ನನಗೆ ಅಮ್ಮನ ಆ ಸಿಡುಕಿನ ಮಾತುಗಳು ಇಂದು ಮುಖ್ಯವೆನ್ನಿಸುತ್ತವೆ. ಯಾವುದೇ ಸಂದರ್ಭದಲ್ಲಿ ತನಗೆ ಅನ್ಯಾಯವಾಗುತ್ತಿದೆ ಎಂದರೂ ಸಾಕು, ಅಮ್ಮ ಸಿಡಿದು ನಿಲ್ಲುತ್ತಿದ್ದಳು. 'ಸಿನಿಮಾ' ಎಂದರೆ ಮೂಗು ಮುರಿಯುತ್ತಿದ್ದ ಅಪ್ಪನನ್ನು ಅವನ ಪಾಡಿಗೆ ಮನೆಯಲ್ಲಿ ಬಿಟ್ಟು, ತನ್ನ ಗೆಳತಿಯರ ಕೂಡ ತನಗೆ ಇಷ್ಟವಾದ ಸಿನಿಮಾಗಳನ್ನು ನೋಡಿ ಬರುತ್ತಿದ್ದಳು. ಆ ಸಿನಿಮಾಕ್ಕೆ ಹೋಗಲು ಅಪ್ಪನ ಬಳಿ ಹಣ ಕೇಳುವಾಗ ಯಾವುದೇ ಸಂಕೋಚಗಳು ಆಕೆಗಿರುತ್ತಿರಲಿಲ್ಲ. ಬಳ್ಳಾರಿ-ಹೊಸಪೇಟೆಗಳಿಗೆ ಹೋದಾಗ ಅಪ್ಪ ಇನ್ನಿಲ್ಲದಂತೆ ಬೇಡವೆಂದರೂ ಹೋಟೆಲಿನಲ್ಲಿ ಮಸಾಲೆ ದೋಸೆ ತಿಂದ ನಂತರವೇ ಊರಿನ ಬಸ್ಸನ್ನು ಹತ್ತಲು ಒಪ್ಪುತ್ತಿದ್ದಳು.

ವಿದೇಶಕ್ಕೆ ಹೋದ ನನ್ನನ್ನು ಹಠ ಹಿಡಿದು ಭಾರತಕ್ಕೆ ವಾಪಾಸು ಕರೆಸಿಕೊಂಡು "ನೀನು ಅಲ್ಲಿ ಹೋಗಿ ಕೂತರೆ ನಮ್ಮನ್ನ ಇಲ್ಲಿ ನೋಡಿಕೊಳ್ಳೋರು ಯಾರೋ?" ಎಂದು ಆವಾಜು ಹಾಕಿದ್ದಳು. ಆದ್ದರಿಂದಲೋ ಏನೋ, ಅಮ್ಮ ಯಾವತ್ತೂ ಶೋಷಣೆಗೆ ಒಳಗಾಗಲಿಲ್ಲ. ಅಪ್ಪ, ಮಗ, ಮಗಳಿಂದ ತನಗೆ ಬರಬೇಕಾದ ನ್ಯಾಯವನ್ನು ಹಕ್ಕಿನಿಂದ ಪಡೆದಳು. ಜೊತೆಗೆ ಯಾವುದಕ್ಕೂ ಕಡಿಮೆಯಿಲ್ಲದಂತೆ ನಮ್ಮ ಮೇಲೆ ಪ್ರೀತಿ-ಪ್ರೇಮದ ಮಳೆಗರೆದಳು. ಬಂಧು-ಬಳಗದಿಂದ 'ಘಟವಾಣಿ' ಎಂದೆನ್ನಿಸಿಕೊಂಡರೂ ನನಗೆ ಆಕೆಯ ವರ್ತನೆ, ಈ ಹೊತ್ತಿನಲ್ಲಿ ಆದರ್ಶಪ್ರಾಯವಾಗಿಯೇ ಕಾಣುತ್ತದೆ.

07ನೇ ಮೇ 2012

ಕರೆಂಟು

ನನಗೆ ವಿದ್ಯುತ್‌ಗೆ 'ಕರೆಂಟು' ಎಂದೇ ಕರೆಯುವ ಅಭ್ಯಾಸ. 'ಕರೆಂಟು ಹೋಯ್ತು', 'ಕರೆಂಟು ಹೊಡೀತು', 'ಕರೆಂಟು ಭಾಳ ದುಬಾರಿ' ಇತ್ಯಾದಿಯಾಗಿ ಚಿಕ್ಕಂದಿನಿಂದಲೇ ಬಳಸಿದ್ದೇವಲ್ಲವೆ? ಆದ್ದರಿಂದ ಇಂಗ್ಲೀಷಿನಲ್ಲೂ ಅದನ್ನೇ ಬಳಸುತ್ತಿದ್ದೆ. ಪ್ರಥಮ ಬಾರಿ ಇಂಗ್ಲೆಂಡಿಗೆ ಹೋದಾಗ ಅದಕ್ಕೆ 'ಪವರ್' ಎಂದು ಬಳಸಬೇಕೆಂದು ಗೊತ್ತಾಯ್ತು. ಅದೊಂದು ವಿಶಿಷ್ಟ ಸಂದರ್ಭವಾಗಿತ್ತು.

ಅದು ಡಿಸೆಂಬರ್ ತಿಂಗಳ ಚಳಿಗಾಲ. ಮನೆಯ ಹೊರಗೆ ಒಂದು ಕ್ಷಣವೂ ನಿಲ್ಲಲಾಗದ ಚಳಿ. ಅಲ್ಲಿ ಕುಳಿರ್ಗಾಳಿ ಹೇಗೆ ಬೀಸುತ್ತದೆಂದರೆ, ಸರಿಯಾದ ಬೆಚ್ಚನೆಯ ಬಟ್ಟೆಗಳನ್ನು ಹಾಕಿಕೊಳ್ಳದೆ, ಎರಡು ನಿಮಿಷ ಅಲ್ಲಿ ನಿಂತರೂ ಸಾಕು, ನಿಮಗೆ ರೋಗ ಬರುತ್ತದೆ. ಹತ್ತಿಯ ತುಣುಕುಗಳಂತೆ ಆಕಾಶದಿಂದ ಉದುರುವ ಮಂಜನ್ನು ಮನೆಯಲ್ಲಿ ಬೆಚ್ಚಗೆ ಕುಳಿತು ನೋಡಿದರೆ ಮಾತ್ರ ಇಷ್ಟವಾಗುತ್ತದೆ.

ನಾನು ಮತ್ತು ನನ್ನ ಸಹೋದ್ಯೋಗಿ ಒಂದು ಮನೆಯಲ್ಲಿ ವಾಸವಾಗಿದ್ದೆವು. ಅಲ್ಲಿಗೆ ಬಂದು ಸರಿಯಾಗಿ ಒಂದು ತಿಂಗಳೂ ಕಳೆದಿರಲಿಲ್ಲ. ಆಫೀಸಿನಲ್ಲಿರುವವರು ನಮಗೆ ಇಂಗ್ಲೆಂಡಿಗೆ ಹೊಂದಿಕೊಳ್ಳಲು ಹಲವಾರು ರೀತಿಯಲ್ಲಿ ಸಹಾಯ ಮಾಡುತ್ತಿದ್ದರು. ಬ್ಯಾಂಕಿನಲ್ಲಿ ಖಾತೆ ತೆರೆಸಿ, ಡೆಬಿಟ್ ಕಾರ್ಡ್ ಕೊಡಿಸಿ (ಆಗಿನ್ನೂ ಅದು ಹೊಸತು), ಒಂದು ಬಾಡಿಗೆ ಮನೆ ಕೊಡಿಸಿದ್ದರು. ಅಲ್ಲಿಯೇ ಹತ್ತಿರದಲ್ಲಿರುವ ಸೂಪರ್ ಮಾರ್ಕೆಟ್ಟಿನಿಂದ ತರಕಾರಿ, ದಿನಸಿ ತಂದು ಅಡುಗೆ ಮಾಡಿಕೊಂಡು ಉಣ್ಣುವುದಕ್ಕೆ ಶುರು ಹಚ್ಚಿಕೊಂಡಿದ್ದೆವು.

ಒಂದು ರಾತ್ರಿ, ಸುಮಾರು ಎಂಟು ಗಂಟೆಯಾಗಿರಬೇಕು, ಇನ್ನೇನು ಊಟ ಮಾಡಬೇಕು ಎನ್ನುವ ಹೊತ್ತಿನಲ್ಲಿ ಕರೆಂಟು ಹೋಯ್ತು. ಈ ದೇಶದಲ್ಲಿಯೂ ಕರೆಂಟು ಹೋಗುತ್ತದಲ್ಲಾ ಅಂತ ಸ್ವಲ್ಪ ಖುಷಿಯಾಗಿತ್ತು. ಸೊಗಸಾಗಿ ಅನ್ನ, ಸಾರು ಮಾಡಿದ್ದೆ. ಎಲ್ಲವೂ ಬಿಸಿಯಾಗಿತ್ತು. ಸ್ವಲ್ಪ ತಡ ಮಾಡಿದರೂ ಅದು ತಣ್ಣಗಾಗುತ್ತದೆ. ಆದರೆ ಕತ್ತಲಲ್ಲಿ ಅದನ್ನು ತಿನ್ನುವುದು ಹೇಗೆ? ಆ ಮನೆಯಲ್ಲಿ ಮೊಂಬತ್ತಿಯೂ ಇಲ್ಲ, ಕಡ್ಡಿ ಪೆಟ್ಟಿಗೆಯೂ ಇಲ್ಲ. 'ರಾಕ್ಷಸರು ಮಾತ್ರ ಕತ್ತಲಲ್ಲಿ ತಿನ್ನುವುದು'- ಎಂದು ಅಮ್ಮ ಯಾವಾಗಲೂ ಹೇಳುತ್ತಿದ್ದಳು. ಸ್ವಲ್ಪ ಹೊತ್ತು ಕಾದೆವು. ಕರೆಂಟು ಬರಲಿಲ್ಲ. ಆ ರಾತ್ರಿಯ ಮಟ್ಟಿಗೆ ರಾಕ್ಷಸರಾದರೆ ತಪ್ಪೇನೂ ಇಲ್ಲವೆಂದು ನಿರ್ಧರಿಸಿ, ಹೇಗೋ ತಟ್ಟೆ, ಕೈಬಾಯಿಗಳ ಸ್ಪರ್ಶಗಳ ಸಹಾಯದಿಂದ ಊಟ ಮಾಡಿ ಮುಗಿಸಿದೆವು. ಊಟ ಸೊಗಸಾಗಿತ್ತು. ನಿದ್ದೆಯೂ ಸೊಗಸಾಗಿ ಬರಲಾರಂಭಿಸಿತು. ಕರೆಂಟು ಮಾತ್ರ ಬರಲಿಲ್ಲ. ಊಟ ಆದ ಮೇಲೆ ಲಕ್ಷಣವಾಗಿ ಮಲಗಲು ಕರೆಂಟಿನ ಮುಲಾಜೇಕೆ? ಬೆಳಿಗ್ಗೆ ನೋಡಿಕೊಂಡರೆ ಆಯ್ತೆಂದು ನಿರ್ಧರಿಸಿ, 'ಗುಡ್ ನೈಟ್' ಹೇಳಿ ಮಲಗಿಕೊಂಡೆವು. ಆದರೆ ಆ ರಾತ್ರಿ ನಮಗೆ 'ಬ್ಯಾಡ್ ನೈಟ್' ಆಗಿತ್ತು.

ಸರಿಯಾಗಿ ಹನ್ನೆರಡರ ಸುಮಾರು ಹೊಡೆದೆಬ್ಬಿಸಿದಂತೆ ಎಚ್ಚರವಾಯ್ತು. ಮೈಯೆಲ್ಲಾ ನಡುಗುವಷ್ಟು ಚಳಿಯಾಗುತ್ತಿತ್ತು. ಗೆಳೆಯನೂ ನಡುಗುತ್ತಿದ್ದಾನೆಂದು ಆ ಕತ್ತಲಲ್ಲಿಯೂ ಗೊತ್ತಾಯ್ತು. ಹೊರಗೆ ಬಟಾಬಯಲಿನಲ್ಲಿ ಮಲಗಿದಂತಹ ಅನುಭವವದು. ಎರಡೆರಡು ಪ್ಯಾಂಟು, ಸ್ವೆಟರ್ರು, ಕಾಲುಚೀಲ ಹಾಕಿಕೊಂಡು ಮಲಗಿದೆವು. ಊಹೂಂ! ಸಾಧ್ಯವಾಗಲಿಲ್ಲ. ಹಲ್ಲುಗಳು ಕಟಕಟ ಕಡಿಯಲಾರಂಭಿಸಿದವು. ಹೊರಗೆ ಮಂಜು 'ಧೋ' ಎಂದು ಸುರಿಯುತ್ತಿತ್ತು. ಇನ್ನೂ ಸರಿಯಾಗಿ ರಾತ್ರಿ ಒಂದು ಗಂಟೆಯೂ ಆಗಿಲ್ಲ. ಬೆಳಿಗ್ಗೆ ತನಕ ಹೀಗೇ ಇದ್ದರೆ ನಮ್ಮ ಗತಿ ಏನಪ್ಪಾ? ಅಂತ ಇಬ್ಬರಿಗೂ ಹೆದರಿಕೆ ಆಗಲಾರಂಭಿಸಿತು. ಗೆಳೆಯ ಒಂದು ವಿಶೇಷವನ್ನು ಗಮನಿಸಿದ. ರಸ್ತೆಯ ದೀಪಗಳೆಲ್ಲವೂ ಸೊಗಸಾಗಿ ಉರಿಯುತ್ತಿದ್ದವು. ಪಕ್ಕದ ಮನೆಯಿಂದ ಪುಟ್ಟ ಜೀರೋ ಕ್ಯಾಂಡಲ್ ದೀಪ ನಮ್ಮ ಕಿಟಕಿಯ ಮೇಲೆ ಬಿದ್ದಿತ್ತು. ಅಂದರೆ ಇದು ಕೇವಲ ನಮ್ಮ ಮನೆಯ ಕರೆಂಟಿನ ಸಮಸ್ಯೆಯೆಂಬುದು ನಮಗೆ ಹಗೂರಕ್ಕೆ ಅರ್ಥವಾಯ್ತು.

ಕರೆಂಟ್ ಆಫೀಸಿನ ನಂಬರು ನಮಗೆ ಗೊತ್ತಿರಲಿಲ್ಲ. ನಮಗೆ ಗೊತ್ತಿರುವ ಭಾರತದ ಗೆಳೆಯರಿಗೆ ಫೋನ್ ಮಾಡಿದರೆ ಅವರೇನು ತಾನೆ ಸಹಾಯ ಮಾಡಿಯಾರು? ಇಂಗ್ಲೆಂಡಿನಲ್ಲಿನ ಬ್ರಿಟಿಷ್ ಸಹೋದ್ಯೋಗಿಗಳಿಗೆ ಹಾಗೆ ಹೊತ್ತಲ್ಲದ ಹೊತ್ತಿನಲ್ಲಿ ಫೋನಾಯಿಸಿದರೆ, ಅವರು ಸಿಟ್ಟಾಗುತ್ತಾರೆಂದು ಭಾರತದಲ್ಲಿ ನಮಗೆ ಹೇಳಿ ಕಳುಹಿಸಿದ್ದರು. ರಸ್ತೆಯಲ್ಲಿ ಯಾರಾದರೂ ಓಡಾಡುತ್ತಿದ್ದಾರೆಯೆ? ಎಂದು ಕಣ್ಣು ಹಾಯಿಸಿದರೆ, ಬರೀ ಸುರಿವ ಮಂಜು ಮತ್ತು ಮೌನ. ಆಗೊಮ್ಮೆ ಈಗೊಮ್ಮೆ

ಬುರ್ ಎಂದು ಕಾರೊಂದು ಹೋಗುವ ಸದ್ದು. ಮನೆಯಲ್ಲಿನ ಯಾವುದೇ ವಸ್ತುವನ್ನು ಮುಟ್ಟಿದರೂ ತಣ್ಣಗೆ ಕೊರೆಯುವಂತಿತ್ತು. ಮೂತ್ರಕ್ಕೆ ಹೋಗಿ, ಕೈ ತೊಳೆದುಕೊಂಡ ಗಳಿಗೆಯ ಆ ತಣ್ಣನೆಯ ನೀರಿನ ಸ್ಪರ್ಶಕ್ಕೆ, ಬೆರಳುಗಳಿಗೆ ನೋವಾಗಿ ಅಳಲಾರಂಭಿಸಿದ. ಬೇರೆ ದಾರಿ ಕಾಣದೆ ಬ್ರಿಟಿಷ್ ಸಹೋದ್ಯೋಗಿ ಜೆಫ್‌ಗೆ ಫೋನ್ ಮಾಡಿದೆವು. ಪುಣ್ಯಕ್ಕೆ ಫೋನ್ ಕೆಲಸ ಮಾಡುತ್ತಿತ್ತು. ಆಗಿನ್ನೂ ಮೊಬೈಲ್‌ಗಳು ಬಂದಿರಲಿಲ್ಲ.

ಜೆಫ್ ಒಂದಿಷ್ಟೂ ಕೋಪ ಮಾಡಿಕೊಳ್ಳಲಿಲ್ಲ. ನಮ್ಮ ಪರಿಸ್ಥಿತಿಯನ್ನು ಕಂಡು "ಐ ಆಂ ಸೋ ಸಾರಿ" ಎಂದು ಹೇಳಿದ. ಬಹುಶಃ ಮನೆಯ ಸೆಂಟ್ರಲೈಸ್ಡ್ ಹೀಟರ್ ಕೆಲಸ ಮಾಡುತ್ತಿಲ್ಲವೆಂಬುದನ್ನು ಮನಗಂಡ. "ಅದನ್ನೇನಾದರೂ ಸ್ವಿಚ್ ಆಫ್ ಮಾಡಿದ್ದೀರ?" ಎಂದು ವಿಚಾರಿಸಿದ. ಇಲ್ಲವೆಂದೆ. "ಹಾಗಿದ್ದರೆ ಅದನ್ನು ಎಷ್ಟು ಡಿಗ್ರಿ ಸೆಂಟಿಗ್ರೇಡ್ ಶಾಖಕ್ಕೆ ಇಟ್ಟಿದ್ದಾರೆ ಅಂತ ನೋಡಿ" ಎಂದ. ನಾನು ಹೋಗಿ ನೋಡಲು ಪ್ರಯತ್ನಿಸಿದೆ. ಆ ಕತ್ತಲಲ್ಲಿ ಏನೂ ಕಾಣಿಸಲಿಲ್ಲ. "ನಂಗೆ ಕಾಣಿಸ್ತಾ ಇಲ್ಲ" ಎಂದು ಜೆಫ್‌ಗೆ ಅಸಹಾಯಕನಾಗಿ ಹೇಳಿದೆ. ಅವನಿಗೆ ಅಚ್ಚರಿಯಾಯ್ತು. "ಯಾಕೆ? ಅಲ್ಲಿಯ ದೀಪ ಕೆಲಸ ಮಾಡುತ್ತಾ ಇಲ್ಲವಾ?" ಎಂದ. "ಊಹೂಂ, ರಾತ್ರಿನೇ ಕರೆಂಟು ಹೋಯ್ತು, ಇನ್ನೂ ಬಂದಿಲ್ಲ" ಎಂದೆ. "ವ್ಹಾಟ್?" ಎಂದ. "ಕರೆಂಟು, ಕರೆಂಟು. ನೊ ಕರೆಂಟು. ನೊ ಲೈಟು. ನೊ ಎಲೆಕ್ಟ್ರಿಸಿಟಿ" ಅಂತ ನನಗೆ ಗೊತ್ತಿದ್ದ ಎಲ್ಲಾ ಪದಗಳನ್ನು ಬಳಸಿ ಹೇಳಿದೆ. "ಯು ಮೀನ್ ನೊ ಪವರ್?" ಎಂದು ಕೇಳಿದ. ಆಗ ನನಗೆ 'ಕರೆಂಟ್'ಗೆ ಇವರು 'ಪವರ್' ಎನ್ನುತ್ತಾರೆ ಎಂದು ಗೊತ್ತಾಗಿದ್ದು. ಹೌದೆಂದು ತಿಳಿಸಿದೆ. ಈಗ ಜೆಫ್‌ಗೆ ಪರಿಸ್ಥಿತಿ ಅರ್ಥವಾಯ್ತು.

ಆ ಮನೆಗೆ ಕರೆಂಟು ಪ್ರೀಪೇಡ್ ಮಾದರಿಯದಾಗಿತ್ತು. ಅಂದರೆ ಮೊದಲೇ ನಾವು ಹಣವನ್ನು ಕೊಟ್ಟು ಒಂದಿಷ್ಟು ಕರೆಂಟ್ ಖರೀದಿಸಿಕೊಳ್ಳಬೇಕು. ಮೊಬೈಲ್‌ಗೆ ಹಣ ಕೊಟ್ಟು ರಿಚಾರ್ಜ್ ಮಾಡಿಕೊಳ್ಳುತ್ತೀವಲ್ಲವೆ, ಹಾಗೆ. ಅದು ಮುಗಿಯುವವರೆಗೆ ಮನೆಯಲ್ಲಿ ಬೆಳಕಿರುತ್ತದೆ. ಅದು ಮುಗಿದ ತಕ್ಷಣ, ಅಂಗಡಿಗೆ ಹೋಗಿ ಮತ್ತಷ್ಟು ಕರೆಂಟ್ ಖರೀದಿಸಿ ತರಬೇಕು. ಅದಕ್ಕಾಗಿ ಒಂದು ಚಿಕ್ಕ ಕೀಲಿಕೈ ಮನೆಯಲ್ಲಿರುತ್ತದೆ. ಅದನ್ನು ಅಂಗಡಿಗೆ ಒಯ್ದು ಒಂದು ಹತ್ತು ಪೌಂಡ್ ಕೊಟ್ಟು, ಕರೆಂಟ್ ಖರೀದಿಸಿ, ಮನೆಯಲ್ಲಿರುವ ಒಂದು ಸ್ವಿಚ್ಚಿನಂತಹ ಹೋಲಿನಲ್ಲಿ ಆ ಕೀಯನ್ನು ಇಟ್ಟರೆ ಮತ್ತೆ ಬೆಳಕು ಮೂಡುತ್ತದೆ. ಆದ್ದರಿಂದ ಈಗ ಅಂಗಡಿಗೆ ಹೋಗಿ ಕರೆಂಟು ಕೊಂಡು ತಂದರೆ ನಮ್ಮ ಸಮಸ್ಯೆ ಬಗೆಹರಿಯುತ್ತದೆಂದು ತಿಳಿಸಿದ. ಕರೆಂಟಿಲ್ಲದೆ ನಮ್ಮ ಹೀಟರ್ ಕೆಲಸ ಮಾಡುವುದಾದರೂ ಹೇಗೆ? ಅದು ನಮ್ಮ ಭಾರತೀಯ ಮನಸ್ಸಿಗೆ ಹೊಳೆದಿರಲಿಲ್ಲ.

ನಮ್ಮ ಪುಣ್ಯಕ್ಕೆ ಹತ್ತಿರದಲ್ಲಿಯೇ ದಿನವಿಡೀ ತೆರೆದಿರುವ ಒಂದು ಸೂಪರ್‌ಮಾರ್ಕೆಟ್ ಇತ್ತು. ನಾವಿಬ್ಬರೂ ಬೆಚ್ಚನೆಯ ಬಟ್ಟೆಗಳನ್ನು ಧರಿಸಿ, ಆ ಪುಟ್ಟ ಕೀಲಿಕೈಯನ್ನು

ತೆಗೆದುಕೊಂಡು, ಕರೆಂಟು ಕೊಳ್ಳಲು ಹೊರಟೆವು. ನಮಗೆ ಅಂಗಡಿಗೆ ಹೋಗಿ ಕರೆಂಟನ್ನು ಕೊಳ್ಳುವ ಪರಿಕಲ್ಪನೆಯೇ ಇರಲಿಲ್ಲ. ಇದೊಂದು ತರಹ ತಮಾಷೆ ಎನ್ನಿಸುತ್ತಿತ್ತು. ಅಂಗಡಿಯಲ್ಲಿ "ನೀನೇ ಕೇಳು" ಅಂತ ಅವನು, "ನೀನೇ ಕೇಳು" ಅಂತ ನಾನು ಒಬ್ಬರಿಗೊಬ್ಬರು ಈ ಸಂಕಷ್ಟದಿಂದ ಪಾರಾಗಲು ಪ್ರಯತ್ನಿಸಿದೆವು. ಕೊನೆಗೆ ಅವನಿಗೇ ಈ ಕಷ್ಟವನ್ನು ರವಾನಿಸುವುದರಲ್ಲಿ ನಾನು ಯಶಸ್ವಿಯಾದೆ.

ಆಗಿನ್ನೂ ನಮಗೆ ಬ್ರಿಟಿಷ್ ಪ್ರಜೆಗಳ ಇಂಗ್ಲಿಷ್ ಉಚ್ಛಾರಣೆ ತಿಳಿಯುತ್ತಿರಲಿಲ್ಲ. ನಮ್ಮ ಮಾತೂ ಅವರಿಗೆ ಅರ್ಥವಾಗುತ್ತಿರಲಿಲ್ಲ. ಆಫೀಸಿನಲ್ಲಿ ಯಾರಾದರೂ ಮಾತಾಡಿಸಿ, ಅವರು ಏನು ಹೇಳುತ್ತಾರೆಂದು ತಿಳಿಯದೆ ಹೋದರೆ, ಇನ್ನೊಮ್ಮೆ ಹೇಳಿ ಎಂದು ಪೀಡಿಸುತ್ತಿದ್ದೆವು. ಅವರು ಮತ್ತೊಮ್ಮೆ ಹೇಳಿದರೂ ತಿಳಿಯದಿದ್ದರೆ "ಜೆಫ್‌ನ ಕೇಳಿ ತಿಳಿಸುತ್ತೇನೆ" ಎಂಬ ಸಿದ್ಧ ಉತ್ತರವನ್ನು ಹೇಳಿ, ಆ ಕಠಿಣ ಪರಿಸ್ಥಿತಿಯಿಂದ ತಪ್ಪಿಸಿಕೊಳ್ಳುತ್ತಿದ್ದೆವು. ಜೆಫ್ ಕೂಡಾ ಬ್ರಿಟಿಷ್ ಪ್ರಜೆಯಾಗಿದ್ದ. ಆದರೆ ಹಲವಾರು ಬಾರಿ ನಮ್ಮ ಭಾರತಕ್ಕೆ ಬಂದಿದ್ದರಿಂದ ಅವನಿಗೆ ನಮ್ಮ ಮಾತು ಅರ್ಥವಾಗುತ್ತಿತ್ತು ಮತ್ತು ನಮಗೆ ಅರ್ಥವಾಗುವಂತೆ ನಿಧಾನಕ್ಕೆ ಇಂಗ್ಲಿಷ್ ಉಚ್ಛಾರ ಮಾಡುವುದನ್ನು ಅವನೂ ಅಭ್ಯಾಸ ಮಾಡಿಕೊಂಡಿದ್ದ. ಒಮ್ಮೆಯಂತೂ ಒಬ್ಬ "ಹೌ ಡು ಯು ಡು?" (ಹೇಗಿದೀಯ?) ಎಂದು ನನ್ನ ಕೇಳಿದ್ದ. ಅವನು ಸ್ಕಾಟ್‌ಲ್ಯಾಂಡ್ ಕಡೆಯವನು. ಅವರ ಇಂಗ್ಲಿಷ್ ಉಚ್ಛಾರಣೆ ನಮಗೆ ತಿಳಿಯುವುದಂತಿರಲಿ, ಬ್ರಿಟಿಷ್ ಜನರೂ ಕಷ್ಟ ಪಡುತ್ತಿದ್ದರು. ನಾನು ಎರಡೆರಡು ಬಾರಿ ಅವನಿಂದ ಆ ಪ್ರಶ್ನೆ ಹೇಳಿಸಿ, ಕೊನೆಗೂ ಅವನೇನು ಕೇಳುತ್ತಿದ್ದಾನೆಂದು ತಿಳಿಯದೆ "ಜೆಫ್‌ನ ಕೇಳಿ ತಿಳಿಸುತ್ತೇನೆ" ಎಂದಿದ್ದೆ. ಅವನು ಹೌಹಾರಿ ಬಿಟ್ಟಿದ್ದ. "ನಿನ್ನ ಮದುವೆಯ ಮೊದಲ ರಾತ್ರಿ ಮುಗಿದ ಮೇಲೆ ಯಾರಾದರೂ ಈ ಪ್ರಶ್ನೆ ಕೇಳಿದರೆ ಹೀಗೇ ಹೇಳಿಬಿಟ್ಟೀಯ, ಹುಷಾರು" ಎಂದು ನಕ್ಕಿದ್ದ. ಇಷ್ಟು ದೊಡ್ಡ ವಾಕ್ಯವಂತೂ ದೇವರಾಣೆಗೂ ನನಗೆ ಅರ್ಥವಾಗುವ ಸಾಧ್ಯತೆಯಿರಲಿಲ್ಲ. "ಅದನ್ನೂ ಜೆಫ್‌ನ ಕೇಳಿ ತಿಳಿಸುತ್ತೇನೆ" ಎಂದು ಅದೇ ರಾಗ ಹಾಡಿ ಅವನಿಂದ ತಪ್ಪಿಸಿಕೊಂಡಿದ್ದೆ. ನನ್ನ ಉತ್ತರಕ್ಕೆ ಅವನು ಮೂರ್ಛೆ ತಪ್ಪುವುದೊಂದು ಬಾಕಿ. ಸುಮಾರು ಆರು ತಿಂಗಳ ನಂತರ ಇವರ ಉಚ್ಛಾರ ನಮಗೆ ತಿಳಿಯಲಾರಂಭಿಸಿ, ನಾವೂ 'ಮಾಮೂಲೀ' ಜನರಾದೆವು. ಈ ಸ್ಕಾಟ್‌ಲ್ಯಾಂಡ್‌ನ ಹುಡುಗ ನನಗೆ ಗೆಳೆಯನಾಗಿ, ಈ ಪ್ರಸಂಗವನ್ನು ಜ್ಞಾಪಿಸಿಕೊಂಡು ನಗಿಸಿದ್ದ.

ಸೂಪರ್ ಮಾರ್ಕೆಟ್ಟಿನಲ್ಲಿ ಯಾವುದೋ ಚಂದದ ಹುಡುಗಿಯಿದ್ದಳು. ಬಿಗಿಯಾದ ಉಡುಪನ್ನು ತೊಟ್ಟು, ತನ್ನ ಅಂಗ ಸೌಂದರ್ಯವನ್ನೆಲ್ಲಾ ಭರ್ಜರಿಯಾಗಿ ತೋರಿಸುತ್ತಿದ್ದಳು. ನನ್ನ ಗೆಳೆಯ ನಾಚುತ್ತಲೇ ಅವಳ ಹತ್ತಿರ ಹೋಗಿ "ಕರೆಂಟು ಬೇಕಿತ್ತು" ಅಂದ. ಆಕೆ ತಬ್ಬಿಬ್ಬಾಗಿ "ವಾಟ್?" ಎಂದಳು. ಇವನು ಮತ್ತೊಮ್ಮೆ

"ಕರೆಂಟು ಬೇಕಿತ್ತು" ಅಂದ. ನನಗೆ ಪರಿಸ್ಥಿತಿ ಅರ್ಥವಾಗಿ "ಪವರ್ ಬೇಕು. ಎಲೆಕ್ಟ್ರಿಸಿಟಿ ಬೇಕು" ಎಂದು ಆ ಪುಟ್ಟ ಕೀಲಿಕೈಯನ್ನು ಅವಳಿಗೆ ತೋರಿಸಿದೆ. ಅವಳಿಗೆ ನಮ್ಮ ಅವಶ್ಯಕತೆ ತಿಳಿಯಿತು. "ಎಷ್ಟು ಬೇಕು?" ಎಂದು ಕೇಳಿದಳು. ಕರೆಂಟು ಎಷ್ಟು ಕೊಳ್ಳಬೇಕು ಎಂಬುದು ನಮಗೇನು ಗೊತ್ತು? ಯಾವುದಕ್ಕೂ ಇರಲಿ ಅಂತ "ಹತ್ತು ಪೌಂಡ್" ಎಂದು ಹೇಳಿದೆವು. ಅವಳು ಆ ಕೀಲಿಕೈಗೆ ಅದನ್ನು ತುಂಬಿಸಿದಳು. ಗೆಳೆಯ ತನ್ನ ಹೊಸ ಡೆಬಿಟ್ ಕಾರ್ಡನ್ನು ಕೊಟ್ಟ. ಅವಳು ಹಣವನ್ನು ಕಳೆದು "ಡು ಯು ವಾಂಟ್ ಕ್ಯಾಷ್ ಬ್ಯಾಕ್?" (ಹಣ ವಾಪಾಸು ಬೇಕೆ?) ಎಂದು ಕೇಳಿದಳು. ಮತ್ತೊಮ್ಮೆ ತಬ್ಬಿಬ್ಬಾದೆವು.

ಇಂಗ್ಲೆಂಡಿನಲ್ಲಿ ಒಂದು ಪದ್ಧತಿಯಿದೆ. ಸೂಪರ್‌ಮಾರ್ಕೆಟ್ ಕೌಂಟರ್‌ಗಳು 'ಎಟಿಎಂ'ಗಳಂತೆ ಕೆಲಸ ಮಾಡುತ್ತವೆ. ನಮ್ಮ ಡೆಬಿಟ್ ಕಾರ್ಡಿನಿಂದ ಹಣವನ್ನು ಕಳೆದು, ನಮಗೆ ಕ್ಯಾಷ್ ಕೊಡುತ್ತವೆ. ಅನಾವಶ್ಯಕವಾಗಿ ಇನ್ನೊಮ್ಮೆ ಎಟಿಎಂ ಹುಡುಕಿಕೊಂಡು ಹೋಗುವುದು ಬೇಡವೆಂದು ಈ ಸವಲತ್ತನ್ನು ನೀಡಿವೆ. ಆದ್ದರಿಂದಲೇ ನಮಗೆ ಆಕೆ 'ಕ್ಯಾಷ್ ಬ್ಯಾಕ್' ಬೇಕಾ ಎಂದು ಕೇಳಿದ್ದು. ನಮಗೆ ಎಟಿಎಂ ಯಂತ್ರವೇ ಹೊಸತು, ಇನ್ನು ಈ 'ಕ್ಯಾಷ್ ಬ್ಯಾಕ್' ಪದ್ಧತಿ ತಿಳಿಯುವುದಾದರೂ ಹೇಗೆ? ಆದ್ದರಿಂದಲೇ ಆಕೆಯ ಆ ಪ್ರಶ್ನೆಗೆ ಬ್ಬೆಬ್ಬೆಬ್ಬೆ ಮಾಡಿದ್ದು. ಆಕೆ ಮತ್ತೊಮ್ಮೆ ಅದೇ ಪ್ರಶ್ನೆ ಕೇಳಿದಳು. ನಮಗೆ 'ಕ್ಯಾಷ್ ಬ್ಯಾಕ್' ಎನ್ನುವುದು ಮಾತ್ರ ಸರಿಯಾಗಿ ಕೇಳಿಸುತ್ತಿತ್ತು. ಇಲ್ಲಿ "ಜೆಫ್‌ನ ಕೇಳಿ ತಿಳಿಸುತ್ತೇವೆ" ಎಂದರೆ ಉಗಿಯುತ್ತಾಳೆ ಎಂದು ಗೊತ್ತಿತ್ತು. ಕೊನೆಗೆ ನನ್ನ ಗೆಳೆಯ "ಎಸ್" ಎಂದ. ಹೇಗೂ "ಹಣ ಬೇಕಾ?" ಎಂದು ಕೇಳುತ್ತಿದ್ದಾಳೆ, ತೆಗೆದು ಕೊಂಡರೆ ನಮಗೇನು ನಷ್ಟ ಎನ್ನುವುದು ಅವನ ತರ್ಕ. "ಎಷ್ಟು?" ಎಂದಳು. ನನ್ನ ಗೆಳೆಯ ಅನುಮಾನದಿಂದಲೇ "ಐವತ್ತು" ಎಂದ. ಕ್ಯಾಷ್ ಕೌಂಟರಿನಿಂದ ಐವತ್ತರ ಗರಿಗರಿ ನೋಟನ್ನು ತೆಗೆದು ಕೊಟ್ಟುಬಿಟ್ಟಳು! ಆಕೆಯು ಕೈಯಿಂದ ಬಂಗಾರದ ನಾಣ್ಯಗಳನ್ನು ಉದುರಿಸುವ ಸಿರಿಲಕ್ಷ್ಮಿಯಂತೆ ನಮಗೆ ಆ ಕ್ಷಣದಲ್ಲಿ ಕಂಡಳು.

ಖುಷಿಯಿಂದ ಮನೆಗೆ ಬಂದೆವು. ಪುಟ್ಟ ಕೀಲಿಕೈಯನ್ನು ಅದರ ನಿಯಮಿತ ರಂಧ್ರದಲ್ಲಿ ಹಾಕಿದ ತಕ್ಷಣ ಮನೆಗೆಲ್ಲಾ ಬೆಳಕು ಬಂತು. ಹೀಟರ್ ಚಾಲೂ ಆಯ್ತು. ಮನೆ, ಮನಸ್ಸು ಬೆಚ್ಚಗಾಯ್ತು. ಐವತ್ತು ಪೌಂಡು ಪುಕ್ಕಟೆ ಪಡೆದ ನನ್ನ ಗೆಳೆಯ "ನೂರು ಪೌಂಡ್ ಅಂತ ಹೇಳಿದ್ರೆ ಚೆನ್ನಾಗಿತ್ತು" ಎಂದು ಪೇಚಾಡಿಕೊಳ್ಳುತ್ತಿದ್ದ. ನನಗೂ ಅವನ ಅದೃಷ್ಟವನ್ನು ಕಂಡು ಅಸೂಯೆಯಾಗಿತ್ತು. "ಇಲ್ಲಿ ಜನ ಮಹಾ ಮೂರ್ಖರು ಮಾರಾಯ. ಹತ್ತು ಪೌಂಡ್ ಕರೆಂಟು ತೊಗೊಂಡರೆ, ಐವತ್ತು ಪೌಂಡ್ ಪುಕ್ಕಟೆ ಕೊಡ್ತಾರೆ" ಎಂದು ಬ್ರಿಟಿಷರ ಅಜ್ಞಾನವನ್ನು ಹಳಿದ. ನನಗ್ಯಾಕೋ ಇಲ್ಲಿ ಏನೋ ಎಡವಟ್ಟಾಗಿರಬೇಕು ಎಂದು ಒಳಮನಸ್ಸು ಹೇಳಲಾರಂಭಿಸಿತು. ಆದ್ದರಿಂದ ನನ್ನ

ಡೆಬಿಟ್ ಕಾರ್ಡ್ ಕೊಡುವುದು ಬೇಡವೆಂದು ನಿರ್ಧರಿಸಿದೆ. ಗೆಳೆಯನಿಗೆ ಅದರಿಂದ ಬೇಸರವೇನೂ ಆಗಲಿಲ್ಲ. ಈ 'ಅಕ್ಷಯನಿಧಿ'ಯ ವಿಷಯವನ್ನು ಯಾರಿಗೂ ಹೇಳುವುದು ಬೇಡವೆಂದೂ, ನಾಳೆಯೂ ಹೋಗಿ ಇನ್ನೂ ಹತ್ತು ಪೌಂಡ್ ಕರೆಂಟು ಕೊಂಡು, ಐವತ್ತು ರೂಪಾಯಿ ಪುಕ್ಕಟೆ ಪಡೆಯುವುದೆಂದು ನಿರ್ಧರಿಸಿ, ನಿದ್ದೆ ಮಾಡಿದೆವು.

ನಾಲ್ಕು ದಿನ ಅದೇ ರೀತಿಯಲ್ಲಿ 50, 100 ಪೌಂಡುಗಳನ್ನು ಪಡೆದೆವು. ಅದನ್ನು ಬಳಸಿ ಹಲವಾರು ಚಂದ ಕಾಣುವ ವಸ್ತುಗಳನ್ನು ಕೊಂಡೆವು. ಐದನೆಯ ದಿನ ನನ್ನ ಗೆಳೆಯ ಯಥಾಪ್ರಕಾರ ಕರೆಂಟು ಕೊಂಡುಕೊಂಡು ತನ್ನ ಡೆಬಿಟ್ ಕಾರ್ಡ್ ಕೊಟ್ಟ. ಆಕೆ "ನೊ ಮೊನಿ" ಅಂತ ತಲೆಯಲ್ಲಾಡಿಸಿದಳು. ನನ್ನ ಗೆಳೆಯ ಅವಳ ತೆರೆದ ಕ್ಯಾಷ್ ಬಾಕ್ಸಿನಲ್ಲಿ ತುಂಬಿ ತುಳುಕುತ್ತಿರುವ ನೋಟುಗಳನ್ನು ತೋರಿಸಿ "ಅಷ್ಟೊಂದು ಹಣ ಅಲ್ಲಿದೆಯಲ್ಲ?" ಅಂತ ಮುಗ್ಧವಾಗಿ ಹೇಳಿದ. ಅವಳು "ನೊ ಮೊನಿ. ನಿನ್ನ ಅಕೌಂಟಿನಲ್ಲಿ ಹಣವಿಲ್ಲ" ಅಂದಳು. ಗೆಳೆಯ ನನ್ನ ಮುಖವನ್ನು ನೋಡಿದ. ನನಗೆ ಈಗ ಸಮರ್ಥವೂ ಅರ್ಥವಾಗಿ ಹೋಯ್ತು. ನಗದು ಹಣವನ್ನು ಕೊಟ್ಟು ಅವನನ್ನು ಹೊರ ಕರೆದುಕೊಂಡು ಬಂದು, ಎಲ್ಲವನ್ನೂ ವಿವರಿಸಿದೆ. ನಾವಿಬ್ಬರೂ ಮೋಸ ಹೋದೆವೆಂದು ಅರ್ಥವಾದರೂ, ಆಕೆ ಇಷ್ಟು ದಿನ ಅವನ ಬ್ಯಾಂಕಿನ ಖಾತೆಯಿಂದ ತೆಗೆದುಕೊಟ್ಟ ಹಣದಲ್ಲಿ, ಏನೇನೋ ಮನಸ್ಸಿಗೆ ಬಂದದ್ದನ್ನು ಕೊಂಡು ತಿಂದೆವಲ್ಲ ಅಂತ ನನ್ನ ಗೆಳೆಯನ ಮನಸ್ಸಿಗೆ ನೋವಾಯ್ತು. ಅದರ ಅರ್ಧ ಖರ್ಚನ್ನು ನಾನು ವಾಪಾಸು ಕೊಡಬೇಕೆಂದು ಹಠ ಹಿಡಿದ. ಯಾವುದೋ ಕೆಲಸಕ್ಕೆ ಬಾರದ ವಸ್ತುಗಳನ್ನು ಕೊಂಡಿದ್ದಕ್ಕೆ ಹಣವನ್ನು ಹಂಚಿಕೊಳ್ಳುವುದಕ್ಕೆ ನನಗೆ ಮನಸ್ಸಾಗಲಿಲ್ಲ. ಈಗಾಗಲೇ ಹಲವಾರು ಪೌಂಡುಗಳ 'ಕರೆಂಟ್'ಅನ್ನು ನಾವು ಕೊಂಡುಬಿಟ್ಟಿದ್ದೆವು. ಅದೆಲ್ಲಾ ಹಣ 'ಪ್ರೀಪೇಯ್ಡ್' ಮಾದರಿಯಲ್ಲಿ ಕೇವಲ ಒಂದು ತಿಂಗಳಿನಲ್ಲಿ 'ಎಕ್ಸ್‌ಪೈರ್' ಆಗುತ್ತದೆ ಎಂದು ಗೊತ್ತಾಯ್ತು. ಎಷ್ಟೆಂದು ಮನೆಯಲ್ಲಿ ದೀಪ ಉರಿಸಿದರೆ, ಅದಿಷ್ಟೂ ಪ್ರೀಪೇಡ್ ಹಣವನ್ನು ಉಪಯೋಗಿಸಿಕೊಳ್ಳಲು ಸಾಧ್ಯ? ಅಂತೂ ಇಡೀ ದಿನ ನಾವಿಬ್ಬರು 'ಕರೆಂಟ್' ಹೊಡೆಸಿಕೊಂಡಂತೆ ಸಪ್ಪೆ ಮಾರಿ ಹಾಕಿಕೊಂಡಿದ್ದೆವು. ಯಾರಿಗೂ ಈ ನಮ್ಮ ಮೂರ್ಖತನದ ವಿಷಯವನ್ನು ಹೇಳುವುದು ಬೇಡವೆಂದು ನಿರ್ಧರಿಸಿಕೊಂಡೆವು.

ಇಂಗ್ಲೆಂಡಿನಲ್ಲಿ ಸಾಮಾನ್ಯವಾಗಿ 'ಕರೆಂಟ್' ಹೋಗುವುದಿಲ್ಲ. ದಿನದ 24 ಗಂಟೆಯೂ, ವರ್ಷದ ಎಲ್ಲಾ ದಿನವೂ ಕರೆಂಟ್ ಇರುತ್ತದೆ. ಯಾವುದೋ ಒಂದು ವರ್ಷ ರಾತ್ರಿಯ ಹೊತ್ತು ಇಪ್ಪತ್ತು ನಿಮಿಷ ಕರೆಂಟ್ ಹೋಗಿದ್ದರಿಂದ, ಆ ವರ್ಷ ದೇಶದಲ್ಲಿ ಹೆಚ್ಚಿನ ಸಂಖ್ಯೆಯಲ್ಲಿ ಮಕ್ಕಳು ಹುಟ್ಟಿದವೆಂದು ಬ್ರಿಟಿಷರು ನಗುತ್ತಲೇ

ಹೇಳುತ್ತಾರೆ. ಆದ್ದರಿಂದ ಮನೆಯಲ್ಲಿಯೇ ಆಗಲಿ, ಆಫೀಸಿನಲ್ಲಿಯೇ ಆಗಲಿ ಜೆನರೇಟರ್, ಯುಪಿಎಸ್, ಸ್ಟಬಿಲೈಜರ್ ಇತ್ಯಾದಿಗಳನ್ನು ಅವರು ಬಳಸುವುದಿಲ್ಲ. ಅದರ ಅಗತ್ಯವೇ ಬೀಳುವುದಿಲ್ಲವಾದ ಕಾರಣ ಅನಾವಶ್ಯಕವಾಗಿ ಅವುಗಳಿಗೆ ಹಣವನ್ನು ದುಂದು ಮಾಡುವುದಿಲ್ಲ. ನಮ್ಮ ಅದೃಷ್ಟವೋ ದುರದೃಷ್ಟವೋ ಗೊತ್ತಿಲ್ಲ, ನಮ್ಮ ಆಫೀಸಿನ ಏರಿಯಾದಲ್ಲಿ ಒಮ್ಮೆ ಅಚಾನಕ್ಕಾಗಿ ಕರೆಂಟ್ ಹೋಯ್ತು. ಯುಪಿಎಸ್, ಸ್ಟಬಿಲೈಜರ್ ಒಂದೂ ಇಲ್ಲದ್ದರಿಂದ ಸುಮಾರು ಲ್ಯಾಪ್‌ಟಾಪ್, ಕಂಪ್ಯೂಟರ್‌ಗಳು ಹಾಳಾದವು. ಭಾರತದಲ್ಲಿ ಸಿಗುವ ವಸ್ತುಗಳು ಸಾಮಾನ್ಯವಾಗಿ ಇಂತಹ ಆಘಾತಗಳನ್ನು ತಾಳಿಕೊಳ್ಳುವ ಗಟ್ಟಿತನವನ್ನು ಹೊಂದಿರುತ್ತವೆ. ದಿನದಲ್ಲಿ ಹತ್ತಿಪ್ಪತ್ತು ಬಾರಿ ಇಲ್ಲಿ ಕರೆಂಟ್ ಹೋಗುತ್ತದಲ್ಲವೆ? ಆದರೆ ಅಲ್ಲಿ ಅಂತಹ ಶಕ್ತಿಯನ್ನು ಎಲೆಕ್ಟ್ರಾನಿಕ್ ಉಪಕರಣಗಳಿಗೆ ನೀಡಲು ಅವರು ಯೋಚಿಸಿರುವುದಿಲ್ಲ. ಆದ್ದರಿಂದಲೇ ಉಪಕರಣಗಳು ಹಾಳಾಗಿದ್ದವು.

ಸುಮಾರು 3 ತಾಸುಗಳ ನಂತರ ಕರೆಂಟ್ ಬಂತು. ಆದರೆ ಬಹಳಷ್ಟು ಲ್ಯಾಪ್‌ಟಾಪ್‌ಗಳು, ಕಂಪ್ಯೂಟರ್‌ಗಳು ಹಾಳಾಗಿದ್ದವು. ನಮ್ಮ ಕಂಪನಿಯ ಒಡೆಯನ ಲ್ಯಾಪ್‌ಟ್ಯಾಪ್ ಕೂಡಾ ಏನೋ ಸಮಸ್ಯೆಯನ್ನು ತೋರಿಸಲಾರಂಭಿಸಿತು. ಅವುಗಳನ್ನು ರಿಪೇರಿಗೆ ಕಳುಹಿಸಬೇಕೆಂದು ನಿರ್ಧಾರ ಮಾಡಲಾಯ್ತು. ಮರುದಿನ ಯಾವುದೋ ಕಂಪನಿಯ ರಿಪೇರಿಯವನು ಬಂದು ನಮ್ಮೆಲ್ಲರ ಲ್ಯಾಪ್‌ಟಾಪ್‌ಗಳನ್ನು ತೆಗೆದುಕೊಂಡು ಹೋಗುವನೆಂದು ಎಲ್ಲರಿಗೂ ಸುದ್ದಿ ಬಂತು. ಅವರು ಹೇಳಿದಂತೆ ಸರಿಯಾಗಿ ಮರುದಿನ ಒಬ್ಬ ಲಕ್ಷಣವಾಗಿ ನಮ್ಮ ಆಫೀಸಿಗೆ ಬಂದು, ಎಲ್ಲರಿಂದಲೂ ಲ್ಯಾಪ್‌ಟಾಪ್ ತೆಗೆದುಕೊಂಡು, ತನ್ನ ಕಾರಿನ ಡಿಕ್ಕಿಯಲ್ಲಿಟ್ಟುಕೊಂಡು, ನಾಳೆಯೇ ಎಲ್ಲವನ್ನೂ ತಿರುಗಿ ಕೊಡುವುದಾಗಿ ಹೇಳಿ ತೆಗೆದುಕೊಂಡು ಹೋದ. ಅವನು ಹೋದ ಮೂರು ತಾಸಿಗೆ ಸರಿಯಾಗಿ ಇನ್ನೊಬ್ಬ ಲ್ಯಾಪ್‌ಟಾಪ್ ಸಂಗ್ರಹಿಸಲು ಬಂದ. ಎಲ್ಲರೂ "ಆಗಲೇ ಕೊಟ್ಟು ಕಳುಹಿಸಿದೆವಲ್ಲ" ಎಂದು ಬಾಯಿ ಮಾಡಲಾರಂಬಿಸಿದರು. ಅವನು ಅತ್ಯಂತ ಪ್ರಾಮಾಣಿಕವಾಗಿ "ನಾವ್ಯಾರೂ ಇಲ್ಲಿಗೆ ಬಂದೇ ಇಲ್ಲ. ನೀವು ಯಾರಿಗೆ ಲ್ಯಾಪ್‌ಟಾಪ್ ಕೊಟ್ಟಿರಿ?" ಎಂದು ಕೇಳಿದ. ನಮಗೆಲ್ಲಾ ಏನೋ ತಪ್ಪಾಗಿದೆಯೆಂದು ಗೊತ್ತಾಯ್ತು. ಅಷ್ಟರಲ್ಲಿ ಮೆಂಟೇನೆನ್ಸ್ ವಿಭಾಗದವರು ಬಂದರು. ಅವರಿಗೂ ಈಗ ಬಿಸಿ ತಟ್ಟಿತ್ತು. ಯಾರೋ ಕಳ್ಳ ನಮ್ಮೆಲ್ಲಾ ಲ್ಯಾಪ್‌ಟಾಪ್‌ಗಳನ್ನು ಲಕ್ಷಣವಾಗಿ ಹಗಲು ಬೆಳಕಿನಲ್ಲಿ ಕದ್ದುಕೊಂಡು ಹೋದನೆಂದು ನಮಗೆಲ್ಲಾ ಈಗ ಗೊತ್ತಾಗಿತ್ತು. ಪುಣ್ಯಕ್ಕೆ ನಮ್ಮ ಕಂಪನಿಯ ಯಜಮಾನನೂ ತನ್ನ ಲ್ಯಾಪ್‌ಟಾಪ್ ಕೊಟ್ಟು ಮೂರ್ಖನಾಗಿದ್ದರಿಂದ, ಅವನಿಂದ ಉಗಿಸಿಕೊಳ್ಳುವುದನ್ನು ತಪ್ಪಿಸಿಕೊಂಡೆವು. ಪೊಲೀಸರು ಬಂದರು. ಅವನು ಹೀಗಿದ್ದ, ಹಾಗಿದ್ದ ಎಂದೆಲ್ಲಾ ವಿವರಿಸಿದೆವು. ಏನು ಮಾಡಿದರೂ ಅವರಿಗೆ ಆ

ಕಳ್ಳನನ್ನು ಹಿಡಿಯಲಾಗಲಿಲ್ಲ. ಕೆಲವೇ ದಿನಗಳಲ್ಲಿ ನಮ್ಮ ಕಂಪನಿಗೆ ಸಿಸಿಟಿವಿಯನ್ನು ನಮ್ಮ ಯಜಮಾನ ಹಾಕಿಸಿದ. ಆ ತಿಂಗಳ ಸಂಬಳದಲ್ಲಿ ಎಲ್ಲಿ ಲ್ಯಾಪ್‌ಟಾಪಿನ ಹಣವನ್ನು ಕಡಿತಗೊಳಿಸಿರುತ್ತಾರೆಯೋ ಎಂಬ ಭಯ ನಮ್ಮೆಲ್ಲರಿಗೂ ಇತ್ತು. ಪುಣ್ಯಕ್ಕೆ ಹಾಗಾಗಲಿಲ್ಲ. ಜೊತೆಗೆ ಎಲ್ಲರಿಗೂ ಹೊಸ ಲ್ಯಾಪ್‌ಟಾಪ್‌ಗಳು ಸಿಕ್ಕವು.

'ಆಲ್ಡರ್‌ಶಾಟ್' ಎನ್ನುವ ಲಂಡನ್ನಿಗೆ ಸಮೀಪವಿರುವ ಊರಿನಲ್ಲಿ ಕೆಲವು ವರ್ಷ ನಾನಿದ್ದೆ. ನಾನೇ ನಮ್ಮ ಕಂಪನಿಯ ಮುಖ್ಯಸ್ಥನಾಗಿದ್ದೆ. ನನ್ನ ಕೈಕೆಳಗೆ ಸುಮಾರು ಹತ್ತು ಜನ ಹುಡುಗರು ಕೆಲಸ ಮಾಡುತ್ತಿದ್ದರು. ಎಲ್ಲರೂ ಆಫೀಸಿನ ಹತ್ತಿರದಲ್ಲಿಯೇ ಮನೆ ತೆಗೆದುಕೊಂಡಿದ್ದೆವು. ಈ ಆಫೀಸು ಅತ್ಯಂತ ವಿಶೇಷವಾಗಿತ್ತು. ಅದೊಂದು ಹಳೆಯ ಚರ್ಚ್ ಕಟ್ಟಡವಾಗಿತ್ತು. ಜನರಲ್ಲಿ ಭಗವಂತನ ಮೇಲಿನ ಭಕ್ತಿ ನಿಧಾನಕ್ಕೆ ಕಡಿಮೆಯಾಗಿ, ಚರ್ಚ್ ನಿರ್ವಹಿಸುವುದು ಕಷ್ಟವಾದ್ದರಿಂದ ಅದನ್ನು ಮಾರಾಟ ಮಾಡಿದ್ದರು. ಆ ಚರ್ಚಿನಲ್ಲಿಯೇ ಹೇಗೆ ಹೇಗೋ ಬದಲಾವಣೆಗಳನ್ನು ಮಾಡಿ, ಆಫೀಸುಗಳನ್ನು ಮಾಡಿದ್ದರು. ಅದರ ಒಳಾಂಗಣವೆಲ್ಲಾ ಬಣ್ಣ ಬಣ್ಣದ ಗಾಜಿನ ಕಿಟಕಿಗಳಿಂದ ಕಂಗೊಳಿಸುತ್ತಿತ್ತು. ಗೋಡೆಯ ತುಂಬೆಲ್ಲಾ ಬೈಬಲಿನ ಹಿತವಚನಗಳು ಬರೆಯಲ್ಪಟ್ಟಿದ್ದನ್ನು ಅಳಿಸಿರಲಿಲ್ಲ. ಚರ್ಚಿನ ಹಿತ್ತಲಿನಲ್ಲಿ ಸಾಕಷ್ಟು ಸಮಾಧಿಗಳ ಮಧ್ಯದಲ್ಲಿ ಒಂದು ಕಾಫಿ ಶಾಪ್ ಮಾಡಿದ್ದರು. ನಾವು ಆ ಸಮಾಧಿಗಳ ಮೇಲೆ ಕುಳಿತು ಕಾಫಿ ಹೀರುತ್ತಿದ್ದೆವು!

ನಾವೆಲ್ಲಾ ಭಾರತೀಯರಿಗೆ ಒಂದು ಪ್ರತ್ಯೇಕ ರೂಮನ್ನು ಕೊಟ್ಟುಬಿಟ್ಟಿದ್ದರು. ಅದನ್ನು ಹೇಗೆ ಬಳಸಿಕೊಳ್ಳಬೇಕೆಂದು ನಮಗೆ ಮೊದಲ ದಿನ ಹೇಳಿಕೊಟ್ಟಿದ್ದರು. ಆ ರೂಮಿಗೆ 'ಸೀಕ್ರೇಟ್ ನಂಬರ್'ನ 'ಬೀಗದ ಕೈ'ಯಿಲ್ಲದ ಬೀಗವಿತ್ತು. ಅಂದರೆ ಬಾಗಿಲನ್ನು ದಿನದ ಕೊನೆಯಲ್ಲಿ ಹಾಕಿದ ನಂತರ, ಬಾಗಿಲ ಮೇಲಿದ್ದ ನಂಬರ್ ಪಟ್ಟಿಯಲ್ಲಿ ಒಂದು ಗುಪ್ತ ನಂಬರನ್ನು ಒತ್ತಿದರೆ ಸಾಕು, ಬಾಗಿಲು ಭದ್ರವಾಗಿ ಮುಚ್ಚಿಕೊಳ್ಳುತ್ತಿತ್ತು. ಮರುದಿನ ಬೆಳಿಗ್ಗೆ ಮತ್ತೊಂದು ನಂಬರನ್ನು ಒತ್ತಿದರೆ, ಬಾಗಿಲು ತೆಗೆದುಕೊಳ್ಳುತ್ತಿತ್ತು. ಆದರೆ ದಿನಪೂರ್ತಿ ನಮಗೆಲ್ಲಾ ಅಡ್ಡಾಡಲು ಬೇರೆಯದೇ ಒಂದು ನಂಬರನ್ನು ಕೊಟ್ಟಿದ್ದರು. ಅದು ಬಾಗಿಲನ್ನು ತೆರೆಯಲು ಸಹಾಯ ಮಾಡುತ್ತಿತ್ತು. ನಮಗೋ ಇಷ್ಟೆಲ್ಲಾ ನಂಬರನ್ನು ಜ್ಞಾಪಕವಿಟ್ಟುಕೊಳ್ಳಲು ಸಾಕಷ್ಟು ಪ್ರಯಾಸವಾಗುತ್ತಿತ್ತು.

ಆದರೆ ನಮಗೆ ಒಂದು ವಿಶೇಷ ಸಂಗತಿಯನ್ನು ಅವರು ಯಾರೂ ಹೇಳಿರಲಿಲ್ಲ. ದಿನದ ಕೊನೆಯ ಗುಪ್ತ ನಂಬರನ್ನು ಒತ್ತಿ ಬಾಗಿಲು ಹಾಕಿದ ಮೇಲೆ, ಅದನ್ನು ತೆರೆಯಲು ಕೊಟ್ಟ ನಂಬರನ್ನು ಬಳಸದೆ ಅದರೊಳಗೆ ಯಾರೂ ಪ್ರವೇಶ ಮಾಡಬಾರದಾಗಿತ್ತು. ಹಾಗೆ ಮಾಡಿ ಒಳಗಿನ ಯಾವುದೇ ಸ್ವಿಚ್ಚನ್ನು ಒತ್ತಿದರೂ ಸಾಕು, ಪೊಲೀಸ್ ಠಾಣೆಗೆ 'ಸಿಗ್ನಲ್' ಹೋಗುತ್ತಿತ್ತು. ಅವರು ತಕ್ಷಣವೇ ಕಳ್ಳ ಬಂದನೆಂದು ತಿಳಿದು, ಆ ಕಟ್ಟಡಕ್ಕೆ

ಸಶಸ್ತ್ರರಾಗಿ ಬರುತ್ತಿದ್ದರು. ನಮಗೆ ಇಷ್ಟೆಲ್ಲಾ ಸಂಕೀರ್ಣ ಸಂಗತಿಗಳು ತಿಳಿದಿರಲಿಲ್ಲ. ಅಲ್ಲಿಗೆ ಹೋಗಿ ಸೇರಿಯಾದ ನಂತರ ಒಮ್ಮೆ ನಾನು ದಿನದ ಅಂತ್ಯದ ನಂಬರನ್ನು ಒತ್ತಿ ಮನೆಗೆ ಬಂದಿದ್ದೆ. ಮತ್ತೊಬ್ಬ ಸಹೋದ್ಯೋಗಿ ಏನೋ ಮರೆತು ಬಂದಿರುವೆನೆಂದು ಹೇಳಿ ಅಲ್ಲಿಗೆ ಹೋಗಿ, ತನಗೆ ಕೊಟ್ಟ ನಂಬರನ್ನು ಒತ್ತಿ ಒಳ ಪ್ರವೇಶಿಸಿ ಮರೆತ ವಸ್ತುವನ್ನು ತೆಗೆದುಕೊಂಡು ಬಂದ. ನಾವು ಹಾಯಾಗಿ ಮನೆಗೆ ಹೋಗಿ ಕಾಫಿ ಮಾಡಿಕೊಂಡು ಕುಡಿಯುವಾಗ ರಸ್ತೆಯಲ್ಲಿ ಹಲವು ಪೊಲೀಸ್ ವಾಹನಗಳು ಸದ್ದು ಮಡುತ್ತಾ ಓಡಾಡುವುದು, ವಸ್ತ್ರಧಾರಿಯಾದ ಪೊಲೀಸರು ಅಲ್ಲೆಲ್ಲಾ ಗನ್ ಹಿಡಿದುಕೊಂಡು ಅಡ್ಡಾಡುವುದು ಕಾಣಿಸಿತು. ಕುತೂಹಲ ತಡೆಯಲಾರದ ನಾನು ಕೆಳಗೆ ಇಳಿದು ಹೋಗಿ ಒಬ್ಬ ಪೊಲೀಸ್‌ನವನನ್ನು ವಿಷಯವೇನೆಂದು ವಿಚಾರಿಸಿದೆ. "ಕಳ್ಳನೊಬ್ಬ ಇಲ್ಲಿಯ ಒಂದು ಆಫೀಸಿಗೆ ನುಗ್ಗಿದ್ದಾನೆ. ಅವನನ್ನು ಹಿಡಿಯದೆ ಬಿಡುವುದಿಲ್ಲ" ಎಂದು ತಿಳಿಸಿದ. ಅವನು ಹುಡುಕುತ್ತಿರುವ 'ಕಳ್ಳ' ನಮ್ಮ ಸಹೋದ್ಯೋಗಿಯೇ ಎಂಬುದು ದೇವರಾಣೆಗೂ ನನಗಾಗ ಹೊಳೆಯಲಿಲ್ಲ! ಅವನಿಗೆ "ಆಲ್ ದಿ ಬೆಸ್ಟ್" ಎಂದು ಸ್ಟೈಲ್‌ನಲ್ಲಿ ಹೇಳಿ, ಮನೆಗೆ ವಾಪಾಸು ಬಂದು ಉಳಿದ ಗೆಳೆಯರಿಗೆ ವಿಷಯವನ್ನು ಗಂಭೀರವಾಗಿ ತಿಳಿಸಿ "ಈ ದೇಶದಾಗೂ ಬೇಕಾದಷ್ಟು ಕಳ್ಳರು ಇದ್ದಾರೆ" ಎಂದು ಹೇಳಿದ್ದೆ!

ಮರುದಿನ ಇದ್ಯಾವುದರ ತಲೆ ಬುಡ ಗೊತ್ತಿಲ್ಲದೆ ಅತ್ಯಂತ ಮುಗ್ಧರಾಗಿ ನಾವು ಆಫೀಸಿಗೆ ಹೋದೆವು. ನಮ್ಮ ಕಂಪನಿಯ ಮುಖ್ಯಸ್ಥನ ಹತ್ತಿರ ಹೋಗಿ "ನಿನ್ನೆ ಈ ಏರಿಯಾದಲ್ಲಿ ಒಬ್ಬ ಕಳ್ಳ ಬಂದಿದ್ದ ಗೊತ್ತಾ? ಯಾವುದೋ ಆಫೀಸಿನಲ್ಲಿ ಕಳ್ಳತನ ಮಾಡಿದ್ದಾನೆ" ಎಂದು ಹೇಳಿದೆ. ಅವನಿಗೆ ಸಿಟ್ಟು ಬಂತು. ಈಗಾಗಲೇ ಪೊಲೀಸರು ಎಲ್ಲ ವಿಷಯವನ್ನು ಅವನಿಗೆ ತಿಳಿಸಿದ್ದರು. ನಮ್ಮಲ್ಲಿಯೆ ಯಾರೋ ಒಬ್ಬ ಅನಾವಶ್ಯಕವಾಗಿ ನಿಯಮಗಳನ್ನು ಪಾಲಿಸದೆ, ಆಫೀಸಿನ ಒಳ ಹೊಕ್ಕ ಕಾರಣ ಅವರು ಅಲ್ಲಿಗೆ ಬಂದು ಹೋಗಿರುವ ವಿಷಯ ಅವನಿಗೆ ಗೊತ್ತಾಗಿತ್ತು. ಜೊತೆಗೆ ಕಳ್ಳ ಬರದೆ, ನಮ್ಮ ಅಜ್ಞಾನದಿಂದ ಪೊಲೀಸರ ಅಮೂಲ್ಯ ಸಮಯವನ್ನು ವ್ಯರ್ಥ ಮಾಡಿದ್ದರಿಂದ 50 ಪೌಂಡು ಪೆನಾಲ್ಟಿಯನ್ನು ಹಾಕಿದ್ದರು. ಆದ್ದರಿಂದ ಸ್ವಲ್ಪ ಸಿಟ್ಟಿಗೆದ್ದಿದ್ದ ಆಫೀಸಿನ ಮುಖ್ಯಸ್ಥ "ನಿನ್ನ ಸಹೋದ್ಯೋಗಿ ಮಾಡಿದ ತಪ್ಪಿನಿಂದ ಈ ಅನಾಹುತವಾಗಿದ್ದು. ದಯವಿಟ್ಟು ಇನ್ನು ಮುಂದೆ ಹಾಗೆಲ್ಲಾ ಯಾವುದೋ ಹೊತ್ತಿನಲ್ಲಿ ಆಫೀಸಿನ ಕೋಣೆಯನ್ನು ಪ್ರವೇಶ ಮಾಡದಿರಲು ನಿನ್ನ ಗೆಳೆಯನಿಗೆ ಹೇಳು" ಎಂದು ವಾರ್ನಿಂಗ್ ಕೊಟ್ಟ! ಅಷ್ಟೆಲ್ಲಾ ಪೊಲೀಸರು ರಸ್ತೆಯಲ್ಲಿ ನಿನ್ನೆಯ ದಿನ ಅಡ್ಡಾಡಿದ್ದು ನಮ್ಮ ಹುಡುಗರ ತಪ್ಪಿನಿಂದಾಗಿ ಎಂದು ತಿಳಿದಾಗ ನನಗೆ ಮತ್ತೊಮ್ಮೆ ಕರೆಂಟ್ ಹೊಡೆದಿತ್ತು. "ನನಗೆ ಇವೆಲ್ಲಾ ಹಿನ್ನೆಲೆಗಳು ಪರಿಚಯವಿಲ್ಲ.

ಇನ್ನು ಮುಂದೆ ಹಾಗಾಗದಂತೆ ನೋಡಿಕೊಳ್ಳುವೆ" ಎಂದು ಹೇಳಿದೆ. ವಾಪಾಸು ನಮ್ಮ ಕೋಣೆಗೆ ಹೋಗಿ, ಎಲ್ಲರನ್ನೂ ಮೀಟಿಂಗ್‌ಗೆ ಕರೆದು ವಿಷಯ ತಿಳಿಸಿದ್ದೆ. ಇನ್ನು ಮುಂದೆ ಯಾರೂ ಇಂತಹ ಪ್ರಮಾದವನ್ನು ಮಾಡಬಾರದೆಂದು ತಿಳಿಸಿದೆ. ಅವರಿಗೆಲ್ಲಾ ಅತ್ಯಂತ ಅಚ್ಚರಿಯಾಗಿತ್ತು.

ನಾನು ಎಷ್ಟೇ ವಿವರಿಸಿದರೂ ಮತ್ತೊಂದು ತಿಂಗಳಿನಲ್ಲಿ ಇದೇ ರೀತಿಯ ತಪ್ಪನ್ನು ಇನ್ನೊಬ್ಬ ಹುಡುಗ ಮಾಡಿದ. ಕಂಪನಿಯ ಮುಖ್ಯಸ್ಥ ಮತ್ತೊಮ್ಮೆ ನನ್ನನ್ನು ಕರೆದು ನಡೆದ ಪ್ರಮಾದವನ್ನು ತಿಳಿಸಿ, 50 ಪೌಂಡು ಅನಾವಶ್ಯಕವಾಗಿ ಪೋಲಾದದ್ದನ್ನು ಮುಖವನ್ನು ಕಿವಿಚಿಕೊಂಡು ಹೇಳಿದ. ಮತ್ತೆ ಎಲ್ಲರಿಗೂ ತಿಳಿ ಹೇಳಿದೆ. ಆದರೆ ಒಂದೇ ವಾರದಲ್ಲಿ ಇನ್ನೊಬ್ಬ ಹುಡುಗಿ ಈ ತಪ್ಪು ಮಾಡಿದ್ದಳು. ನನಗೆ ತಲೆ ಕೆಟ್ಟು ಹೋಯ್ತು. ಹುಡುಗರಿಗೆ ತಿಳಿ ಹೇಳಲು ಹೋದರೆ "ಇಂತಹ ದರಿದ್ರ ವ್ಯವಸ್ಥೆಯನ್ನು ನಮ್ಮ ಆಫೀಸಿನ ಕೋಣೆಗೆ ಯಾಕೆ ಮಾಡಿದ್ದಾರೆ? ಇಲ್ಲಿ ಕದ್ದೊಯ್ಯಲು ಏನಿದೆ? ಅದರ ಬದಲು ಒಂದು ದಪ್ಪನೆಯ ಬೀಗವನ್ನು ಜಡಿದು ನಮಗೆ ಕೀಲಿಕೈ ಕೊಟ್ಟರೆ ಸಾಲದೆ?" ಎಂದು ಹುಡುಗರು ಅಲವತ್ತುಕೊಂಡರು. ಕಂಪನಿಯ ಮುಖ್ಯಸ್ಥ ನಮ್ಮ ಈ ಸುಲಭೋಪಾಯವನ್ನು ಒಪ್ಪಲಿಲ್ಲ. ಆ ದೇಶದ ಪದ್ಧತಿಯಂತೆ ಇಂತಹ 'ಕರೆಂಟ್' ಮೂಲಕ ಕಳ್ಳ ಬಂದ ಮಾಹಿತಿ ಪೋಲೀಸ್ ಸ್ಟೇಷನ್ನಿಗೆ ರವಾನೆಯಾಗುವ ವ್ಯವಸ್ಥೆಯೇ ಹೆಚ್ಚು ಸುರಕ್ಷಿತವೆಂದು ವಾದಿಸಿದ. ಆದರೆ 50 ಪೌಂಡು ಕಡಿತಗೊಳ್ಳುತ್ತಿದ್ದರೆ, ಯಾವನಿಗಾದರೂ ಪಿತ್ತ ನೆತ್ತಿಗೇರುವುದಿಲ್ಲವೆ? ದಯವಿಟ್ಟು ಏನಾದರೂ ಉಪಾಯವನ್ನು ಮಾಡು ಎಂದು ಕೇಳಿಕೊಂಡ. ನಾನು ನನ್ನ ಬುದ್ಧಿಶಕ್ತಿಯನ್ನೆಲ್ಲಾ ಬಳಸಿ, ಪ್ರತಿಯೊಬ್ಬರ ಟೇಬಲ್ಲಿನ ಮೇಲೂ ಹಾಗೆ ಮಾಡಬಾರದೆನ್ನುವ ಕಂಪ್ಯೂಟರ್ ಪ್ರಿಂಟ್‌ಔಟ್ ಅಂಟಿಸಿದೆ. ಮುಖ್ಯದ್ವಾರದ ಬಾಗಿಲಿಗೆ ಅಂತಹ ಒಂದು ಪೋಸ್ಟರನ್ನು ಹಚ್ಚಿದೆ. ಇ–ಮೇಲಿನ ಮೂಲಕ, ಎಲ್ಲಾ ಸಭೆಯ ಮೊದಲು ಮತ್ತು ಕೊನೆಗೆ ಆ ವಿಷಯವನ್ನು ತಿಳಿಸಿ, ಯಾರೂ ತಪ್ಪು ಮಾಡಬಾರದೆಂದು ಬೇಡಿಕೊಂಡೆ. ನಾನು ಎಷ್ಟು ಕಷ್ಟ ಪಟ್ಟರೂ ಈ ಹುಡುಗರು ತಪ್ಪು ಮಾಡುವುದನ್ನು ನಿಲ್ಲಿಸಲಿಲ್ಲ. ನನಗೆ ಬೇರೆ ದಾರಿ ತೋಚದೆ ಕೈ ಚೆಲ್ಲಿದೆ.

ಕೊನೆಗೊಂದು ದಿನ ಕಂಪನಿಯ ಮುಖ್ಯಸ್ಥನೇ ಒಂದು ಉಪಾಯವನ್ನು ಕಂಡು ಹಿಡಿದ. ಲಕ್ಷಣವಾಗಿ ನಮ್ಮ ಕಂಪನಿಯವರಿಗೆ ಕೊಡಬೇಕಾದ ಹಣದಲ್ಲಿ ಅದಿಷ್ಟೂ ಹಣವನ್ನು ಕಟ್ ಮಾಡಿ, ಅದಕ್ಕೆ ಕಾರಣವನ್ನು ವಿವರವಾಗಿ ಇ–ಮೇಲಿನಲ್ಲಿ ಬರೆದು ಕಳುಹಿಸಿದ. ನಮ್ಮ ಕಂಪನಿಯವರೋ ಅದರ ಬಗ್ಗೆ ಒಂಚೂರೂ ತಲೆ ಕೆಡಿಸಿಕೊಳ್ಳದೆ, ನಮ್ಮೆಲ್ಲರ ತಿಂಗಳ ಸಂಬಳದಲ್ಲಿ ಅದನ್ನು ಕಡಿತಗೊಳಿಸಿ, ಕಾರಣವನ್ನು ಪೇ ಸ್ಲಿಪ್ಪಿನ ಕೊನೆಯಲ್ಲಿ ಬರೆದು ಕಳುಹಿಸಿ ಕೈ ತೊಳೆದುಕೊಂಡರು. ಯಾವಾಗ ಸಂಬಳದಲ್ಲಿ

ಹಣ ಕಡಿತಗೊಂಡಿತೋ, ಹುಡುಗರು ಶಾಕ್ ಹೊಡೆಸಿಕೊಂಡಂತೆ ಒದ್ದಾಡಿದರು. ಅಂದಿನಿಂದ ಯಾರೂ ಆ ತಪ್ಪನ್ನು ಮಾಡಲು ಹೋಗಲಿಲ್ಲ.

ಅಮೆರಿಕಾದ ಆಫೀಸುಗಳಲ್ಲಿ ದಿನದ ಎಲ್ಲಾ ಕಾಲಗಳಲ್ಲೂ ದೀಪಗಳನ್ನು ಉರಿಸುತ್ತಾರೆ. ಆಫೀಸಿನಲ್ಲಿ ಯಾರಾದರೂ ಕೆಲಸ ಮಾಡುತ್ತಿರಲಿ, ಇಲ್ಲದಿರಲಿ, ದೀಪಗಳಂತೂ ಯಾವತ್ತೂ ಝಗಮಗಿಸುತ್ತಿರುತ್ತವೆ. ಯಾವುದು ಯಥೇಚ್ಛವಾಗಿ ದೊರಕುತ್ತದೆಯೋ, ಅದರ ಮಹತ್ವದ ಅರಿವು ನಮಗಾಗುವುದಿಲ್ಲವಲ್ಲವೆ? ಜೊತೆಗೆ ಅಲ್ಲಿಯ ವಿದ್ಯುತ್ ಕಂಪನಿಗಳು ನೀವು ಹೆಚ್ಚು ವಿದ್ಯುತ್ ಬಳಸಿದರೆ ಜಾಸ್ತಿ ಡಿಸ್ಕೌಂಟ್ ಕೊಡುತ್ತವೆ. ಅಂದರೆ ಭಾರತದಲ್ಲಿ ನೂರು ಕೆ.ಜಿ. ಸಕ್ಕರೆ ಕೊಂಡರೆ ಕಡಿಮೆ ದರದಲ್ಲಿ ಅದು ಸಿಗುತ್ತದೆಯಲ್ಲವೆ? ಹಾಗೆ. ಆದರೆ ಭಾರತದ ಮೂಲದಿಂದ ಬಂದ ನನಗೆ ನನ್ನ ಕೆಲಸಗಳು ಮುಗಿದ ನಂತರ, ನನ್ನ ಸುತ್ತಮುತ್ತಲಿನ ದೀಪಗಳನ್ನೆಲ್ಲಾ ಆರಿಸುವ ಹವ್ಯಾಸವಿತ್ತಲ್ಲ, ಅದನ್ನು ಅಲ್ಲಿಯೂ ಮುಂದುವರೆಸಿಕೊಂಡು ಹೋದೆ. ನನ್ನ ಈ ಚರ್ಯೆ ಅಲ್ಲಿನ ಸಹೋದ್ಯೋಗಿಗಳಿಗೆ ಅತ್ಯಂತ ವಿಚಿತ್ರವಾಗಿ ಕಂಡಿತ್ತು. ಹಾಗೇಕೆ ನಾನು ದೀಪಗಳನ್ನು ಆರಿಸುವೆನೆಂದು ವಿಚಾರಿಸಿಕೊಂಡರು. ನಾನು ಭಾರತದಲ್ಲಿ ಕಲಿತ ಪಾಠವನ್ನೆಲ್ಲಾ ಅವರಿಗೆ ವಿವರಿಸಿದೆ. "ವಿದ್ಯುತ್ ಅಮೂಲ್ಯವಾದದ್ದು. ಅದನ್ನು ನಷ್ಟ ಮಾಡಬಾರದು. ಅದರಿಂದ ದೇಶಕ್ಕೆ ತುಂಬಾ ಹಾನಿಯಾಗುತ್ತದೆ. ಪ್ರತಿಯೊಬ್ಬರೂ ಬೇಡವಾದಾಗ ದೀಪವನ್ನು ಉರಿಸದಿದ್ದರೆ ದೇಶಕ್ಕೆ ಸಾಕಷ್ಟು ಹಣ ಉಳಿತಾಯವಾಗುತ್ತದೆ" ಎಂದೆಲ್ಲಾ ವಿವರಿಸಿದೆ. ಅವರು ನನ್ನ ಈ ಮತುಗಳನ್ನು ಕೇಳಿ ಬೆರಗಾಗಿ ಬಿಟ್ಟರು. ಮರುದಿನ ಆಫೀಸಿನಲ್ಲಿ "ಅವನು ತುಂಬಾ ಬುದ್ಧಿವಂತ. ಬಹಳಷ್ಟು ಲಾಭದಾಯಕವಾದ ವಿಚಾರಗಳು ಅವನಲ್ಲಿವೆ. ಅವನ ಕ್ರಮವನ್ನು ನೀವೂ ಅನುಸರಿಸಬೇಕು" ಎಂದು ಇ-ಮೇಲ್‌ಗಳು ಹರಿದಾಡಿದವು. ನನಗೆ ಈ ಸಲ್ಲದ ಹೊಗಳಿಕೆಯನ್ನು ಕಂಡು ಮೈ ಮುದುಡಿ ಹೋಗಿತ್ತು.

ಈ ಇ-ಮೇಲ್‌ಗಳು ನನಗೆ ಬಹಳಷ್ಟು ಕಿರಿಕಿರಿಯನ್ನು ನೀಡಿದವು. ಮರು ದಿನದಿಂದ ಈ ಸಹೋದ್ಯೋಗಿಗಳು ಕೆಲಸ ಮಾಡುತ್ತಿದ್ದ ನನ್ನನ್ನು, ತಮ್ಮ ಸ್ಥಳಕ್ಕೆ ಕರೆದುಕೊಂಡು ಹೋಗಿ "ಇಕೋ ನೋಡು, ನಾನು ಮನೆಗೆ ಹೋಗುತ್ತಿರುವೆ. ದೀಪವನ್ನು ಆರಿಸುವೆ. ಹಹ್ಹಹ್ಹಾ!" ಎಂದು ಸರ್ಕಸ್ಸಿನ ಬಫೂನಿನಂತೆ ಹೇಳಿ, ದೀಪವನ್ನು ಆರಿಸಿ "ನಾನು ಈ ದೇಶದ ಹಣವನ್ನು ಉಳಿಸಿದೆ" ಎಂದು ನಾಟಕದ ಡೈಲಾಗಿನಂತೆ ನನ್ನ ಮುಂದೆ ನುಡಿದು, ಮುಖದ ತುಂಬಾ ನಗೆಯೇರಿಸಿಕೊಂಡು ಏನೋ ಸಾಧನೆ ಮಾಡಿದವರಂತೆ ನನ್ನ ಮುಂದೆ ಪೋಜ್ ಕೊಡುವುದಕ್ಕೆ ಮೊದಲಿಟ್ಟರು. ನನಗೆ ಯಾಕಾದರೂ ಈ 'ಕರೆಂಟ್ ಉಳಿಸುವ' ಮಾತುಗಳನ್ನು ಆಡಿದೆನೋ ಎಂದು ಬೇಸರವಾಗುವಂತೆ ಮಾಡಿಬಿಟ್ಟರು. ಕೊನೆಗೆ ದೀಪವಾರಿಸುವ

ನನ್ನ ಸ್ವಭಾವವನ್ನು ನಿಲ್ಲಿಸಿ, ಹಾಗೇ ಮನೆಗೆ ಎದ್ದು ಹೋಗಲು ಶುರುವಿಟ್ಟೆ. ಅವರು ಒಂದೆರಡು ವಾರಗಳ ಕಾಲ ಈ 'ಹಣ ಉಳಿಸುವ' ದಂಧೆಯನ್ನು ಮಾಡಿ ನಂತರ ಸುಮ್ಮನಾದರು.

ಯುರೋಪಿನ ಒಬ್ಬ ಗ್ರಾಹಕ ನಮ್ಮಲ್ಲಿಗೆ ಬಂದಾಗ ಇಲ್ಲಿನ 'ಕರೆಂಟ್' ಪದ್ಧತಿಯು ಅವನಲ್ಲಿ ನಡುಕ ಮೂಡಿಸಿದ ಘಟನೆಯೊಂದನ್ನು ಹೇಳಿ, ಈ ಪ್ರಬಂಧವನ್ನು ಮುಗಿಸುತ್ತೇನೆ. ಆಗ ನಾನು ಕಲ್ಕತ್ತದಲ್ಲಿ ಕೆಲಸ ಮಾಡುತ್ತಿದ್ದೆ. ಆರನೇ ಮಹಡಿಯಲ್ಲಿ ನಮ್ಮ ಕಛೇರಿಯಿತ್ತು. ಆಗಿನ್ನೂ ಅದು ಹೊಸ ಕಟ್ಟಡ. ಎ.ಸಿ. ಇರಲಿಲ್ಲ. ಲಿಫ್ಟ್‌ಗಳೂ ಎಲ್ಲಾ ಹೊತ್ತಿನಲ್ಲಿ ಕೆಲಸ ಮಾಡುತ್ತಿರಲಿಲ್ಲ. ಡೀಜಲ್ ಜೆನರೇಟರ್ ಇರಲಿಲ್ಲ. ದಿನಕ್ಕೆ ಹತ್ತಾರು ಬಾರಿ ಕರೆಂಟ್ ಕೈ ಕೊಡುತ್ತಿತ್ತು.

ಆ ಯುರೋಪಿನ ಗ್ರಾಹಕ ಬಂದ ದಿನವೇ ಪ್ರಾಜೆಕ್ಟ್‌ನ ಅವಶ್ಯಕತೆಗಳನ್ನು ವಿವರಿಸುವ ಸಲುವಾಗಿ ಮೂವತ್ತು ಜನರ ನಮ್ಮ ಗುಂಪನ್ನು ಮೀಟಿಂಗ್ ರೂಮಿಗೆ ಕರೆದ. ಅವನು ಸ್ಥೂಲಕಾಯದವನಾಗಿದ್ದ, ಮತ್ತು ಕುಳ್ಳಗಿದ್ದ. ಆದರೆ ಅದವನ ಉತ್ಸಾಹವನ್ನು ಕುಗ್ಗಿಸದೆ, ಅತ್ಯಂತ ಚಟುವಟಿಕೆಯಿಂದ ಕೆಲಸ ಮಾಡಿಕೊಂಡಿದ್ದ. ಸಭೆ ಆರಂಭವಾಯ್ತು. ಫ್ಯಾನ್‌ಗಳು ಬೋರೆಂದು ಸದ್ದು ಮಾಡುತ್ತಿದ್ದವು. ಆ ಸದ್ದನ್ನು ಮೀರಿ ಇವನು ಮಾತನಾಡಿದ. ನಾವೆಲ್ಲರೂ ಆಸಕ್ತಿಯಿಂದ ಕೇಳುತ್ತಿದ್ದೆವು. ಆಗ ಇದ್ದಕ್ಕಿದ್ದಂತೆ ಕರೆಂಟ್ ಹೋಯ್ತು. ಫ್ಯಾನ್‌ಗಳು ಸದ್ದಡಗಿಸಿಕೊಂಡವು. ಆ ಗ್ರಾಹಕ ಅದೆಷ್ಟು ಗಾಬರಿ ಬಿದ್ದನೆಂದರೆ, ಮಾಡುತ್ತಿದ್ದ ಭಾಷಣವನ್ನು ಅರ್ಧಕ್ಕೇ ನಿಲ್ಲಿಸಿ ಅಲ್ಲಿಂದ ಓಟ ಕಿತ್ತ. ಇಡೀ ಆರು ಮಹಡಿಗಳನ್ನು ಏದುಸಿರು ಬಿಡುತ್ತಾ ಇಳಿದು ಹೋದ. ನಮಗೆ ಏನಾಯಿತೆಂದು ಅರ್ಥವಾಗುತ್ತಿಲ್ಲ. ಒಂದಿಷ್ಟು ಜನ ಅವನ ಹಿಂದೆ ಓಡಿ ಹೋದರು. ಕೆಲವರು ಬೆಕ್ಕಸ ಬೆರಗಾಗಿ ಕಿಟಕಿಯಿಂದ ಭೂಮಿಯ ಕಡೆ ನೋಡಲಾರಂಭಿಸಿದರು.

ಆ ಗ್ರಾಹಕ ಸತ್ತೆನೋ ಕೆಟ್ಟೆನೋ ಎಂದು ಓಡಿ ಹೋಗಿ, ಕಟ್ಟಡದ ಹೊರಗಿದ್ದ ದೊಡ್ಡ ಬಯಲಿನಲ್ಲಿ ನಿಂತು ಬಿಟ್ಟ. ಅವನಿಗೆ ಉಸಿರಾಟವೂ ಕಷ್ಟವಾಗಿದ್ದರಿಂದ, ಹೆಚ್ಚು ಹೊತ್ತು ನಿಲ್ಲಲೂ ಸಾಧ್ಯವಾಗಲಿಲ್ಲ. ಅತ್ಯಂತ ಆಯಾಸ ಪಡುತ್ತಾ, ನೆಲದ ಮೇಲೆ ಮಲಗಿ ಬಿಟ್ಟ. ನಮ್ಮ ಸಹೋದ್ಯೋಗಿಗಳು ಅವನ ಹತ್ತಿರ ಹೋದರು. ಅವನಿಗೆ ಒಂದಿಷ್ಟು ನೀರನ್ನು ಕುಡಿಸಿದರು. ಸಮಾಧಾನ ಮಾಡಿದರು. ಅನಂತರ ನಿಧಾನಕ್ಕೆ ಅವನ ಸಮಸ್ಯೆಯೇನೆಂದು ವಿಚಾರಿಸಿಕೊಂಡರು.

ಅವನ ಕತೆ ವಿಚಿತ್ರವಾಗಿತ್ತು. ಅವರ ಪುಟ್ಟ ದೇಶದಲ್ಲಿ ಎಂದೂ ಕರೆಂಟ್ ಹೋಗುವುದಿಲ್ಲವಂತೆ. ಹಾಗೆ ಎಂದಾದರೂ ಕರೆಂಟ್ ಹೋಯಿತೆಂದರೆ, ಯಾರಾದರೂ ಶತ್ರುಗಳು ನಮ್ಮ ಮೇಲೆ ಯುದ್ಧಕ್ಕೆ ಬರುತ್ತಿದ್ದಾರೆಂದೂ, ಬಾಂಬುಗಳ

ಮಳೆಗರೆಯುತ್ತಾರೆಂದೂ, ತಕ್ಷಣ ನಾಗರಿಕರೂ ಮನೆಯಿಂದ ಹೊರಗೆ ಬಂದು ಬಯಲಿನಲ್ಲಿ ನಿಲ್ಲಬೇಕೆಂದೂ ಅವರಿಗೆ ಸರಕಾರ ತರಬೇತಿ ಕೊಟ್ಟಿರುತ್ತದಂತೆ. ಆದ್ದರಿಂದಲೇ ಕರೆಂಟ್ ಹೋದ ತಕ್ಷಣ ಯಾವುದೋ ಶತ್ರು ದೇಶ ನಮ್ಮ ಮೇಲೆ ಯುದ್ಧಕ್ಕೆ ಬಂದಿದೆಯೆಂದು ಹೆದರಿ, ಅವನು ಏದುಸಿರು ಬಿಡುತ್ತಾ ಮೆಟ್ಟಿಲಿಳಿದು ಓಡಿ ಹೋಗಿ, ಬಯಲಿನಲ್ಲಿ ನಿಂತಿದ್ದ. ಅವನ ವಿವರಣೆಯನ್ನು ಕೇಳಿ ನಾವೆಲ್ಲಾ ಕಕ್ಕಾಬಿಕ್ಕಿಯಾದೆವು! ಅವನಿಗೆ ಆ ತರಹ ಭಯಪಡುವ ಅವಶ್ಯಕತೆ ಖಂಡಿತವಾಗಿಯೂ ಭಾರತದಲ್ಲಿ ಇಲ್ಲವೆಂದು ನಂಬಿಸಿ, ಮೇಲಕ್ಕೆ ಕರೆದುಕೊಂಡು ಬಂದೆವು.

ಆವತ್ತಿನಿಂದ ತಮಾಷೆ ಶುರುವಾಯ್ತು ನೋಡಿ. ಯಾವ ಗಳಿಗೆಯಲ್ಲಿ ಕರೆಂಟ್ ಹೋದರೂ ಎಲ್ಲರೂ ಅವನ ಕಡೆ ನೋಡಲಾರಂಭಿಸುತ್ತಿದ್ದರು. ಹಿಂದಿನ ಘಟನೆಯನ್ನು ನೆನೆಸಿಕೊಂಡು ತಡೆದುಕೊಳ್ಳಲಾರದೆ ಕಿಸಕಿಸನೆ ನಗುತ್ತಿದ್ದರು. ಫ್ಯಾನ್‌ಗಳು ನಿಂತ ನಿಶ್ಯಬ್ದದಲ್ಲಿ ಕಿಸಕಿಸ ಸದ್ದುಗಳು ಎಲ್ಲಾ ಮೂಲೆಗಳಿಂದಲೂ ಕೇಳಿ ಬರುತ್ತಿದ್ದವು. ಅವನು ಸಂಕೋಚದಿಂದ ಹಿಡಿಯಾಗಿ ಪಟಪಟನೆ ಕೀಬೋರ್ಡನ್ನು ಕುಟ್ಟುತ್ತಾ ಕೂಡುತ್ತಿದ್ದ.

03ನೇ ಡಿಸೆಂಬರ್ 2012

‘ಛಂದ’ ಪ್ರಸಂಗಗಳು

ಪ್ರತಿ ವರ್ಷ ‘ಛಂದ ಪುಸ್ತಕ’ದಿಂದ ಎರಡು ಸ್ಪರ್ಧೆಗಳನ್ನು ಏರ್ಪಡಿಸುತ್ತೇನೆ. ಮೊದಲನೆಯದು ಛಂದ ಪುಸ್ತಕ ಬಹುಮಾನ – ಹೊಸ ಕತೆಗಾರರ ಮೊದಲ ಕಥಾಸಂಕಲನವನ್ನು ನಾಡಿನ ಹಿರಿಯ ಸಾಹಿತಿಗಳಿಂದ ಆಯ್ಕೆ ಮಾಡಿಸಿ ಪ್ರಕಟಿಸುವುದು. ಎರಡನೆಯದು ಛಂದ ಮುಖಪುಟ ವಿನ್ಯಾಸ ಬಹುಮಾನ – ಛಂದದಿಂದ ಪ್ರಕಟವಾಗುವ ಯಾವುದಾದರೂ ಪುಸ್ತಕಕ್ಕೆ ನಾಡಿನ ಯುವ ಕಲಾವಿದರಿಂದ ಮುಖಪುಟವನ್ನು ಆಹ್ವಾನಿಸಿ, ಆಯ್ಕೆಗೊಂಡದ್ದನ್ನು ಪುಸ್ತಕದ ಮುಖಪುಟವಾಗಿ ಬಳಸುವುದಲ್ಲದೆ ಅವರಿಗೆ ಬಹುಮಾನವನ್ನು ಕೊಡುವುದು. ಈ ಎರಡೂ ಸ್ಪರ್ಧೆಗಳನ್ನು ನಡೆಸುವಾಗ ನನಗೆ ಹಲವಾರು ವಿಭಿನ್ನ ಅನುಭವಗಳಾಗಿವೆ. ಅವುಗಳಲ್ಲಿ ಕೆಲವೊಂದನ್ನು ನಿಮ್ಮೊಡನೆ ಹಂಚಿಕೊಳ್ಳುತ್ತೇನೆ.

ಛಂದ ಪುಸ್ತಕ ಬಹುಮಾನಕ್ಕೆ ಹಸ್ತಪ್ರತಿಗಳನ್ನು ವೃತ್ತಪತ್ರಿಕೆಗಳಲ್ಲಿ ಆಹ್ವಾನಿಸಿದ ಕೂಡಲೆ ನನಗೆ ನಾಡಿನ ಮೂಲೆ ಮೂಲೆಯಿಂದ ಟೆಲಿಫೋನ್ ಕರೆಗಳು ಬರುತ್ತವೆ. ಅದರಲ್ಲಿ ಬಹುಮುಖ್ಯವಾಗಿ ಎರಡು ಪ್ರಶ್ನೆಗಳು ಇರುತ್ತವೆ. “ಸಾರ್, ಹಸ್ತಪ್ರತಿ ಅಂದ್ರೆ ಏನ್ರಿ?” ಎನ್ನುವುದು ಮತ್ತೆ ಮತ್ತೆ ನನ್ನ ಉತ್ತರ ಬಯಸಿ ಕಾಡಿಸುವ ಪ್ರಶ್ನೆ. ಎಷ್ಟೇ ತಿಳಿಸಿ ಹೇಳಿದರೂ ಅವರಿಗೆ ನನ್ನ ಮಾತು ಸಮ್ಮತವಾಗುವದಿಲ್ಲ. “ಕಂಪ್ಯೂಟರ್ ಪ್ರಿಂಟ್ ಔಟ್ ತೆಗೆದಿದ್ದು ಹಸ್ತಪ್ರತಿ ಹೆಂಗೆ ಆಗ್ತದ್ರಿ? ಕೈಲೆ ಬರೀಬೇಕಲ್ಲೇನ್ರಿ?” ಅಂತ ಸವಾಲು ಎಸೆಯುತ್ತಾರೆ. ಅವರ ಮಾತಿನಲ್ಲಿ ಒಂದಿಷ್ಟು ನ್ಯಾಯವಿದೆಯಾದರೂ,

ಈ ಪದಕ್ಕೆ ಪರ್ಯಾಯ ಪದವೇನೆಂದು ನನಗೂ ತಿಳಿದಿಲ್ಲ. ಆದ್ದರಿಂದ ಪ್ರತಿ ವರ್ಷವೂ ನನಗೆ ಈ 'ಯಕ್ಷ ಪ್ರಶ್ನೆ' ತಪ್ಪಿದ್ದಲ್ಲ. ಒಬ್ಬ ಕತೆಗಾರ್ತಿಯಂತೂ ನಾಡಿನ ಖ್ಯಾತ ಕತೆಗಾರರಾದ ಮಾಸ್ತಿ, ಅನಂತಮೂರ್ತಿ, ಲಂಕೇಶ್, ತೇಜಸ್ವಿ ಮುಂತಾದವರ ಬಹುಮುಖ್ಯ ಕತೆಗಳನ್ನು ತನ್ನ ದುಂಡಾದ ಅಕ್ಷರದಲ್ಲಿ ಬರೆದು 'ಹಸ್ತಪ್ರತಿ' ಕಳುಹಿಸಿ ಬಿಟ್ಟಿದ್ದಳು.

ಎರಡನೆಯದು "ಕಥಿ ಎಂಥಾದ್ದು ಇರಬೇಕ್ರಿ? ಎಷ್ಟು ಕಥಿ ಬರೀಬೇಕ್ರಿ?" ಎಂಬ ಪ್ರಶ್ನೆ. ಕತೆ ಹೇಗಿರಬೇಕೆಂದು ಹೇಳುವುದು ಹೇಗೆ? "ಕನ್ನಡದಲ್ಲಿ ಸಣ್ಣ ಕಥಾಪ್ರಕಾರ ಅಂತ ಇದೆ, ಅದಕ್ಕೆ ಹೊಂದುವಂತಿದ್ದರೆ ಸಾಕು" ಎಂದು ನಾನು ಹೇಳುವುದೇ ತಡ, "ಹಂಗಾರೆ ರಾಜ–ರಾಣಿ ಕಥಿ ಬರೀಬಹುದೇನ್ರಿ?" ಎನ್ನುವ ಪ್ರಶ್ನೆ ತೂರಿ ಬರುತ್ತದೆ. ನಾನು ಸುಸ್ತಾಗಿ "ಆಯ್ತು ಬರೀರಿ" ಎಂದು ಹೇಳಿ ಸುಮ್ಮನಾಗುತ್ತೇನೆ. ಆದರೆ ಎಷ್ಟು ಕತೆಗಳು ಹಸ್ತಪ್ರತಿಯಲ್ಲಿ ಇರಬೇಕೆಂದು ಹೇಳುವುದು ಕಷ್ಟ. ಕೆಲವು ನೀಳ್ಗತೆಗಳಿರಬಹುದು, ಕೆಲವು ಪುಟ್ಟ ಕತೆಗಳಾಗಿಯೂ ಇರಬಹುದು – ಒಟ್ಟು ಒಂದು ಪುಸ್ತಕ ಪ್ರಕಟಿಸುವಷ್ಟಿರಬೇಕು. ಸುಮಾರು ಹತ್ತು ಕತೆಗಳಿರಲಿ ಎಂದು ವಿವರವಾಗಿ ಬರೆದು ಪ್ರಕಟಣೆಗೆ ಕೊಟ್ಟರೆ, ಪತ್ರಿಕೆಯವರು ನನ್ನ ವಿವರಣೆಯನ್ನು ತುಂಡು ತುಂಡು ಮಾಡಿ ನಾಲ್ಕೇ ವಾಕ್ಯದಲ್ಲಿ ಅದರ ಸಾರವನ್ನೆಲ್ಲಾ ದಕ್ಕಿಸಿಕೊಂಡ ಶೂರರಂತೆ ಚುಟುಕಾಗಿ ಪ್ರಕಟಿಸಿ ನನಗೆ ಈ ಕರೆಗಳ ಕಿರುಕುಳವನ್ನುಂಟು ಮಾಡಿಬಿಡುತ್ತಾರೆ. ಒಮ್ಮೆಯಂತೂ ಒಬ್ಬ ಉತ್ಸಾಹಿ ಯುವಕ ಗುಲ್ಬರ್ಗಾದ ಕಡೆಯಿಂದ ಫೋನಾಯಿಸಿ, ಎಷ್ಟು ಕತೆಯಿರಬೇಕೆಂದು ಕೇಳಿ ನನ್ನಿಂದ ಉತ್ತರ ಪಡೆದ. ಮರುದಿನವೇ ಹಸ್ತಪ್ರತಿ ಕಳುಹಿಸಲು ಕೊನೆಯ ದಿನವಾಗಿತ್ತು. "ಸಾರ್, ನನ್ನ ತಾವ ಬರೀ ಒಂದೇ ಕತೆ ಐತಲ್ರೀ" ಎಂದು ಪೇಚಾಡಿದ. ನಾನು ಅವನನ್ನು ಸಮಾಧಾನ ಪಡಿಸುವ ಧಾಟಿಯಲ್ಲಿ "ಹಂಗಾರೆ ಮುಂದಿನ ವರ್ಷ ಭಾಗವಹಿಸುವಂತ್ರಿ ಬಿಡ್ರಿ. ಪ್ರತಿ ವರ್ಷ ಸ್ಪರ್ಧೆ ಇರ್ತದೆ. ಈಗ ಹೆಂಗಿದ್ರೂ ಒಂದೇ ರಾತ್ರಿ ಬಾಕಿ ಉಳದದೆ" ಅಂದೆ. ಒಂದಿಷ್ಟೂ ಅಂಜದೆ "ಅಯ್ ತಗೀರಿ. ಮುಂದಿನ ವರ್ಷದ ತನಕ ಯಾವೋನು ಕಾಯ್ತಾನೆ? ಈವತ್ತು ರಾತ್ರಿ ಕುಂತು ಬಾಕಿ ಒಂಬತ್ತು ಕಥಿ ಬರೆದು ತೆಗೀತೀನಿ" ಅಂದು ನನ್ನ ವಿಕೆಟ್ ತೆಗೆದುಕೊಂಡ ಭೂಪ! ನಾನು ಬೆಚ್ಚಿ ಬಿದ್ದು "ಹಂಗೇ ಆಗ್ಲಪ್ಪ ರಾಜ, ಬರದು ಕಳುಹಿಸು. ಸಾಧ್ಯ ಆದರೆ ಇನ್ನೂ ಎರಡು ಜಾಸ್ತಿನೇ ಕಥಿ ಬರೆದು ಬಿಡು" ಎಂದು ಅವನಿಗೆ ಪೂರ್ತಿ ಶರಣಾಗತನಾಗಿ ಬಿಟ್ಟೆ.

ಕೆಲವರು ಹಸ್ತಪ್ರತಿಯ ಜೊತೆ ಒಂದು ಪತ್ರವನ್ನೂ ಇಡದೆ, ತಮ್ಮ ವಿಳಾಸ, ಹೆಸರು, ಊರು, ಮೊಬೈಲ್ ನಂಬರ್ ಒಂದನ್ನೂ ನಮೂದಿಸದೆ ಕಳುಹಿಸಿ ಬಿಡುತ್ತಾರೆ. ಅದನ್ನು ನಾನು ಹೇಗೆ ಪರಿಗಣಿಸಬೇಕು ಹೇಳಿ? ಸ್ಪರ್ಧೆ ಮುಗಿದು

ಫಲಿತಾಂಶ ಪ್ರಕಟಣೆ ಆದ ಮೇಲೆ ನನಗೆ ಫೋನ್ ಮಾಡಿ, ನನ್ನ ಅಸಹಾಯಕತೆಯನ್ನು ಆಲಿಸುವ ವ್ಯವಧಾನವಿಲ್ಲದಂತೆ "ಒಂದು ಫೋನ್ ಕಾಲ್ ಮಾಡಿ ವಿವರ ಕೇಳಿಕೋಬಾರದೇನ್ರಿ?" ಎಂದು ದಬಾಯಿಸುತ್ತಾರೆ. ಆದರೆ ಮತ್ತೂ ಕೆಲವರು ಬಹು ಹುಷಾರಾಗಿರುತ್ತಾರೆ. ಅವರು ಪುಸ್ತಕಕ್ಕೆ ಯಾರೋ ಹಿರಿಯ ವಿಮರ್ಶಕರಿಂದ ಮುನ್ನುಡಿಯನ್ನೂ, ಮತ್ತೊಬ್ಬರಿಂದ ಬೆನ್ನುಡಿಯನ್ನೂ ಬರೆಸಿ, ಕೈಯಲ್ಲಿ ಪೆನ್ನು ಹಿಡಿದು ಗಹನವಾಗಿ ಆಲೋಚಿಸುವ ಭಂಗಿಯ ಒಂದು ಕಲರ್ ಫೋಟೋ ಕಳುಹಿಸಿ ಕೊಟ್ಟಿರುತ್ತಾರೆ. ಅದು ಯಾಕೋ ಗೊತ್ತಿಲ್ಲ, ಈ ಪೆನ್ ಹಿಡಿದು ಗಹನವಾಗಿ ಆಲೋಚಿಸುವ ಭಂಗಿ ಕನ್ನಡದ ಬಹುತೇಕ ಸಾಹಿತಿಗಳ ಕನಸಿನ ಫೋಟೋದಂತೆ ಕಾಣಿಸುತ್ತದೆ. ಎಷ್ಟೊಂದು ಜನ ಆ ಭಂಗಿಯಲ್ಲಿ ಫೋಟೋ ತೆಗೆಸಿಕೊಂಡಿದ್ದಾರೆ!

ಹಲವಾರು ಜನರು ಫೋನಾಯಿಸಿ "ಪ್ರವೇಶಧನ ಎಷ್ಟು ಕೊಡಬೇಕ್ರಿ?" ಎಂದು ಕೇಳುತ್ತಾರೆ. ನನಗೆ ಈ ಪ್ರಶ್ನೆ ತುಂಬಾ ಅಚ್ಚರಿಯನ್ನುಂಟು ಮಾಡುತ್ತದೆ. ನಾನೇ ಹತ್ತು ಸಾವಿರ ರೂಪಾಯಿ ಬಹುಮಾನ ಕೊಟ್ಟು, ಕಾರ್ಯಕ್ರಮಕ್ಕೆ ಅವರು ಬಂದು ಹೋಗುವ ವ್ಯವಸ್ಥೆ ಮಾಡಿ, ಪುಸ್ತಕ ಪ್ರಕಟಿಸುತ್ತೇನೆ. "ಏನೂ ಕೊಡುವುದು ಬೇಕಿಲ್ಲ. ಬರೀ ಹಸ್ತಪ್ರತಿ ಕಳುಹಿಸಿ" ಎಂದರೆ ತುಂಬಾ ಜನ ನಂಬುವುದಿಲ್ಲ. ಆದರೆ ಮತ್ತೊಂದು ಧ್ರುವದವರೂ ಇರುತ್ತಾರೆ. ಒಬ್ಬ ಫೋನಾಯಿಸಿ "ಎಷ್ಟು ಕೊಡ್ತೀರಿ?" ಅಂತ ದಬಾಯಿಸುವ ಧ್ವನಿಯಲ್ಲಿ ಕೇಳಿದ. ನಾನು ವಿವರಗಳನ್ನು ತಿಳಿಸಿದೆ. "ಬಹುಮಾನ ಹತ್ತು ಸಾವಿರ ರೂಪಾಯಿ ಅಡ್ಡಿ ಇಲ್ಲ, ಆದರೆ ಗೌರವ ಧನ ಎಷ್ಟು ಕೊಡ್ತೀರಿ?" ಎಂದು ಕೇಳಿದ. ಆತನ ಪ್ರಶ್ನೆಯಲ್ಲಿ ನ್ಯಾಯವಿದೆಯಾದರೂ ಕನ್ನಡ ಪುಸ್ತಕೋದ್ಯಮದಲ್ಲಿ ಹೊಸಬರ ಪುಸ್ತಕಕ್ಕೆ ಇದಕ್ಕಿಂತಲೂ ಹೆಚ್ಚಿನದನ್ನು ನೀಡಿ ನಿಭಾಯಿಸುವುದು ಕಷ್ಟ. ಆದ್ದರಿಂದ ನಾನು ಅಸಹಾಯಕತೆಯನ್ನು ತೋಡಿಕೊಂಡು ಬೇರೇನೂ ಇಲ್ಲವೆಂದು ತಿಳಿಸಿದೆ. "ಎಲ್ಲಾ ಪ್ರಕಾಶಕರೂ ಬರೀ ಮೋಸ ಮಾಡೋರೆ ನೋಡ್ರಿ. ನೀವೇನೋ ಸಂಭಾವಿತ ಜನ ಇರಬಹುದು ಅಂದ್ಕೊಂಡಿದ್ದೆ. ಬರೀ ಪುಕ್ಕಟ್ಟೆ ಪುಸ್ತಕ ಮಾಡಿ ರೊಕ್ಕ ಮಾಡಿಕೊಳ್ತೀರಿ" ಎಂದು ಬೈದು ಫೋನ್ ಮುಗಿಸಿದ್ದ.

ಛಂದ ಪುಸ್ತಕ ಬಹುಮಾನ ನಿಯಮಿತವಾಗಿ ಒಂದೆರಡು ವರ್ಷ ನಡೆಸಿದ ಮೇಲೆ ಸ್ವಲ್ಪ ಜನಪ್ರಿಯವೂ ಆಯ್ತು. ಆದರೆ ತುಮಕೂರಿನ ಮಹಿಳೆಯೊಬ್ಬಳು ಮಾತ್ರ ತನ್ನ ಮಾತಿನಿಂದ ನನ್ನನ್ನು ಅಲ್ಲಾಡಿಸಿಬಿಟ್ಟಳು. "ಈ ಸಲ ಆ ಪ್ರಶಸ್ತಿ ನಂಗೇ ಬರಬೇಕು" ಅಂತ ನನಗೆ ಆಜ್ಞೆ ಮಾಡಿದಳು. ನಾನು ಅತ್ಯಂತ ವಿನಯಪೂರ್ವಕವಾಗಿ ಅದು ಸಾಧ್ಯವಿಲ್ಲವೆಂದೂ, ನಿರ್ಣಾಯಕರು ಆಯ್ಕೆ ಮಾಡಿದ ಪುಸ್ತಕಕ್ಕೇ ಬಹುಮಾನವೆಂದೂ ಹೇಳಿದೆ. ಆಕೆ ಕೆರಳಿದಳು. "ಸರಿಯಾಗಿ

ಕೇಳಿಸ್ಕಾ. ನನ್ನ ಯಜಮಾನರು, ಮುಖ್ಯಮಂತ್ರಿಗಳು ಇಬ್ಬರೂ ಒಳ್ಳೆ ಸ್ನೇಹಿತರು ಇದ್ದಾರೆ. ಬೇಕಂದ್ರೆ ನಿಂಗೆ ಏನು ಕೆಲಸ ಬೇಕೋ ಅದನ್ನು ಮಾಡಿಸಿ ಕೊಡಾಣ. ಸುಮ್ಮೆ ಒಪ್ಪಗಾ. ನೀನು ನಂಗೆ ಬಹುಮಾನ ಕೊಡಲಿಲ್ವೋ, ಮುಂದೆ ಅನುಭವಿಸೋ ಹಂಗೆ ಮಾಡ್ತೀನಿ" ಅಂದು ಚಿತಾವಣೆ ಕೊಟ್ಟಳು. ನನಗೆ ಕೈಕಾಲಲ್ಲಿ ನಡುಕ ಹುಟ್ಟಿಬಿಟ್ಟಿತು. "ಮೇಡಂ, ಮುಖ್ಯಮಂತ್ರಿಗಳೇ ಗೊತ್ತು ಅಂದ ಮೇಲೆ ಈ ಚಿಕ್ಕ-ಪುಟ್ಟ ಬಹುಮಾನಕ್ಕೆ ಯಾಕೆ ಆಸೆ ಪಡ್ತೀರಿ? ಯಾವುದಾದರೂ ಸರಕಾರದ ದೊಡ್ಡ ಪ್ರಶಸ್ತೀನೆ ಕೇಳಿ ಪಡಕೊಳ್ರಿ" ಎಂದೆ. ಫೋನ್ ಕಟ್ಟಾಯಿತು.

ಭಂದ ಮುಖಪುಟ ಬಹುಮಾನದ ಅನುಭವಗಳು ಸ್ವಲ್ಪ ಬೇರೆ. "ಎಂಥಾ ಚಿತ್ರ ಬಿಡಿಸಬೇಕ್ರಿ?" ಎಂದು ತುಂಬಾ ಜನ ಕೇಳುತ್ತಾರೆ. ಕತೆ ಹೇಗಿರಬೇಕೆಂದು ಹೇಗೆ ಹೇಳಲು ಆಗುವುದಿಲ್ಲವೋ, ಈ ಪ್ರಶ್ನೆಗೂ ಹಾಗೆಯೇ, ಉತ್ತರಿಸುವುದು ಕಷ್ಟ. ತುಂಬಾ ಜನ ಕಲಾವಿದರು ಕಂಪ್ಯೂಟರ್ ಗೊತ್ತಿಲ್ಲದ ಕಾರಣ ಕೈಯಿಂದಲೇ ಚಿತ್ರ ಬಿಡಿಸಿ ಮನೆಗೆ ಕೊರಿಯರ್ ಮಾಡಿರುತ್ತಾರೆ. ಬರೆದ ಚಿತ್ರಕ್ಕೆ ಬೆಳ್ಳಿ, ಬಂಗಾರದ ಮಿಂಚುವ ಪುಡಿಯನ್ನು ಹಚ್ಚಿರುತ್ತಾರೆ. ಕೆಲವರು ರಂಗೋಲಿ ಬಿಡಿಸಿ, ಪುಸ್ತಕದ ಶೀರ್ಷಿಕೆಯನ್ನು ಬರೆದು ಕಳುಹಿಸುತ್ತಾರೆ. ಶಾಲೆ ಓದುವ ವಿದ್ಯಾರ್ಥಿಗಳು ಮನೆ, ಗಿಡ, ಗುಡ್ಡ, ಕೆರೆ, ಹಡಗು – ಮುಂತಾದವುಗಳನ್ನು ಬರೆದು ಮುಖಪುಟ ಮಾಡಿ ಕಳುಹಿಸಿದ್ದಾರೆ, ಹಲವು ವಿಭಿನ್ನ ಮಕ್ಕಳು ಕೂಡಾ ಸ್ಪರ್ಧೆಯಲ್ಲಿ ಭಾಗವಹಿಸಿದ್ದಾರೆ.

ಒಮ್ಮೆ ಒಬ್ಬ ಮಹಿಳೆ ನನಗೆ ಫೋನಾಯಿಸಿ, ತಾವೂ ಒಂದು ಮುಖಪುಟ ರಚಿಸಿ ಕಳುಹಿಸುವುದಾಗಿ ಹೇಳಿದರು. ನಾನು ಸಂತೋಷದಿಂದ ಒಪ್ಪಿಕೊಂಡೆ. ಅವರು ಮಾತನ್ನು ಮುಂದುವರೆಸಿದರು.

"ನನ್ನ ವಯಸ್ಸು ಎಷ್ಟು ಅಂತ ಊಹೆ ಮಾಡಿ ನೋಡೋಣ?" ಎಂದು ಸವಾಲೆಸೆದರು.

ನನಗೆ ಹೇಗೆ ಗೊತ್ತಾಗಬೇಕು? ಮುಖ ನೋಡಿದರೂ ವಯಸ್ಸಿನ ಅಂದಾಜು ಆಗದ ಪೆದ್ದ ನಾನು. ಆದರೆ ಹೆಂಗಸರ ವಿಷಯದಲ್ಲಿ ಯಾವುದಕ್ಕೂ ಸುರಕ್ಷತೆಯಿರಲಿ ಎಂದು ನಿರ್ಧರಿಸಿ "ಹದಿನೆಂಟು" ಅಂತ ಉಸುರಿದೆ. "ತಪ್ಪು, ನೀವು ಸೋತು ಬಿಟ್ರಿ. ನಂಗೆ ಈಗ ಎಂಬತ್ತು" ಎಂದು ನಕ್ಕು "ಎಲ್ಲಾರೂ ನಿಮ್ಮ ಹಂಗೆ ಮೋಸ ಹೋಗ್ತಾರೆ" ಎಂದು ನಗುವನ್ನು ಮುಂದುವರೆಸಿದರು. ಆ ವಿಲಕ್ಷಣ ಜೋಕಿಗೆ ನಗಬೇಕೋ ನಗಬಾರದೋ ತಿಳಿಯದೆ ಒದ್ದಾಡಲಾರಂಭಿಸಿದೆ.

"ಹಂಗಂತ ನನ್ನ ಯಾವುದರಾಗೂ ಕಡಿಮಿ ಅಂತ ತಿಳ್ಕೋಬ್ಯಾಡ. ಹೋದ ವರ್ಷ ಎಂಟು ಕಿಲೋಮೀಟರ್ ಮ್ಯಾರಾಥಾನ್ ಮಾಡೀನಿ. ಈವತ್ತಿಗೂ ನೀರಿನಾಗೆ ಬಿದ್ರೆ ಈಜು ಹೊಡೀತೀನಿ. ಬೇಕಂದ್ರೆ ನೂರು ಜನಕ್ಕೆ ಅಡಿಗಿ ಮಾಡ್ತೀನಿ. ಈ ಜುಜುಬಿ

ಮುಖಪುಟ ಮಾಡೋದು ನಂಗ್ಯಾವ ಲೆಕ್ಕ. ಎರಡು ದಿನದಾಗೆ ಮಾಡಿ ಕಳುಸ್ತೀನಿ" ಅಂದರು. ಈಜಾಟಕ್ಕೂ, ಓಟಕ್ಕೂ, ಊಟಕ್ಕೂ ಮತ್ತು ಈ ಮುಖಪುಟಕ್ಕೂ ಯಾವ ಸಂಬಂಧವೆಂದು ನನಗೆ ತಿಳಿಯಲಿಲ್ಲ. "ಆಯ್ತು ಅಜ್ಜಿ. ಕಳುಸ್ರಿ" ಎಂದೆ. ಆಮೇಲೆ ಅಜ್ಜಿಯಿಂದ ಯಾವುದೇ ಮುಖಪುಟ ಬರಲಿಲ್ಲ.

ಹುಬ್ಬಳ್ಳಿಯ ಹೆಣ್ಣುಮಗಳೊಬ್ಬಳು ವಿಚಿತ್ರ ಸಮಸ್ಯೆಯನ್ನು ನನ್ನ ಮುಂದೆ ಒಡ್ಡಿದಳು.

"ಸಾರ್, ನಂದೇ ಫೋಟೋನ್ನ ಮುಖಪುಟಕ್ಕೆ ಬಳಸಬಹುದೇನ್ರಿ?" ಅಂದಳು.

"ನಿಮ್ಮ ಫೋಟೋ ಯಾಕ್ರಿ ಮುಖಪುಟಕ್ಕೆ?"

"ನೋಡೋಕೆ ತುಂಬಾ ಚಂದಾಗಿದೀನಿ ಸಾರ್. ಬರೀ ನಾನು ಹೇಳೋದೊಂದೇ ಅಲ್ಲ, ಎಲ್ಲಾರೂ ಹಂಗಂತ್ಲೇ ಹೇಳ್ತಾರೆ" ಎಂದು ವಯ್ಯಾರದಿಂದ ಉಲಿದಳು. ನಾನು ಉಗುಳು ನುಂಗಿದೆ.

"ಅದು ಸರೀರಿ. ಆದರೆ ನಿಮ್ಮ ಮುಖ ಯಾಕೆ ಮುಖಪುಟಕ್ಕೆ ಅಂತ?" ನನ್ನದು ಮತ್ತದೇ ಗೊಣಗಾಟದ ಪ್ರಶ್ನೆ.

"ಸುಂದರವಾದ ಮುಖಪುಟಕ್ಕೆ ಬಹುಮಾನ ಅಂತ ಹೇಳೀರಲ್ಲಾ ಸಾರ್, ಅದಕ್ಕೆ"

"ಆಯ್ತು ರ್ರೀ. ಅದೇನು ಮಾಡ್ತೀರೋ ಮಾಡಿ ಕಳುಸ್ರಿ"

"ನೋಡಿ ಬೇಕಾರೆ, ನೀವೂ ನಾನು ಚಂದಾಗಿದ್ದೀನಿ ಅಂತ ಹೇಳ್ತೀರ"

ಆಮೇಲಕ್ಕೆ ಆಕೆ ಅದು ಯಾವ ಮುಖಪುಟ ಕಳುಹಿಸಿದಳೋ ನನಗೆ ತಿಳಿಯಲಿಲ್ಲ.

ಒಬ್ಬ ಕಲಾವಿದ ಎಷ್ಟು ಮುಖಪುಟಗಳನ್ನು ಕಳುಹಿಸಬೇಕೆನ್ನುವ ಬಗ್ಗೆ ನಾನೇನೂ ಮಿತಿಯನ್ನು ಹೇರಿರಲಿಲ್ಲ. ಅಬ್ಬಬ್ಬಾ ಎಂದರೆ ಒಂದು ನಾಲ್ಕು ಕಳುಹಿಸಿಯಾನು ಎಂಬುದು ನನ್ನ ಅಂದಾಜಾಗಿತ್ತು. ಅದು ದೊಡ್ಡ ತಪ್ಪಾಗಿ ಹೋಯ್ತು. ಮಂಡ್ಯದ ಕಲಾವಿದನೊಬ್ಬ ದಿನಕ್ಕೆ ಹತ್ತು ಮುಖಪುಟಗಳನ್ನು ಕಳುಹಿಸಲಾರಂಭಿಸಿದ. ಸುಮ್ಮನೆ ಅಂತರ್ಜಾಲದಿಂದ ಒಂದು ಫೋಟೋ ಡೌನ್‌ಲೋಡ್ ಮಾಡಿಕೊಳ್ಳುವುದು, ಅದಕ್ಕೆ ಯಾವುದೋ ಫೋಟೋಶಾಪ್ ಎಫೆಕ್ಟ್ ಹಚ್ಚುವುದು ಮತ್ತು ಪುಸ್ತಕದ ಹೆಸರನ್ನು ಬರೆಯುವುದು. ನನ್ನ ಮೇಲ್‌ಬಾಕ್ಸ್ ದಪ್ಪ ದಪ್ಪ ಇ–ಮೇಲ್‌ಗಳಿಂದ ತುಂಬಿ ತುಳುಕಲಾರಂಭಿಸಿತು. ಆ ಕಲಾವಿದನಿಗೆ ನಾನು ಅತ್ಯಂತ ಭಯ–ಭಕ್ತಿಯಿಂದ "ದಯವಿಟ್ಟು ಇನ್ನು ಕಳುಹಿಸಬೇಡಿ" ಎಂದು ಬೇಡಿಕೊಳ್ಳಲೇಬೇಕಾಯಿತು. ಅವನು ಕಡಿಮೆ ಮಾಡಿದನಾದರೂ ನಿಲ್ಲಿಸಲಿಲ್ಲ. "ಇನ್ನೊಂದೇ ಒಂದು" ಎಂದು ವಿನಾಯಿತಿ ಕೋರುತ್ತಾ ಕೊನೆಯ ದಿನದವರೆಗೆ ಕಳುಹಿಸುತ್ತಲೇ ಹೋದ. ಕೊನೆಗೂ ಅವನಿಗೆ ಬಹುಮಾನ ಬರಲಿಲ್ಲ.

ಇವೆಲ್ಲಾ ತಮಾಷೆಗಳೇನೇ ಇರಲಿ, ಈ ವಾರ್ಷಿಕ ಬಹುಮಾನದ ಸಂದರ್ಭಗಳು ನನಗೆ ಅತ್ಯಂತ ಸಂಭ್ರಮದ ದಿನಗಳಾಗಿರುತ್ತವೆ. ತಾಯಿಯೊಬ್ಬಳು ತನ್ನ ಮಗನ ಕತೆಗಳನ್ನು ಮುತುವರ್ಜಿಯಿಂದ ಕಳುಹಿಸುತ್ತಾಳೆ, ಮನೆಗೇ ಬಂದು ಹಸ್ತಪ್ರತಿ ಕೊಡುತ್ತೇವೆಂದು ಹಠ ಹಿಡಿದು ಕೆಲವರು ಬರುತ್ತಾರೆ, ತಮ್ಮ ಹಸ್ತಪ್ರತಿ ತಲುಪಿದೆಯೋ ಇಲ್ಲವೋ ಎಂಬ ಆತಂಕದಲ್ಲಿ ಹತ್ತಾರು ಬಾರಿ ಫೋನಾಯಿಸುತ್ತಾರೆ, ಹಸ್ತಪ್ರತಿ ತಲುಪಿದೆ ಎಂದು ನಾನು ಪತ್ರ ಹಾಕಿದ ಕೂಡಲೆ ರೋಮಾಂಚನಗೊಂಡು, ನನಗೆ ಫೋನ್ ಮಾಡಿ ಪತ್ರ ಬಂದ ವಿಷಯ ತಿಳಿಸುತ್ತಾರೆ, ತಮಗೆ ಬಹುಮಾನ ಬಂದಿಲ್ಲವೆಂದು ತಿಳಿದ ಕೂಡಲೆ ಫೋನ್ ಮಾಡಿ ಬಿಕ್ಕುತ್ತಾರೆ, ಬಹುಮಾನ ಬಂದವರು "ನಾನು ಯಾರು ಅಂತ ನಿಮಗೆ ಗೊತ್ತಿಲ್ಲ. ಆದರೂ ಬಹುಮಾನ ಕೊಟ್ಟೀರಲ್ಲಾ ಸಾರ್" ಎಂದು ಸಂತೋಷದಲ್ಲಿ ಹೃದಯ ತುಂಬಿ ಹೇಳುತ್ತಾರೆ. ಹೀಗೆ ನಾಡಿನ ಮೂಲೆಮೂಲೆಯಿಂದ ನೂರಾರು ಜನರು ನನ್ನೊಡನೆ ಪ್ರೀತಿಯಿಂದ ಒಡನಾಡುವ ಈ ದಿನಗಳು ನನಗೆ ಅತ್ಯಂತ ಸಂತೋಷವನ್ನು ಕೊಡುತ್ತವೆ. ಪ್ರತಿ ವರ್ಷ ಆ ದಿನಗಳಿಗಾಗಿ ಎದುರು ನೋಡುತ್ತಿರುತ್ತೇನೆ.

06ನೇ ಮಾರ್ಚ್ 2012

ಕೇಶ ಕೌಶಲ

ನನಗೆ ಚೆನ್ನಾಗಿ ನೆನಪಿದೆ. ಅಪ್ಪ ಚಿಕ್ಕಂದಿನಲ್ಲಿ ನನ್ನ ಕ್ಷೌರಕ್ಕೆ ಕೊಡುತ್ತಿದ್ದುದು ಬರೀ ಐವತ್ತು ಪೈಸೆ. ಅದೂ ತಲೆಯ ತುಂಬಾ ಕೂದಲು ಬಂದು, ಅಮ್ಮ ನಾಲ್ಕಾರು ಬಾರಿ ಅಪ್ಪನಿಗೆ ಕ್ಷೌರಕ್ಕೆ ಕರೆದುಕೊಂಡು ಹೋಗಲು ಹೇಳಿದ ಮೇಲೆ, ಒಂದು ಒಳ್ಳೆಯ ದಿನ (ಅಂದರೆ ಕ್ಷೌರಕ್ಕೆ!) ಹುಡುಕಿ ನಿಶ್ಚಯಿಸಿ ನನ್ನನ್ನು ಕರೆದುಕೊಂಡು ಹೋಗುತ್ತಿದ್ದ. ತಲೆ ಅಲ್ಲಾಡಿಸದೆ ಕುಳಿತುಕೊಳ್ಳುವ ಆ ಕ್ಷೌರ ನನಗಂತೂ ಹಿಡಿಸುತ್ತಿರಲಿಲ್ಲ. ಆ ಪುಟ್ಟ ವಯಸ್ಸಿನಲ್ಲಿ ಬರೀ ಕನ್ನಡಿಯಲ್ಲಿ ಮುಖ ನೋಡುತ್ತಾ ಎಷ್ಟು ಹೊತ್ತು ಕುಳಿತಿರಲು ಸಾಧ್ಯ? ಕುರ್ಚಿಯ ಮೇಲೆ ಒಂದು ಹಲಗೆಯನ್ನು ಹಾಕಿ, ಅದರ ಮೇಲೆ ನನ್ನನ್ನು ಕೂಡಿಸಿ, ಅಪ್ಪ ನನ್ನ ತಲೆಯನ್ನು ಗಟ್ಟಿಯಾಗಿ ಹಿಡಿದುಕೊಂಡರೆ, ಕ್ಷೌರಿಕ ತನಗೆ ತೋಚಿದಂತೆ ಕೂದಲನ್ನು ಕತ್ತರಿಸುತ್ತಿದ್ದ. ಅಪ್ಪ ಅಂಗಡಿಯ ಹೊಸ ಮಾಲನ್ನು ಪರೀಕ್ಷಿಸುವಂತೆ ನನ್ನ ತಲೆಯನ್ನು ಪರೀಕ್ಷಿಸಿ "ಇಲ್ಲೊಂಚೂರು ಕತ್ತರಿಸು, ಅಲ್ಲಿ ಸ್ವಲ್ಪ ಮಷಿನ್ ಓಡಿಸು, ಹಿಂದಕ್ಕೆ ಇನ್ನೊಂದು ಸಲ ಕತ್ತಿ ಹಾಕು" ಅಂತ ಸಲಹೆ ನೀಡಿ, ಮತ್ತಷ್ಟು ರಿಪೇರಿ ಮಾಡಿಸಿದ ಮೇಲೆ ನನಗೆ ಇಕ್ಕಳದ ಹಿಡಿತದಿಂದ ಮುಕ್ತಿ ಸಿಗುತ್ತಿತ್ತು. ಕ್ಷೌರಿಕನಿಗೆ ಐವತ್ತು ಪೈಸೆ ಕೊಡುತ್ತಾ "ಸಣ್ಣ ಹುಡುಗಗೆ ಭಾಳ ದುಬಾರಿಯಾಯ್ತು" ಅಂತ ಅಪ್ಪ ಒಂದು ಒಣ ವಿಮರ್ಶೆಯನ್ನು ಒಗೆಯುತ್ತಿದ್ದ. ಆಗಲೇ ವಯಸ್ಸಾಗಿದ್ದ ಆ ಕ್ಷೌರಿಕನ ಬಳಿ ಜುಜುಬಿ ಐವತ್ತು ಪೈಸೆಗೆ ಚೌಕಾಸಿ ಮಾಡುವ ಅಪ್ಪ ನನಗೆ ಒಂಚೂರೂ ಇಷ್ಟವಾಗುತ್ತಿರಲಿಲ್ಲ. ಆದರೆ ಹಾಗಂತ ಹೇಳಲು ಧೈರ್ಯವಿಲ್ಲ. ಮನೆಗೆ ಬಂದ ಮೇಲೆ ಇಬ್ಬರಿಗೂ ಸ್ನಾನ. ಬಚ್ಚಲಿನಲ್ಲಿ ಇಬ್ಬರೂ ಬಟ್ಟೆ ಬಿಚ್ಚಿ ಕುಳಿತುಕೊಂಡರೆ ಅಮ್ಮ ಸುಡುಸುಡುವ ನೀರನ್ನು ಹಾಕುತ್ತಿದ್ದಳು.

ಸ್ವಲ್ಪ ದೊಡ್ಡವನಾಗುತ್ತಲೇ ಅಪ್ಪನ ಜೊತೆ ಹೋಗಲು ನಿರಾಕರಿಸಿದೆ. ಅದಷ್ಟೇ ಅಲ್ಲ, ಅಪ್ಪ ಕರೆದುಕೊಂಡು ಹೋಗುತ್ತಿದ್ದ ಆ 'ಐವತ್ತು ಪೈಸೆಯ' ಕ್ಷೌರದ ಅಂಗಡಿ, ವಯಸ್ಸಾದ ಆ ಕ್ಷೌರಿಕ ತಮ್ಮ ಆಕರ್ಷಣೆಯನ್ನು ಕಳೆದುಕೊಂಡುಬಿಟ್ಟಿದ್ದರು. ದೂರದ ಬಸ್‌ಸ್ಟಾಂಡಿನ ಹತ್ತಿರದಲ್ಲಿದ್ದ 'ಮಾಡರ್ನ್ ಹೇರ್ ಸಲೂನ್'ಗೆ ತಲೆ ಕೊಟ್ಟು ಬರುತ್ತಿದ್ದೆ. ಅಲ್ಲಿ ಕ್ಷೌರಕ್ಕೆ ಒಂದು ರೂಪಾಯಿ! ಆತ ತಲೆಯ ಹಿಂದೆ ಮತ್ತೊಂದು ಕನ್ನಡಿ ಹಿಡಿದು ತೋರಿಸುತ್ತಿದ್ದನಲ್ಲದೆ, ಮಕ್ಕಳಿಗಾಗಿ ಹಾಕುವ ಮತ್ತೊಂದು ಹಲಗೆಯನ್ನು ಹಾಕದೆ ನೇರವಾಗಿ ಕುರ್ಚಿಯಲ್ಲಿ ಕುಳಿತುಕೊಳ್ಳಲು ಬಿಡುತ್ತಿದ್ದ. "ಯಾವ ಸ್ಟೈಲ್ ಮಾಡಲಿ?" ಅಂತ ಕ್ಷೌರಕ್ಕೆ ಮುಂಚೆ ಕೇಳಿದಾಗ ನಮಗೆ ಇನ್ನಿಲ್ಲದ ಹಿರಿತನ ಬಂದಂತೆ ಭಾಸವಾಗುತ್ತಿತ್ತು. ಆ ಕಾಲಕ್ಕೆ ಚಾಲ್ತಿಯಲ್ಲಿರುವ ಸಿನಿಮಾ ನಾಯಕನ ಸ್ಟೈಲಿನಲ್ಲಿ ಕಟ್ಟಿಂಗ್ ಮಾಡಿಸಿಕೊಳ್ಳುತ್ತಿದ್ದೆವು. ಆದರೆ ಮನೆಗೆ ಬಂದ ನಂತರ ಅಪ್ಪನ ಮೊದಲ ಪ್ರಶ್ನೆ "ಎಷ್ಟು ತೊಗೊಂಡಾ?" ಎನ್ನುವುದೇ ಆಗಿರುತ್ತಿತ್ತು. ಒಂದು ರೂಪಾಯಿ ಅಂತ ತಿಳಿಯುತ್ತಲೇ ಅಪ್ಪಗೆ ರೇಗುತ್ತಿತ್ತು. "ಉಣ್ಣೋದಲ್ಲ, ಉಡೋದಲ್ಲ. ಇರೋ ಕೂದಲು ಕತ್ತರಿಸಿಗೊಂಡು ಬರೋಕೆ ನಿನ್ನ ಮಗ ಒಂದು ರೂಪಾಯಿ ಹಾಳು ಮಾಡ್ತಾನಲ್ಲ? ಇಲ್ಲೇನು ನಮ್ಮನಿಯಾಗೆ ದುಡ್ಡಿನ ಗಿಡ ನೆಟ್ಟೀನೇನು?" ಅಂತ ಇನ್ನಿಲ್ಲದೆ ಕೂಗಾಡುತ್ತಿದ್ದ. ನಾನು ತುಟಿ ಪಿಟಕ್ಕೆನ್ನದೆ ತಲೆ ತಗ್ಗಿಸಿ ನಿಲ್ಲುತ್ತಿದ್ದೆ. ಅಮ್ಮಗೆ ನನ್ನ ಸಮಸ್ಯೆ ಅರ್ಥವಾಗುತ್ತಿತ್ತು. "ಇರ್ಲಿ ಬಿಡ್ರಿ, ದೊಡ್ಡೋನು ಆಗ್ಯಾನೆ. ಅವನಿಗೆ ಬೇಕಾದ ಹಾಗೆ ಕತ್ತರಿಸಿಗೊಳ್ಳಲಿ. ಬೇಕಂದ್ರೆ ಎರಡು ತಿಂಗಳಿಗೆ ಒಂದು ಸಲ ಹೋಗೋದರ ಬದಲು, ಮೂರು ತಿಂಗಳಿಗೆ ಒಂದು ಸಲ ಹೋಗಲಿ" ಎಂದು ಅಪ್ಪನನ್ನು ಸಮಾಧಾನ ಮಾಡುತ್ತಿದ್ದಳು. ಅಪ್ಪ ವಟಗುಟ್ಟುತ್ತಲೇ ಸುಮ್ಮನಾಗುತ್ತಿದ್ದ.

ಹೀಗೆ ಶುರುವಾದ ಕ್ಷೌರದ ಬೆಲೆಯೇರಿಕೆ ದಿನ ಕಳೆದಂತೆ ಹೆಚ್ಚುತ್ತಲೇ ಹೋಯ್ತು. ಕಾಲೇಜಿನ ಮೊದಲ ವರ್ಷ ಐದು ರೂಪಾಯಿ ಇದ್ದದ್ದು, ಕೊನೆಯ ವರ್ಷಕ್ಕೆ ಹತ್ತಾಗಿತ್ತು. ಪೂನಾದಲ್ಲಿ ಇಪ್ಪತ್ತು, ಕೊಚ್ಚಿನಿಗೆ ಹೋದಾಗ ಮೂವತ್ತು, ಕಲಕತ್ತಾದಲ್ಲಿ ಆಗಲೇ ಮೂವತ್ತೈದು... ಹೀಗೆ. ಇಂಗ್ಲೆಂಡಿನಲ್ಲಿದ್ದಾಗ ಮಾತ್ರ ಬೆಚ್ಚಿ ಬೀಳಿಸುವಂತೆ ಹತ್ತು ಪೌಂಡುಗಳು (ಆಗ 750 ರೂಪಾಯಿ)! ಆದರೆ ನೋಡಲು ಸುಂದರಿಯರಾದ ಹೆಂಗಸರು ಅಲ್ಲಿ ಕ್ಷೌರ ಮಾಡುತ್ತಿದ್ದರೆನ್ನುವುದು ಮಾತ್ರ ಇಷ್ಟವಾಗುತ್ತಿತ್ತು. ಅನಂತರ ಊರು ಸುತ್ತಾಡುವುದು ಬಿಟ್ಟು, ಬೆಂಗಳೂರಿನಲ್ಲಿ ತಳವೂರಿಯಾದ ಮೇಲೆ ಬೆಲೆಯೇರಿಕೆ ಅಭ್ಯಾಸವಾಗಿ ಬಿಟ್ಟಿತ್ತು. ಮನುಷ್ಯರು ನಿರ್ವಹಿಸುವ ಕೆಲಸಗಳ ಬೆಲೆಯೇರಿಕೆಗೆ ನಾನು ಸಾಮಾನ್ಯವಾಗಿ ಗೊಣಗುವುದಿಲ್ಲ. ಆಫೀಸಿನಲ್ಲಿ ಮಾತೆತ್ತಿದರೆ ಪ್ರಮೋಷನ್, ಸ್ಯಾಲರಿ ಹೈಕ್ ಎಂದು ಮಾತನಾಡುವ ನಾವು, ಅದೇ ಪ್ರಕಾರ ಉಳಿದವರಿಗೂ ಕೊಡಬೇಕೆನ್ನುವುದು ನನ್ನ ವಾದ. ಆದ್ದರಿಂದ ಮನೆ ಕೆಲಸದವರಿಗೆ,

ಅಡುಗೆಯವಳಿಗೆ, ಡ್ರೈವರಿಗೆ – ಅವರು ಕೇಳುವುದಕ್ಕಿಂತಲೂ ಮುಂಚೆಯೇ ಸಂಬಳ ಹೆಚ್ಚು ಮಾಡಿ ಬಿಡುತ್ತೇನೆ. ಆದ್ದರಿಂದ ಕ್ಷೌರದ ಬೆಲೆ ಹೆಚ್ಚಳವಾಗಿದ್ದು ನನಗೆ ಅಷ್ಟಾಗಿ ಗಮನಕ್ಕೆ ಬಂದಿರಲಿಲ್ಲ.

ಆದರೆ ಮೊನ್ನೆ ನನ್ನ ಮಾಮೂಲೀ ಕ್ಷೌರದಂಗಡಿಯಲ್ಲಿ ನನ್ನ ಕಟಿಂಗಿಗೆ ನೂರಾ ಐವತ್ತು ರೂಪಾಯಿಗಳನ್ನು ಪಡೆದಾಗ ಮಾತ್ರ ತಲೆ ತಿರುಗಿ ಹೋಯ್ತು. ಆಗಲೇ ನನ್ನ ತಲೆ ಅರ್ಧ ತಾಮ್ರದ ತಂಬಿಗೆಯಾಗಿದೆ. ಇರುವುದು ಒಂದಿಷ್ಟು ಕುರುಚಲು ಕೂದಲು. ಐದು ನಿಮಿಷದಲ್ಲಿ ಕಟ್ಟಿಂಗ್ ಮುಗಿದು ಹೋಗುತ್ತದೆ. ಅದಕ್ಕೆ ಇಷ್ಟೊಂದು ಹಣವೆಂದರೆ ಗತಿಯೇನು? "ಏನು ಮಾಡೋದಕ್ಕೆ ಆಗ್ತದೆ ಸಾರ್, ಈ ಊರೇ ದುಬಾರಿ ಆಗಿ ಬಿಟ್ಟದೆ. ಎಲ್ಲಾ ತುಟ್ಟಿ. ತಿಂಗಳಿಗೆ ಬರೀ ಈ ಏರ್ ಕಂಡಿಷನ್ ಸಲುವಾಗಿ ನಾನು ಎಷ್ಟು ಕರೆಂಟ್ ಬಿಲ್ ಕಟ್ತೇನಿ ಅಂತ ನಿಮಗೆ ಗೊತ್ತಿಲ್ಲ ಸಾರ್" ಎಂದು ಕ್ಷೌರಿಕ ಸಮರ್ಥಿಸಿಕೊಳ್ಳತೊಡಗಿದ. ಯಾಕೋ ನನಗೂ ರೇಗಿ ಹೋಯ್ತು. "ಉಣ್ಣೋದಲ್ಲ, ಉಡೋದಲ್ಲ, ನಮ್ಮದೇ ಕೂದಲು ಕತ್ತರಿಸೋದಕ್ಕೆ ಇಷ್ಟು ದುಡ್ಡು ಅಂದ್ರೆ ಹೆಂಗ್ರಿ?" ಎಂದು ಹೇಳಿಬಿಟ್ಟೆ! ಅಪ್ಪನ ಆ ಮೂವತ್ತು ವರ್ಷದ ಹಳೆಯ ಮಾತು ನನಗರಿವಿಲ್ಲದಂತೆ ನನ್ನ ಬಾಯಿಂದ ಅಚಾನಕ್ಕಾಗಿ ಬಂದಿದ್ದು ವಿಚಿತ್ರ ಸಂಭ್ರಮ, ಸಂತೋಷ, ನಾಚಿಕೆಗಳನ್ನು ಮೂಡಿಸಿ, ಮತ್ತೆ ಆ ಕ್ಷೌರಿಕನೊಂದಿಗೆ ಮಾತು ಮುಂದುವರೆಸದೆ ಹಣವನ್ನು ನೀಡಿ ಹೊರಗೆ ಬರುವಂತೆ ಮಾಡಿತ್ತು. ಇಡೀ ದಿನ ಅಪ್ಪ ನನ್ನನ್ನು ಆವರಿಸಿಕೊಂಡು ಬಿಟ್ಟ.

ಗಂಡು ಹುಡುಗರಿಗೆ ಅವರ ಬಾಲ್ಯ ಮತ್ತು ಹರೆಯದಲ್ಲಿ ಅಪ್ಪ ಕಿರಿಕಿರಿಯಾಗಿ ಕಾಣುತ್ತಾನೆ. ನಡುವಯಸ್ಸು ಶುರುವಾಗುತ್ತಲೇ ಆತ ಅತ್ಯಂತ ಪ್ರಾಮಾಣಿಕ ವ್ಯಕ್ತಿ ಎನ್ನಿಸತೊಡಗಿ ವಿಚಿತ್ರ ಭಾವುಕತೆಗೆ ಒಳಗಾಗುತ್ತಾರೆ. ಆತನಿಲ್ಲದ ಈ ಹೊತ್ತಿನಲ್ಲಿ ಒಳಗಿನಿಂದ ಉಕ್ಕಿ ಬರುವ ಪ್ರೀತಿಯನ್ನು ಹೇಗೆ, ಎಲ್ಲಿ, ಯಾರಿಗೆ ವ್ಯಕ್ತಪಡಿಸಬೇಕೋ ತೋಚದೆ ಕಣ್ಣುಗಳು ಆರ್ದ್ರವಾಗುತ್ತವೆ.

ಮುಂದಿನ ಬಾರಿ ಆ ಸಲೂನು ಬೇಡವೆಂದು ನಿರ್ಧರಿಸಿದೆ. ಅನಗತ್ಯವಾಗಿ ಹೆಚ್ಚಿನ ಬೆಲೆಯನ್ನು ಕೊಡುವುದು ತರವಲ್ಲ. ಏರ್ ಕಂಡಿಷನ್, ಪರ್ಫ್ಯೂಮ್ ಇಲ್ಲದಿದ್ದರೂ ಪರವಾಯಿಲ್ಲ. ಒಂದು ಒಳ್ಳೆಯ ಸ್ವಚ್ಛ ಸಲೂನ್ ಆದರೆ ಸಾಕೆಂದು ನಿರ್ಣಯಿಸಿ, ಇಂಟರ್‌ನೆಟ್ಟಿನಲ್ಲಿ ನಮ್ಮ ಅಪಾರ್ಟ್‌ಮೆಂಟಿನವರಿಗೆ ಒಂದು ಇ-ಮೇಲ್ ಹಾಕಿದೆ. ತಕ್ಷಣ ನಾಲ್ಕಾರು ಜನ ಪ್ರತಿಕ್ರಿಯಿಸಿ ಸ್ವಲ್ಪ ದೂರದಲ್ಲಿ, ಅರಕೆರೆ ಹಳ್ಳಿಯಲ್ಲಿರುವ ಸಲೂನಿಗೆ ಹೋಗಬಹುದೆಂದು ಸಲಹೆಯಿತ್ತರು. ಅಲ್ಲಿ ಕ್ಷೌರಕ್ಕೆ ಬರೀ ಐವತ್ತು ರೂಪಾಯಿ ಎಂದು ಹೇಳಿದರು. ಒಂದಿಷ್ಟು ದೂರ ನಡೆದರೂ ಚಿಂತೆಯಿಲ್ಲವೆಂದು ನಿರ್ಧರಿಸಿ ಒಂದು ಸಂಜೆ ಕ್ಷೌರಕ್ಕೆ ಹೊರಟೆ (ಮೊದಲಿನಂತೆ ವಾರ, ತಿಥಿ, ಹೊತ್ತು

ನೋಡಿಕೊಂಡು ಕ್ಷೌರಕ್ಕೆ ಹೋಗುವುದು ನಿಂತು ಹೋಗಿದೆ. ಯಾವಾಗ ಬಿಡುವಿದ್ದೇನೆ ಅನ್ನಿಸಿದರೆ ಸಾಕು, ಆಗ ಹೋಗಿಬಿಡುವುದು ಈಗ ಅಭ್ಯಾಸವಾಗಿದೆ. ಮೈಮೇಲೆ ಕೂದಲು ಉಳಿಯದಂತೆ ಸೊಗಸಾಗಿ ಕ್ಷೌರ ಮಾಡುವ ಕಲೆ ಅವರಿಗೂ ಸಿದ್ಧಿಸಿದೆ).

ಸ್ವಲ್ಪ ಹಳೆಯ ಮಾದರಿಯ ಸಲೂನ್ ಆದರೂ ಕ್ಷೌರಿಕ ಅತ್ಯಂತ ಲವಲವಿಕೆಯಿಂದ ನನ್ನನ್ನು ಸ್ವಾಗತಿಸಿದ. ನಾನಿನ್ನೂ ದೂರದಲ್ಲಿ ಬರುತ್ತಿರುವಾಗಲೇ 'ಗಿರಾಕಿ' ಎಂದು ಗುರುತಿಸಿ ಎದ್ದು ನಿಂತು (ಜಗಲಿಯ ಮೇಲೆ ಬೀಡಿ ಸೇದುತ್ತಾ ಖಾಲಿ ಕುಳಿತಿದ್ದ) ಬರಮಾಡಿಕೊಂಡಿದ್ದು, ನನಗೆ ಅಚ್ಚರಿಯೆನ್ನಿಸಿತು. "ಇಷ್ಟೊಂದು ಜನ ಈ ರಸ್ತೆಯಲ್ಲಿ ಓಡಾಡ್ತಾರೆ. ಅದು ಹೆಂಗೆ ರೀ ನಾನು ಕ್ಷೌರಕ್ಕೆ ಬರೋನು ಅಂತ ಕಂಡು ಹಿಡಿದ್ರಿ?" ಎಂದು ಕೇಳಿದೆ. "ನಮ್ಮ ಗಿರಾಕಿ ನಮಗೆ ಗೊತ್ತಾಗಲ್ಲೇನು ಸಾರ್? ಎಂಥಾ ಮಾತು ಹೇಳಿದ್ರಿ! ನಮ್ಮಪ್ಪ ನನ್ನ ಕೈಯಾಗೆ ಕತ್ತಿ, ಕತ್ತರಿ, ಕನ್ನಡಿ ಕೊಟ್ಟು ಆಗಲೇ 30 ವರ್ಷ ಆಯ್ತು" ಎಂದು ಹೆಮ್ಮೆಯಿಂದ ಹೇಳಿಕೊಂಡ. ಅವನು ತುಂಬಾ ವಾಚಾಳಿಯಾಗಿದ್ದ. ನನ್ನ ಮೂಲ ಊರು, ಬೆಂಗಳೂರಿಗೆ ಬಂದು ಎಷ್ಟು ವರ್ಷ ಆಯ್ತು, ಸಂಸಾರ, ಕೆಲಸ ಇತ್ಯಾದಿಯಾಗಿ ವಿಚಾರಿಸಿಕೊಂಡು, ಹಗೂರಕ್ಕೆ ಸಂಬಳ ಅಷ್ಟು ಬರಬಹುದಲ್ಲವೆ ಸಾರ್? ಎಂದು ಸೂಕ್ಷ್ಮವಾಗಿ ಪ್ರಶ್ನೆ ಇಟ್ಟ. "ಬದುಕೋದಕ್ಕೆ ಅಡ್ಡಿ ಇಲ್ಲ ರೀ" ಎಂದು ಅಡ್ಡ ಗೋಡೆಯ ಮೇಲೆ ದೀಪವಿಟ್ಟೆ.

ಸಿಲ್ಕಿನ ಬಟ್ಟೆಯನ್ನು ಝಾಡಿಸಿ, ಶಲ್ಯದಂತೆ ಹೊದಿಸಿ, ಕೈಗೆ ಹಣಿಗೆ, ಕತ್ತರಿಗಳನ್ನು ತೆಗೆದುಕೊಂಡು "ಮೀಡಿಯಮ್ಮಾ, ಶಾರ್ಟಾ ಸಾರ್?" ಅಂತ ಅಧಿಕಪ್ರಸಂಗದ ಮಾತಾಡಿದ. ನಾನು ಬೇಕೆಂದೇ "ಮೀಡಿಯಮ್ಮು" ಅಂದೆ. "ಪ್ರಯತ್ನ ಮಾಡ್ತೀನಿ ಸಾರ್, ಆದರೆ ನಿಮ್ಮ ತಲೆಯಲ್ಲಿ ಅದು ಕಷ್ಟ" ಎಂದು ಪೆಚ್ಚು ನಗೆ ಬೀರಿ ಕೂದಲನ್ನು ಬಾಚತೊಡಗಿದ. "ದರ್ಶನ್‌ನ ಜೈಲಿಂದ ಬಿಡ್ತಾರೆ ಅಂತೀರಾ ಸಾರ್?" ನಿಂದ ಹಿಡಿದು, "ಚಿದಂಬರಂ ಅವರು ರಾಜೀನಾಮೆ ಕೊಡಬೇಕು ಅಂತೀರಾ ಸಾರ್?" ಎನ್ನುವ ತನಕ ಸರ್ವರಂಗಗಳಲ್ಲೂ ಕೈಯಾಡಿಸಿದ. ಮಧ್ಯೆ ಮಧ್ಯೆ ಅವನ ಫೋನು ರಿಂಗಾಗಲು, "ಕ್ಷಮಿಸಿ ಸಾರ್, ಅರ್ಜೆಂಟ್ ಕಾಲು" ಎಂದು ಲಕ್ಷಣವಾಗಿ ಹೇಳಿ, ಹೊರಗೆ ಹೋಗಿ ಹತ್ತು ನಿಮಿಷ ಮಾತನಾಡಿ ಬರುತ್ತಿದ್ದ. "ಈ ರಿಯಲ್ ಎಸ್ಟೇಟ್ ವ್ಯವಹಾರ ಮಹಾ ಕಿರಿಕ್ಕು ನೋಡಿ ಸಾರ್" ಎಂದು ಕತ್ತರಿ ಆಡಿಸುತ್ತಿದ್ದ. ಕೊನೆಗೆ ಕಟ್ಟಿಂಗ್ ಮುಗಿಸಿ, ಶಲ್ಯ ತೆಗೆದು, ಕೂದಲು ಝಾಡಿಸಿ, ಘಮ ಘಮ ಪೌಡರ್ ಹಚ್ಚಿದ. ತಲೆಯ ಹಿಂದೆ ಮತ್ತೊಂದು ಕನ್ನಡಿಯನ್ನು ಹಿಡಿದು "ಓಕೆನಾ ಸಾರ್" ಅಂದ. ನಾನು ದಿನವೂ ಕನ್ನಡಿಯಲ್ಲಿ ನೋಡಲು ಆಗದ ತಲೆಯ ಹಿಂಭಾಗದ ಬೋಳು ಇನ್ನಷ್ಟು ಗಾಢವಾಗಿ ಕಂಡು ಹೆದರಿಕೆಯಾಗುವ ಹೊತ್ತದು. ಸುಮ್ಮನೆ ನೋಡಿದಂತೆ ಮಾಡಿ ಓಕೆ ಮಾಡಿ ಬಿಡುತ್ತೇನೆ. ನಾನಿನ್ನು ಎದ್ದು ಹೊರಡಬೇಕು

ಎನ್ನುವಾಗ "ಸಾರ್, ಒಂದು ಮಾತು ಹೇಳ್ತೀನಿ. ತಪ್ಪು ತಿಳ್ಕೋಬೇಡ್ರಿ" ಎಂದು ಪೀಠಿಕೆ ಹಾಕಿದ. "ನಿಮ್ಮ ತಲೆಯಲ್ಲಿ ತುಂಬಾ ಹೊಟ್ಟಿದೆ. ನಿಮ್ಮ ಕುತ್ತಿಗೆಯ ಮೇಲೆ, ಆ ಟವೆಲ್ಲಿನ ಮೇಲೆ ಎಷ್ಟೆಲ್ಲಾ ಹೊಟ್ಟು ಬಿದ್ದಿದೆ ನೋಡಿ. ತಲೆ ಕೆರೆತದಿಂದ ನೀವು ತುಂಬಾ ತೊಂದರೆ ಅನುಭವಿಸುತ್ತಿದ್ದೀರೆಂದು ನನಗೆ ಗೊತ್ತು ಸಾರ್" ಅಂದ. ಅವನ ಊಹೆ ನಿಜವಾಗಿತ್ತು. ಮೀಟಿಂಗಿನಲ್ಲಿ ಕೂತಾಗ, ಯಾವುದೋ ಮಹತ್ವದ ಪ್ರೆಸೆಂಟೇಷನ್ ಮಾಡುವಾಗ, ವಿಮಾನದಲ್ಲಿ ಕುಳಿತಾಗ, ಕೊನೆಗೆ ಟಾಯ್ಲೆಟ್ಟಿನಲ್ಲಿ ಕಮೋಡಿನ ಮೇಲೆ ಆಸೀನನಾದಾಗಲೂ ಈ ತಲೆಕೆರೆತ ಅಚಾನಕ್ಕಾಗಿ ಶುರುವಾಗಿ ಬಹಳ ಕಿರಿಕಿರಿ ಕೊಡುತ್ತಿತ್ತು. ಆದ್ದರಿಂದ ಅವನ ಮಾತುಗಳಲ್ಲಿ ನನಗೆ ಆಸಕ್ತಿ ಬಂತು.

"ನೋಡಿ ಸಾರ್, ಕೇರಳದ ಒಂದು ಮೆಡಿಸಿನ್ ಇದೆ. ಪಕ್ಕಾ ಆಯುರ್ವೇದಿಕ್! ಯಾವುದೇ ಸೈಡ್ ಎಫೆಕ್ಟ್ ಇಲ್ಲ. ಒಂದು ಸಲ ಹಾಕಿ ತಿಕ್ಕಿದ್ರೆ ಆಯ್ತು, ಮತ್ತೆ ಹೊಟ್ಟು ನಿಮ್ಮ ಹತ್ತಿರ ಸುಳಿಯಂಗಿಲ್ಲ. ಟ್ರೈ ಮಾಡಿ ಸಾರ್" ಅಂತ ಆಸೆ ಹುಟ್ಟಿಸಿದ. ಆಯ್ತು ಎಂದು ಒಪ್ಪಿಕೊಂಡೆ. ಹುರುಪಿನಿಂದ ತನ್ನ ಕಾರ್ಯವನ್ನು ಶುರು ಮಾಡಿಬಿಟ್ಟ. ಒಂದು ನಿಂಬೆ ಹಣ್ಣು ಹೆಚ್ಚಿ, ಅದರ ರಸದಲ್ಲಿ ಎಂತಹದೋ ಪುಡಿಯನ್ನು ಕಲಸಿ, ತಲೆಯ ರೋಮರೋಮಕ್ಕೆ ಸವರಿದ. ಅದು ಒಂದು ವಿಚಿತ್ರ ದಟ್ಟ ವಾಸನೆಯ ಪುಡಿಯಾಗಿತ್ತು. ಪರಿಮಳವೇ ಆದರೂ, ಅತ್ಯಂತ ದಟ್ಟ ವಾಸನೆಯಿಂದಾಗಿ ಬೇಡವೆನ್ನಿಸುತ್ತಿತ್ತು. ಅವನು ಲೇಪನವನ್ನು ಮುಗಿಸಲು ಹದಿನೈದು ನಿಮಿಷ ತೆಗೆದುಕೊಂಡ. "ಇನ್ನು ಜೀವನದಲ್ಲಿ ಹೊಟ್ಟಿನ ಸಮಸ್ಯೆಯನ್ನು ನೀವು ಮರೆತು ಬಿಡಿ" ಎಂದು ಆಶ್ವಾಸನೆಯನ್ನು ಕೊಟ್ಟ. ನನಗೂ ಖುಷಿಯಾಯ್ತು. "ಎಷ್ಟಾಯ್ತು?" ಎಂದದ್ದಕ್ಕೆ "ಬರೀ ಮುನ್ನೂರು ರೂಪಾಯಿ ಸಾರ್" ಅಂದ. ನನಗೆ ತಲೆ ತಿರುಗಿತು! "ಕ್ಷೌರಕ್ಕೆ ಬರೀ ಐವತ್ತು ರೂಪಾಯಿ ಅಲ್ವೇನ್ರಿ?" ಎಂದೆ. ಅತ್ಯಂತ ವಿನಮ್ರ ಧ್ವನಿಯಲ್ಲಿ "ಹೌದು ಸಾರ್. ಆದರೆ ಈ ಕೇರಳದ ಔಷಧಿಗೆ 250. ಒಟ್ಟು 300 ಅಲ್ವಾ?" ಎಂದು ಲೆಕ್ಕ ಒಪ್ಪಿಸಿದ. ಬೆಲೆ ಕೇಳದೆ ಈ ಸೇವೆಗೆ ಒಪ್ಪಿದ್ದು ನನ್ನ ತಪ್ಪೆಂದು ನನ್ನನ್ನೇ ಬೈದುಕೊಂಡು, ತೆಪ್ಪಗೆ ಹಣ ತೆತ್ತು ಮನೆಗೆ ಬಂದೆ.

ಸಮಸ್ಯೆ ಶುರುವಾಗಿದ್ದು ಇಲ್ಲಿಂದಲೇ!

ಮನೆಗೆ ಬರುವಷ್ಟರಲ್ಲಿ ನನ್ನ ತಲೆಯ ವಾಸನೆ ಅತ್ಯಂತ ಗಾಢವಾಗಿ ತಲೆನೋವು ತರಿಸುವಷ್ಟು ಆಯ್ತು. ಸ್ನಾನ ಮಾಡಿ, ಶ್ಯಾಂಪೂ ಹಾಕಿ ತಿಕ್ಕಿದರೂ ತಲೆಯ ವಾಸನೆ ಹೋಗಲಿಲ್ಲ. ನಾನು ನನಗಿಷ್ಟವಾದ ಒಂದು ಬೆಲೆ ಬಾಳುವ ಟಿ-ಶರ್ಟ್ ಹಾಕಿಕೊಂಡು ಹೋಗಿದ್ದೆ. ಅದೂ ಕೂಡ ವಾಸನೆ ಹೊಡೆಯಲಾರಂಭಿಸಿತು! ಮನೆಯಲ್ಲಿ ಆ ದಟ್ಟ ವಾಸನೆ ಸುತ್ತಿಕೊಂಡುಬಿಟ್ಟಿತು. ಅದನ್ನು ಹೋಗಲಾಡಿಸುವುದು

ಹೇಗೆಂದು ತಿಳಿಯದಾಯ್ತು. ಆದರೆ ಸ್ವಲ್ಪ ಸಮಯದ ನಂತರ ಮೂಗಿಗೆ ಆ ವಾಸನೆ ಕಟ್ಟಿರಬೇಕು, ಆದ್ದರಿಂದ ಅದರ ಹಾವಳಿ ಕಡಿಮೆಯಾಯ್ತು.

ಮರುದಿನ ಕೆಲಸಕ್ಕೆ ಬಂದವಳು "ಏನಣ್ಣಾ ಇದು ವಾಸನೆ" ಅಂತ ಶುರುವಿಟ್ಟಳು. ಕತೆಯನ್ನು ಹೇಳಿ ಅಂಗಿಯನ್ನು ಒಗೆದು ಹಾಕಲು ಹೇಳಿದೆ. ಅದನ್ನು ಮೂಸಿ ನೋಡಿದ್ದೇ ಆ ವಾಸನೆಗೆ ಅಸಹ್ಯಗೊಂಡು ಮುಖ ಸಿಂಡರಿಸಿದಳು. ಅಂಗಿಯನ್ನು ಒಗೆದು ಬಿಸಿಲಿಗೆ ಹಾಕಿದಳಾದರೂ ಅದರ ವಾಸನೆ ಹೋಗಲಿಲ್ಲ. ಮನಸ್ಸಿಲ್ಲದ ಮನಸ್ಸಿನಿಂದ ಅದನ್ನು ಅವಳಿಗೆ ಕೊಟ್ಟು "ನಿನ್ನ ಮಗಗೆ ಇಟ್ಟುಗೋ" ಅಂದೆ. "ಇಷ್ಟು ವಾಸನೆ ಹೊಡೆಯೋದು ಏನು ಮಾಡಲಣ್ಣಾ..." ಎಂದು ಗೊಣಗುತ್ತಲೇ ಸ್ವೀಕರಿಸಿದಳು.

ಆ ದಿನ ಕಾರಿನಲ್ಲಿ ಹೋಗಿದ್ದೇ ತಪ್ಪಾಯ್ತು. ಇಡೀ ಕಾರು ಅದೇ ದಟ್ಟ ವಾಸನೆಯಿಂದ ಕೂಡಲಸಾಧ್ಯವಾಗುವಂತಹ ಸ್ಥಿತಿಯನ್ನು ತಾಳಿತು. ಮರುದಿನದಿಂದ ಬಸ್ಸಿನಲ್ಲಿ ಓಡಾಡಿದೆ. ಅಕ್ಕ ಪಕ್ಕದವರು ಮೂಗು ಎಳೆಯಲಾರಂಭಿಸಿದರೂ ತೆಪ್ಪಗೆ ನನಗೇನೂ ಗೊತ್ತಿಲ್ಲವೆಂಬಂತೆ ಇದ್ದು ಬಿಟ್ಟೆ. ಸುಮಾರು ಒಂದು ವಾರದ ನಂತರ ಆ ವಾಸನೆ ಮರೆಯಾಯ್ತು. ಆದರೂ ಎಲ್ಲಿಯೋ ಮನೆಯ ಮೂಲೆಯಲ್ಲಿ ಆ ವಾಸನೆ ಮೂಗಿಗೆ ಹತ್ತಿದಂತಾಗಿ ಅಸಹ್ಯವಾಗುತ್ತಿತ್ತು. ಅತ್ಯಂತ ಬೇಸರದ ಸಂಗತಿಯೆಂದರೆ, ಹದಿನೈದು ದಿನಕ್ಕೆ ಮತ್ತೆ ಹೊಟ್ಟಿನಿಂದ ತಲೆಯಲ್ಲಿ ತುರಿಕೆ ಪ್ರಾರಂಭವಾಯ್ತು.

ಮತ್ತೆ ಮೂರು ತಿಂಗಳಿಗೆ ಕ್ಷೌರಕ್ಕೆ ಹೋಗಲೇ ಬೇಕಲ್ಲ? ತಪ್ಪಿಸುವಂತಿಲ್ಲ. ಈ ಸಲ ಬೇರೆ ಸೇವೆಗಳಿಗೆ ಒಪ್ಪಿಕೊಳ್ಳಬಾರದೆಂದು ನಿರ್ಧರಿಸಿ ಅವನ ಅಂಗಡಿಗೆ ಹೋದೆ. ಯಥಾಪ್ರಕಾರ ನಗುನಗುತ್ತಾ ಸ್ವಾಗತಿಸಿ ಕೆಲಸ ಶುರುವಿಟ್ಟ. ಮತ್ತೆ ನನ್ನ ಹೆಸರು, ಕೆಲಸ, ವಾಸ ಎಲ್ಲಾ ಕೇಳಲು ಶುರುವಿಟ್ಟ. ಬಹುಶಃ ಅವನಿಗೆ ನನ್ನ ಮುಖ ಪರಿಚಯ ಮರೆತು ಹೋಗಿರಬೇಕೆಂದು ಅರ್ಥ ಮಾಡಿಕೊಂಡೆ. ಅವನು ಮಾಡಿದ ಅವಾಂತರವನ್ನು ಹೇಳಿ ಉಗಿಯೋಣ ಎಂದು ಮನಸ್ಸು ಹೇಳುತ್ತಿತ್ತು. ಯಾರ ಮೇಲೂ ಸಿಟ್ಟು ಮಾಡಿಕೊಳ್ಳಬಾರದೆನ್ನುವ ನಿಯಮವನ್ನು ಪಾಲಿಸುತ್ತೇನಾದ ಕಾರಣ ಸುಮ್ಮನಿದ್ದೆ. ಈಗಾಗಲೇ ಮುಗಿದು ಹೋಗಿರುವ ಅಹಿತಕರ ಘಟನೆಯನ್ನು ಮತ್ತೆ ಕೆದುಕುವುದು ನನ್ನ ಆರೋಗ್ಯಕ್ಕೂ ಒಳ್ಳೆಯದಲ್ಲ ಎಂದು ನನಗೆ ಗೊತ್ತು.

ಹೊಸ ರಾಜಕೀಯ, ಸಿನಿಮಾ ಸುದ್ದಿಗಳನ್ನು ಮಾತಾಡುತ್ತಾ ಕೆಲಸ ಮುಗಿಸಿದ ಕ್ಷೌರಿಕ ಕೊನೆಗೆ ಕತ್ತಿ ಹಿಡಿದು ಹಿಂದೆ ಟ್ರಿಮ್ ಮಾಡುವಾಗ "ಸಾರ್ ತಪ್ಪು ತಿಳ್ಕೋಬ್ಯಾಡ್ರಿ. ನಿಮ್ಮ ತಲೆಯಲ್ಲಿ ತುಂಬಾ ಹೊಟ್ಟಿದೆ. ನನ್ನ ಹತ್ತಿರ ಒಂದು ಕೇರಳದ ಆಯುರ್ವೇದಿಕ್ ಔಷಧಿಯಿದೆ. ಸೈಡ್ ಎಫೆಕ್ಟ್ ಒಂದೂ ಇಲ್ಲ" ಎಂದು ಹೇಳಿದ್ದೇ ನನ್ನ ನಿಯಂತ್ರಣ ಮೀರಿ ಎದ್ದು ನಿಂತು "ಬೇಡ" ಎಂದು ಕಿರುಚಿಬಿಟ್ಟೆ. ನನ್ನ

ಆವೇಶವನ್ನು ನೋಡಿದ್ದೇ ಗಾಬರಿಯಾದ ಕ್ಷೌರಿಕ "ಯಾಕೆ ಸಾರ್, ಏನಾಯ್ತು ಸಾರ್?" ಎಂದು ಅತ್ಯಂತ ಕಾಳಜಿಯಿಂದ ವಿಚಾರಿಸಲಾರಂಭಿಸಿದ. ಮರುಕ್ಷಣವೇ ನನ್ನ ಅನುಚಿತ ವರ್ತನೆಯ ಅರಿವಾಗಿ, ನಾಚಿಕೆಯಿಂದ 'ಸಾರಿ' ಎಂದು ಹೇಳಿ ಸೀಟಿನಲ್ಲಿ ಕುಳಿತೆ. "ತಪ್ಪು ತಿಳ್ಕೋಬೇಡಿ ಸಾರ್, ನಿಮಗೆ ಬಿಪಿ ಇದ್ದಂಗಿದೆ. ಅದಕ್ಕೂ ನನ್ನ ಹತ್ತಿರ ಔಷಧ ಅದೆ. ಯಾವುದೇ ಸೈಡ್ ಎಫೆಕ್ಟ್ ಇಲ್ಲ" ಅಂತ ಅವನು ಕತ್ತಿ ಆಡಿಸುತ್ತಾ ತನ್ನ ಮಾತನ್ನು ಮುಂದುವರೆಸಿದ.

17ನೇ ಸೆಪ್ಟಂಬರ್ 2012

ಹಗ್ಗದ ಹಾವು

ನಮ್ಮ ಮನೆಯಲ್ಲಿ ವರ್ಷಕ್ಕೆ ಮೂರು ಬಾರಿ ಹಿರಿಯರನ್ನು ನೆನೆಯುವ ದಿನಗಳು ಬರುತ್ತಿದ್ದವು. ಅವ್ವ(ಅಜ್ಜಿ)-ತಾತನ ವೈದೀಕ ಮತ್ತು ಪಿತೃಪಕ್ಷದ ಅಮಾವಾಸ್ಯೆ. ಅಮ್ಮ-ಅಪ್ಪ ಅತ್ಯಂತ ಶ್ರದ್ಧೆಯಿಂದ ಹಿರಿಯರ ಈ ದಿನಗಳನ್ನು ನಡೆಸುತ್ತಿದ್ದರು. ಅವ್ವ-ತಾತನಿಗೆ ಇಷ್ಟವಾದ ತಿನಿಸುಗಳನ್ನು ಅಮ್ಮ ಮಾಡುತ್ತಿದ್ದಳು. ನಾವು ಹುಟ್ಟುವ ಹೊತ್ತಿಗಾಗಲೇ ಅವ್ವ-ತಾತ ತೀರಿಕೊಂಡಿದ್ದರು. ಆದ್ದರಿಂದ ನಮಗೆ ಅವರ ಸ್ವಭಾವದ ಪರಿಚಯವಿರಲಿಲ್ಲ. ಅವನ್ನೆಲ್ಲಾ ಅಮ್ಮ ನಮಗೆ ಆ ದಿನಗಳಲ್ಲಿ ತಿಳಿಸಿ ಹೇಳುತ್ತಿದ್ದಳು. ತಾತ ಮಹಾ ದರ್ಪಿಷ್ಟನಾದರೂ ಸಣ್ಣ ನೋವನ್ನೂ ತಡಕೊಳ್ಳಲು ಆಗುತ್ತಿರಲಿಲ್ಲವಂತೆ. ಜ್ವರ ಬಂದರೆ ಸಾಕು, ಮನೆಯವರೆಲ್ಲಾ ಕಂಗೆಡುವಂತೆ ರೋದಿಸುತ್ತಿದ್ದನಂತೆ. ಯಾವಾಗಲೋ ಒಮ್ಮೆ ಚೇಳು ಕಚ್ಚಿದಾಗ ಆತನ ಆರ್ಭಟವನ್ನು ತಾಳಲಾರದೆ, ದೊಡ್ಡ ತೊಟ್ಟಿಲನ್ನು ಕಟ್ಟಿ ಮಲಗಿಸಿ ತೂಗಿದ್ದರಂತೆ. ಸಾಯುವ ಎರಡು ದಿನಕ್ಕೆ ಮುಂಚೆಯೇ ಆತನಿಗೆ ತನ್ನ ಸಾವು ಬಂತೆಂದು ತಿಳಿದು ಹೋಯ್ತಂತೆ. ವಿಚಿತ್ರವೆಂದರೆ ಅದಕ್ಕಾಗಿ ಮಾತ್ರ ಆತ ರೋದಿಸಲಿಲ್ಲವಂತೆ. ಮಕ್ಕಳು ಸೊಸೆಯಂದಿರೆಲ್ಲಾ ದುಃಖದಿಂದ ಅತ್ತರೆ "ಯಮರಾಯಗೆ ಅವಮಾನ ಮಾಡಬೇಡ್ರಿ" ಎಂದು ಹೇಳಿ ಸಮಾಧಾನ ಮಾಡಿದ್ದನಂತೆ. ಅವ್ವನದು ಮಾತ್ರ ಅತ್ಯಂತ ಸಾತ್ವಿಕ ಸ್ವಭಾವವಂತೆ. ಗಂಡನೆಂದರೆ ಮಹಾ ಪ್ರೀತಿ. ಎಲ್ಲಿಯೇ ಸಮಾರಂಭಗಳಿಗೆ ಹೋದರೂ ಆತನ ಸ್ನಾನವಾಯಿತಾ, ಆತನ ತಿಂಡಿ ಆಯಿತಾ, ಊಟವಾಯಿತಾ? ಎಂದು ಮತ್ತೆ ಮತ್ತೆ ಸೊಸೆಯಂದಿರನ್ನು ವಿಚಾರಿಸಿ ಅವರ ಸಿಟ್ಟಿಗೆ ಗುರಿಯಾಗುತ್ತಿದ್ದಳಂತೆ. ಆದರೆ ತಾತ

ಇಹಲೋಕದ ಯಾತ್ರೆಯನ್ನು ಮುಗಿಸುವ ಒಂದು ವರ್ಷಕ್ಕೂ ಮುಂಚೆ ಆಕೆಯ ಜ್ಞಾಪಕಶಕ್ತಿ ಹೊರಟುಹೋಗಿ, ಪುಟ್ಟ ಮಗುವಿನಂತಾಗಿಬಿಟ್ಟಳಂತೆ. ಅಜ್ಜನ ಊಟದ ವಿಷಯವಂತಿರಲಿ, ಆಕೆಗೆ ಊಟ ಮಾಡಿಸಿದ ಅರ್ಧ ತಾಸಿನಲ್ಲಿಯೇ "ನಂಗೆ ಊಟ ಹಾಕ್ರೆ?" ಎಂದು ಕೇಳುತ್ತಿದ್ದಳಂತೆ. ಆಕೆಯ ಬಾಯಿ ಚಪಲ ಹೆಚ್ಚಾಗಿ ಹೋಯಿತಂತೆ. ತಾತ ಸತ್ತ ದಿನ ಪಡಸಾಲೆಯಲ್ಲಿ ಹೆಣ ಮಲಗಿಸಿದ್ದರೆ, ಈಕೆ ಅದ್ಯಾವುದರ ಅರಿವಿಲ್ಲದೆ "ಯಾರನ್ನೇ ಇಲ್ಲಿ ಮಲಗಿಸೀರಿ?" ಎಂದು ಅಮ್ಮನನ್ನು ಕೇಳಿದ್ದಳಂತೆ. "ನಮ್ಮ ಮಾವ ಹೊರಟು ಹೋದ್ರು ಅತ್ತೆ" ಎಂದು ದುಃಖದಿಂದ ಹೇಳಿದರೆ, ಅದನ್ನು ಒಂದಿಷ್ಟೂ ತಲೆಗೆ ಹಚ್ಚಿಕೊಳ್ಳದ ಅವ್ವ "ಹೌದೇನು? ಹೋಗಲಿ ಬಿಡು. ನಂಗೀಗ ಹಸಿವಿಯಾಗ್ಯದೆ. ತಿನ್ನಲಿಕ್ಕೆ ಒಂದು ತುಂಡು ಬೆಲ್ಲ ಕೊಡವ್ವಾ" ಅಂತ ಅಂಗಲಾಚಿದ್ದರಂತೆ. ಅಮ್ಮ ಹಣೆ-ಹಣೆ ಗಟ್ಟಿಸಿಕೊಂಡಳಂತೆ. ಅವ್ವ-ತಾತ ತಮ್ಮ ಕಡೆಯ ದಿನಗಳಲ್ಲಿ ಹಾಸಿಗೆ ಹಿಡಿದಾಗ ಅತ್ಯಂತ ಪ್ರೀತಿಯಿಂದ ಅವರನ್ನು ನೋಡಿಕೊಂಡಳೆಂದು ಅಮ್ಮನ ಬಗ್ಗೆ ಅಪ್ಪನಿಗೆ ಬಹಳ ಗೌರವವಿತ್ತು. "ನಿಮ್ಮಮ್ಮ ಒಳ್ಳೆ ನರ್ಸ್ ನೋಡಪ್ಪ. ಹಾಸಿಗಿ ಹಿಡಿದವರನ್ನ ಕಂಡು ಅಸಹ್ಯ ಪಟ್ಟುಗೊಳ್ಳದೆ ಛಂದ ನೋಡಿಕೊಳ್ತಾಳೆ" ಎಂದು ಹಲವಾರು ಬಾರಿ ನನ್ನ ಮುಂದೆ ಹೇಳುತ್ತಿದ್ದರು.

ಊರಿನ ಎಲ್ಲಾ ಬ್ರಾಹ್ಮಣರ ಮನೆಗಳ ಪರ-ಅಪರ ಕಾರ್ಯಗಳನ್ನು ಮಾಡಿಸುತ್ತಿದ್ದುದು ರಾಯರ ಮಠದ ಪುರೋಹಿತರಾದ ಗುಂಡಣ್ಣಾಚಾರ್ಯರು. ಹೆಸರಿಗೆ ತಕ್ಕಂತೆ ಈ ಆಚಾರ್ಯರು ಗುಂಡು ಗುಂಡಾಗಿದ್ದರು. ನೆಲದ ಮೇಲೆ ಕೂತರೆ ಸಾಕು, ನಾಲ್ಕು ಕಡಪಾ ಕಲ್ಲುಗಳು ಮುಚ್ಚಿಹೋಗುವಷ್ಟು ಜಾಗವನ್ನು ಆಕ್ರಮಿಸುತ್ತಿದ್ದರು. ಅವರಿಗೆ ಅದ್ಭುತ ಜೀರ್ಣ ಶಕ್ತಿಯಿತ್ತು. ಸಲೀಸಾಗಿ ಐದು ಹೋಳಿಗೆ, ಹತ್ತು ವಡೆಗಳನ್ನು ತಿಂದುಬಿಡುತ್ತಿದ್ದರು. ಅವರಿಗೆ ಆಂಬೊಡೆ ಎಂದರೆ ಅತ್ಯಂತ ಇಷ್ಟವಿತ್ತು. ಲೆಕ್ಕವಿಡಲು ಸಾಧ್ಯವಿಲ್ಲದಷ್ಟು ತಿನ್ನುತ್ತಿದ್ದ ಅವರ ಆಂಬೊಡೆ ಪ್ರೀತಿಯನ್ನು ಕಂಡಿದ್ದ ಊರ ಮಂದಿ ಅವರಿಗೆ 'ಆಂಬೊಡೆ ಆಚಾರ್ಯರು' ಎಂಬ ಅನ್ವರ್ಥಕ ನಾಮವನ್ನು ಕೊಟ್ಟಿದ್ದರು. ಅವರ ಮೂಲ ಹೆಸರು ಮರೆತು ಹೋಗಿ ಎಲ್ಲರೂ ಅವರನ್ನು 'ಆಂಬೊಡೆ ಆಚಾರ್ಯರು' ಎಂದೇ ಕರೆಯುತ್ತಿದ್ದರು. ಮಧ್ಯಾಹ್ನದ ತಿಥಿ ಅಥವಾ ಹಬ್ಬದ ಊಟವನ್ನು ಮಾಡಿ, ಒಂದು ಎರಡು ತಾಸು ನಿದ್ದೆ ಮಾಡಿ, ಎದ್ದು ಕಾಫಿ ಕುಡಿದರೆಂದರೆ ತೀರಿತು, ಇವರು ಇಡೀ ಊರನ್ನು ಸುತ್ತು ಹಾಕುವ ಚಟವಿತ್ತು. ಎಲ್ಲೇ ಜನರು ಕುಳಿತಿದ್ದರೂ ಅಲ್ಲಿ ತಾವೂ ಕುಳಿತು, ಮೂಗಿಗೆ ನಶ್ಯ ಏರಿಸುತ್ತಾ, ಅವರ ಜೊತೆ ಸಮಸ್ತ ಸಂಗತಿಗಳನ್ನೂ ಹರಟುವುದು ಇವರ ಇಷ್ಟದ ಸಂಗತಿಯಾಗಿತ್ತು. ರಾಜಕೀಯ, ಸಿನಿಮಾ, ಆಟ, ಊರ ಉಸಾಬರಿ - ಯಾವುದನ್ನೂ ಬಿಡುತ್ತಿರಲಿಲ್ಲ. ಎಲ್ಲವನ್ನೂ ರೋಚಕವಾಗಿ ಹರಟಿ ರಾತ್ರಿ ಮನೆಗೆ

ಹೋಗಿ ಹಾಲು ಕುಡಿದು ಮಲಗುತ್ತಿದ್ದರು. ರಾಯರ ಪೂಜೆ ಮಾಡುತ್ತಾರಾದ್ದರಿಂದ ಇವರು ಒಂದೇ ಹೊತ್ತು ಉಣ್ಣಬಹುದಾಗಿತ್ತು. ಬೆಳಗಿನ ತಿಂಡಿಯಾಗಲಿ, ರಾತ್ರಿಯ ಊಟವಾಗಲಿ ಅವರು ಮಾಡುವಂತಿರಲಿಲ್ಲ.

ಗುಂಡಣ್ಣಾಚಾರ್ಯರದು ದೊಡ್ಡ ಸಂಸಾರ. ಆರು ಹೆಣ್ಣು, ಮೂರು ಗಂಡು ಮಕ್ಕಳು. ಇನ್ನೂ ಮೂರು ಮಕ್ಕಳು ಹುಟ್ಟಿ– ಎರಡು ವರ್ಷಗಳಲ್ಲಿಯೇ ತೀರಿಕೊಂಡವೆಂದು ಗುಂಡಣ್ಣಾಚಾರ್ಯರ ಪತ್ನಿ ರಾಗಮ್ಮ ಆಗಾಗ ಕಣ್ಣೀರು ಸುರಿಸುತ್ತಿದ್ದರು. ಆಚಾರ್ಯರು ಗಳಿಸುವ ವರಮಾನ ಈ ದೊಡ್ಡ ಸಂಸಾರಕ್ಕೆ ಹೇಗೆ ಸಾಲಬೇಕು ಹೇಳಿ? ಹೇಗೋ ಕಷ್ಟಪಟ್ಟು ಸಂಸಾರವನ್ನು ತೂಗಿಸುತ್ತಿದ್ದ ಸಾಹಸದ ಹಿಂದೆ ರಾಗಮ್ಮನ ಜಾಣತನವಿತ್ತು. ಎಲ್ಲರನ್ನೂ ಪ್ರೀತಿಯಿಂದ ಮಾತನಾಡಿಸುತ್ತಾ, ಎಲ್ಲರ ಪುಟ್ಟ ಪುಟ್ಟ ಧಾರ್ಮಿಕ ರಿವಾಜುಗಳಿಗೆ ಪರಿಹಾರ ಕೊಡುತ್ತಾ, ಎಷ್ಟೇ ದಕ್ಷಿಣೆ ಕೊಟ್ಟರೂ ಎಲ್ಲರನ್ನೂ ಸಮಾನವಾಗಿ ಕಾಣುತ್ತಾ ಊರವರನ್ನು ಬೇಕು ಮಾಡಿಕೊಂಡಿದ್ದಳು. ಬರೀ ಬ್ರಾಹ್ಮಣರೊಂದೇ ಅಲ್ಲ, ಬೇರೆ ಜಾತಿಯವರೂ ರಾಗಮ್ಮನನ್ನು ಪ್ರೀತಿ ಮತ್ತು ಗೌರವಗಳಿಂದ ಕಾಣುತ್ತಿದ್ದರು. ಗುರುವಾರದ ದಿನ ಎಲ್ಲರಿಗೂ ತಪ್ಪದೆ ಪಂಚಾಮೃತವನ್ನು ಪುಟ್ಟ ಪುಟ್ಟ ಲೋಟಗಳಲ್ಲಿ ಮಕ್ಕಳ ಜೊತೆ ಕಳುಹಿಸಿ ಕೊಡುತ್ತಿದ್ದಳು. ರಾಯರ ಆರಾಧನೆ ಬಂತೆಂದರೆ ಸಾಕು, ಕಾಣಿಕೆ ನೀಡಿದ ಎಲ್ಲರಿಗೂ ಪ್ರಸಾದವನ್ನು ತಪ್ಪದಂತೆ ತಲುಪಿಸುತ್ತಿದ್ದಳು. ಒಂಬತ್ತು ಗಜದ ಹತ್ತಿಯ ಸೀರೆಯನ್ನು ಕಚ್ಚೆ ಹಾಕಿ ಉಟ್ಟು, ಹಣೆಗೆ ಕಂದು ಬಣ್ಣದ ಉದ್ದದ ಕುಂಕುಮವನ್ನು ಹಚ್ಚಿಕೊಂಡು, ಗಲ್ಲಕ್ಕೆ ದಟ್ಟವಾಗಿ ಅರಿಷಿಣವನ್ನು ಹಚ್ಚಿ, ಕಾಲುಂಗರ, ಕಾಲ್ಗೆಜ್ಜೆ, ಕೈ ತುಂಬ ಹಸಿರು ಬಳೆ, ಮುತ್ತಿನ ಮೂಗುತಿ, ಕಿವಿಯಲ್ಲಿ ಬೆಂಡೋಲೆ, ತುರುಬು ಕಟ್ಟಿ ಸುತ್ತಲೂ ಮಲ್ಲಿಗೆಯ ಮಾಲೆಯನ್ನು ಧರಿಸಿದ ಈ ಮುತ್ತೈದೆಯ ವರ್ತನೆಯಲ್ಲಿ ತುಂಬು ತಾಯ್ತನವಿತ್ತು. ಯಾವುದೇ ಮಕ್ಕಳನ್ನು ಕಂಡರೂ ಆಕೆ ಅತ್ಯಂತ ಪ್ರೀತಿಯನ್ನು ತೋರಿಸುತ್ತಿದ್ದಳು. ನಮ್ಮನ್ನೆಲ್ಲಾ 'ದೇವರೂ, ದೇವರೂ' ಅಂತ ಕರೆಯುತ್ತಿದ್ದಳು. ಮಕ್ಕಳೆಲ್ಲಾ ದೇವರ ಸಮಾನವೆಂಬುದು ಆಕೆಯ ನಂಬಿಕೆಯಾಗಿತ್ತು. ಯಾರೇ ಮನೆಯಲ್ಲಿ ಬಾಗಿನವನ್ನು ಕೊಟ್ಟರೂ, ತಮ್ಮ ಮನೆಯ ಪುಟ್ಟ ಮಕ್ಕಳ ಜೊತೆ ಕೊಟ್ಟಿದ್ದೆಲ್ಲವನ್ನೂ ಒಂದು ಚೀಲಕ್ಕೆ ಹಾಕಿ, ಮನೆಯ ತನಕ ರಾಗಮ್ಮನನ್ನು ಬಿಟ್ಟು ಬರಲು ಕಳುಹಿಸುತ್ತಿದ್ದರು. ಆಕೆಯ ದೊಡ್ಡ ದೊಡ್ಡ ಹೆಜ್ಜೆಗೆ ನಡೆಯಲು ಆಗದ ನಾವು ಓಡುತ್ತಲೇ ಅಕೆಯನ್ನು ಹಿಂಬಾಲಿಸುತ್ತಿದ್ದೆವು. ಹಿರಿಯರೊಡನೆ ಒಡನಾಡುವಂತಹದೇ ಕಳಕಳಿಯಿಂದ ಮತ್ತು ಗೌರವದಿಂದ ರಾಗಮ್ಮ ನಮ್ಮನ್ನೂ 'ಹುಷಾರಪ್ಪಾ ದೇವರು', 'ಊಟ ಮಾಡಿದೇನಪ್ಪಾ ದೇವರು?', 'ಸ್ಕೂಲಿಗೆ ತಪ್ಪದಂಗೆ ಹೋಗಬೇಕಪ್ಪಾ ದೇವರು' ಅಂತೆಲ್ಲಾ ಮಾತನಾಡಿಸುತ್ತಿದ್ದಳು. ಮನೆ ಸೇರಿದ

ಮೇಲೆ ನಮ್ಮನ್ನು ಹತ್ತಿರಕ್ಕೆ ಎಳೆದುಕೊಂಡು, ತಲೆ–ಗಲ್ಲವನ್ನು ಸವರಿ, ಹಣೆಗೆ ನೆಟಿಗೆ ಮುರಿದು ದೃಷ್ಟಿ ತೆಗೆದು ಕಳುಹಿಸುವ ಆಕೆಯ ವರ್ತನೆಯಿಂದ ನಿಸ್ಸಂಶಯವಾಗಿ ನಮಗೆ ಸಂತೋಷವಾಗುತ್ತಿತ್ತು. ಮತ್ತೊಬ್ಬ ಅಮ್ಮನನ್ನು ಕಂಡಂತೆ ಖುಷಿಯಾಗುತ್ತಿತ್ತು.

ಅಮ್ಮನ ಹತ್ತಿರ ಆಗಾಗ ಆಕೆ ಹೇಳಿಕೊಳ್ಳುತ್ತಿದ್ದುದುಂಟು. "ಆಡಿನ ಮೊಲಿ ಹಾಂಗೆ ಎರಡೇ ಮಕ್ಕಳನ್ನು ಮಾಡಿಕೊಂಡು ಬಿಟ್ಟೀರಿ ನೋಡ್ರಿ ನೀವು. ನಿಮ್ಮ ಪಟ್ಟಣದ ಜಾಣತನ ನಮಗೆ ಎಲ್ಲಿ ಬರಬೇಕು? ಹಳ್ಳಿ ಊರಿನ ಹೆಣ್ಣು ಮಗಳು ನಾನು. ಮಕ್ಕಳು ಮಾಡಿಕೊಳ್ಳದಂಗೆ ಗಂಡನ ಜೋಡಿ ಹೆಂಗೆ ಮಲಕೋಬೇಕು ಅಂತ ನಂಗೆ ಗೊತ್ತಿರಲಿಲ್ಲವ್ವಾ... ಈ ಗಂಡ ಹಾಸಿಗೀಗೆ ಕರೆದಂಗೆಲ್ಲಾ ಪಿಟಕ್ ಅನ್ನದಂಗೆ ಒಪ್ಪಿಗೊಂಡು ಹಂದಿ ಹಡದಂಗೆ ಪುತುಪುತು ಮಕ್ಕಳನ್ನ ಉದುರಿಸಿ ಬಿಟ್ಟೆ. ಈಗ ಅವುಗಳ ಹೊಟ್ಟೀಗೆ ಹಾಕೋ ಕಷ್ಟಕ್ಕೆ ಕಣ್ಣೀರು ಇಳಿದು ಕಪಾಳದ ಮೇಲೆ ಬರ್ತವೆ" ಎಂದು ತನ್ನ ಅಸಹಾಯಕತೆಯನ್ನು ತೋಡಿಕೊಳ್ಳುತ್ತಿದ್ದಳು. ತನ್ನ ಪುರಾತನ ಬಳ್ಳಾರಿ ಪಟ್ಟಣದ ವೈಭವವನ್ನು ಯಾರಾದರೂ ಗುರುತಿಸಿದರೆ ಸಾಕು, ಅಮ್ಮ ಉಬ್ಬಿದ ಬಲೂನಿನಂತಾಗುತ್ತಿದ್ದಳು. ಆದರೆ ಅದನ್ನು ಹಾಗೆ ತೋರಿಸಿಕೊಳ್ಳಬಾರದೆಂಬ ಪಟ್ಟಣದ ಬಿನ್ನಾಣ ಆಕೆಗಿತ್ತು. ಆದ್ದರಿಂದ ಹತ್ತಿರದಲ್ಲಿ ನಿಂತು 'ಗಂಡ', 'ಹಾಸಿಗೆ', 'ಹಂದಿ', 'ಹಡವಣಿಗೆ' ಮುಂತಾದ ನಿಷಿದ್ಧ ಶಬ್ದಗಳನ್ನು ಪಿಳಿಪಿಳಿ ಕಣ್ಣು ಬಿಡುತ್ತಾ ಕೇಳುತ್ತಿದ್ದ ನನ್ನ ಕಿವಿ ಹಿಂಡಿ "ಹುಡುಗು ಮುಂಡೆಗಂಡಾ, ದೊಡ್ಡವರ ಮಾತೆಲ್ಲಾ ಕೇಳಿಸ್ಗೊಂತಾ ನಿಂದರ್ತೀಯಲ್ಲೋ, ಹೊರಗೆ ಹೋಗು" ಎಂದು ಬೈಯುತ್ತಿದ್ದಳು. ಅದಕ್ಕೆ ತಕ್ಷಣ ರಾಗಮ್ಮ ನನ್ನ ಪರವಹಿಸಿ "ನಮ್ಮ ದೇವರನ್ನ ಸುಮ್ಮಸುಮ್ಮನೆ ಬೈಯಬೇಡವ್ವಾ ನೀನು... ನಂದೇ ತಪ್ಪು. ಎಲ್ಲಿ ಏನು ಮಾತಾಡಬೇಕು ಅನ್ನೋ ಶ್ಯಾಣಾತನ ನಂಗಿಲ್ಲ. ನೀನು ಬೇಜಾರು ಮಾಡ್ಕೋಬೇಡಪ್ಪಾ ದೇವರು. ಬೆಲ್ಲದ ತುಂಡು ಕೊಡ್ತೀನಿ" ಅಂತ ಸಮಾಧಾನ ಮಾಡುತ್ತಿದ್ದಳು.

ತನ್ನ ಪೂಜೆ–ಪುನಸ್ಕಾರ, ಊಟ, ಕಾಡುಹರಟೆಯನ್ನು ಬಿಟ್ಟರೆ ಗುಂಡಣ್ಣಾಚಾರ್ಯರು ಮನೆಯ ಜವಾಬ್ದಾರಿಯನ್ನು ಒಂದಿಷ್ಟೂ ಹಚ್ಚಿಕೊಳ್ಳುತ್ತಿರಲಿಲ್ಲ. ಸಂಜೆಯ ಹೊತ್ತು ಭಕ್ತಾದಿಗಳು ಬಂದಾಗ ಮಂಗಳಾರತಿ ಮಾಡಿದರೆ, ಒಂದಿಷ್ಟು ದಕ್ಷಿಣೆಯಾದರೂ ಬರುತ್ತದೆಂದು ರಾಗಮ್ಮ ಬೇಡಿಕೊಂಡರೂ ಅವರು ತಮ್ಮ ಕಾಡುಹರಟೆಯನ್ನು ತಪ್ಪಿಸಿಕೊಂಡು ಮಠದಲ್ಲಿ ಕೂಡಲು ಸರ್ವಥಾ ಸಮ್ಮತಿಸುತ್ತಿರಲಿಲ್ಲ. ರಾಗಮ್ಮ ಮತ್ತಿಷ್ಟು ಅವರನ್ನು ಪೀಡಿಸುವುದರಲ್ಲಿ ಅರ್ಥವಿಲ್ಲವೆಂದು ತಿಳಿದು, ದೊಡ್ಡ ಮಗನಿಗೆ ಆರಾಧನೆಯ ಹೊತ್ತಿನಲ್ಲಿ ಮುಂಜಿ ಮಾಡಿ, ಅವನನ್ನು ಸಂಜೆಯ ಹೊತ್ತು ಮಠದಲ್ಲಿ ಕೂಡಿಸುತ್ತಿದ್ದಳು. ಒಂದೆರಡು ರೂಪಾಯಿ ದಕ್ಷಿಣೆಯಾದರೆ ಸಾಕಿತ್ತು. ಒಂದು ಹೊತ್ತಿನ ಗಂಜಿಗಾಗುತ್ತಿತ್ತು.

ಹೇಗೋ ರಾಗಮ್ಮನ ಸಂಸಾರ ನಡೆಯುತ್ತಿತ್ತು. ಆದರೆ ಭಗವಂತ ಒಂದು ವಿಪತ್ತನ್ನು ತಂದಿಟ್ಟ. ಗುಂಡಣ್ಣಾಚಾರ್ಯರಿಗೆ ಸಕ್ಕರೆ ಕಾಯಿಲೆ ಬಂತು. ಡಾಕ್ಟರರ ಮನೆಗೆ ಪೂಜೆಗೆ ಹೋದಾಗ ತೀರ್ಥ ಕೊಡುವ ವೇಳೆಗೆ ಸರಿಯಾಗಿ ತಲೆ ತಿರುಗಿ ಬಿದ್ದರಂತೆ. ಡಾಕ್ಟರರು ರಕ್ತಪರೀಕ್ಷೆ ಮಾಡಿ, ಸಕ್ಕರೆ ಕಾಯಿಲೆ ಘನವಾಗಿದೆಯೆಂಬ ಮಾಹಿತಿಯನ್ನು ರಾಗಮ್ಮಗೆ ತಿಳಿಸಿದರು. ಜೊತೆಗೆ ಬಿಪಿ ಬೇರೆ ಸೇರಿಕೊಂಡಿತ್ತು. ಸಕ್ಕರಿ ಹಾಕಿದ್ದು, ಕರದದ್ದು, ಹುರುದದ್ದು ತಿನ್ನೋ ಹಂಗಿಲ್ಲ. ಊಟದಾಗೆ ಮಿತಿ ಇರಬೇಕು. ಉಪವಾಸ ಮಾಡೋ ಹಂಗಿಲ್ಲ. ಹಸಿ ತರಕಾರಿ ತಿಂದರೆ ಒಳ್ಳೇದು ಅಂತ ಹೇಳಿದ್ದೇ ಅಲ್ಲದೆ, ದಿನಾ ಒಂದೆರಡು ಮಾತ್ರೆಗಳನ್ನು ತೆಗೆದುಕೊಳ್ಳಲೇಬೇಕೆಂದು ಬರೆದು ಕೊಟ್ಟರು. ರಾಗಮ್ಮನ ಮಗ ಸಂಜೆಯ ವೇಳೆಗೆ ಗಳಿಸಿದ ದಕ್ಷಿಣೆ ಆಚಾರ್ಯರ ಗುಳಿಗೆಗಳಿಗೆ ಸರಿಹೋಗಲಾರಂಭಿಸಿತು. ಡಾಕ್ಟರರು "ಏಕಾದಶಿ ಅಂತ ಉಪವಾಸ ಮಾಡಬೇಡರಿ. ಗುಟ್ಟಾಗಿ ಏನಾದ್ರೂ ಹೊಟ್ಟಿನಾಗೆ ತೊಗೊಳ್ರಿ. ಸಾಧ್ಯವಾದರೆ ಹಸಿ ಉಳ್ಳಾಗಡ್ಡಿ ಬೆಳ್ಳುಳ್ಳಿ ತಿನ್ನರಿ, ಈ ರೋಗಕ್ಕೆ ಒಳ್ಳೇದು" ಅಂತ ಹೇಳಿದ್ದರಂತೆ. ಗುಂಡಣ್ಣಾಚಾರ್ಯರು 'ಆತಗೆ ತಲಿ ಕೆಟ್ಟದೆ' ಎಂದು ರಾಜಾರೋಷವಾಗಿ ಎಲ್ಲಾ ಬ್ರಾಹ್ಮಣರ ಮನೆಯಲ್ಲಿ ಹೇಳಿಕೊಂಡು ತಿರುಗಿದರು.

ಸಣ್ಣದಾಗಿ ಪ್ರಾರಂಭವಾದ ಸಮಸ್ಯೆ, ದೊಡ್ಡದಾಗಿ ಬೆಳೆದು, ಹಲವಾರು ತಿರುವುಗಳನ್ನು ತೆಗೆದುಕೊಂಡಿತು. ಮೊದಲು ಒಂದೆರಡು ತಿಂಗಳು ಏನೋ ಪದವಿಯೊಂದು ಸಿಕ್ಕಿದೆಯೆನ್ನುವಂತೆ ಗುಂಡಣ್ಣಾಚಾರ್ಯರು ತಮಗೆ 'ಸಕ್ಕರೆ ಕಾಯಿಲೆ' ಎನ್ನುವ ಸುದ್ದಿಯನ್ನು ಹೇಳಿಕೊಂಡು ತಿರುಗಾಡಿ 'ಬಾಯಿ ಕಟ್ಟುವ' ನಾಟಕವನ್ನು ಮಾಡಿದರು. ಆದರೆ ರುಚಿರುಚಿಯಾದದ್ದನ್ನು ತಿಂದ ಜೀವಕ್ಕೆ ಎಷ್ಟು ದಿನ ಬಾಯಿ ಕಟ್ಟಿರಲು ಸಾಧ್ಯ? ಮನೆಯಲ್ಲಿ ರಾಗಮ್ಮ ಬಿಲ್‌ಕುಲ್ ಅಪಥ್ಯದ ಅಡುಗೆಯನ್ನು ನಿಲ್ಲಿಸಿದಳು. ಆಕೆಗೆ ಎದುರಾಡದೆ ಬಾಯಿ ಮುಚ್ಚಿಕೊಂಡಿದ್ದರೂ, ಮಂದಿ ಮನೆಯಲ್ಲಿ ಪರ-ಅಪರ ಕಾರ್ಯಕ್ಕೆ ಹೋದಾಗ ತಮ್ಮ ಜಿಹ್ವಾಚಾಪಲ್ಯವನ್ನು ತೀರಿಸಿಕೊಳ್ಳುತ್ತಿದ್ದರು. ಬ್ರಾಹ್ಮಣ ತಿನ್ನುತ್ತೇನೆಂದರೆ ಯಾರು ತಾನೆ ಬೇಡವೆಂದಾರು? ಇದು ರಾಗಮ್ಮಗೆ ಸಮಸ್ಯೆಯಾಗಿ ಕಾಡಲಾರಂಭಿಸಿತು. ಅಮ್ಮ ತಿಥಿಗೆ ವಾರದ ಮುಂಚೆ ಆತನಿಗೆ ಆಹ್ವಾನ ನೀಡಿದರೆ ಸಾಕು "ತಪ್ಪು ತಿಳ್ಕೋಬ್ಯಾಡ್ರವ್ವ, ನನ್ನ ಗಂಡಗೆ ಅಪಥ್ಯದ ಅಡಿಗಿ ಏನೂ ಹಾಕಬೇಡರಿ" ಅಂತ ರಾಗಮ್ಮ ಬೇಡಿಕೊಳ್ಳುತ್ತಿದ್ದಳು. ಅಮ್ಮಗಿದು ಬಿಸಿ ತುಪ್ಪ. "ಬ್ರಾಹ್ಮಣನ ರೂಪದಾಗೆ ಆವತ್ತು ನಮ್ಮ ಮನೀಗೆ ಹಿರಿಯರು ಬಂದಿರ್ತಾರೆ. ಅವರು ಕೇಳಿದ್ದು ಬಡಿಸಲಿಲ್ಲ ಅಂದ್ರೆ ನಮಗೆ ಪಾಪ ಬರ್ತದಲ್ಲಾ ರಾಗಮ್ಮಾ?" ಎಂದು ಹೇಳುತ್ತಿದ್ದಳು. ಅದಕ್ಕೆ ರಾಗಮ್ಮ "ನೀವು ಆತ ಕೇಳಿದ್ದೆಲ್ಲಾ ಬಡಿಸಿದ್ರೆ ರೋಗ ಹೆಚ್ಚಾಗಿ ಸ್ವಲ್ಪೇ ದಿನಕ್ಕೆ ಸತ್ತು ಹೋಗ್ತಾನೆ. ನಿಮಗೆ ಬ್ರಾಹ್ಮಣ ಮುತ್ತೈದಿಯನ್ನ ರಂಡೆ ಮಾಡಿದ

ಪಾಪ ಬರ್ತದೆ ನೋಡ್ರಿ" ಎಂದು ಭರ್ಜರಿ ಅಸ್ತ್ರವನ್ನು ಪ್ರಯೋಗಿಸಿಬಿಟ್ಟಳು. ಅಮ್ಮಗೆ ಕೈಕಾಲಲ್ಲಿ ನಡುಕ ಬಂದಿತ್ತು. ಆದ್ದರಿಂದ ಬಡಿಸುವಾಗ ಕೈ ಹಿಡಿಯಲಾರಂಭಿಸಿದಳು. ಗುಂಡಣ್ಣಾಚಾರ್ಯರು ರೇಗಲಾರಂಭಿಸಿದರು. ಅತ್ತ ರಾಗಮ್ಮನ ಮಾತಿನ ಭಯ, ಇತ್ತ ಬ್ರಾಹ್ಮಣನ ಸಿಡುಕಾಟದ ಕಿರಿಕಿರಿ! ಅಮ್ಮ ಏನು ತಾನೆ ಮಾಡಿಯಾಳು? ತನ್ನ ಸಮಸ್ಯೆಯನ್ನು ಅಪ್ಪನ ಮುಂದೆ ತೋಡಿಕೊಂಡಳು. "ನಿಮ್ಮ ಹೆಂಗಸರ ಜಗಳದಾಗ ನನ್ನ ಎಳೀಬ್ಯಾಡ್ರಿ" ಎಂದು ಅಪ್ಪ ಕೈತೊಳೆದುಕೊಂಡ. "ಈ ಗಂಡಸರ ಹಣೇಬರಹಾನೆ ಇಷ್ಟು" ಅಂತ ಅಮ್ಮ ಸಿಡುಕಿ, ಕೊನೆಗೆ ತಾನೇ ಒಂದು ಹೊಸ ಉಪಾಯವನ್ನು ಕಂಡು ಹಿಡಿದುಬಿಟ್ಟಳು. ತಿಥಿಗೆ ಬರೀ ಆಚಾರ್ಯರೊಂದೇ ಅಲ್ಲದೆ, "ದಂಪತಿ ಸಮೇತ ಬರ್ರಿ" ಎಂದು ರಾಗಮ್ಮಗೂ ಆಹ್ವಾನ ಕೊಟ್ಟು ಬಿಡುತ್ತಿದ್ದಳು. ಸರಿಯಾಗಿ ಊಟದ ವೇಳೆಗೆ ರಾಗಮ್ಮ ಕೈಯಲ್ಲಿ ತಾಮ್ರದ ತಂಬಿಗೆ–ಥಾಲಿ ಹಿಡಿದುಕೊಂಡು ಮನೆಗೆ ಬರುತ್ತಿದ್ದಳು.

ಆಚಾರ್ಯರಿಗೆ ಏನೇ ಬಡಿಸುವದಕ್ಕೆ ಮುಂಚೆ "ರಾಗಮ್ಮ ಇದನ್ನ ಹಾಕಲೇನ್ರಿ?" ಎಂದು ಅಮ್ಮ ಕೇಳುತ್ತಿದ್ದಳು. ರಾಗಮ್ಮ "ಸ್ವಲ್ಪ ಕಡಿಮಿ ಹಾಕ್ರಿ", "ಆ ರವೆಉಂಡಿ ಹಾಕಲೇ ಬೇಡ್ರಿ", "ಆಂಬೊಡಿ ಒಂದು ಸಣ್ಣ ತುಂಡು ಹಾಕ್ರಿ" ಅಂತ ಸಲಹೆ ಕೊಟ್ಟು, ತನಗೆ ಮಾತ್ರ ಯಾವ ಅಭ್ಯಂತರವಿಲ್ಲದೆ ಬಡಿಸಿಕೊಂಡು ಉಣ್ಣುತ್ತಿದ್ದಳು. ಈಗ ಆಚಾರ್ಯರ ಸಿಡಿಮಿಡಿಯೇನಿದ್ದರೂ ರಾಗಮ್ಮನ ಮೇಲೆ ಹೊರತು ಅಮ್ಮನ ಮೇಲಲ್ಲ. ಅಮ್ಮ ಸಮಾಧಾನದ ನಿಟ್ಟುಸಿರು ಬಿಟ್ಟಳು. ತನ್ನ ಜಾಣತನದ ಬಗ್ಗೆ ಸ್ವಲ್ಪ ಜಾಸ್ತಿಯೇ ಜಂಭ ಮೂಡಿ, ತನ್ನ ಅಭಿನಯವನ್ನು ತುಸು ಜಾಸ್ತಿ ಮಾಡಲಾರಂಭಿಸಿದಳು. ಮೊದಲ ಸಲ ಎಲೆಗೆ ಅನ್ನ ಬಡಿಸುವಾಗಲೂ "ಹಾಕ್ಲೇನ್ರಿ ರಾಗಮ್ಮ?" ಎಂದು ಕೇಳಿದ್ದೇ ಆಚಾರ್ಯರಿಗೆ ಸಿಟ್ಟು ನೆತ್ತಿಗೇರಿ "ಮೊದಲನೇ ಸಲ ಅನ್ನ ಹಾಕೋದಕ್ಕೂ ಆಕಿ ಪರ್ಮಿಷನ್ ಕೇಳ್ತೀಯಲ್ಲಮ್ಮಾ, ನಾನೇನು ಮಣ್ಣು ತಿನ್ನಲಾ?" ಎಂದು ಕೂಗಾಡಿ ಬಿಟ್ಟರು.

ಆಚಾರ್ಯರು ಅಮ್ಮನಿಗೆ ಸರಿಯಾದ ಬುದ್ಧಿ ಕಲಿಸುವ ಉಪಾಯ ಮಾಡಿಕೊಂಡರು. ಒಮ್ಮೆ ರಾಗಮ್ಮ ಸಂಸಾರದ ತಾಪತ್ರಯಗಳಿಂದ ರೋಸಿ, ಮಂತ್ರಾಲಯದ ರಾಘಪ್ಪಗೆ ಉರುಳು ಸೇವೆ ಮಾಡಲು ಹೊರಟು ಹೋಗಿದ್ದಳು. ಅಲ್ಲಿಂದ ಹಾಗೇ ತನ್ನ ತವರು ಮನೆಯಾದ ಭರಮಸಾಗರಕ್ಕೆ ಹೋಗಿ ಎರಡು ವಾರ ಇದ್ದುಬಿಟ್ಟಳು. ಸರಿಯಾಗಿ ಆ ಹೊತ್ತಿನಲ್ಲಿಯೇ ಅಜ್ಜನ ವೈದೀಕ ಬಂತು. ಅಮ್ಮ ಯಾವತ್ತಿನಂತೆ ಆಚಾರ್ಯರಿಗೆ ಹೇಳಿ ಬಂದಳು. ಯಾವುದೇ ಮಾತನ್ನಾಡದ ಗುಂಡಣ್ಣಾಚಾರ್ಯರು, ಸರಿಯಾಗಿ ವೈದೀಕದ ಹಿಂದಿನ ದಿನ ಬಂದು, ತಾವು ಬೇರೆ ಮನೆಯ ಸತ್ಯನಾರಾಯಣ ಪೂಜೆಗೆ ಒಪ್ಪಿಕೊಂಡಿರುವುದಾಗಿಯೂ, ಬೇರೆ

ಬ್ರಾಹ್ಮಣನನ್ನು ಹುಡುಕಿಕೊಳ್ಳಿ ಎಂದು ಹೇಳಿ ಹೋಗಿಬಿಟ್ಟರು. ಮನೆಯ ವಾತಾವರಣ ಅಲ್ಲೋಲ ಕಲ್ಲೋಲವಾಯ್ತು. ಊರಿಗೆಲ್ಲಾ ಇದ್ದಿದ್ದು ಒಬ್ಬನೇ ಬ್ರಾಹ್ಮಣ. ಅಮ್ಮ ಹೋಗಿ ಆಚಾರ್ಯರನ್ನು ಎಷ್ಟೇ ಬೇಡಿಕೊಂಡರೂ "ಹೆಂಡತಿ ಮಾತು ಕೇಳಿ ಊಟ ಮಾಡೋ ಬ್ರಾಹ್ಮಣನ್ನ ಹುಡುಕ್ಕೊಳಮ್ಮಾ. ನಿನಗೆ ನನ್ನಂಥಾವನ ಸಹವಾಸ ಯಾಕೆ ಬೇಕು?" ಎಂದು ಹೇಳಿ ಕಳುಹಿಸಿಬಿಟ್ಟರು. ಗೋಳು ತೋಡಿಕೊಳ್ಳಲು ರಾಗಮ್ಮನೂ ಊರಲ್ಲಿ ಇರಲಿಲ್ಲ. ಕೊನೆಗೆ ಅಪ್ಪ–ಅಮ್ಮ ದೂರದ ಹೊಸಪೇಟೆಗೆ ಹೋಗಿ, ಅಲ್ಲಿಯೇ ರಾಯರ ಮಠದಲ್ಲಿ ವೈದೀಕ ಮಾಡಿ, ಮೊಮ್ಮಕ್ಕಳಿಗಾಗಿ ತಾತನ ಪ್ರಸಾದವೆಂದು ಒಂದು ರವೆಉಂಡಿಯನ್ನು ತಂದು ನಮಗೆಲ್ಲಾ ಚೂರು ಚೂರು ನೀಡಿದ್ದಳು. ಬಸ್ಸಿನ ಚಾರ್ಜು, ಅದೂ–ಇದೂ ಸೇರಿ ಒಂದಕ್ಕೆ ಎರಡರಷ್ಟು ಖರ್ಚಾಗಿತ್ತು. ಹೊಸಪೇಟೆಯಿಂದ ಬಂದಿದ್ದೇ ಯಾಕೋ ದುಃಖವಾಗಿ ಒಬ್ಬಳೇ ಕುಳಿತು ಅತ್ತಿದ್ದಳು.

ರಾಗಮ್ಮ ವಾಪಾಸ್ಸು ಬಂದಿದ್ದೇ ಮನೆಗೆ ಓಡಿಕೊಂಡು ಬಂದಿದ್ದಳು. "ತಪ್ಪಾಯ್ತವ್ವಾ, ನನ್ನ ಗಂಡನಿಂದ ತಪ್ಪಾಗದೆ. ನೀವು ದೊಡ್ಡ ಮನಸ್ಸು ಮಾಡಿ ಕ್ಷಮ ಮಾಡಬೇಕು" ಎಂದು ಅಮ್ಮನನ್ನು ಬೇಡಿಕೊಂಡಿದ್ದಳು. "ತಲೆತಲೆಗಳಿಂದ ನಮ್ಮನ್ನೇ ನಂಬಿಕೊಂಡು ಪೂಜೆ, ತಿಥಿ ಮಾಡಿದೋರು ನೀವು. ನಿಮಗೆ ಇಲ್ಲ ಅನ್ನೋ ಹಂಗೆ ಆಗಿ ಬಿಡ್ತು. ಇನ್ನು ಮುಂದೆ ಯಾವತ್ತೂ ಹಂಗೆ ಮಾಡಲ್ಲ" ಎಂದು ಆಶ್ವಾಸನೆ ಕೊಟ್ಟಿದ್ದಳು.

ಆದರೆ ಆಚಾರ್ಯರಿಗೆ ವಿಜಯದ ರುಚಿ ಹತ್ತಿತ್ತು. ಮತ್ತೆ ಅಮ್ಮ ಯಾವತ್ತೇ ಆಚಾರ್ಯರ ಹತ್ತಿರ ಮುಂಬರುವ ವೈದೀಕದ ವಿಷಯ ತೆಗೆದರೆ ಸಾಕು "ಆವತ್ತು ಬೇರೆ ಮನೆಗೆ ಒಪ್ಪಿಗೊಂಡೀನಲ್ಲಮ್ಮಾ... ನೀವು ಸುಮ್ಮನೆ ಹೊಸಪೇಟಿಗೆ ಹೋಗಿಬಿಡ್ರಿ" ಅಂತ 'ಹಗ್ಗದ ಹಾವು' ಬಿಡಲು ಶುರು ಮಾಡಿಬಿಟ್ಟ. ಅಮ್ಮ ಹೆದರಿಕೊಂಡು ಮತ್ತೆ ರಾಗಮ್ಮನ ಮುಂದೆ ಹೋಗಿ ಗೋಳಿಟ್ಟರೆ ಆಕೆ ಗಂಡನನ್ನು ಸರಿಪಡಿಸುತ್ತಿದ್ದಳು. ವೈದೀಕ ಮುಗಿಯುವವರೆಗೆ ಅಮ್ಮನ ಆತಂಕ ನಿಲ್ಲುತ್ತಿರಲಿಲ್ಲ. ಕೊನೆಗೆ ಅಮ್ಮನಿಗೆ ತನ್ನ ತಪ್ಪು ಅರಿವಾಗಿ "ದಂಪತಿ ಸಮೇತ" ಕರೆಯುವದನ್ನು ನಿಲ್ಲಿಸಿದಳು. ಆದರೆ ಮನಸ್ಸಿನಲ್ಲೇ ಆಚಾರ್ಯರ ಮೇಲೆ ಸಿಟ್ಟಿತ್ತು. "ಈ ಬ್ರಾಹ್ಮಣ 'ಹಗ್ಗದ ಹಾವು' ಬಿಟ್ಟು ನನ್ನ ಹೆದರಿಸ್ತಾನೆ. ಒಂದು ಸಲ ನಾನೇನು ಅಂತ ತೋರಿಸ್ತೀನಿ" ಅಂತ ಆಗಾಗ ನಮ್ಮ ಮುಂದೆ ಹೇಳುತ್ತಿದ್ದಳು. ಅಂತಹ ಸಂದರ್ಭವೂ ಬಂತು.

ನಮ್ಮ ಊರಿಗೆ ಬಾಳಾಚಾರ್ಯರ ಪ್ರವೇಶವಾಯ್ತು. ಈತ ಕೂಡ್ಲಿಗಿ ಹತ್ತಿರದಲ್ಲಿದ್ದ ಒಂದು ಗ್ರಾಮದಲ್ಲಿ ರಾಯರ ಮಠದಲ್ಲಿ ಪೂಜೆ ಮಾಡಿಕೊಂಡಿದ್ದವ. ಒಂದು ಹತ್ತು ಮಾಧ್ವರ ಮನೆಗಳು, ಒಂದಿಪ್ಪತ್ತು ಸ್ಮಾರ್ತರ ಮನೆಗಳು ಇದ್ದ ಸಣ್ಣ ಊರು. ದಕ್ಷಿಣೆ ರೂಪದಲ್ಲಿ ಅಂತಹ ಆದಾಯವಿಲ್ಲದಿದ್ದರೂ, ಗುಡಿಗೆಂದೇ ಎರಡು ಎಕರೆ

ಭೂಮಿಯಿತ್ತು. ಅದನ್ನು ಗುತ್ತಿಗೆಗೆ ಕೊಟ್ಟು, ಆ ಭೂಮಿಯಲ್ಲಿ ಬೆಳೆದ ಜೋಳ, ತರಕಾರಿಗಳನ್ನು ಉಪಯೋಗಿಸಿಕೊಂಡು ಬಾಳಾಚಾರ್ಯರು ಕುಟುಂಬವನ್ನು ಹೇಗೋ ನಡೆಸುತ್ತಿದ್ದರು. ಆದರೆ ಊರಲ್ಲಿ ಎರಡು ಬದಲಾವಣೆಗಳಾದವು. ಸಂಖ್ಯೆಯಲ್ಲಿ ಜಾಸ್ತಿಯಿದ್ದ ಸ್ಮಾರ್ತ ಕುಟುಂಬಗಳು ಒಟ್ಟುಗೂಡಿ ಒಂದು ಶಂಕರ ಮಠವನ್ನು ಸ್ಥಾಪಿಸಿಕೊಂಡವು. ಜೊತೆಗೆ ಆ ಮಠದಲ್ಲಿ ಈಶ್ವರಲಿಂಗ ಮತ್ತು ಶಾರದಾಂಬಳನ್ನು ಸ್ಥಾಪಿಸಿಕೊಂಡು ಬಿಟ್ಟರು. ಹೆಚ್ಚು ಕಡಿಮೆ ಎಲ್ಲಾ ಸ್ಮಾರ್ತ ಮಂದಿ ರಾಯರ ಮಠಕ್ಕೆ ಬರುವುದನ್ನು ಕಡಿಮೆ ಮಾಡಿದರು. ಈ ಪೆಟ್ಟನ್ನು ಬಾಳಾಚಾರ್ಯರು ಹೇಗೋ ತಟ್ಟಿಕೊಳ್ಳಬಹುದಿತ್ತು. ಆದರೆ 'ಉಳುವವನೇ ಒಡೆಯ' ಎಂಬ ಕಾನೂನು ಬಂದು ರಾಯರ ಮಠದ ಹೊಲವನ್ನು ಮಾಡುತ್ತಿದ್ದ ರೈತ ಅದನ್ನು ತನ್ನ ಹೆಸರಿಗೆ ಮಾಡಿಕೊಂಡುಬಿಟ್ಟ. "ಗುರುಗಳ ಹೊಲಕ್ಕೆ ಕಣ್ಣು ಹಾಕಬೇಡಪ್ಪ, ನಿಂಗೆ ಒಳ್ಳೇದಾಗಲ್ಲ" ಅಂತ ಆತನನ್ನು ಊರಿನ ಬ್ರಾಹ್ಮಣರು ಎಷ್ಟೇ ಬೇಡಿಕೊಂಡರೂ ಆತ ಒಪ್ಪಿಕೊಳ್ಳಲಿಲ್ಲ. "ಬರೀ ನಿಮ್ಮ ಕಷ್ಟ ಹೇಳ್ಕೊಂತೀರಲ್ಲಾ ಬುದ್ಧಿ, ಒಸಿ ನಮ್ಮನಿಗೆ ಬಂದು ನಮ್ಮ ಕಷ್ಟ–ಸುಖಾನೂ ನೋಡ್ರಿ. ಆಮೇಲಕ್ಕೆ ಗುರುಗಳ ವಿಷಯ ಮಾತಾಡುವಿರಂತೆ" ಎಂದು ಎದುರು ಮಾತನಾಡಿಬಿಟ್ಟ. ಕಾನೂನು ರೈತನ ಪರವಾಗಿದ್ದರಿಂದ, ಬಾಳಾಚಾರ್ಯರ ಕುಟುಂಬ ಬೀದಿಗೆ ಬಿತ್ತು. ಒಂದಿಷ್ಟು ಹಿರಿಯರು, ಪರಿಸ್ಥಿತಿಯನ್ನು ವಿವರಿಸಿ ಮಂತ್ರಾಲಯದ ಸ್ವಾಮಿಗಳಿಗೆ ಪತ್ರ ಬರೆದು, ಈ ಮಠದ ಖರ್ಚನ್ನು ನೋಡಿಕೊಳ್ಳಬೇಕೆಂದು ಕೋರಿಕೊಂಡರು. ಹೆಚ್ಚಿನ ಆದಾಯವೇ ಇಲ್ಲದ ಇಂತಹ ಬಡಮಠಕ್ಕೆ ಯಾರು ತಾನೆ ಸಹಾಯ ನೀಡುತ್ತಾರೆ? ಪತ್ರಕ್ಕೆ ಉತ್ತರವೇ ಬರಲಿಲ್ಲ. ಕೊನೆಗೆ ಒಂದು ದಿನ ಬಾಳಾಚಾರ್ಯರು ರಾಯರಿಗೆ ಪುಷ್ಕಳ ಅಡುಗೆಯನ್ನು ಮಾಡಿ, ನೈವೇದ್ಯ ಮಾಡಿ, ಕೈ ಮುಗಿದು "ಆಯ್ತೋ ರಾಘಪ್ಪ. ಈವತ್ತಿಗೆ ನಂದೂ ನಿಂದೂ ಈ ಊರಿನ ಋಣ ತೀರಿತು. ಬಿಟ್ಟು ಹೋಗ್ತಿದೀನಿ. ಮತ್ತೊಂದು ಊರಿನಾಗೆ ನನ್ನ ಕೈ ಹಿಡಿದು ನಡೆಸು" ಎಂದು ಕಣ್ಣೀರು ತುಂಬಿಕೊಂಡು ಪ್ರಾರ್ಥಿಸಿ, ಗಂಟು–ಮೂಟೆ ಕಟ್ಟಿಕೊಂಡು ನಮ್ಮೂರಿಗೆ ಬಂದಬಿಟ್ಟಿದ್ದರು. ನಮ್ಮೂರು ಕೊಂಚ ದೊಡ್ಡದಿತ್ತು ಮತ್ತು ಸಾಕಷ್ಟು ಬ್ರಾಹ್ಮಣ ಸಂಸಾರಗಳಿದ್ದವು.

ಬಾಳಾಚಾರ್ಯರು ಜಾಣರಿದ್ದರು. ಮಂತ್ರಗಳನ್ನು ಸೊಗಸಾಗಿ ಉಚ್ಚಾರ ಮಾಡುತ್ತಿದ್ದರಲ್ಲದೆ, ಸಂಸ್ಕೃತ ಜ್ಞಾನವನ್ನು ಹೊಂದಿದ್ದರು. ಸಂಜೆಯ ಹೊತ್ತು ಸೊಗಸಾಗಿ ಉಪನ್ಯಾಸ ಮಾಡುವ ವಿದ್ವತ್ತಿತ್ತು. ಹಗೂರಕ್ಕೆ ಜನರು ಇವರ ಕಡೆ ಗಮನ ಹರಿಸಲಾರಂಭಿಸಿದರು. ಅಮ್ಮ ಕಾಯುತ್ತಿದ್ದ ಸಂದರ್ಭ ಬಂದೇ ಬಿಟ್ಟಿತ್ತು. ಇನ್ನೇನು ಎರಡು ದಿನಕ್ಕೆ ಅವ್ವನ ವೈದೀಕವಿದೆಯೆಂದರೂ ಗುಂಡಣ್ಣಾಚಾರ್ಯರಿಗೆ ಆಹ್ವಾನವನ್ನು ಕೊಡಲಿಲ್ಲ. ಆಚಾರ್ಯರಿಗೆ ಊರಿನ ಎಲ್ಲರ ಮನೆಯ ವೈದೀಕದ ದಿನಗಳೂ ಗೊತ್ತು.

ಕಾಯುವ ತನಕ ಕಾದು ಕೊನೆಗೆ "ನಾಡದ್ದು ಎಷ್ಟು ಹೊತ್ತಿಗೆ ಬರಬೇಕಮ್ಮಾ?" ಎಂದು ಬಾಯಿ ಬಿಟ್ಟು ಅಮ್ಮನನ್ನು ಕೇಳಿಯೇ ಬಿಟ್ಟರು. ಅಮ್ಮ ನಿಧಾನಕ್ಕೆ ಮೂಗುತಿಯನ್ನು ತಿರುಗಿಸಿಕೊಳ್ಳುತ್ತಾ "ಈ ಸಲ ಬಾಳಾಚಾರ್ಯರಿಗೆ ಹೇಳೀವ್ರಿ" ಎಂದು 'ಹಗ್ಗದ ಹಾವು' ಬಿಟ್ಟಳು. ಗುಂಡಣ್ಣಾಚಾರ್ಯರಿಗೆ ಹೆದರಿಕೆಯಾಯ್ತು. ವೈದೀಕದ ಆದಾಯ ಅವರ ಸಂಸಾರಕ್ಕೆ ಸಾಕಷ್ಟು ಸಹಾಯ ಮಾಡುತ್ತಿತ್ತು. "ಹಂಗಂದ್ರೆ ಹೆಂಗಮ್ಮಾ?" ಎಂದು ಕೇಳಿದ್ದಕ್ಕೆ "ನಿಮಗೇನ್ರಿ ಆಚಾರ್ಯರೆ, ಬೇಕಾದಷ್ಟು ಮನಿಗಳು ಪೂಜಿ ಮಾಡಿಸಲಿಕ್ಕೆ ಕಾದುಕೊಂಡು ಕೂತಿರ್ತವೆ. ಕಷ್ಟ ಏನಿದ್ರೂ ನಮ್ಮದೇ" ಎಂದು ಉರಿಯುವ ಗಾಯಕ್ಕೆ ಉಪ್ಪು ಹಾಕಿದಳು.

ಸಂಜೆಯ ವೇಳೆಗೆ ರಾಗಮ್ಮ ಬಂದಳು. "ಹಂಗೆ ಮಾಡಬೇಡ್ರವ್ವಾ... ನಮ್ಮ ಹೊಟ್ಟಿ ಮೇಲೆ ತಣ್ಣೀರ ಬಟ್ಟಿ ಎಳೀ ಬೇಡ್ರಿ" ಎಂದು ಬೇಡಿಕೊಂಡಳು. ಅಮ್ಮ ಆಕೆಯನ್ನು ಸಮಾಧಾನ ಪಡಿಸಿ "ಬೇರೆಯವರಿಗೆ ಹೆಂಗೆ ಹೇಳ್ತೀವಿ ರಾಗಮ್ಮ? ಸುಮ್ಮನಿರ್ರಿ. ನಿಮ್ಮ ಗಂಡ ನನ್ನ ಸರಿಯಾಗಿ ಇಷ್ಟು ದಿನ ಆಟ ಆಡಿಸ್ಯಾನೆ. ಈಗ ನನ್ನ ಪಾಳಿ" ಎಂದು ಹೇಳಿ ಕುಡಿಯಲು ಕಾಫಿ ಕೊಟ್ಟಿದ್ದಳು. ರಾಗಮ್ಮಗೆ ಬೇರೆ ಭಯಗಳು ಕಾಡಲಾರಂಭಿಸಿದ್ದವು. "ಬಾಳಾಚಾರ್ಯರಿಗೆ ಭಲೋ ಸಂಸ್ಕೃತ ಬರ್ತದಂತೆ. ಮಂತ್ರ ಉಚ್ಚಾರ ಗಂಟಿ ಹೊಡದಂಗೆ ಮಾಡ್ತಾನಂತೆ. ನಮ್ಮೋರಿಗೆ 'ಆ' ಅಂದ್ರೆ 'ಠ' ಅನ್ನೋದಕ್ಕೆ ಬರೋದಿಲ್ಲ. ಆತ ಸಾಯಂಕಾಲ ಉಪನ್ಯಾಸ ಮಾಡಿದ್ರೆ ಇವರು ಕಟ್ಟೀಗೆ ಕೂತು ಹರಟಿ ಹೊಡೀತಾರೆ. ನಮ್ಮ ಸಂಸಾರದ ಗತಿಯೇನವ್ವಾ?" ಎಂದು ತನ್ನ ಸಮಸ್ಯೆಯನ್ನು ತೋಡಿಕೊಂಡಿದ್ದಳು. ಅದಕ್ಕೆ ಅಮ್ಮ "ಅಯ್ಯೋ ರಾಗಮ್ಮ, ನೀವು ಸುಮ್ಮನಿರ್ರಿ. ಈ ಊರಿನ ಜನರ ಡೌಲು ನಾನೂ ಕಂಡೀನಿ. ಆ ಸಂಸ್ಕೃತ ಸರಿಯಾಗಿ ಹೇಳಿದ್ರೇನು? ಬಿಟ್ರೇನು? ಯಾರಿಗೂ ಅದು ಅರ್ಥ ಆಗಲ್ಲ. ಸುಮ್ಮನೆ ಪೂಜಿ ಮಾಡ್ತಾ ಏನೋ ಅಂತಿದ್ರೆ ಎಲ್ಲರಿಗೂ ಸಮಾಧಾನ, ಅಷ್ಟೆ. ತಲೆತಲಾಂತರದಿಂದ ಪೌರೋಹಿತ್ಯ ಮಾಡಿಕೊಂಡು ಬಂದಿರೋ ಕುಟುಂಬ ನಿಮ್ಮದು. ನಿಮ್ಮನ್ನ ಯಾರೂ ಕೈ ಬಿಡೋದಿಲ್ಲ" ಎಂದು ತಿಳಿಹೇಳಿ ಕಳುಹಿಸಿದ್ದಳು. ಆದರೂ 'ಹಗ್ಗದ ಹಾವು' ಬಿಡುವುದನ್ನು ಮಾತ್ರ ಮರೆಯುತ್ತಿರಲಿಲ್ಲ.

ಅಂತೂ ದಿನಗಳು ಉರುಳಿದವು. ವಯಸ್ಸೇರಿದಂತೆ 'ಹಗ್ಗದ ಹಾವು' ಬಿಡುವ ಆಟದಲ್ಲಿ ಎಲ್ಲರಿಗೂ ಆಸಕ್ತಿ ಕುಂದಿಹೋಗಿತ್ತು. ನಾನು ಓದಿ ಬೆಂಗಳೂರಿಗೆ ಬಂದ ಮೇಲೆ ಅಮ್ಮ-ಅಪ್ಪ ಬಂದು ನನ್ನೊಡನೆ ಇರಲಾರಂಭಿಸಿದರು. ರಾಗಮ್ಮನ ಒಡನಾಟ ನಮಗೆ ಕಡಿಮೆಯಾಗಿತ್ತು. ಅಪ್ಪ-ಅಮ್ಮ ಆಗಾಗ ಊರಿಗೆ ಹೋಗಿ-ಬಂದು ಮಾಡುತ್ತಿದ್ದರಾದರೂ, ಅಪ್ಪನ ಆರೋಗ್ಯ ನಿಧಾನಕ್ಕೆ ಕ್ಷೀಣಿಸಲಾರಂಭಿಸಿದ್ದರಿಂದ ಅದೂ ನಿಂತು ಹೋಗಿತ್ತು. ಅಪ್ಪ ಹಿಂದೊಮ್ಮೆ ಹೇಳಿದಂತೆ ಅಮ್ಮನ ಸ್ವಭಾವ 'ನರ್ಸ್'ಗೆ ಸರಿ

ಹೊಂದುವಂತಹದ್ದೇ ಆಗಿತ್ತು. ಅಪ್ಪನನ್ನೂ ಚೆನ್ನಾಗಿ ನೋಡಿಕೊಂಡಳು. ಅವರ ಬಲಗೈ ಶಕ್ತಿ ಕಳೆದುಕೊಂಡಾಗ ಕೈತುತ್ತು ಮಾಡಿ ಹಾಕುತ್ತಿದ್ದಳು. ಧೋತ್ರವನ್ನೂ ಸಂಕೋಚವಿಲ್ಲದೆ ತಾನೇ ಉಡಿಸುತ್ತಿದ್ದಳು. ಜೀರ್ಣಶಕ್ತಿ ಕಡಿಮೆಯಾದಾಗ ಅನ್ನವನ್ನು ಮೆತ್ತಗೆ ಗಂಜಿಯಂತೆ ಮಾಡಿ ಬಡಿಸುತ್ತಿದ್ದಳು. ಆದರೂ ಅಪ್ಪ ಒಂದು ದಿನ ಕಣ್ಮುಚ್ಚಿದ. ಬೆಂಗಳೂರಿನಲ್ಲಿ ಬೇಡವೆಂದು ಅಪ್ಪನ ದೇಹವನ್ನು ನಮ್ಮೂರಿಗೆ ಸಂಸ್ಕಾರಕ್ಕೆ ಒಯ್ದೆ.

ರಾಗಮ್ಮ ಮನೆಗೆ ಬಂದು ಅಮ್ಮನಿಗೆ ಸಮಾಧಾನ ಮಾಡಿದ್ದಳು. "ಎಷ್ಟೆಲ್ಲಾ ಪೂಜೆ–ಪುನಸ್ಕಾರ ಮಾಡಿದ್ದೆ, ಆದರೂ ನಂಗೆ ದೇವರು ಮುತ್ತೈದೆ ಸಾವು ಕೊಡಲಿಲ್ಲ ನೋಡು ರಾಗಮ್ಮ" ಎಂದು ಅಮ್ಮ ಹೇಳಿದ್ದಕ್ಕೆ, "ಅದರಾಗೆ ನಿನ್ನ ತಪ್ಪೇನೂ ಇಲ್ಲವ್ವಾ... ನಮ್ಮ ಗಂಡಸರು ಎಳೇ ಹುಡುಗಿ ಬೇಕು ಅನ್ನೋ ಆಸಿಗೆ ಹತ್ತು ವರ್ಷ ಸಣ್ಣಾಕಿನ್ನ ಹುಡುಕಿ ಲಗ್ನ ಆಗ್ತಾರೆ. ಅವರಿಗಿಂತಾ ಮುಂಚೆ ನಾವು ಸಾಯಬೇಕು ಅಂದ್ರೆ ಹೆಂಗೆ ಸಾಧ್ಯ ಆಗ್ತದೆ ಹೇಳು? ಮುತ್ತೈದಿ ಸಾವು ಬೇಕು ಅಂದ್ರೆ ವಿಷ ಕುಡೀಬೇಕು ನೋಡು" ಅಂದಿದ್ದಳು. ಆಕೆಯ ಮಾತಿಗೆ ಯಾರೋ ಹೆಂಗಸರು ಮೂಲೆಯಲ್ಲಿ 'ಕಿಸಕ್' ಎಂದು ನಕ್ಕಿದ್ದರು. ಅಮ್ಮ ರಾಗಮ್ಮನನ್ನು ಪಿಳಿಪಿಳಿ ಕಣ್ಣು ಬಿಟ್ಟು ನೋಡಿದ್ದಳು. ಶವದ ಮನೆಯಲ್ಲಿ ಅಲ್ಲಿಯವರೆಗೆ ದುಃಖದಲ್ಲಿದ್ದ ಜನಕ್ಕೆ ರಾಗಮ್ಮನ ಮಾತಿನಿಂದ ಮೂಡಿದ ಹೊಸ ಸನ್ನಿವೇಶಕ್ಕೆ ಹೇಗೆ ತೆರೆದುಕೊಳ್ಳಬೇಕೋ ತಿಳಿಯದಾಗಿತ್ತು.

ಮತ್ತೆ ಒಂದು ವರ್ಷಕ್ಕೆ ಅಮ್ಮ ಕಣ್ಣು ಮುಚ್ಚಿದಳು. ಆಗ ರಾಗಮ್ಮ ನನ್ನನ್ನು ಸಮಾಧಾನ ಮಾಡಿದ್ದಳು. "ಅಮ್ಮ ಇಲ್ಲದ ತಬ್ಬಲಿ ಅಂತ ದುಃಖ ಮಾಡ್ಕೋಬೇಡ ದೇವರು. ನಂಗೆ ಈವತ್ತಿನಿಂದ ಒಂಬತ್ತು ಮಕ್ಕಳಲ್ಲ, ಹತ್ತು ಅಂದ್ಕೊಳ್ತೀನಿ" ಎಂದು ಹೇಳಿ ಅಪ್ಪಿಕೊಂಡು ನನ್ನ ತಲೆ–ಬೆನ್ನು ಸವರಿದ್ದಳು.

ಅಪ್ಪ–ಅಮ್ಮ ತೀರಿಕೊಂಡ ಬಳಿಕ ನಾನು ಊರಿಗೆ ಹೋಗುವುದು ಹೆಚ್ಚು ಕಡಿಮೆ ನಿಂತೇ ಹೋಯ್ತು. ಒಮ್ಮೆ ಊರಿನ ಮನೆಯನ್ನು ಮಾರಲು ಹೋದಾಗ 'ಆಂಬೊಡೆ ಆಚಾರ್ಯ'ರು ವರ್ಷದ ಹಿಂದೆಯೇ ತೀರಿಕೊಂಡ ಸುದ್ದಿ ತಿಳಿದು, ರಾಗಮ್ಮನನ್ನು ಮಾತನಾಡಿಸಲು ಹೋಗಿದ್ದೆ. ಆಕೆಯ ಸ್ಥಿತಿಯನ್ನು ನೋಡಿ ನನಗೆ ತುಂಬಾ ದುಃಖವಾಯ್ತು. ತಲೆ ಬೋಳಿಸಿಕೊಂಡು ಮಡಿ ಹೆಂಗಸಾಗಿದ್ದಳು. "ಇದೇನು ರಾಗಮ್ಮ ಹಿಂಗೆ ಮಾಡಿಕೊಂಡೀರಿ? ನನ್ನ ಕೈಲೆ ನೋಡೋದಕ್ಕೆ ಆಗೋದಿಲ್ಲ" ಎಂದು ಕಣ್ಣೀರು ಹಾಕಿದ್ದೆ. "ಏನು ಮಾಡಲಪ್ಪಾ ದೇವರು. ಭಗವಂತ ವೈಧವ್ಯ ತಂದಿಟ್ಟ" ಅಂದಳು. ನಾನು ಸಿಡುಕಿ "ಭಗವಂತ ತಂದಿದ್ದು ಅನುಭವಿಸೋದು ಇದ್ದೇ ಇರ್ತದೆ. ಆದರೆ ನೀವು ಈ ಅವತಾರ ಯಾಕೆ ತಂದುಕೊಂಡ್ರಿ? ಅಮ್ಮ ಸಕೇಶಿ ಆಗಿ ಉಳಿದಿದ್ದಿಲ್ಲೇನು? ಕಾಲ ಬದಲಾಗ್ಯದೆ" ಎಂದು ಸಿಟ್ಟು ಮಾಡಿದೆ. "ಹಂಗಲ್ಲಪ್ಪ ದೇವರು, ಧರ್ಮದ ಹೆಸರು ಹೇಳಿಕೊಂಡು ಇಷ್ಟು ವರ್ಷ ಹೊಟ್ಟೆ

ಹೊರಕೊಂಡೀವಿ. ಈಗ ಅದು ಬೇಡ ಅಂದ್ರೆ ಜನ ಕೇಳ್ತಾರೇನಪ್ಪಾ ದೇವರು? ನಿಮ್ಮಪ್ಪ ಅಂದ್ರೆ ಸರಕಾರದ ಕೆಲಸ ಮಾಡಿದಾತ. ಧರ್ಮದ ಮಾತು ಕೇಳೋ ಜರೂರು ನಿಮ್ಮಮ್ಮಂಗೆ ಇರಲಿಲ್ಲ. ನನ್ನ ಮಾತು ಬೇರೆ ಆಗ್ತದಪ್ಪಾ" ಎಂದು ನನಗೆ ಅರ್ಥವಾಗದ ವಿಚಾರವನ್ನು ಮಂಡಿಸಿದ್ದಳು. ವಾಪಾಸಾಗುವಾಗ ಆಕೆಯ ಕಾಲಿಗೆ ನಾನು ನಮಸ್ಕಾರ ಮಾಡಿದರೆ "ದೊಡ್ಡ ಕೆಲಸದಾಗೆ ಇದ್ರೂ ಮನೀಗೆ ಬಂದು ನನ್ನ ಮಾತಾಡಿಸಿ ನಮಸ್ಕಾರ ಮಾಡಿದಿಯಪ್ಪಾ ದೇವರು. ನಿಂಗೆ ಅಹಂಕಾರ ಇಲ್ಲ. ಭಗವಂತ ನಿಂಗೆ ಒಳ್ಳೇದು ಮಾಡ್ತಾನೆ" ಎಂದು ಹೃದಯ ತುಂಬಿ ಆಶೀರ್ವಾದ ಮಾಡಿದ್ದಳು.

ನಾನು ಮತ್ತೊಮ್ಮೆ ಆಕೆಯನ್ನು ನೋಡುವ ಅವಕಾಶ ಸಿಗಲಿಲ್ಲ. ಎರಡು ವರ್ಷದ ಕೆಳಗೆ ಕಣ್ಣು ಮುಚ್ಚಿದಳೆಂದು ಸುದ್ದಿ ತಿಳಿಯಿತು. ಈಗ ಆಕೆಯ ಮಕ್ಕಳು ಬೇರೆ ಯಾವು ಯಾವುದೋ ಕೆಲಸಗಳಲ್ಲಿ ತೊಡಗಿಸಿಕೊಂಡಿದ್ದಾರೆ. ರಾಯರ ಮಠವನ್ನು ಮತ್ತೆ ಯಾರೋ ನಡೆಸುತ್ತಿದ್ದಾರೆ.

ನಾನು ಚಿಕ್ಕಂದಿನಲ್ಲಿ ನೋಡಿದ ಬ್ರಾಹ್ಮಣ ಕುಟುಂಬಗಳೆಲ್ಲಾ ಕಡುಬಡತನದಲ್ಲಿದ್ದವು. ಒಂದು ಹೊತ್ತಿಗೆ ಇದ್ದರೆ, ಮತ್ತೊಂದು ಹೊತ್ತಿಗೆ ಇರುತ್ತಿರಲಿಲ್ಲ. ಮಕ್ಕಳಿಗೆ ವರ್ಷಕ್ಕೆ ಒಂದು ಜೊತೆ ಬಟ್ಟೆ ಕೊಡಿಸುವುದೂ ಬಹು ಕಷ್ಟವಾಗುತ್ತಿತ್ತು. ಅಂತಹ ಸಂಸಾರಗಳನ್ನೂ ಅತ್ಯಂತ ಮುತುವರ್ಜಿಯಿಂದ ಮತ್ತು ಜಾಣತನದಿಂದ ನಡೆಸಿಕೊಂಡು ಹೋದ ಕೀರ್ತಿ ರಾಗಮ್ಮನಂತಹ ಹೆಂಗಸರಿಗೆ ಸೇರಿದ್ದು. ಅವರೆಲ್ಲರ ಆಶೀರ್ವಾದದಿಂದ ಇಂದು ಹೊಸ ತಲೆಮಾರಿನ ನಾವು ಸಾಕಷ್ಟು ಓದಿಕೊಂಡು, ಒಳ್ಳೆಯ ಕೆಲಸದಲ್ಲಿ ಸೇರಿಕೊಂಡಿದ್ದೇವೆ. ಮೊದಲಿನ ಬಡತನ ಈಗಿಲ್ಲ. ಜೊತೆಗೆ ಅವರ ನಂಬಿಕೆ ಆಚರಣೆಗಳಲ್ಲೂ ನಮ್ಮಲ್ಲಿ ಹೆಚ್ಚಿನ ಜನಕ್ಕೆ ಆಸಕ್ತಿಯಿಲ್ಲ. ಆಧುನಿಕತೆಯಿಂದಾಗಿ ಬದುಕು ಬದಲಾಗಿರುವುದನ್ನು ನಾವು ಒಪ್ಪಿಕೊಂಡಿದ್ದೇವೆ. ಆದರೆ ಇತ್ತೀಚಿನ ದಿನಗಳಲ್ಲಿ ರಾಗಮ್ಮನಂತಹ ಅಪ್ಪಟ ತಾಯ್ತನ ತುಂಬಿದ ಹೆಂಗಸರು ನನಗೆ ಹೆಚ್ಚಾಗಿ ಕಾಣುತ್ತಿಲ್ಲ. ಅದು ಮಾತ್ರ ಸತ್ಯ. ಅದಕ್ಕೆ ನನ್ನ ವಯಸ್ಸೂ ಕಾರಣವಾಗಿರಬಹುದು.

29ನೇ ಏಪ್ರಿಲ್ 2012

ಗಣಪತಿ ರಾಯ ಬಾರಯ್ಯ

ಮೊನ್ನೆ ಗೆಳೆಯರೊಬ್ಬರು ಹೊಸ ಮನೆ ಕಟ್ಟಿಸಿ, ಗೃಹಪ್ರವೇಶ ಮಾಡಿ, ನಮ್ಮೆಲ್ಲರಿಗೂ ಭರ್ಜರಿ ಊಟ ಹಾಕಿಸಿದರು. ಎರಡು ದಿನಗಳ ನಂತರ ಅವರು ಸಿಕ್ಕಾಗ ಸ್ವಲ್ಪ ಮುಖ ಸಪ್ಪಗಿತ್ತು. "ಏನಾಯ್ತು?" ಎಂದು ಮೆತ್ತಗೆ ಕೇಳಿದೆ. ಅವರು ಸ್ವಲ್ಪ ಕಹಿಯಾಗಿ "36 ಗಣೇಶ ಉಡುಗೊರೆಯಾಗಿ ಬಂದಾವೆ ಕಣ್ರಿ! ಅದೂ ಮೇಡ್ ಇನ್ ಚೈನಾ! ಆ ನನ್ನ ಮಕ್ಕಳು ನಮ್ಮ ದೇವರನ್ನೂ ಬಿಡ್ಲಿಲ್ಲ ನೋಡ್ರಿ. ಅಗ್ಗದ ವಸ್ತು ಮಾಡಿ ಬಿಟ್ರು" ಎಂದು ಹೇಳಿಕೊಂಡರು. ನಾನು ಸಮಾಧಾನ ಮಾಡುವ ದೆಸೆಯಿಂದ "ಭಕ್ತಿಯಿಂದ ಪೂಜೆ ಮಾಡ್ರಿ, ಅದಕ್ಕೆ ಯಾಕೆ ಬೇಜಾರು" ಎಂದೆ. ನನ್ನ ಮಾತು ಅವರಿಗೆ ಸಿಟ್ಟು ತರಿಸಿತು. "ಎಷ್ಟೇ ಭಕ್ತಿ ಅದೆ ಅಂದ್ರೂ, ಒಂದು ಮೂರ್ತಿ ಇಟ್ಟು ಪೂಜೆ ಮಾಡ್ತೀವ್ರಿ. ಇಷ್ಟೊಂದು ಏನು ಮಾಡ್ಲಿ?" ಎಂದರು. "ನೀವೂ ಮುಂದೆ ಅವನ್ನೇ ಉಡುಗೊರೆಯಾಗಿ ಕೊಟ್ಟು ಬಿಡಿ" ಎಂದು ಪುಕ್ಕಟೆ ಸಲಹೆ ಕೊಟ್ಟೆ. ದುರುಗುಟ್ಟಿ ನನ್ನನ್ನು ನೋಡಿದರು.

ಜನಪ್ರಿಯತೆಯಲ್ಲಿ ಅಪ್ಪನನ್ನೂ ಮೀರಿಸಿದವನು ಈ ಗಣೇಶ. ಅದು ಹೇಗೆ ಸಾಧ್ಯವಾಯ್ತು ಅಂತ ನೆನೆದರೆ ಅಚ್ಚರಿಯಾಗುತ್ತದೆ. ಈ ಕಿಲಾಡಿ ಮಗ ಮುಂದೆ ತನಗಿಂತಲೂ ಜೋರಾಗುವುದು ಬೇಡ ಅಂತ ಅಪ್ಪ ಆಲೋಚನೆ ಮಾಡಿಯೇ

ಅವನಿಗೆ ಅತ್ಯಂತ ಕುರೂಪದ ಆನೆಯ ತಲೆಯನ್ನು ಜೋಡಿಸಿದ. ಇರಲಿ ಬಿಡಿ, ಅದು ಅಪ್ಪ ಕೂಸಿಗೆ ಜೀವ ಕೊಡಲಿಕ್ಕೆ ನಿರ್ವಾಹವಿಲ್ಲದೆ ಮಾಡಿದ್ದು ಅಂತ ಒಪ್ಪಿಕೊಳ್ಳೋಣ. ಆದರೆ ತಲೆ ಆನೆಯದಾಯ್ತು ಅಂತ ಹೊಟ್ಟೆಯನ್ನೂ ಆನೆಯಂತೆ ಮಾಡಿಕೊಳ್ಳುವುದೆ? ಊಟ–ತಿಂಡಿ ಮೇಲೆ ಹತೋಟಿ ಕಳೆದುಕೊಂಡು ಸಿಕ್ಕಾಪಟ್ಟೆ ತಿಂದು, ಬೊಜ್ಜು ಬೆಳೆಸಿಕೊಂಡದ್ದಕ್ಕೆ ಯಾರು ಜವಾಬ್ದಾರಿ? ಅಪ್ಪ–ಅಮ್ಮ ಅಂತೂ ಅಲ್ಲ. ಹೋಗಲಿ ಬಿಡಿ, ಅವರವರ ಜಿಹ್ವಾಚಾಪಲ್ಯ. ಅದಕ್ಕೆ ಟೀಕಿಸುವಂತಿಲ್ಲ. ಮುಂದೆ ಸಕ್ಕರೆ ಕಾಯಿಲೆ ಬಂದರೆ ಅವರೇ ಅನುಭವಿಸುತ್ತಾರೆ. ಆದರೆ ನಮ್ಮ ಗಾತ್ರಕ್ಕೆ ತಕ್ಕಂತೆ ವಾಹನವನ್ನು ಆಯ್ಕೆ ಮಾಡಿಕೊಳ್ಳಬೇಕಲ್ಲವೆ? ಆನೆಯೋ, ಒಂಟೆಯೋ ಆಗಿದ್ದರೆ ಗೊಣಗಾಡದೆ ಇವನ ಭಾರವನ್ನು ಹೊತ್ತುಕೊಂಡು ಹೋಗುತ್ತಿದ್ದವು. ಅವೆಲ್ಲಾ ಬಿಟ್ಟು, ಯಾವುದೋ ಪುಟಗೋಸಿ ಇಲಿಯನ್ನು ಕಟ್ಟಿಕೊಂಡು ಓಡಾಡುತ್ತಾನಲ್ಲ? ಅದರ ಗತಿಯೇನು? ಪಾಪ, ಅದು ಗಣೇಶನ ಮೇಲಿನ ಪ್ರೀತಿಯಿಂದ ಮತ್ತು ಅವನ ಕೈಯಲ್ಲಿರುವ ಲಾಡುವಿನ ಆಸೆಯಿಂದ, ಹೇಗೋ ಅವನ ಭಾರವನ್ನೂ ಏದುಸಿರು ಬಿಟ್ಟು, ಹೊತ್ತುಕೊಂಡು ಹೋಗಲು ಒಪ್ಪಿಕೊಂಡಿದೆ. ಆದರೆ ಅದರ ಮನಸ್ಸಿಗೂ ನೆಮ್ಮದಿ ಇಲ್ಲದಂತೆ ಮಾಡಲು, ಅದರ ಪರಮ ವೈರಿಯಾದ ಹಾವನ್ನು ಹೊಟ್ಟೆಗೆ ಸುತ್ತಿಕೊಂಡನಲ್ಲ ಈ ಗಣೇಶ? ಅದು ನ್ಯಾಯವೆ? ನಮ್ಮ ತಲೆಯ ಮೇಲೆ ಸಾವಿನ ಹೆಡೆಯಾಡುತ್ತಿದ್ದರೆ ಕೆಲಸ ಮಾಡುವುದಾದರೂ ಹೇಗೆ? ಗಣೇಶ ಇದೊಂದಕ್ಕೂ ಕೇರ್ ಮಾಡಿಲ್ಲ!

ಆನೆ ತಲೆ, ಬೊಜ್ಜು ಹೊಟ್ಟೆ, ಕುಳ್ಳ ದೇಹ, ಪುಟಗೋಸಿ ಇಲಿ ಇದ್ದರೂ ಜನರಿಂದ 'ಸುಮುಖ', 'ಸುರೂಪ' ಅಂತೆಲ್ಲಾ ಹೆಸರು ಗಳಿಸಿದ್ದು ಇವನ ಚಾಲಾಕಿತನವೇ ಸರಿ. ಬರೀ ಹೆಸರು ಗಳಿಸುವುದಷ್ಟೇ ಅಲ್ಲ, ಎಲ್ಲಾ ಕಲಾವಿದರನ್ನು ಆಕರ್ಷಿಸಿ 'ಸೂಪರ್ ಮಾಡೆಲ್' ಆಗಿಬಿಟ್ಟ. ರೂಪದರ್ಶಿಯೆಂದರೆ ಸುಂದರ ಕಾಯದವರೇ ಆಗಿರಬೇಕೆಂಬ ನಿಯಮವೇನೂ ಇಲ್ಲ ಅಂತ ಎಲ್ಲರಿಗೂ ಧೈರ್ಯ ತುಂಬಿದ ಶ್ರೇಯಸ್ಸು ಇವನಿಗೇ ಸಲ್ಲಬೇಕು. ಅವನು ನಿಂತರೂ ಒಂದು ಭಂಗಿ, ಕುಳಿತರೂ ಒಂದು ಭಂಗಿ, ಕಣ್ಣು ಬಿಟ್ಟರೆ ಮತ್ತೊಂದು, ಸೊಂಡಿಲು ಬಲಕ್ಕೆ ತಿರುಗಿಸಿದರೆ ಇನ್ನೊಂದು, ನರ್ತಿಸಿದರೆ ಮಗದೊಂದು – ಕಲಾವಿದರೆಂಬ ಜೇನುನೊಣಗಳಿಗೆ ಇವನು ಸಿಹಿಬೆಲ್ಲ. ಈ ಭರ್ಜರಿ ಯಶಸ್ಸನ್ನು ನೋಡಿ, ಇವನನ್ನು ಅನುಕರಿಸಲು ಹೋಗಿ ಮೂತಿ ಸುಟ್ಟುಕೊಂಡವನು ನಮ್ಮ ಹನುಮಪ್ಪ. ತಲೆಗೆ ಕೋತಿಯ ಮುಖವನ್ನು ಇಟ್ಟುಕೊಂಡು, ಬೆನ್ನಿಗೆ ಬಾಲವನ್ನೂ ಸಿಕ್ಕಿಸಿಕೊಂಡು, ಜಿಹ್ವೆಯ ಮೇಲೆ ನಿಯಂತ್ರಣ ಸಾಧಿಸಿ, ಯಾವುದೇ ವಾಹನ ಮಾಡಿಕೊಳ್ಳುವ ಉಸಾಬರಿಗೆ ಹೋಗದೆ, ಗರಡಿ ಮನೆಯಲ್ಲಿ ಸಾಧನೆ ಮಾಡಿ, 'ಸಿಕ್ಸ್ ಪ್ಯಾಕ್' ಆಗಿ ಬರೀ ಚಡ್ಡಿಯ ಮೇಲೆ ನಿಂತರೂ ಯಾಕೋ

ಕಲಾವಿದರು ಇವನ ಕಡೆ ಗಮನ ಹರಿಸಲೇ ಇಲ್ಲ. ಒಂದು ಕೈಯಲ್ಲಿ ಸಂಜೀವಿನಿ ಪರ್ವತವನ್ನು ಹಿಡಿದುಕೊಂಡು, ಮತ್ತೊಂದು ಕೈಯಲ್ಲಿ ಗದೆ ಹಿಡಿದು, ಬಾಲವನ್ನು ತಲೆಯ ಮೇಲೆ ನಿಗುರಿಸಿಕೊಂಡು ನಿಂತ ಭಂಗಿ ಬಿಟ್ಟರೆ, ಇವನ ಮತ್ತೊಂದು ಭಂಗಿ ಪ್ರಸಿದ್ಧವಾಗಲಿಲ್ಲ. ಗೃಹಪ್ರವೇಶಕ್ಕೆ ಉಡುಗೊರೆಯಾಗುವ ಭಾಗ್ಯವೂ ಇವನಿಗಿಲ್ಲ. ಅದಕ್ಕೇ ಆತ ಈ ಜನರ ಸಹವಾಸವೇ ಬೇಡ ಅಂತ ಮುನಿಸಿಕೊಂಡು ಊರ ಹೊರಗೆ ನಿಂತುಬಿಟ್ಟ!

ಗಣೇಶನು ಅತ್ಯಂತ ಚುರುಕು ಬುದ್ಧಿಯವ ಎನ್ನುವುದರಲ್ಲಿ ಯಾವುದೇ ಅನುಮಾನ ಬೇಡ. ಇಡೀ ವಿಶ್ವವನ್ನು ಸುತ್ತಿ ಬನ್ನಿ ಅಂತ ಹೇಳಿದರೆ, ಅಪ್ಪ-ಅಮ್ಮನನ್ನು ಸುತ್ತಿ ವಿಜಯಿಯಾದ ಈತ ಚಾಣಾಕ್ಷನಲ್ಲದೆ ಮತ್ತೇನು? ಅವನ ಚಾಲಾಕಿತನಕ್ಕೆ ಮತ್ತೊಂದು ಒಳ್ಳೆಯ ಉದಾಹರಣೆ ನನಗೆ ಗೊತ್ತು. ಒಂದು ಸಲ ಲಕ್ಷ್ಮಿ, ಪಾರ್ವತಿ ಮತ್ತು ಸರಸ್ವತಿ ಒಂದು ಕಿಟ್ಟಿ ಪಾರ್ಟಿ ಮಾಡಿಕೊಳ್ಳೋದಕ್ಕೆ ನಿಶ್ಚಯಿಸಿದ್ದರು. "ಈ ಗಂಡಂದರ ಸಹವಾಸ ಸಾಕಾಗ್ಯದೆ. ಸುಮ್ಮನೆ ನಮ್ಮ ಪಾಡಿಗೆ ನಾವು ಮಜಾ ಮಾಡೋಣ ಬರ್ರೆ" ಅಂತ ಒಬ್ಬರಿಗೊಬ್ಬರು ಮಾತಾಡಿಕೊಂಡು ಪಾರ್ಟಿಯ ದಿನವನ್ನು ನಿಶ್ಚಯಿಸಿದ್ದರು. ಆದರೆ ಅವತ್ತು ಅದೇ ಹೊತ್ತಿಗೆ ಯಾಕೋ ನಮ್ಮ ಶಿವಗೆ ಡ್ಯಾನ್ಸ್ ಮಾಡೋ ಮನಸ್ಸು ಬಂತು. "ನೀನೂ ಬಾರೆ" ಅಂತ ಹೆಂಡತಿಯನ್ನು ಕರೆದ. ಪಾರ್ವತಿಗೆ ಪೀಕಲಾಟಕ್ಕೆ ಇಟ್ಟುಕೊಂಡಿತು. ಬರಲ್ಲ ಅಂದ್ರೆ ಇಲ್ಲದ ರಾದ್ಧಾಂತ ಮಾಡ್ತಾನೆ, ಮೂರನೇ ಕಣ್ಣು ತೆಗೀತೀನಿ ಅಂತ ಹೆದರಿಸ್ತಾನೆ. ಇತ್ತಲಾಗೆ ಪಾರ್ಟಿಗೆ ಹೋಗಲಿಲ್ಲ ಅಂದ್ರೆ ಗೆಳತಿಯರು ಬೇಜಾರು ಮಾಡ್ಕೊಳ್ತಾರೆ. ಕೊನೆಗೆ ಒಂದು ಉಪಾಯವನ್ನು ಯೋಚಿಸಿ, ಮಗನನ್ನು ಕರೆದು "ನೀನೇ ಹೋಗಿ ಬಂದು ಬಿಡಪ್ಪಾ. ನಂಗೆ ಏನೋ ಅರ್ಜೆಂಟ್ ಕೆಲಸ ಬಂತು ಅಂತ ಇಬ್ಬರಿಗೂ ಹೇಳಿಬಿಡು" ಅಂತ ಬೇಡಿಕೊಂಡಳು. ಪಾರ್ಟಿಗೆ ಹೋಗಿ ತಿನ್ನೋದಕ್ಕೆ ಯಾವ ಅಭ್ಯಂತರ? ಗಣೇಶ ಖುಷಿಯಿಂದ ಒಪ್ಪಿಕೊಂಡು ಪಾರ್ಟಿಗೆ ಬಂದ. ಗೆಳತಿ ಬಂದಿಲ್ಲ ಅಂತ ಮೊದಲಿಗೆ ಬೇಸರವಾದರೂ, ಆಕೆಯ ಮಗ ಬಂದನಲ್ಲ ಅಂತ ಲಕ್ಷ್ಮಿ ಮತ್ತು ಸರಸ್ವತಿಗೆ ಖುಷಿಯೇ ಆಯ್ತು. "ಎಷ್ಟು ಎತ್ತರ ಬೆಳದೀಯಲ್ಲೋ ಗಣೇಶ" ಅಂತ ಅವನನ್ನು ಮುದ್ದು ಮಾಡುತ್ತಾ, ಅವನಿಗೆ ಬೇಕಾದ ಭಕ್ಷ್ಯಗಳನ್ನು ತಿನ್ನಿಸಿ ಸಂತೋಷಪಟ್ಟರು. ಕೊನೆಯಲ್ಲಿ ಗಣೇಶ ಒಂದು ಸಲಹೆ ಕೊಟ್ಟ. "ಈ ಪಾರ್ಟಿಯ ಸುಂದರ ನೆನಪಿಗೆ ನಾವು ಮೂರೂ ಜನ ಒಂದು ಗ್ರೂಪ್ ಫೋಟೋ ತೆಗೆಸಿಕೊಳ್ಳೋಣ" ಅಂತ. ಅವರಿಬ್ಬರೂ ಖುಷಿಯಿಂದ ಒಪ್ಪಿಕೊಂಡರು. ಸೊಗಸಾಗಿ ಸಿಂಗಾರ ಮಾಡಿಕೊಂಡು ಬಂದು ಗಣೇಶನ ಆ ಪಕ್ಕ ಲಕ್ಷ್ಮಿ, ಈ ಪಕ್ಕ ಸರಸ್ವತಿ ಕೂತು ಫೋಟೋ ತೆಗೆಸಿಕೊಂಡರು. ಜನಕ್ಕೆ ಅಷ್ಟೇ ಸಾಕಾಯ್ತು! ಆ ಫೋಟೋವನ್ನ

ಮುಗಿಬಿದ್ದು ಕೊಂಡುಕೊಂಡರು. ಅದಕ್ಕೆ ಕಟ್ಟು ಹಾಕಿಸಿ ಮನೆಯಲ್ಲಿ, ಅಂಗಡಿಯಲ್ಲಿ, ಹೋಟೇಲಿನಲ್ಲಿ, ಬಸ್ಸಿನಲ್ಲಿ – ಎಲ್ಲೆಂದರೆ ಅಲ್ಲಿ ನೇತು ಹಾಕಿ, ಫಳಫಳ ದೀಪ ಹಾಕಿಸಿ, ಹೂವಿನ ಹಾರ ಹಾಕಿ, ಊದುಬತ್ತಿ ಬೆಳಗೋದಕ್ಕೆ ಶುರು ಮಾಡಿದರು. ಯಾರಿಗೂ ಪಾರ್ವತಿ ಅವತ್ತು ಪಾರ್ಟಿಗೆ ಬಂದಿರಲಿಲ್ಲ, ಗಣೇಶ 'ಪ್ರಾಕ್ಸಿ' ಅನ್ನೋದು ನೆನಪೇ ಆಗಲಿಲ್ಲ. ಈ ಸೂಪರ್‌ಹಿಟ್ ಫೋಟೋವನ್ನು ನೋಡಿದಾಗಲೆಲ್ಲಾ ಪಾರ್ವತಿ "ಇವನನ್ನ ಕಳಿಸಿದ್ದೇ ತಪ್ಪಾಯ್ತು, ನಾನೇ ಹೋಗಬೇಕಿತ್ತು" ಅಂತ ಕೈಕೈ ಹಿಸುಕಿಕೊಳ್ಳುತ್ತಾಳೆ.

ಗಣೇಶನನ್ನು ವಿಘ್ನವಿನಾಶಕ, ವಿಘ್ನೇಶ್ವರ ಎಂದು ಕರೆಯುತ್ತೇವೆ. ನಮಗೊದಗಿದ ಕಂಟಕವನ್ನು ಕ್ಷಣ ಮಾತ್ರದಲ್ಲಿ ಕರಗಿಸಿಬಿಡುತ್ತಾನೆ ಎಂಬುದು ಆತನ ಪ್ರತೀತಿ. ನಾನು ಅದನ್ನು ಸಂಪೂರ್ಣವಾಗಿ ನಂಬುತ್ತೇನೆ. ಅದಕ್ಕೆ ನನ್ನ ಶಾಲೆಯಲ್ಲಿ ನಡೆದ ಒಂದು ಘಟನೆಯನ್ನು ನಿಮಗೆ ಹೇಳುತ್ತೇನೆ. ಬಂಡ್ರಿ ಮಾಸ್ತರರು ಒಮ್ಮೆ ಶಾಲಾವಾರ್ಷಿಕೋತ್ಸವಕ್ಕೆ ಒಂದು ಸಾಮಾಜಿಕ ನಾಟಕವನ್ನು ಹುಡುಗರ ಕೈಯಲ್ಲಿ ಆಡಿಸುವುದೆಂದು ನಿರ್ಧರಿಸಿದರು. ಒಂದಿಷ್ಟು ಚುರುಕು ಹುಡುಗರನ್ನು ಆಯ್ದು ನಾಟಕದ ತರಬೇತಿ ಮಾಡಿಸಲಾರಂಭಿಸಿದರು. ನಮ್ಮ ಶಾಲೆಯಲ್ಲಿ ಊರಿನ ಹಿರಿಯ ರಾಜಕೀಯ ಪುಢಾರಿಯ ಮೊಮ್ಮಗನೊಬ್ಬ ಓದುತ್ತಿದ್ದ. ಅವರಿಗೂ ಈ ಸುದ್ದಿ ಹೋಯ್ತು. ಅವರು ಮಾಸ್ತರರನ್ನು ತಮ್ಮ ಐದು ದೆವ್ವನಂಥಾ ನಾಯಿಗಳ ಕಾವಲಿರುವ ಬಂಗಲೆಗೆ ಕರೆಸಿಕೊಂಡರು. ಕಾಫಿ ಕೊಟ್ಟು "ನಮ್ಮ ಹುಡುಗಂಗೆ ವಿಶೇಷ ಪಾತ್ರ ಕೊಡಬೇಕು. ಗೊತ್ತಾಯ್ತ?" ಎಂದು ನಾಯಿಯೊಂದನ್ನು ಸವರುತ್ತಾ ಹೇಳಿ ಕಳುಹಿಸಿದರು. ಬಂಡ್ರಿ ಮಾಸ್ತರರಿಗೆ ಪೀಕಲಾಟಕ್ಕೆ ಇಟ್ಟುಕೊಂಡಿತು.

ಆ ಹುಡುಗ ಸ್ವಲ್ಪ ದಡ್ಡ. ಅವನಿಗೆ ಅಭಿನಯ ಏನು ಮಾಡಿದರೂ ಬರಲಿಲ್ಲ. ಮರದ ಕೊರಡಿನಂತೆ ನೆಟ್ಟಗೆ ನಿಂತು ಬಿಡುತ್ತಿದ್ದ. ಮಾತುಗಳನ್ನು ಎಷ್ಟು ಕಂಠಪಾಠ ಮಾಡಿಸಿದರೂ ಅವನಿಗೆ ಮರೆತು ಹೋಗುತ್ತಿತ್ತು. ಅವನಿದ್ದರೆ ನಾಟಕ ಕೆಡುವುದು ಖಂಡಿತಾ ಎಂದು ಅವರಿಗೆ ಗೊತ್ತಾಯ್ತು. ಮಾಸ್ತರರ ನಿದ್ದೆಯಲ್ಲಿ ನಾಯಿಗಳು ಬೊಗಳಲಾರಂಭಿಸಿದವು. ಕೊನೆಗೆ ವಿಘ್ನೇಶ್ವರನನ್ನು ಭಕ್ತಿಯಿಂದ ಪೂಜಿಸಿ ಏನಾದರೂ ಉಪಾಯ ಕಾಣಿಸಪ್ಪಾ ಎಂದು ಬೇಡಿಕೊಂಡರು. ನಮ್ಮ ಗಣಪ ಹೊಸ ದಾರಿಯೊಂದನ್ನು ಕಾಣಿಸಿಯೇ ಬಿಟ್ಟ. ನಾಟಕದ ಆರಂಭದಲ್ಲಿ ಗಣೇಶನ ಪ್ರಾರ್ಥನೆ ಮಾಡುವ ಹೊಸ ದೃಶ್ಯವನ್ನು ಮಾಸ್ತರರು ಸೇರಿಸಿದರು. ಆ ಗಣೇಶನ ಪಾತ್ರಕ್ಕೆ ಈ ಹುಡುಗ ಆಯ್ಕೆಯಾದ. ಯಾವುದೇ ಮಾತಿಲ್ಲ, ಅಭಿನಯದ ಗೋಜೂ ಇಲ್ಲ. ವೇಷ ಹಾಕಿಕೊಂಡು ಬಂದು ಕುಳಿತರೆ, ಎಲ್ಲಾ ಹುಡುಗರು ಹಾಡಿ ಪೂಜೆ ಮಾಡುತ್ತಾರೆ. ನಾಟಕ ನೋಡಿದ ಪುಢಾರಿಗಳು "ಇದೇನ್ರಿ ಗಣಪನ ವೇಷ ಹಾಕಿಸೀರಿ?" ಎಂದು

ಕೊಸರಾಡಿದರು. ಬಂಡ್ರಿ ಮಾಸ್ತರರು ಅತ್ಯಂತ ವಿನಯದಿಂದ ಕೈ ಜೋಡಿಸಿ "ಭಗವಂತನಿಗಿಂತಾ ವಿಶೇಷದ ವೇಷ ಯಾವುದಿದೆ ಸಾರ್? ಇಡೀ ನಾಟಕದ ಹುಡುಗರೆಲ್ಲಾ ಆತಂಗೆ ಕೈ ಜೋಡಿಸಿ ಪ್ರಾರ್ಥಿಸುವಂತೆ ಮಾಡಿದ್ದೆನಲ್ಲ. ಆತನ ಕೃಪೆ ಖಂಡಿತಾ ನಿಮ್ಮ ಮೊಮ್ಮಗನ ಮೇಲಾಗುತ್ತೆ" ಎಂದರು. ಮುಥಾರಿ "ಅದೂ ನಿಜ ಬಿಡ್ರಿ" ಎಂದು ಸುಮ್ಮನಾದರು.

ಗಣೇಶನ ಲೋಕಪ್ರಿಯತೆಗೆ ಅವನ ಆದರ್ಶ ಗುಣಗಳೇ ಕಾರಣವಾಗಿವೆ. ಆತ ಜಾತ್ಯತೀತ ದೇವರು. ಯಾರು ಕರೆದರೂ ಅವರ ಮನೆಗೆ ಹೋಗಿ, ಊಟ ಮಾಡಿ, ತೇಗಿ, ಆಶೀರ್ವಾದ ಮಾಡಿ ಬರುತ್ತಾನೆ. ಅವನಿಗೆ ಧರ್ಮದ ಕಟ್ಟು ಪಾಡುಗಳೂ ಇಲ್ಲ. ಜೈನ, ಬುದ್ಧ ಧರ್ಮದವರೂ ಗಣಪತಿಯನ್ನು ಪೂಜಿಸುತ್ತಾರೆ. ಹೋಗಲಿ, ಬಡವ ಶ್ರೀಮಂತ ಎಂಬ ತಾರತಮ್ಯ ಮಾಡುತ್ತಾನೆಯೆ? ಅದೂ ಇಲ್ಲ. ನೀವು ಬಂಗಾರದ ಗಣೇಶನನ್ನೇ ಪೂಜಿಸಿ, ಮಣ್ಣಿನ ಗಣೇಶನನ್ನೇ ಪೂಜಿಸಿ – ಅವನು ಆಶೀರ್ವಾದ ಮಾಡುವಲ್ಲಿ ಎಳ್ಳಷ್ಟೂ ವ್ಯತ್ಯಾಸ ಮಾಡುವುದಿಲ್ಲ. ನಿಮಗೆ ಭೂರಿ ಭೋಜನವನ್ನು ಹಾಕಲಾಗುವುದಿಲ್ಲವೆ, ಬೇಡ ಬಿಡಿ. ಸುಮ್ಮನೆ ಒಂದಿಷ್ಟು ಗರಿಕೆ, ಪತ್ರಿ ನೀಡಿದರೂ ಸಾಕು – ಅದರಿಂದಲೇ ಸಂತೃಪ್ತನವನು. ಅವನಿಗೆ ಲಿಂಗಭೇದವೂ ಇಲ್ಲ. ಸ್ವತಃ ಬ್ರಹ್ಮಚಾರಿಯಾದರೂ, ಗಂಡು–ಹೆಣ್ಣು ಯಾರೇ ಪೂಜೆ ಮಾಡಿದರೂ ಜೋಡಿ ಹುಡುಕಿಕೊಡುತ್ತಾನೆ. ಅವನ ಪ್ರಸಿದ್ಧಿ ಎಷ್ಟೆಂದರೆ, ಒಮ್ಮೆ ಗರಡಿ ಮನೆಯ ಪೈಲ್ವಾನ್‌ಗಳೆಲ್ಲಾ ಸೇರಿ ಅವನನ್ನು ತಮ್ಮ 'ಬ್ರಾಂಡ್ ಅಂಬಾಸಿಡರ್' ಆಗಬೇಕೆಂದು ಕೇಳಿಕೊಂಡರು. ಗಣೇಶ ಒಪ್ಪಿಕೊಂಡನಾದರೂ ಪ್ರತಿದಿನ ಬೆಣ್ಣೆ ಕಾಸಿದ ಘಮಘಮ ತುಪ್ಪದಲ್ಲಿ ಕರಿದ ಒಂದು ನೂರು ಕರಿಗಡುಬನ್ನು ಡಿಮ್ಯಾಂಡ್ ಮಾಡಿದ. ಅಂತಹ ದೊಡ್ಡ ಬೇಡಿಕೆಯನ್ನು ನಿಭಾಯಿಸುವುದು ತಮ್ಮ ಕೈಲಿಂದಾಗುವುದಿಲ್ಲ ಎಂದು ಮನಗಂಡ ಪೈಲ್ವಾನ್‌ಗಳು, ಕಡಿಮೆ ಬೇಡಿಕೆಯ ಹನುಮಂತನನ್ನು ಒಪ್ಪಿಸಿ ತಮ್ಮ 'ಬ್ರಾಂಡ್ ಅಂಬಾಸಿಡರ್' ಮಾಡಿಕೊಂಡು ಅಲ್ಪಸಂತೋಷಕ್ಕೆ ತೃಪ್ತಿ ಹೊಂದಿದರು.

ಅವನು ಇತರ ಎಲ್ಲಾ ದೇವರುಗಳ ಜೊತೆಗೂ ಯಾವ ತಕರಾರಿಲ್ಲದೆ ಹೊಂದಾಣಿಕೆ ಮಾಡಿಕೊಂಡು ಬಿಡುತ್ತಾನೆ. ವೆಂಕಪ್ಪನ ಪಕ್ಕವೂ ನಿಲ್ಲುತ್ತಾನೆ, ಶಿರಡಿ ಬಾಬಾನ ಪಕ್ಕವೂ ನಿಲ್ಲುತ್ತಾನೆ, ಲಕ್ಷ್ಮಿಯ ಜೊತೆಯೂ ಸೈ, ಲಕ್ಷ್ಮೀಶ್ವರನ ಜೊತೆಯೂ ಸೈ. ಅವನು ಯಾವತ್ತೂ ನಿಂತ ನೀರಾಗಲಿಲ್ಲ. ಬದಲಾವಣೆಗೆ ಕರಾರುವಾಕ್ಕಾಗಿ ಹೊಂದಿಕೊಂಡ. ಆಧುನಿಕ ಯುವಕರ ಬಯಕೆಯಂತೆ ಹಾಲ್‌ಟಿಕೇಟ್ ತೋರಿಸಿದರೆ ಪಾಸ್ ಮಾಡಿಸುತ್ತಾನೆ. ಅಪ್ಲಿಕೇಷನ್ ತೋರಿಸಿದರೆ ವೀಸಾ ಕೊಡಿಸುತ್ತಾನೆ. ಪ್ರಮೋಷನ್ ವ್ಯವಹಾರಕ್ಕೂ ಕೈ ಹಾಕುತ್ತಾನೆ. ವೋಲ್ವೋ ಬಸ್ಸಿನಲ್ಲಿಯೂ ಆಸೀನನಾಗುತ್ತಾನೆ. ಆದ್ದರಿಂದಲೇ ಅವನನ್ನು ಕಂಡರೆ ಎಲ್ಲಾ ಜನರಿಗೂ ಅಷ್ಟೊಂದು ಪ್ರೀತಿ.

ಮಹಾರಾಷ್ಟ್ರದಲ್ಲಂತೂ ಅವನಿಗೆ ವಿಧವಿಧ ವೇಷಗಳನ್ನು ಹಾಕಿ ಸಂಭ್ರಮಿಸುತ್ತಾರೆ. ತರಕಾರಿ ಅಂಗಡಿಯಲ್ಲಿ ಮಾರಾಟ ಮಾಡುತ್ತಾ ಕುಳಿತುಕೊಳ್ಳುತ್ತಾನೆ, ಶಾಲೆಯ ಸಮವಸ್ತ್ರ ಧರಿಸಿ ವಿದ್ಯಾರ್ಥಿಗಳೊಡನೆ ಬೆರೆಯುತ್ತಾನೆ, ಪೊಲೀಸರ ವೇಷ ಧರಿಸಿ ಕೈಯಲ್ಲಿ ಎಕೆ47 ಹಿಡಿದು ಉಗ್ರಗಾಮಿಗಳೆಡೆಗೆ ಗುರಿ ಇಡುತ್ತಾನೆ. ಉಗ್ರಗಾಮಿಗಳು ಕರೆದರೂ ಹೋಗಿ ಊಟ ಮಾಡಿ, ಅವರ ವಿಘ್ನಗಳನ್ನು ವಿನಾಶ ಮಾಡುವ ಪೈಕಿ. ಅವರಪ್ಪ ಅಮ್ಮ ಸ್ವಲ್ಪ ಜಾಗ್ರತೆ ವಹಿಸಿದರೆ ಒಳ್ಳೆಯದು.

ಗಣೇಶನಿಗೆ ಮಹಾಬಲ, ಶಕ್ತಿಗಣಪತಿ ಮುಂತಾದ ಹೆಸರುಗಳಿವೆ. ಗಣಗಳಿಗೆ ಅಧಿಪತಿಯಾದ ಈತನ ಶೌರ್ಯ, ಪ್ರತಾಪಗಳು ಅಪಾರವಾದದ್ದು. ಆದರೆ ಇಂತಹ ಗಣೇಶನನ್ನೇ ಒಮ್ಮೆ ನಮ್ಮಮ್ಮ ಬಾಯಿ ಮಾಡಿ ಹೆದರಿಸಿ ಕಳುಹಿಸಿದ ಸಂಗತಿಯನ್ನು ನಿಮಗೆ ಹೇಳಲೇ ಬೇಕು. ಆ ವರ್ಷ ನಮ್ಮ ಬಳ್ಳಾರಿ ಜಿಲ್ಲೆಗೆ ಬರ ಬಂದಿತ್ತು (ಅಂದ್ರೆ ಜಾಸ್ತಿ ಬಂದಿತ್ತು ಅಂತ ಅರ್ಥ). ನಮ್ಮ ಮನೆಯ ಬಾವಿ ಬತ್ತಿ ಹೋಗಿತ್ತು. ಎಂದೂ ಬತ್ತದ ಈ ಬಾವಿಯು ಬರಿದಾಗಿದ್ದು ಕಂಡು ಅಮ್ಮನಿಗೆ ದುಃಖವಾಗಿತ್ತು. ಹೂಳೆತ್ತುವವರನ್ನು ಕರೆಸಿ, ಮಣ್ಣು ತೆಗೆಸಿದಾಗ, ಮತ್ತೆ ನೀರು ಜಿನುಗಲಾರಂಭಿಸಿತು. ಪ್ರತಿ ವರ್ಷ ಗಣಪತಿ ಹಬ್ಬಕ್ಕೆ ಹತ್ತಾರು ಗಣೇಶಗಳನ್ನು ಈ ಬಾವಿಯಲ್ಲಿ ಹಾಕುತ್ತಾರಾದ್ದರಿಂದ ಆ ಜೇಡಿಮಣ್ಣು ಸೆಲೆಗಳನ್ನು ಮುಚ್ಚಿಬಿಟ್ಟಿತ್ತು ಎಂದು ಹೂಳೆತ್ತುವವರು ಹೇಳಿದರು. ಈ ವರ್ಷದಲ್ಲಿ ಗಣೇಶನನ್ನು ಅದರಲ್ಲಿ ವಿಸರ್ಜಿಸಲು ಬಿಡಬೇಡಿ ಎಂದು ಅವರು ತಿಳಿಸಿದರು. ಪ್ರತಿ ವರ್ಷದಂತೆ ಗಣೇಶ ಭಾದ್ರಪದಕ್ಕೆ ಬಂದ. ಅಮ್ಮ ಯಾರೂ ಬಾವಿಯ ಬಳಿಯೂ ಸುಳಿಯದಂತೆ ಎಚ್ಚರ ವಹಿಸಿದಳು. ನಮ್ಮ ಮನೆಯ ಗಣೇಶನೂ ಬಕೇಟಿನಲ್ಲಿ ಮುಳುಗಿದ. ಆದರೆ ಹಲವಾರು ವರ್ಷಗಳಿಂದ ನಮ್ಮ ಬಾವಿಯಲ್ಲಿಯೇ ಗಣಪತಿಯನ್ನು ವಿಸರ್ಜಿಸಿದ ಮನೆಗಳಿಗೆ ನಮ್ಮ ಈ ನಿರ್ಧಾರ ಸರಿ ಕಾಣಲಿಲ್ಲ. ಗಣಪತಿಯಂತಹ ದೊಡ್ಡ ದೇವರನ್ನು ಜುಜುಬಿ ಪ್ಲಾಸ್ಟಿಕ್ ಬಕೇಟಿನಲ್ಲಿ ಮುಳುಗಿಸಲು ಮನಸ್ಸು ಬರಲಿಲ್ಲ. ಆದ್ದರಿಂದ ಅವರೆಲ್ಲಾ ಗುಂಪು ಗೂಡಿ, ಧೋತ್ರ ಶಲ್ಯ ಹೊದ್ದು, ಪಿಳ್ಳೆಗಳ ಜೊತೆಗೆ ಗಂಟೆ ಬಾರಿಸಿಕೊಂಡು, ಕೈಯ ಹರಿವಾಣದಲ್ಲಿ ತಮ್ಮ ಗಣೇಶನನ್ನು ಇಟ್ಟುಕೊಂಡು ಬಂದರು. ಅಮ್ಮ ಅವರಿಗೆ ಬಾವಿ ಮುಟ್ಟಲೂ ಬಿಡಲಿಲ್ಲ. ಅವರಲ್ಲಿ ಹಿರಿಯನಾದ ಒಬ್ಬ ವ್ಯಕ್ತಿ "ತಾಯಿ, ನಾವೆಲ್ಲಾ ಗಣೇಶನ ಭಕ್ತರು. ಅವನ ವಿಸರ್ಜನೆಗೆ ಅಡ್ಡಿಯಾಗಿ ಅವನ ಸಿಟ್ಟಿಗೆ ಗುರಿಯಾಗಬೇಡಿ. ನಿಮಗೆ ಒಳ್ಳೆಯದಾಗುವುದಿಲ್ಲ" ಎಂದು ಹೆದರಿಸಿದರು. ಅದಕ್ಕೆ ಅಮ್ಮ ಒಂಚೂರೂ ಹೆದರದೆ "ನೀವೆಲ್ಲಾ ಗಣೇಶನ ಭಕ್ತರಾದರೆ, ನಾವು ಗಂಗಮ್ಮನ ಭಕ್ತರಪ್ಪ. ಈ ಗಣೇಶ ಯಾವುಯಾವುದಕ್ಕೋ ಸಿಟ್ಟು ಮಾಡಿಕೊಂಡರೆ, ಅವರಮ್ಮ ಗಂಗಮ್ಮ ಕಿವಿ ಹಿಂಡಿ ಬುದ್ಧಿ ಹೇಳ್ತಾಳೆ. ನೀವೇನೂ ಹೆದರೋದು ಬೇಡ" ಅಂತ ಉತ್ತರಿಸಿದಳು. ಭಕ್ತರ ಮಾತು ಅಂತಿರಲಿ, ಸಾಕ್ಷಾತ್

ಗಣಪತಿಯೇ ಹೆದರಿಕೊಂಡ. ತನ್ನ ಮೊರದಗಲದ ಕಿವಿಯನ್ನು ಅವನಮ್ಮ ಹಿಂಡುವ ಸ್ಥಿತಿಯನ್ನು ಕಲ್ಪಿಸಿಕೊಂಡೇ ಅವನ ಮೈ ಬೆವರಲಾರಂಭಿಸಿತು. ಎಲ್ಲಾ ಭಕ್ತರಿಗೆ "ನಡೀರಪ್ಪೋ ನಡೀರಿ, ಈಯಮ್ಮನ ಸಹವಾಸ ಬ್ಯಾಡ. ಈ ವರ್ಷ ಬಕೇಟಿನಾಗೇ ಅಡ್ಜೆಸ್ಟ್ ಮಾಡಿಕೊಳ್ತೀನಿ" ಎಂದು ಕೈ ಮುಗಿದು ಬೇಡಿಕೊಂಡ. ಎಲ್ಲರೂ ಹೊರಟು ಹೋದರು.

ಮತ್ತೊಮ್ಮೆ ನಮ್ಮ ಗಣಪತಿ ರಾಯ ಬಂದಿದ್ದಾನೆ. ರಾಜ್ಯದಲ್ಲಿ ಹಲವಾರು ವಿಘ್ನಗಳಿಂದ ಜನರು ತತ್ತರಿಸಿದ್ದಾರೆ. ವಿಘ್ನವಿನಾಶಕನಾದ ಈ ವಿಘ್ನೇಶ್ವರ ನಮ್ಮೆಲ್ಲರ ಪ್ರಾರ್ಥನೆಯನ್ನು ಸ್ವೀಕರಿಸಿ, ನಾಡಿನ ಜನತೆಗೆ ನೆಮ್ಮದಿಯನ್ನು ಕೊಡಲಿ.

05ನೇ ಸೆಪ್ಟಂಬರ್ 2012

ಅಪಾರ್ಟ್‌ಮೆಂಟ್ ಆಖ್ಯಾನ

ನಾನು ಬೆಂಗಳೂರಿಗೆ ಬಂದ ಹೊಸತು, ಅಂದರೆ ಸುಮಾರು 1991ರಲ್ಲಿ, ಇಲ್ಲಿ ಅಪಾರ್ಟ್‌ಮೆಂಟ್‌ಗಳು ಕಾಣುತ್ತಿರಲಿಲ್ಲ. ಎಲ್ಲಿಯೋ ಬಸವನಗುಡಿಯಲ್ಲಿ ಒಂದಿದೆ ಎಂತಲೋ, ಕೆಲವು ಕಾರ್ಖಾನೆಯ ಕಾರ್ಮಿಕರ ವಸತಿಗಳನ್ನು ಆ ರೀತಿ ಕಟ್ಟಿದ್ದಾರೆಂತಲೋ ಹೇಳುತ್ತಿದ್ದರು. ನನ್ನ ಕೆಲವು ಖಾಸಾ ಬೆಂಗಳೂರಿನ ಗೆಳೆಯರು "ಅಪಾರ್ಟ್‌ಮೆಂಟ್ ಸಂಸ್ಕೃತಿ ಈ ಊರಿಗೆ ಬರಲಿಕ್ಕೆ ಸಾಧ್ಯವೇ ಇಲ್ಲ! ಮುಂಬಯಿ, ಚೆನ್ನೈನಲ್ಲಾದರೆ ನಗರ ಬೆಳೆಯಲು ಜಾಗವಿಲ್ಲ. ಒಂದು ಬದಿ ಕಡಲು. ಆದ್ದರಿಂದ ಅವರಿಗೆ ಬೇರೆ ದಾರಿಯಿಲ್ಲ. ಬೆಂಗಳೂರಿನವರಿಗ್ಯಾಕೆ ಆ ಕೋಳಿ ಗೂಡಿನ ಮನೆಗಳು" ಎಂದು ಬೆಂಗಳೂರಿನ ಮಹಿಮೆಯನ್ನು ಕೊಂಡಾಡುತ್ತಿದ್ದರು. ಈ ಇಪ್ಪತ್ತು ವರ್ಷಗಳಲ್ಲಿ ನಾನೂ, ನನ್ನ ಬೆಂಗಳೂರಿನ ಖಾಸಾ ಗೆಳೆಯರೂ ಸುಸಜ್ಜಿತ ಅಪಾರ್ಟ್‌ಮೆಂಟಿನಲ್ಲಿ ಇದ್ದೇವೆ ಅನ್ನುವುದು ನುಂಗಲಾರದ ಸತ್ಯ. ದೇಹದ ಸುತ್ತ ಹಬ್ಬುವ ಸರ್ಪಹುಣ್ಣಿನ ಹಾಗೆ, ಬೆಂಗಳೂರಿನಲ್ಲಿ ಎತ್ತ ಕಣ್ಣು ಹಾಯಿಸಿದರೂ ಅಪಾರ್ಟ್‌ಮೆಂಟುಗಳೇ ಕಾಣುತ್ತವೆ. ರಿಂಗ್ ರೋಡಿನಲ್ಲಿ ಮಾರತ್‌ಹಳ್ಳಿಯ ಕಡೆಗೆ ಹೋಗುವಾಗ, ಕಣ್ಣು ಹಾಯಿಸಿದತ್ತೆಲ್ಲಾ ಕಾಣುವ ಕಾಂಕ್ರೀಟ್ ಕಾನನವನ್ನು ನೋಡಿದಾಗ ಅಂಜಿಕೆಯಾಗುತ್ತದೆ. ಬೆಂಗಳೂರು ಹೋಗಲಿ, ನಮ್ಮ ಬಳ್ಳಾರಿ ಜಿಲ್ಲೆಯಲ್ಲಿಯೂ ಈ ಕಾಂಕ್ರೀಟ್ ಹುತ್ತಗಳು ಒಡಮೂಡಿರುವುದು ಕಂಡಾಗ ಅಚ್ಚರಿಯಾಗುತ್ತದೆ.

ಅಪಾರ್ಟ್‌ಮೆಂಟ್ ಅಥವಾ ಸ್ವಂತ ಮನೆಯನ್ನು ಬಯಸುವವರು, ತಮ್ಮ ಆಯ್ಕೆಯನ್ನು ಸಮರ್ಥಿಸಿಕೊಳ್ಳಲು ತಕ್ಕುದಾದ ಕಾರಣಗಳನ್ನು ಕೊಡುವುದನ್ನು ಕೇಳಿದ್ದೇನೆ. ಕೊನೆಗೂ ಇದು ಅವರವರ ರುಚಿ, ಜೇಬಿನ ಆಳ, ಬದುಕಿನ

ಯಾವ ಸಂಗತಿಗಳಿಗೆ ಮಹತ್ವ ಕೊಡುತ್ತಾರೆಂಬುದಕ್ಕೆ ಸಂಬಂಧಿಸಿದ್ದು. ಕಡಿಮೆ ಬಡ್ಜೆಟ್‌ನವರು, ಸಾಮೂಹಿಕ ಮತ್ತು ಸುರಕ್ಷಿತ ಬದುಕು ಬಯಸುವವರು ಮತ್ತು ನೀರು-ವಿದ್ಯುತ್ ಮುಂತಾದವುಗಳ ನಿರ್ವಹಣೆಯ ತಲೆನೋವು ಬೇಡವೆನ್ನುವವರು ಖಂಡಿತವಾಗಿಯೂ ಅಪಾರ್ಟ್‌ಮೆಂಟ್ ವಾಸ ಇಷ್ಟಪಡುತ್ತಾರೆನ್ನುವುದು ನನ್ನ ಅನುಭವ.

ನಾನು ಸುಮಾರು ಹತ್ತು ವರ್ಷಗಳಿಂದ ಅಪಾರ್ಟ್‌ಮೆಂಟಿನಲ್ಲಿ ಜೀವಿಸುತ್ತಿದ್ದೇನೆ. ಮುಕ್ಕಾಲು ಪಾಲು ಐಟಿಯವರೇ ತುಂಬಿರುವ 352 ಬಿಡಾರಗಳ ದೊಡ್ಡ ಸಂಕೀರ್ಣವಿದು. ಕನ್ನಡಿಗರು ಕಡಿಮೆ. ಉತ್ತರ ಭಾರತದವರು ಮತ್ತು ತಮಿಳಿನವರು ಜಾಸ್ತಿ. ಏನಿಲ್ಲವೆಂದರೂ ಸುಮಾರು ಒಂದು ಸಾವಿರದಷ್ಟು ಜನರು ವಾಸಿಸುವ ಈ ಅಪಾರ್ಟ್‌ಮೆಂಟ್, ಒಂದು ಸಾವಿರಕ್ಕೂ ಹೆಚ್ಚು ಜನರಿಗೆ ಉದ್ಯೋಗಾವಕಾಶವನ್ನು ಒದಗಿಸಿದೆ. ಹೌಸ್ ಕೀಪಿಂಗ್‌ನವರು, ಅಡುಗೆಯವರು, ಮನೆಗೆಲಸದವರು, ಡ್ರೈವರುಗಳು, ಆಯಾಗಳು, ಇಸ್ತ್ರಿಯವರು, ಸೆಕ್ಯೂರಿಟಿಯವರು, ಹಾಲು-ವೃತ್ತಪತ್ರಿಕೆಯವರು - ಹೀಗೆ ಸಾವಿರಾರು ಜನರು ತಮ್ಮ ಬದುಕನ್ನು ಇಲ್ಲಿ ನಿರ್ವಹಿಸುತ್ತಾರೆ. ತನ್ನದೇ ಆದ ದಿನಚರಿಯಲ್ಲಿ ಇಲ್ಲಿ ಬದುಕು ನಡೆಯುತ್ತದೆ.

ಹತ್ತು ವರ್ಷದ ಕೆಳಗೆ ಬಂದಾಗ ಪ್ರತಿ ಮನೆಯಲ್ಲಿಯೂ ಕೆಲಸ ಮಾಡುವ ದಂಪತಿ, ಅವರ ಪುಟ್ಟ ಮಕ್ಕಳು ಹಾಗೂ ವಯಸ್ಸಾದ ತಂದೆ-ತಾಯಿಗಳು ಕಾಣುತ್ತಿದ್ದರು. ಈಗ ಎಲ್ಲಾ ವಯೋಮಾನದವರೂ ಇಲ್ಲಿ ಲಭ್ಯ. ಆರಂಭದಲ್ಲಿ ನಮ್ಮ ಕಣ್ಣೆದುರಿಗೇ ಶಾಲೆಗೆ ಹೋಗುತ್ತಿದ್ದ ಪುಟಾಣಿ ಹುಡುಗನೊಬ್ಬ ಮೊನ್ನೆ ಹೋಟೆಲ್ ಬಳಿ ಘನ ಗಂಭೀರವಾಗಿ ಸಿಗರೇಟು ಸೇದುವುದನ್ನು ಕಂಡಾಗ "ಅಂತೂ ಮತ್ತೊಂದು ತಲೆಮಾರು ಬಂತು" ಎಂದು ನಕ್ಕಿದ್ದೆ. ಅಷ್ಟೇ ವಿಷಾದವಾಗುವಂತೆ ಆಗೊಮ್ಮೆ ಈಗೊಮ್ಮೆ 'ವೈಕುಂಠ ವಾಹನ' ಬಂದು ಪ್ರಾಂಗಣದಲ್ಲಿ ನಿಂತಿರುವುದನ್ನೂ ಕಾಣುತ್ತೇನೆ. ಯಾಹೂ ಗ್ರೂಪಿನಲ್ಲಿ ಸತ್ತವರ ಬಗ್ಗೆ ವಿವರಗಳು ಬಂದರೂ ಅವರು ಯಾರೆಂದು ತಿಳಿಯದೆ ಗೊಂದಲವಾಗುತ್ತದೆ. ನೆರೆಹೊರೆಯವರನ್ನು ವಿಚಾರಿಸಿ ಅವರು ಯಾರಾಗಿದ್ದರೆಂಬುದನ್ನು ತಿಳಿದುಕೊಳ್ಳುತ್ತೇನೆ. ಆಗಲೇ ಒಂದೆರಡು ಮಕ್ಕಳ ಮದುವೆಗಳೂ ಜರುಗಿ, ಮಕ್ಕಳೂ ಹುಟ್ಟಿವೆ. ಹಲವು ವಿಚ್ಛೇದನಗಳೂ ನಡೆದು ಒಂಟಿ ಜೀವಿಗಳು ಸಿಗುತ್ತಾರೆ.

ನಮ್ಮ ಸಂಕೀರ್ಣದ ಮಧ್ಯದಲ್ಲಿ ಒಂದು ವಿಶಾಲ ಮೈದಾನದಷ್ಟು ಜಾಗವನ್ನು ಖಾಲಿ ಬಿಟ್ಟಿದ್ದಾರೆ. ಇಲ್ಲಿ ಬೆಳಗಿನ ಜಾವ ಐದರಿಂದ ದಿನಚರಿ ಶುರುವಾಗುತ್ತದೆ. ಸುರಕ್ಷಿತ ವಲಯದೊಳಗೆ ಈ ಮೈದಾನವಿರುವುದರಿಂದ ಬೆಳಿಗ್ಗೆ ಐದರಿಂದ ರಾತ್ರಿ ಹನ್ನೆರಡರವರೆಗೂ ವಾಕಿಂಗ್ ನಡೆದೇ ಇರುತ್ತದೆ. ಬೆಳಕು ಹರಿಯುತ್ತಲೇ ಅಪ್ಪ

ಅಥವಾ ಅಮ್ಮಂದಿರು ತಮ್ಮ ಮಕ್ಕಳನ್ನು ಶಾಲೆಯ ಬಸ್ಸುಗಳಿಗೆ ಹತ್ತಿಸುವ ದೃಶ್ಯ ಮನಮೋಹಕವಾದದ್ದು. ನಿದ್ದೆಗಣ್ಣಿನ ಮಗುವಿಗೆ ಪರೀಕ್ಷೆಯಲ್ಲಿ ಏನು ಬರೆಯಬೇಕು, ಮೇಡಂಗೆ ಯಾವ ಉತ್ತರ ಕೊಡಬೇಕು– ಎಂದೆಲ್ಲಾ ಹೇಳುತ್ತಾ ಅವಸರದಲ್ಲಿ ಅದನ್ನು ವಾಹನವೇರಿಸಿ, ವಾಪಾಸು ಬರುವಾಗ ಯಾವ ಅವಸರವೂ ಇಲ್ಲದೆ ತಮ್ಮ ನೆರೆ ಹೊರೆಯವರೊಡನೆ ಹರಟೆ ಹೊಡೆದು, ಒಂದೆರಡು ಸುತ್ತು ವಾಕಿಂಗ್ ಮಾಡಿ ಗೃಹಿಣಿಯರು ಮನೆಗೆ ತೆರಳುತ್ತಾರೆ. ಅದೇ ಹೊತ್ತಿಗೆ ಮನೆಗೆಲಸದವರ ದಂಡು ಅಪಾರ್ಟ್‌ಮೆಂಟನ್ನು ಪ್ರವೇಶಿಸುತ್ತದೆ. ಎಂಟು ದಾಟುತ್ತಲೇ ಒಂದೊಂದಾಗಿ ಕಾರುಗಳು ಸದ್ದು ಮಾಡುತ್ತಾ ಹೊರ ನಡೆಯುತ್ತವೆ. ಇನ್ನು ಸಂಜೆಯವರೆಗೆ ಅಂತಹ ಗಲಾಟೆಯಿಲ್ಲ. ಒಂದಿಷ್ಟು ಗಾಸಿಪ್, ಟೆಲಿವಿಜನ್, ಫೋನ್‌ನಲ್ಲಿ ಮಾತು, ಹೌಸ್ ಕೀಪಿಂಗಿನವರ ಕೆಲಸ ಮುಂತಾದವುಗಳು ನಡೆಯುತ್ತವೆ. ಸಂಜೆಯಾಗುತ್ತಲೇ ನೂರಾರು ಮಕ್ಕಳು ಈ ಮೈದಾನಕ್ಕೆ ನುಗ್ಗಿ ಆಡಲು ಶುರುವಿಡುತ್ತವೆ. ಅವುಗಳ ಕೇಕೆ, ಓಟ, ಆಟ – ಕಣ್ಣಿಗೊಂದು ಹಬ್ಬ. ಹಿರಿಯರು ಅಲ್ಲಲ್ಲಿ ಗುಂಪುಗೂಡಿ ಹರಟೆ ಹೊಡೆದರೆ, ಒಂದಿಷ್ಟು ಜನ ಆಟ–ವ್ಯಾಯಾಮ–ಈಜುವುದರಲ್ಲಿ ತಲ್ಲೀನರಾಗುತ್ತಾರೆ. ಹಲವಾರು ಭಾಷೆಗಳ ಟಿವಿ ಸದ್ದುಗಳು ಜೊತೆಯಾಗಿ ಮೇಳೈಸಿ ದಿನ ಮುಗಿಯುತ್ತದೆ.

ಪ್ರೈವೆಸಿ ಬಯಸುವವರು ಕಡ್ಡಾಯವಾಗಿ ಅಪಾರ್ಟ್‌ಮೆಂಟಿನಲ್ಲಿರಬಾರದು. ಅಪರೂಪಕ್ಕೊಮ್ಮೆ ಮನೆಯ ಬಾಗಿಲು ಹಾಕಿ, ಕಾರಿಡಾರಿಗೆ ಬಂದಾಗ ಪ್ಯಾಂಟಿಗೆ ಜಿಪ್ ಹಾಕುವುದು ಮರೆತದ್ದು ನೆನಪಾಗಿ ಹಾಕಿಕೊಳ್ಳಲು ಹೋದರೆ, ನೂರಾರು ಮನೆಯ ಕಿಟಕಿಗಳಿಂದ ಜನ ನನ್ನನ್ನೇ ನೋಡುತ್ತಿದ್ದಾರೆಂಬ ಭಾವ ಏನು ಮಾಡಿದರೂ ಹೋಗುವುದಿಲ್ಲ. ಸರಿರಾತ್ರಿಯಲ್ಲಿ ಯಾರದ್ದೋ ಮನೆಯ ಮಂಚದ ಕುಲುಕಾಟ, ಯಾರದ್ದೋ ಯುಟಿಲಿಟಿಯಲ್ಲಿ ಫೋನಿನಲ್ಲಿ ಪಿಸುಗುಟ್ಟಿದ ಪ್ರೀತಿಯ ಮಾತುಗಳು, ದೂರದ ಬಾಲ್ಕನಿಯಲ್ಲಿ ಲೊಚಕ್ಕೆಂದು ಕೊಟ್ಟ ಮುತ್ತು, ನಮ್ಮ ತಲೆಯ ಮೇಲೆಯೇ ಬಿದ್ದಂತೆ ಸದ್ದು ಮಾಡುವ ಮೇಲಿನ ಮನೆಯ ಫ್ಲಷ್, ಸಿಗ್ಗಿಲ್ಲದೆ ಒಳ ಚಡ್ಡಿಯ ಮೇಲೆ ತಿರುಗಾಡುವ ಬ್ಯಾಚುಲರ್ ಹುಡುಗರು – ಎಲ್ಲಾ ಕಿರಿಕಿರಿಗಳಿಗೂ ಸಿದ್ಧವಾಗಿರಬೇಕು. ಸುಮ್ಮನೆ ಲ್ಯಾಪ್ ಟಾಪ್ ಆನ್ ಮಾಡಿ, ಬ್ಲೂ ಟೂತ್ ಎನೇಬಲ್ ಮಾಡಿದರಾಯ್ತು – ಹತ್ತಾರು ಇಂಟರ್‌ನೆಟ್ ನೆಟ್‌ವರ್ಕ್‌ಗಳು ಕಂಪ್ಯೂಟರಿನಲ್ಲಿ ಕಂಡು ಗಲಿಬಿಲಿಗೊಳಿಸುತ್ತವೆ. ನಮ್ಮ ದೇವರುಗಳು ಕೂತ ಗೋಡೆಯ ಹಿಂಭಾಗದಲ್ಲಿಯೇ ಪಕ್ಕದ ಮನೆಯವರ ಟಾಯ್ಲೆಟ್ ಇದೆ ಎಂಬುದು ತುಂಬಾ ತಡವಾಗಿ ಗೊತ್ತಾಗುತ್ತದೆ. ಅಪರೂಪಕ್ಕೆ ಜಿಮ್ಮಿನಲ್ಲಿ ಪರಿಚಯವಾದ ಗೆಳೆಯನ ಒತ್ತಾಯಕ್ಕೆ ಅವನ ಮನೆಗೆ ಹೋದರೆ, ಅವನ ಬಾಲ್ಕನಿಯಿಂದ ನನ್ನ ಮನೆಯ ಟಿವಿ ಸೊಗಸಾಗಿ ಕಾಣುವುದನ್ನು ಕಂಡು ಬೆಚ್ಚಿ ಬಿದ್ದೆ. ಅವನು ಹುಳ್ಳಗೆ ನಕ್ಕು ಕಣ್ಣು ಮಿಟುಕಿಸಿ "ನೀವು ನೋಡೋದೆಲ್ಲ

ನಮಗೆ ಕಾಣಿಸ್ತದೆ" ಅಂದಿದ್ದ! ಇಷ್ಟೆಲ್ಲಾ ಗೌಪ್ಯಗಳು ಬಟಾಬಯಲಾದರೂ, ಪಕ್ಕದ ಮನೆಯವನು ಯಾರನ್ನೋ ತನ್ನ ಬೆಡ್‌ರೂಮಿನಲ್ಲಿಯೇ ಕೊಲೆ ಮಾಡಿ ಹೆಣವನ್ನು ಎರಡು ತಿಂಗಳು ಫ್ರೀಜರಿನಲ್ಲಿಟ್ಟಿದ್ದ ಎಂಬ ಸಂಗತಿ ಮಾತ್ರ ತಿಳಿಯುವುದೇ ಇಲ್ಲ!

ಅದ್ಯಾಕೋ ಗೊತ್ತಿಲ್ಲ, ಈ ಆಧುನಿಕ ಅಪಾರ್ಟ್‌ಮೆಂಟ್ ಕಟ್ಟುವವರಿಗೆ ಇಂಗ್ಲಿಷ್ ಹೆಸರುಗಳನ್ನೇ ಇಡುವ ಉಮೇದು. ಆ ತರಹದ ಹೆಸರುಗಳಿಟ್ಟರೆ ಮಾರ್ಕೆಟ್ ವ್ಯಾಲ್ಯೂ ಹೆಚ್ಚಾಗುತ್ತದೆಂಬುದು ಕಟ್ಟಡ ಕಟ್ಟುವವರ ಅಂಬೋಣ. ಸ್ವಲ್ಪ ಕೆಳದರ್ಜೆಯ ಅಪಾರ್ಟ್‌ಮೆಂಟುಗಳಿಗೆ ನಮ್ಮ ಭಾರತೀಯ ಹೆಸರುಗಳನ್ನು ಇಟ್ಟಿರುವುದು ಕಂಡು ಬರುತ್ತದೆ. ಆದರೆ ಕೆಲವೊಮ್ಮೆ ಸಾಮಾನ್ಯ ಜ್ಞಾನವೂ ಇಲ್ಲದಂತೆ ಹೆಸರನ್ನಿಡುತ್ತಾರೆ. ರಿವರ್ ವ್ಯೂ ಅಪಾರ್ಟ್‌ಮೆಂಟಿನ ಮುಂದೆ ದೊಡ್ಡ ವಾಹನ ದಟ್ಟಣೆಯ ರಸ್ತೆಯಿರುತ್ತದೆ. ಸೆವೆನ್ ಹಿಲ್ಸ್ ಅಪಾರ್ಟ್‌ಮೆಂಟಿನೊಳಗೆ ಮಳೆಗಾಲದಲ್ಲಿ ಸಿಕ್ಕಾ ಪಟ್ಟೆ ನೀರು ನುಗ್ಗುತ್ತದೆ. ಲೇಕ್ ಸೈಡ್ ಅಪಾರ್ಟ್‌ಮೆಂಟಿನ ಕಿಟಕಿಯಲ್ಲಿ ಬೆಳಗಿನ ಜಾವ ನೋಡಿದರೆ, ನೂರಾರು ಜನರು ಬಹಿರ್ದೆಶೆಗೆ ಕುಳಿತಿರುತ್ತಾರೆ!

ಇತ್ತೀಚೆಗೆ ಅಪಾರ್ಟ್‌ಮೆಂಟಿನ ಸೌಂದರ್ಯ ಪ್ರಜ್ಞೆಯ ಬಗ್ಗೆ ಬಿಲ್ಡರ್‌ಗಳು ಶ್ರಮ ವಹಿಸುತ್ತಿದ್ದಾರೆ. ಸಂಕೀರ್ಣದ ಹೊರ ನೋಟದ ಸಂಪೂರ್ಣ ಹಕ್ಕನ್ನು ಅವರು ಉಳಿಸಿಕೊಳ್ಳುತ್ತಾರೆ. ಮನೆಯೊಳಗೆ ನೀವು ಏನಾದರೂ ಬದಲಾವಣೆಗಳನ್ನು ಮಾಡಿಕೊಳ್ಳಬಹುದಾದರೂ, ಹೊರಾಂಗಣಕ್ಕೆ ಕೈ ಹಚ್ಚುವಂತಿಲ್ಲ. ಅದರ ಬಣ್ಣ, ರೂಪ, ನೋಟ– ಎಲ್ಲವೂ ಕಟ್ಟುವುದಕ್ಕೆ ಮುಂಚೆ ಯೋಜಿಸಿದಂತೆಯೇ ಉಳಿಯಬೇಕೆಂದು ಬಿಲ್ಡರ್ಸ್ ಬಯಸುತ್ತಾರೆ. ಹೊರದೇಶದಲ್ಲಿ ಈ ಸೌಂದರ್ಯ ಪ್ರಜ್ಞೆ ಇನ್ನೂ ಹೆಚ್ಚು. ಇಂಗ್ಲೆಂಡಿನಲ್ಲಿ ನಾನು ವಾಸಿಸುತ್ತಿದ್ದ ಅಪಾರ್ಟ್‌ಮೆಂಟಿನಲ್ಲಿ ಡಿಜಿಟಲ್ ಟಿವಿಗೆ ಅವಕಾಶವಿರಲಿಲ್ಲ. ಪುಟ್ಟ ಛತ್ರಿಯನ್ನು ಮನೆಯ ಹೊರಗೆ ದಶದಿಕ್ಕುಗಳಿಗೆ ಲಗತ್ತಿಸುವುದರಿಂದ ಇಡೀ ಬಿಲ್ಡಿಂಗಿನ ಸೌಂದರ್ಯವೇ ಕುಸಿಯುತ್ತದೆಂದು ನಿರ್ಧರಿಸಿ ಬರೀ ಕೇಬಲ್ ಟಿ.ವಿ.ಗೆ ಮಾತ್ರ ಅವಕಾಶ ಕೊಟ್ಟಿದ್ದರು (ಕೇಬಲ್‌ಗಳಿಗೆ ಪೂರ್ವಯೋಜನೆ ಮಾಡಿ, ಹೊರಗೆ ಕಾಣದಂತೆ ಮನೆಯೊಳಗೆ ತಂದುಕೊಳ್ಳುವ ಕೊಳವೆಯ ವ್ಯವಸ್ಥೆಯಿತ್ತು). ಮಲೇಶಿಯಾದಲ್ಲಿಯಂತೂ ನಮ್ಮ ಬಾಲ್ಕನಿಯಲ್ಲಿ ನಮ್ಮ ಬಟ್ಟೆಗಳನ್ನು ಒಣಗಿ ಹಾಕುವುದಕ್ಕೆ ಅನುಮತಿಯಿರಲಿಲ್ಲ. ಹೊಸಬರು ಸಂಕೀರ್ಣಕ್ಕೆ ಬಂದಾಗ, ಅವರ ಕಣ್ಣಿಗೆ ಬಾಲ್ಕನಿಯಲ್ಲಿ ತೂಗು ಹಾಕಿದ ಒಳ ಉಡುಪುಗಳು ಕಂಡರೆ ಅಸಹ್ಯವಾಗುತ್ತದೆ ಮತ್ತು ಸಂಕೀರ್ಣದ ಸೌಂದರ್ಯಕ್ಕೆ ಕುತ್ತು ಬರುತ್ತದೆಂಬುದು ಅವರ ನಿಲುವಾಗಿತ್ತು!

ಅಪಾರ್ಟ್‌ಮೆಂಟ್ ಕೊಂಡರೂ ಬಿಡಿ ಮನೆಯ ಭಾವವನ್ನು ಅನುಭವಿಸುವ ಹಲವಾರು ಪ್ರಯತ್ನಗಳು ನಡೆಯುತ್ತವೆ. ಅಯ್ಯಂಗಾರಿ ಕುಟುಂಬವೊಂದು ನಾಲ್ಕನೇ

ಮಹಡಿಯಲ್ಲಿ ಮನೆಯನ್ನು ಕೊಂಡು, ಗೃಹಪ್ರವೇಶದ ದಿನ ಜೀವಂತ ಹಸುವನ್ನು ಮನೆಯೊಳಗೆ ನುಗ್ಗಿಸುವ ಸಲುವಾಗಿ ಅದನ್ನು ಲಿಫ್ಟಿನಲ್ಲಿ ನಿಲ್ಲಿಸಿ, ಅದು ಹೆದರಿಕೆಯಿಂದ ಕೂಗಿ ಲಿಫ್ಟನ್ನು ಸೆಗಣಿ, ಗಂಜಲದಿಂದ ಪವಿತ್ರಗೊಳಿಸಿದ್ದು ಮಾತ್ರ ಮರೆಯಲಾರದ ಅನುಭವ. ಟೆರೆಸ್ಸಿನಲ್ಲಿ ಸ್ವಂತ ಈಜುಕೊಳವನ್ನೊಬ್ಬರು ನಿರ್ಮಿಸಿಕೊಂಡರೆ, ಬಾಲ್ಕನಿಯಲ್ಲಿ ಬೊನ್ಸಾಯಿ ಕಾಡನ್ನು ಬೆಳೆಸುವವರು ಮತ್ತೊಬ್ಬರು. ನಾಯಿಯನ್ನು ಇಡೀ ದಿನ ಐದನೆಯ ಮಹಡಿಯ ಬಾಲ್ಕನಿಯಲ್ಲಿ ಕಟ್ಟಿ ಹಾಕಿ ಅದು ಮೈದಾನದಲ್ಲಿ ಹೋಗಿ ಬರುವವರನ್ನೆಲ್ಲಾ 'ನನ್ನನ್ನು ಮಾತನಾಡಿಸಿರೋ...' ಎಂಬಂತೆ ಆರ್ತ ಧ್ವನಿಯಲ್ಲಿ ಬೊಗಳುವುದನ್ನು ಜೀರ್ಣಿಸಿಕೊಳ್ಳುವುದು ಕಷ್ಟ. ಮನೆಯ ಮುಂದೆ ಕಷ್ಟ ಪಟ್ಟು ಹಾಕಿದ ರಂಗೋಲಿಯನ್ನು ಹೌಸ್‌ಕೀಪಿಂಗ್‌ನವರು ಕೆಲವೇ ಗಂಟೆಗಳಲ್ಲಿ ಗುಡಿಸಿ ಸಾರಿಸಿ ಬಿಡುವ ಗಲಾಟೆ ಮತ್ತೊಂದು ಕಡೆಗೆ. ರಥಸಪ್ತಮಿಯ ದಿನ ಗೊಬ್ಬಿಳ್ಳುಗಳ ಬೆಂಕಿಯಲ್ಲಿ ಪಾಯಸವನ್ನು ಬೇಯಿಸಿ, ಲಿಫ್ಟ್ ಮುಂದಿನ ಗ್ರಾನೈಟ್ ಕಲ್ಲನ್ನು ಕಪ್ಪು ಮಾಡುವವರು ಇನ್ನೊಬ್ಬರು. ವೈವಿಧ್ಯಮಯ ವಸ್ತುಗಳನ್ನು ಮಾರುವ ಸೇಲ್ಸ್‌ಮೆನ್‌ಗಳು, ತರಕಾರಿ-ತಿಂಡಿ-ತಿನಿಸುಗಳನ್ನು ಮಾರುವ ಬೀದಿ ವ್ಯಾಪಾರಿಗಳು, ಕೊನೆಗೆ ಸಂಕ್ರಾಂತಿಯ ದಿನ ಗಂಗೆತ್ತಿನ ಮೇಳವೂ ಇಲ್ಲದೆ ಪರಿತಪಿಸುವವರು ಮತ್ತೊಬ್ಬರು. ಮನೆ ಮಗಳ ಮದುವೆಯ ದಿನ ಹಂದರ ಹಾಕುವುದು ಹೇಗೆಂದು ತಿಳಿಯದೆ ಗೊಂದಲಗೊಳ್ಳುವ ಸಂಪ್ರದಾಯಸ್ಥರು ಕೆಲವರು. ಅಂಗಳದಲ್ಲಿರಬೇಕಾದ ತುಳಸಮ್ಮ ಒಕ್ಕಲೆಬ್ಬಿಸಿಕೊಂಡು ಹಿತ್ತಲಿನ ಬಾಲ್ಕನಿಯಲ್ಲಿ ನೆಲದ ಸ್ಪರ್ಶವಿಲ್ಲದೆ ಅಂತರಿಕ್ಷದಲ್ಲಿ ನೇತಾಡುತ್ತಾ ಪೂಜೆ ಮಾಡಿಸಿಕೊಳ್ಳುವಾಗ 'ಗೋಳೋ' ಎಂದು ಅಳುತ್ತಾಳೆ!

ಈ ಅಪಾರ್ಟ್‌ಮೆಂಟ್ ಕಟ್ಟಿದ ಹೊಸತರಲ್ಲಿ ಇಲ್ಲಿ ಸಾಕಷ್ಟು ಇಲಿಗಳಿದ್ದವು. ದಪ್ಪ ದಪ್ಪ ಹೆಗ್ಗಣ ಗಾತ್ರದ ಇಲಿಗಳವು. ಬಹುಶಃ ಬೆಳೆ ಬೆಳೆಯುತ್ತಿದ್ದ ಹೊಲವೊಂದು ನಗರದ ಬೆಳವಣಿಗೆಗೆ ತತ್ತರಿಸಿ ಅಪಾರ್ಟ್‌ಮೆಂಟಿಗೆ ಶರಣಾಗಿರಬೇಕು. ಯುದ್ಧದಲ್ಲಿ ಸೋತ ದೇಶದ ಪ್ರಜೆಗಳಂತೆ, ಈ ಇಲಿಗಳು ಕಂಗಾಲಾಗಿ ಇಡೀ ಅಪಾರ್ಟ್‌ಮೆಂಟಿನ ತುಂಬೆಲ್ಲಾ ಓಡಾಡುತ್ತಿದ್ದವು. ಬಿಲ ತೋಡಲು ಸಾಧ್ಯವಿಲ್ಲದ ಈ ಕಾಂಕ್ರೀಟ್ ಗೋಡೆಗಳನ್ನು ಕೆದರಿ ಕೆದರಿ ತಮ್ಮ ಹಲ್ಲುಗಳನ್ನು ಮೊಂಡು ಮಾಡಿಕೊಂಡವು. ವಿಷಕ್ಕೆ ಬಲಿಯಾಗಿ, ಬೋನಿನಲ್ಲಿ ಸಿಕ್ಕು, ಹೊಡೆತಕ್ಕೆ ಅಸುನೀಗಿ ನಿಧಾನಕ್ಕೆ ಒಂದೊಂದಾಗಿ ನಾಶವಾಗುತ್ತಾ ಬಂದು ಈಗಂತೂ ಇಲಿಗಳು ಕಾಣಿಸುವುದಿಲ್ಲ. ನಾವು ಶತ್ರು ನೆಲವನ್ನು ಸಂಪೂರ್ಣವಾಗಿ ವಶಪಡಿಸಿಕೊಂಡಿದ್ದೇವೆ!

ಹೊಸತರಲ್ಲಿ ಮನೆಯ ಬಾಗಿಲ ಮುಂದಿಟ್ಟಿದ್ದ ವಯರ್ ಬುಟ್ಟಿಯಲ್ಲಿ ಮೂರು ಹಾಲಿನ ಚೀಟಿಯಿಟ್ಟಿದ್ದರೆ, ಎರಡು ಪಾಕೇಟುಗಳು ಇರುತ್ತಿದ್ದವು. ಎರಡಕ್ಕೆ

ಚೀಟಿಯನ್ನಿಟ್ಟಿದ್ದರೆ ಒಂದೂ ಇರುತ್ತಿರಲಿಲ್ಲ. ಹಾಲಿನ ಹುಡುಗರ ಮೇಲೆ ಮನೆಯ ಯಜಮಾನರು ದೂರಿತ್ತರೆ, ಅವರು ತಾವು ಖಂಡಿತಾ ತಪ್ಪು ಮಾಡಿಲ್ಲವೆಂದು ಪ್ರಮಾಣ ಮಾಡುತ್ತಿದ್ದರು. ಹಾಲನ್ನು ನೇರವಾಗಿ ನಿಮ್ಮ ಕೈಗೇ ಕೊಡುತ್ತೇವೆಂದು ಹುಡುಗರು ಹೇಳಿದರೆ, ಆ ಬೆಳಿಗ್ಗೆ ಐದಕ್ಕೆ ಏಳುವುದಕ್ಕೆ ಯಜಮಾನರ ಮನೆಯವರು ಸಿದ್ಧರಿರಲಿಲ್ಲ. ಕೊನೆಗೆ ಇಡೀ ಅಪಾರ್ಟ್‌ಮೆಂಟಿಗೆ ಸಿ.ಸಿ. ಟಿ.ವಿ. ಅಳವಡಿಸಿದರು. ಸದ್ದುಗದ್ದಲವಿಲ್ಲದೆ ಕೋತಿಗಳ ಗುಂಪೊಂದು ಬಂದು ಹಾಲಿನ ಪಾಕೇಟುಗಳನ್ನು ಕೊಂಡೊಯ್ಯುವುದು ಗೊತ್ತಾಯಿತು. ಹಿಂದೆ ಹೊಲದಲ್ಲಿದ್ದ ಯಾವ ಹಣ್ಣಿನ ಮರದ ಆಸೆಗೆ ಅವು ಅಲ್ಲಿಗೆ ಬರುತ್ತಿದ್ದವೋ ಗೊತ್ತಿಲ್ಲ. ಈಗ ಅವೊಂದೂ ಸಿಕ್ಕದೆ ಹಾಲಿನ ಪಾಕೇಟಿಗೆ ತೃಪ್ತಿಪಟ್ಟುಕೊಳ್ಳುತ್ತಿದ್ದವು. ಸೆಕ್ಯೂರಿಟಿಯವರು ಈಗ ಜಾಗೃತಗೊಂಡಿದ್ದಾರೆ. ಕೋತಿಯ ಚಿತ್ರ ಕಂಪ್ಯೂಟರ್ ಪರದೆಯ ಮೇಲೆ ಮೂಡಿದರೆ ಸಾಕು, ತಕ್ಷಣ ಓಡಿ ಹೋಗಿ ಕಪಿಗಳನ್ನು ಓಡಿಸುತ್ತಾರೆ. ಈಗ ನಾವು ವಾನರ ಸೈನ್ಯದ ಮೇಲೂ ವಿಜಯ ಸಾಧಿಸಿದ್ದೇವೆ!

ಅಪಾರ್ಟ್‌ಮೆಂಟಿನಲ್ಲಿರುವವರೆಲ್ಲರೂ ಒಳ್ಳೆಯ ವಿದ್ಯಾಭ್ಯಾಸವನ್ನು ಪಡೆದವರು. ಸಾಕಷ್ಟು ಒಳ್ಳೆಯ ಹುದ್ದೆಯಲ್ಲಿರುವವರು. ದೇಶ–ವಿದೇಶ ಸುತ್ತಿದವರು. ಒಟ್ಟಾರೆ ಬದುಕಿನಲ್ಲಿ ಯಶಸ್ಸು ಕಂಡವರು. ಆದ್ದರಿಂದ ಇಲ್ಲಿ ಯಾವುದೇ ಒಂದು ಪುಟ್ಟ ಸಲಹೆ ಕಾರ್ಯರೂಪಕ್ಕೆ ಬರುವುದೂ ಇನ್ನಿಲ್ಲದ ಕಷ್ಟಕರ ಸಂಗತಿ! ಒಬ್ಬರು ಒಂದು ಸಲಹೆ ಇತ್ತರೆ ಸಾಕು, ನೂರು ಧ್ವನಿಗಳು ಅದರಲ್ಲಿ ಇಲ್ಲದ ಅನುಮಾನಗಳನ್ನು ಹುಡುಕುತ್ತವೆ. ಪ್ರತಿಯೊಂದು ಸಮಸ್ಯೆಗೂ ಅಂತರ್ಜಾಲದ ಮೂಲಕ ಪರಿಹಾರವನ್ನು ಕಾಣಲು ಹರಸಾಹಸ ಪಡುತ್ತಾರೆ. ಯಾಹೂ ರಣರಂಗದಲ್ಲಿ ತಮ್ಮ ಇ–ಮೇಲ್, ಮೆಸೇಜ್, ವೀಡಿಯೋಗಳೆಂಬ ಕತ್ತಿ, ಗದೆ, ಬಾಣಗಳಿಂದ ಹೋರಾಡುತ್ತಾರೆ. ಒಂದು ನೂರು ರೂಪಾಯಿ ಚಂದಾವನ್ನು ಈ ಕೋಟ್ಯಾಧಿಪತಿಗಳಿಂದ ಸಂಗ್ರಹಿಸಲು ಅಪಾರ್ಟ್‌ಮೆಂಟ್ ಅಸೋಸಿಯೇಷನ್ ಒದ್ದಾಡಿ ಹೋಗುತ್ತದೆ! ಮೂರು ತಿಂಗಳಿಗೊಮ್ಮೆ ಮನೆಗಳ ಯಜಮಾನರೆಲ್ಲರೂ ಸೇರಿ ಸಭೆ ಮಾಡಬೇಕೆಂಬುದು ನಿಯಮ. ಇದೊಂದು ಮಾತ್ರ ಆ ದೇವರಿಂದಲೂ ಸಾಧಿಸುವುದು ಸಾಧ್ಯವಿಲ್ಲ! ನಿಮಿಷಕ್ಕೆ ನೂರು ಇ–ಮೇಲ್ ಕಳುಹಿಸುವ ಈ ಆಧುನಿಕ ಯಜಮಾನರು, ಐದು ನಿಮಿಷ ವೈಯಕ್ತಿಕ ಸಮಯವನ್ನು ಯಾರಿಗೂ ಕೊಡಲಾಗುವುದಿಲ್ಲ. ಬೆಳಿಗ್ಗೆಯಿಂದ ರಾತ್ರಿಯವರೆಗೆ ಎಡೆಬಿಡದೆ ದುಡಿಯುವ ಈ ಕಷ್ಟ ಜೀವಿಗಳ ಬಗ್ಗೆ ನಿಜಕ್ಕೂ ಅನುಕಂಪವಾಗುತ್ತದೆ. ಅದೇ ರೀತಿ ಯಾರ ಸಮಯವೂ ಸಿಗದೆ, ಹೇಗೆ ಅಸೋಸಿಯೇಷನ್ ಆಫೀಸ್ ನಡೆಸಬೇಕೆಂದು ಒದ್ದಾಡುವ ಮ್ಯಾನೇಜ್‌ಮೆಂಟ್ ಕಮಿಟಿಯ ಬಗ್ಗೆಯೂ ಅನುಕಂಪವಾಗುತ್ತದೆ. ಇಷ್ಟೆಲ್ಲಾ ಕಷ್ಟಗಳ ನಡುವೆಯೂ ದಿನನಿತ್ಯದ ಕೆಲಸಗಳು ನಿರಾತಂಕವಾಗಿ

ನಡೆದುಕೊಂಡು ಹೋಗುವಂತೆ, ವಾರ್ಷಿಕ ಹಬ್ಬಗಳಾದ ದೀಪಾವಳಿ, ಹೋಲಿ, ರಾಜ್ಯೋತ್ಸವ, ಹೊಸವರ್ಷಗಳನ್ನು ಸೊಗಸಾಗಿ ನಿಭಾಯಿಸುವುದು, ಪ್ರಾಮಾಣಿಕವಾಗಿ ವರ್ಷದ ಆಯವ್ಯಯ ಪಟ್ಟಿಯನ್ನು ಪ್ರಕಟಿಸುವುದು ಅವರ ಸಾಧನೆಯೇ ಆಗಿದೆ. ಯಾವುದೇ ಚಿಕ್ಕಾಸನ್ನೂ ಪಡೆಯದೆ ಸುಮ್ಮನೆ ಅಪಾರ್ಟ್‌ಮೆಂಟಿನ ಪ್ರೀತಿಯಿಂದ ಈ ಜವಾಬ್ದಾರಿಯನ್ನು ನಿಭಾಯಿಸುವುದು ಸುಲಭದ್ದಲ್ಲ.

ಆದರೆ ಅಪಾರ್ಟಮೆಂಟಿನ ಹಿರಿಯ ಜೀವಿಗಳು 'ಎಲ್ಡರ್ಸ್ ಕ್ಲಬ್' ಮಾಡಿಕೊಂಡು ಯಶಸ್ವಿಯಾಗಿ ನಡೆಸುತ್ತಿದ್ದಾರೆ. ದಿನನಿತ್ಯ ಇವರ ಸಂಘದಲ್ಲಿ ಚಟುವಟಿಕೆಗಳಿರುತ್ತವೆ. ಎಲ್ಲರೂ ಸೇರಿ ಭಜನೆ ಮಾಡುತ್ತಾರೆ, ಹರಟೆ ಹೊಡೆಯುತ್ತಾರೆ, ಹತ್ತಿರದ ಆಸ್ಪತ್ರೆಯೊಂದಿಗೆ ಮಾತನಾಡಿ ಉಚಿತವಾಗಿ ಎಲ್ಲರಿಗೂ ಆರೋಗ್ಯ ತಪಾಸಣೆ ಮಾಡಿಸುತ್ತಾರೆ, ಆ ಭಾಗದ ಪಾಲಿಕೆಯ ಪ್ರತಿನಿಧಿಯನ್ನು ಕರೆಸಿ ಸನ್ಮಾನ ಮಾಡಿ ತಮ್ಮ ಅಹವಾಲನ್ನು ಇಡುತ್ತಾರೆ, ಭರ್ಜರಿಯಾಗಿ ಗಣೇಶನನ್ನು ಕೂಡಿಸಿ ಮೈದಾನದಲ್ಲಿ ಮೆರವಣಿಗೆ ಮಾಡುತ್ತಾರೆ, ಇತ್ತೀಚೆಗೆ ಅಗಲಿದ ತಮ್ಮ ಸಂಘದ ಸದಸ್ಯರಿಗೆ ಶ್ರದ್ಧಾಂಜಲಿ ಅರ್ಪಿಸುತ್ತಾರೆ, ಯಾವುದೋ ಸಂಗೀತ ಸಂಜೆಯನ್ನು ಮಾಡಿಸಿ ಎಲ್ಲರಿಗೂ ಊಟ ಹಾಕಿಸಿಬಿಡುತ್ತಾರೆ, ಅಪಾರ್ಟ್‌ಮೆಂಟಿನವರು ಯಾರಾದರೂ ಸಾಧನೆ ಮಾಡಿದರೆ, ಅದನ್ನು ನೋಟೀಸು ಬೋರ್ಡಿನಲ್ಲಿ ಹಾಕಿ ಸಂಭ್ರಮಿಸುತ್ತಾರೆ, ಕನ್ನಡ ಕಲಿಸುವ ಕ್ಲಾಸುಗಳನ್ನು ನಡೆಸಿ ನೂರಾರು ಕನ್ನಡೇತರರಿಗೆ ಸೊಗಸಾಗಿ ಕನ್ನಡ ಕಲಿಸಿಬಿಟ್ಟಿದ್ದಾರೆ!

ಬಳ್ಳಾರಿಯ ಜಿಲ್ಲೆಯಿಂದ ಬಂದ ನನಗೆ ಅಪಾರ್ಟ್‌ಮೆಂಟಿನಲ್ಲಾಗುವ ಯಥೇಚ್ಛ ನೀರಿನ ಬಳಕೆಯನ್ನು ನೋಡಿ ವಿಶಿಷ್ಟ ಸಂಕಟವಾಗುತ್ತದೆ. ಊರಿನಲ್ಲಿ ನಾಲ್ಕು ಓಣಿಗೆ ಸೇರಿ ಇರುವ ಒಂದು ನೀರಿನ ಕೊಳಾಯಿಯಲ್ಲಿ, ದಿನದ ಯಾವುದೋ ಹೊತ್ತಿನಲ್ಲಿ ಒಂದೆರಡು ತಾಸು ನೀರು ಬಂದರೆ, ನಾವು ಮನೆಯವರೆಲ್ಲಾ ಹೋರಾಡಿ ನಮ್ಮ ಬಚ್ಚಲ ಮನೆಯ ಹಂಡೆಯನ್ನು ತುಂಬಿಸುತ್ತಿದ್ದೆವು. ಈಗ ನನ್ನ ಮನೆಯಲ್ಲಿ ಹದಿನೈದಕ್ಕೂ ಹೆಚ್ಚು ನಲ್ಲಿಗಳಿದ್ದು, ಎಲ್ಲದರಲ್ಲೂ ಸರ್ವಕಾಲವೂ ನೀರು ಬರುತ್ತದೆಂಬ ಸಂಗತಿ ಭಯ ಹುಟ್ಟಿಸುತ್ತದೆ. ಅಪಾರ್ಟ್‌ಮೆಂಟ್ ವಾಸಿಗಳೆಲ್ಲರೂ ಮನಸೋ ಇಚ್ಛೆ ನೀರನ್ನು ಬಳಸುತ್ತಾರೆ. ಸುಮ್ಮನೆ ಹತ್ತು ಹನಿ ಮೂತ್ರ ವಿಸರ್ಜಿಸಿದರೂ ಸಾಕು, ಫ್ಲಷ್ ಮೂಲಕ ಹತ್ತು ಲೀಟರ್ ನೀರು ನಿರ್ನಾಮವಾಗುತ್ತದೆ. ಕಾರುಗಳು ಪ್ರತಿನಿತ್ಯ ನೀರಲ್ಲಿ ಸ್ನಾನ ಮಾಡಿ ಕಂಗೊಳಿಸುತ್ತವೆ. ಗಿಡ–ಗಂಟೆಗಳೆಲ್ಲವೂ ಸೊಗಸಾಗಿ ನೀರು ಕಾಣುತ್ತವೆ. ಸಂಕಟದ ವಿಷಯವೆಂದರೆ ಪಕ್ಕದಲ್ಲಿಯೇ ಇರುವ ಹಳ್ಳಿಯಲ್ಲಿ ವಾರಕ್ಕೆ ಒಮ್ಮೆ ಮಾತ್ರ ನೀರು ಬರುತ್ತದಂತೆ! ಮನೆಯ ಕೆಲಸಕ್ಕೆ ಬರುವ ಹೆಂಗಸರು ಇನ್ನಿಲ್ಲದಂತೆ ತಮ್ಮ ನೀರಿನ ಸಮಸ್ಯೆಯನ್ನು ತೋಡಿಕೊಳ್ಳುತ್ತಾರೆ. ತಮಾಷೆಯೆಂದರೆ ಇವರೂ ತಮ್ಮ ಮನಸ್ಸಿಗೆ ಬಂದಂತೆ ನೀರನ್ನು ಪೋಲು ಮಾಡುತ್ತಾರೆ! ಎಷ್ಟೇ ಬೇಡಿಕೊಂಡರೂ

ಮಿತವಾಗಿ ನೀರನ್ನು ಬಳಸುವುದಿಲ್ಲ. ಇದು ಹೀಗೇ ಎಷ್ಟು ಕಾಲ ಮುಂದುವರೆಯಲು ಸಾಧ್ಯವೆಂದು ನನಗೆ ಆತಂಕವಾಗುತ್ತದೆ. ಆಧುನಿಕ ಜೀವನ ಶೈಲಿಯಲ್ಲಿ ಬದುಕುವ ಪ್ರತಿಯೊಬ್ಬ ಬೆಂಗಳೂರಿನವರನ್ನು ಸಂಸಾರ ಸಮೇತ ಎರಡು ತಿಂಗಳ ಕಾಲ ಬಳ್ಳಾರಿ ಜಿಲ್ಲೆಯ ಹಳ್ಳಿಯಲ್ಲಿ ಕಡ್ಡಾಯವಾಗಿ ಬದುಕಿ ಬರಬೇಕೆಂಬ ಕಾಯ್ದೆಯನ್ನು ಮಾಡಿದರೆ ಒಳ್ಳೆಯದಾಗುತ್ತೆನ್ನಿಸುತ್ತದೆ!

18ನೇ ಫೆಬ್ರವರಿ 2012

ಔದ್ಯೋಗಿಕ ಜಗತ್ತು ಮತ್ತು ಮಹಿಳೆ

ವೇ ದಿಕೆಯನ್ನು ಅಲಂಕರಿಸಿರುವ ಹಿರಿಯರಿಗೆ ಮತ್ತು ಸಭಿಕರಿಗೆ ವಂದನೆಗಳು. 'ಔದ್ಯೋಗಿಕ ಜಗತ್ತು ಮತ್ತು ಮಹಿಳೆ' ಎನ್ನುವ ವಿಷಯದ ಬಗ್ಗೆ ನಾನು ಮಾತನಾಡಲು ಅಧ್ಯಕ್ಷರು ಅಪೇಕ್ಷಿಸಿದ್ದಾರೆ. ಉದ್ಯೋಗದಲ್ಲಿರುವ ಮಹಿಳೆಯರು ಈ ವಿಷಯದ ಬಗ್ಗೆ ಹೆಚ್ಚು ಅಧಿಕೃತವಾಗಿ ಮಾತನಾಡಬಹುದು ಎಂಬುದು ನನ್ನ ಅನಿಸಿಕೆ. ಆದರೆ, ನನ್ನ ಕಳೆದ ಇಪ್ಪತ್ತು ವರ್ಷದ ಸಾಫ್ಟ್‌ವೇರ್ ಪ್ರಪಂಚದ ಅನುಭವ ಮತ್ತು ಬೆಂಗಳೂರಿನಲ್ಲಿ ದಿನನಿತ್ಯ ಕಣ್ಣಿಗೆ ಕಾಣುವ ಗಾರ್ಮೆಂಟ್ಸ್ ಉದ್ದಿಮೆಗಳ ಲೋಕವನ್ನು ಮಹಿಳೆಯರ ದೃಷ್ಟಿಕೋನದಿಂದ ಗಮನಿಸಿ- ನನ್ನ ಈ ಕೆಲವು ಮಾತುಗಳನ್ನು ನಿಮ್ಮ ಮುಂದಿಡಲು ಇಷ್ಟಪಡುತ್ತೇನೆ. ಈ ಎರಡೂ ಉದ್ದಿಮೆಗಳು ತನ್ನ ಸಂಬಳ, ಜೀವನಶೈಲಿ, ವರ್ಗಗಳಿಂದ ಬಹು ಅಂತರದಲ್ಲಿವೆ ಎಂಬುದನ್ನು ನಾವು ಗಮನಿಸಬೇಕು. ನನ್ನ ಈ ಸೀಮಿತ ಅನುಭವವು ಬೆಂಗಳೂರು ನಗರದ ಜೀವನವನ್ನು ಆಧರಿಸಿದ್ದಾದ್ದರಿಂದ, ಇದು ಕರ್ನಾಟಕದ ಉಳಿದ ಪ್ರದೇಶಗಳಿಗೆ ಸಂಪೂರ್ಣವಾಗಿ ಅನ್ವಯವಾಗಲಿಕ್ಕಿಲ್ಲ.

ಒಂದು ತಿಂಗಳ ಕೆಳಗೆ ನಡೆದ ಒಂದು ವಿಶಿಷ್ಟ ಘಟನೆಯೊಂದನ್ನು ಮೊದಲಿಗೆ ನಿಮ್ಮ ಮುಂದಿಡುತ್ತೇನೆ. ದೆಹಲಿಯಿಂದ ಮುಂಬಯಿಗೆ ಹಾರುವ ವಿಮಾನವೊಂದು ಎರಡು ಗಂಟೆಗಳ ಕಾಲ ತಡವಾಗಿ ಹಾರಬೇಕಾಯ್ತು. ಇನ್ನೇನು ವಿಮಾನ ಹಾರಲು ಸಜ್ಜುಗೊಂಡ ಹೊತ್ತಿಗೆ ಸರಿಯಾಗಿ ಗಗನಸಖಿಯರು ಆ ವಿಮಾನವನ್ನು ಚಾಲನೆ ಮಾಡುವ ಮಹಿಳಾ ಪೈಲಟ್ ಒಬ್ಬರ ಹೆಸರನ್ನು ಘೋಷಿಸಿದರು. ತಕ್ಷಣ ಒಬ್ಬ

ವ್ಯಕ್ತಿ ಮೈಯಲ್ಲಿ ಭೂತ ಸಂಚಾರವಾದವರಂತೆ "ನನಗೆ ಸಾಯೋದಕ್ಕೆ ಇಷ್ಟವಿಲ್ಲ. ನನ್ನ ಇಲ್ಲೇ ಇಳಿಸಿ ಬಿಡಿ. ಮನೆಯನ್ನೇ ಸಂಭಾಳಿಸದ ಹೆಣ್ಣು ವಿಮಾನವನ್ನು ಹೇಗೆ ಸಂಭಾಳಿಸಿಯಾಳು?" ಎಂದು ಕೂಗಾಡಿಬಿಟ್ಟ. ಗಗನಸಖಿಯರು ಎಷ್ಟೇ ಸಮಾಧಾನ ಮಾಡಿದರೂ ಮಹಿಳಾ ಪೈಲಟ್ ನಡೆಸುವ ವಿಮಾನದಲ್ಲಿ ಪ್ರಯಾಣಿಸಲು ಒಪ್ಪದ ಆ ವ್ಯಕ್ತಿಯನ್ನು ದೆಹಲಿಯಲ್ಲಿಯೇ ಕೆಳಗಿಳಿಸಿ, ಅವನ ಸಾಮಾನು ಸರಂಜಾಮುಗಳನ್ನು ತೆಗೆಸಿ, ಮತ್ತೆ ವಿಮಾನದ ಯಾನವನ್ನು ಶುರು ಮಾಡಲು ಎರಡು ತಾಸು ಬೇಕಾಯ್ತು. ನಾವು ಗಮನಿಸಬೇಕಾದ ಮಹತ್ವದ ಸಂಗತಿಯೆಂದರೆ, ಆ ವಿಮಾನ ಸುರಕ್ಷಿತವಾಗಿ ಮತ್ತೆರಡು ತಾಸಿನಲ್ಲಿ ಮುಂಬಯಿಯಲ್ಲಿ ಬಂದು ಇಳಿಯಿತು. ಹನುಮಂತ ಕೈಯಲ್ಲಿ ಸಂಜೀವಿನಿ ಪರ್ವತವನ್ನು ಹಿಡಿದುಕೊಂಡು ಆಕಾಶದಲ್ಲಿ ಹಾರಿದ ಹಾಗೆ, ಪೈಲಟ್ ವಿಮಾನವನ್ನು ನಡೆಸುತ್ತಾನೆಂಬ ಭಾವವನ್ನು ಹೊಂದಿದ್ದ ಆ ವಿಚಿತ್ರ ವ್ಯಕ್ತಿಯನ್ನು ಮಾನಸಿಕವಾಗಿ ಅಸ್ವಸ್ಥ ಎಂದು ಘೋಷಿಸಲಾಯಿತು. ಬಹುಶಃ ಈ ಘಟನೆ ಸಾಂಕೇತಿಕವಾಗಿ ಉದ್ಯೋಗಸ್ಥ ಮಹಿಳೆಯರ ಬಗ್ಗೆ ಹಲವು ಪುರುಷರಿಗಿರುವ ಅಪನಂಬಿಕೆ, ಅದರಿಂದಾಗಿ ಉದ್ದಿಮೆಗಳಲ್ಲಿ ನಡೆಯುವ ತಾರತಮ್ಯಗಳನ್ನು ಸೂಚಿಸುತ್ತದೆ. ವೈಜ್ಞಾನಿಕವಾಗಿ ದೈಹಿಕ ಸಾಮರ್ಥ್ಯವನ್ನು ಬೇಡದ ಎಲ್ಲ ಬಗೆಯ ಕೆಲಸಗಳನ್ನೂ ಮಹಿಳೆಯರು ಪುರುಷರಷ್ಟೇ ಯಶಸ್ವಿಯಾಗಿ ಮಾಡಬಹುದಾಗಿದೆ.

ಬೆಂಗಳೂರಿನಲ್ಲಿ ಉದ್ಯೋಗಸ್ಥ ಮಹಿಳೆಯರು ಹಿಂದೆಂದಿಗಿಂತಲೂ ಇಂದು ಹೆಚ್ಚಿನ ಸಂಖ್ಯೆಯಲ್ಲಿ ಕಂಡುಬರುತ್ತಿದ್ದಾರೆ. ಸಾಫ್ಟ್‌ವೇರ್‌ನಲ್ಲಿ ಶೇಕಡಾ 40ಕ್ಕೂ ಹೆಚ್ಚು ಮಹಿಳೆಯರಿದ್ದರೆ, ಗಾರ್ಮೆಂಟ್ಸ್ ಉದ್ದಿಮೆಯಲ್ಲಿ ಶೇಕಡಾ 90ಕ್ಕೂ ಹೆಚ್ಚು ಮಹಿಳೆಯರು ಇದ್ದಾರೆ. ಈ ಬೆಳವಣಿಗೆಗೆ ಎರಡು ಪ್ರಮುಖ ಕಾರಣಗಳನ್ನು ಗುರುತಿಸಬಹುದಾಗಿದೆ. ಮೊದಲನೆಯದಾಗಿ ದಿನದಿಂದ ದಿನಕ್ಕೆ ಹೆಚ್ಚುತ್ತಿರುವ ಹಣದುಬ್ಬರ. ಕೇವಲ ಒಬ್ಬರ ವರಮಾನದಿಂದ ಬದುಕನ್ನು ನಡೆಸುವುದು ಅತ್ಯಂತ ಕಷ್ಟವಾಗುತ್ತಿದೆ. ಇಷ್ಟವಿರಲಿ ಬಿಡಲಿ, ಮಡದಿಯೂ ಕೆಲಸಕ್ಕೆ ಹೋಗುವುದು ಇಂದಿನ ಮಧ್ಯಮ ಮತ್ತು ಕೆಳ ವರ್ಗದ ಕುಟುಂಬಕ್ಕೆ ಅತ್ಯಂತ ಅನಿವಾರ್ಯವಾಗಿದೆ. ಎರಡನೆಯದಾಗಿ ಬಹುತೇಕ ಹೆಣ್ಣು ಮಕ್ಕಳಿಗೆ ಒಳ್ಳೆಯ ಶಿಕ್ಷಣ ಇಂದು ದೊರೆಯುತ್ತಿದೆ. ಶಿಕ್ಷಣವನ್ನು ಪಡೆದ ಹೆಣ್ಣು ಮಗು ಖಂಡಿತಾ ಉದ್ಯೋಗ ಮಾಡಲು, ಅದರಿಂದಾಗಿ ಆರ್ಥಿಕ ಸ್ವಾತಂತ್ರ್ಯವನ್ನು ಪಡೆಯಲು ಬಯಸುವುದು ಅತ್ಯಂತ ಸಹಜವಾದದ್ದಾಗಿದೆ. ಒಟ್ಟಾರೆ, ಮಹಿಳೆ ಉದ್ಯೋಗಸ್ಥಳಾಗುತ್ತಿರುವುದು ಸಂತೋಷದ ಮತ್ತು ಸಂಭ್ರಮದ ಸಂಗತಿಯಾಗಿದೆ.

ಸುಮಾರು ಐದು ಲಕ್ಷ ಮಹಿಳೆಯರು ಹಗಲಿರುಳೆನ್ನದೆ ದುಡಿಯುವ ಗಾರ್ಮೆಂಟ್ಸ್ ಉದ್ದಿಮೆ ನನಗೆ ಅತ್ಯಂತ ಕುತೂಹಲದ ಕ್ಷೇತ್ರವಾಗಿದೆ. ದಿನಬೆಳಿಗ್ಗೆ ಕುರಿಗಳನ್ನು ತುಂಬಿದಂತೆ ಮಹಿಳೆಯರನ್ನು ತುಂಬಿಕೊಂಡ ಲಾರಿ, ಟ್ರಾಕ್ಟರ್‌ಗಳನ್ನು

ನೋಡುವಾಗ ವಿಚಿತ್ರ ಸಂಕಟವಾಗುತ್ತದೆ. ಆದರೆ ಅಂಗೈಯಗಲದ ಕಿಷ್ಕಿಂಧದಲ್ಲಿ ನಿಂತಿದ್ದರೂ ಶುಭ್ರವಾದ ದಿರಿಸನ್ನು ಧರಿಸಿ, ಹೂ ಮುಡಿದು, ನಗುನಗುತ್ತಾ ಸಾಗುವ ಈ ಹೆಂಗಸರನ್ನು ಕಂಡಾಗ ಬದುಕಿನ ಬಗ್ಗೆ ಮತ್ತೆ ಉತ್ಸಾಹ ಮೂಡುತ್ತದೆ.

ಈ ಗಾರ್ಮೆಂಟ್ಸ್ ಕಾರ್ಖಾನೆಗಳಲ್ಲಿ ಕೆಲಸ ಮಾಡುವವರು ಸಾಮಾನ್ಯವಾಗಿ ಬೆಂಗಳೂರಿನ ಸುತ್ತಮುತ್ತಲ ಹಳ್ಳಿಯವರು ಅಥವಾ ಕೆಳಮಧ್ಯಮ ವರ್ಗದ ಹೆಣ್ಣುಮಕ್ಕಳು. ಹೆಚ್ಚಾಗಿ ಶಾಲೆ ಕಲಿತಿಲ್ಲದವರು ಅಥವಾ ಕಡಿಮೆ ವಿದ್ಯಾರ್ಹತೆ ಉಳ್ಳವರು. 18ರಿಂದ 40ರ ವಯೋಮಾನ. ಸುಮಾರು 3ರಿಂದ 5 ಸಾವಿರ ರೂಪಾಯಿ ಮಾಸಿಕ ವರಮಾನ ಇವರಿಗೆ ಸಿಗುತ್ತದೆ. ಮನೆಗೆಲಸಕ್ಕೆ ಹೋಗುವದಕ್ಕಿಂತಾ ಇದು ಹೆಚ್ಚಿನ ವರಮಾನವನ್ನು ಕೊಡುವುದಲ್ಲದೆ, ವಾರದಲ್ಲಿ ಒಂದು ದಿನ ರಜೆಯೂ ಸಿಗುವುದರಿಂದ ಈ ಉದ್ದಿಮೆಗೆ ಹೆಚ್ಚಿನ ಬೇಡಿಕೆಯಿದೆ.

ಇವರ ಕೆಲಸ ಅತ್ಯಂತ ಒತ್ತಡದಿಂದ ಕೂಡಿದ್ದಾಗಿದೆ. ಪ್ರತಿನಿತ್ಯ ಇವರು ಮಾಡಲೇ ಬೇಕಾದ ಕೆಲಸದ ಪ್ರಮಾಣವನ್ನು ನಿಗದಿ ಪಡಿಸಲಾಗುತ್ತದೆ (ಟಾರ್ಗೆಟ್). ಅಂದರೆ ಎಷ್ಟು ಕಾಲರ್‌ಗಳನ್ನು ಹೊಲಿಯಬೇಕು, ಅಥವಾ ಗುಂಡಿಗಳನ್ನು ಹಚ್ಚಬೇಕು ಇತ್ಯಾದಿ. ಕಂಪನಿಗಳು ಈ ಟಾರ್ಗೆಟನ್ನು ಕೈಗೆ ನಿಲುಕದಷ್ಟು ಎತ್ತರದಲ್ಲಿ ಇಡುತ್ತಾರೆ. ಆದರೆ ಅವರ ಪೂರ್ಣ ವೇತನವನ್ನು ಟಾರ್ಗೆಟನ್ನು ಅವರು ಮುಟ್ಟಿದ್ದಾರೋ ಇಲ್ಲವೋ ಎಂಬುದರ ಮೇಲೆ ನಿರ್ಧರಿಸಲಾಗುತ್ತದೆ. ಈ ಸಂಗತಿ ಉದ್ಯೋಗಿಗಳ ಮೇಲೆ ಸಾಕಷ್ಟು ಒತ್ತಡವನ್ನು ಹೇರುತ್ತದೆ. ಒಬ್ಬ ಮಹಿಳೆ ಹೇಳುವ ಪ್ರಕಾರ ಸಾಕಷ್ಟು ಉದ್ಯೋಗಿಗಳು ನೀರನ್ನೇ ಕುಡಿಯುವುದಿಲ್ಲವಂತೆ. ನೀರು ಕುಡಿದರೆ ಮತ್ತೆ ಮೂತ್ರಕ್ಕೆಂದು ಹೋಗಬೇಕಾಗುತ್ತದೆಂದೂ, ಅದರಿಂದಾಗಿ ಸುಮಾರು 15 ನಿಮಿಷ ಸಮಯ ವ್ಯರ್ಥವಾಗಿ ಟಾರ್ಗೆಟ್ ತಪ್ಪುತ್ತದೆಂದೂ ಅವರ ಆತಂಕ! ಈ ವಿಪರೀತದ ಟಾರ್ಗೆಟ್‌ಗಳು ಕೇವಲ ಅವರ ಸಂಬಳವನ್ನು ಕ್ಷೀಣಿಸುವುದು ಮಾತ್ರವಲ್ಲ, ಗೌಪ್ಯವಾಗಿ ಅವರ ಆರೋಗ್ಯವನ್ನೂ ಕ್ಷೀಣಿಸುತ್ತದೆ.

ಶೇಕಡಾ 90ರಷ್ಟು ಮಹಿಳೆಯರೇ ಕೆಲಸ ಮಾಡುತ್ತಾರಾದರೂ, ಇವರ ಉಸ್ತುವಾರಿಯನ್ನು ನೋಡಿಕೊಳ್ಳುವ ಸೂಪರ್‌ವೈಜರ್‌ಗಳು ಪುರುಷರು. ಕೆಲಸ ಮಾಡಿಸುವಾಗ ಸಾಕಷ್ಟು ಅಶ್ಲೀಲ ಭಾಷೆಯ ಬಳಕೆ, ದೌರ್ಜನ್ಯಗಳನ್ನು ಈ ಸೂಪರ್‌ವೈಜರ್‌ಗಳು ಮಾಡುತ್ತಾರೆ. ಹೆಚ್ಚು ಕೆಲಸವನ್ನು ಮಾಡಿಸುವ ಉದ್ದೇಶದಿಂದ ಮಾಲೀಕರೇ ಅಂತಹ ಅವಾಚ್ಯ ಶಬ್ದಗಳನ್ನು ಬಳಸಿ ಉದ್ಯೋಗಿಗಳನ್ನು ಹೆದರಿಸಲು ಸೂಪರ್‌ವೈಜರ್‌ಗಳಿಗೆ ಕೆಲವು ಕಡೆ ಹೇಳಿಕೊಡುತ್ತಾರಂತೆ! ಹಲವಾರು ಕಂಪನಿಗಳಲ್ಲಿ ಮಹಿಳೆಯರ ಮೇಲೆ ದೈಹಿಕ ದೌರ್ಜನ್ಯಗಳಾಗಿ, ಅವರು ಅಸುನೀಗಿದ ಉದಾಹರಣೆಗಳೂ ಕಣ್ಣ ಮುಂದಿವೆ.

ಸರಕಾರದ ಕಾನೂನುಗಳು ಸಶಕ್ತವಾಗಿವೆಯಾದರೂ ಅವುಗಳ ಉಲ್ಲಂಘನೆ ಇಂತಹ ಘಟಕಗಳಲ್ಲಿ ಅತ್ಯಂತ ಸಹಜವಾಗಿ ನಡೆಯುತ್ತದೆ. ಉದ್ಯೋಗಿಗಳಿಗೆ ಸಿಗಬೇಕಾದ ರಜೆ, ಪ್ರಸೂತಿ ರಜೆ, ಗ್ರಾಚುಟಿ, ಪ್ರಾವಿಡೆಂಟ್ ಫಂಡ್ ಮುಂತಾದವುಗಳು ಸರಿಯಾಗಿ ಸಿಗುತ್ತಿಲ್ಲ. ಹೆಚ್ಚಾಗಿ ಮಹಿಳೆಯರನ್ನು ಗುತ್ತಿಗೆ ಮೇಲೆ ತೆಗೆದುಕೊಂಡು, ಒಂದು ವರ್ಷದ ನಂತರ ಅವರನ್ನು ಎರಡು ವಾರಗಳ ಕಾಲ ರಜೆಯ ಮೇಲೆ ಕಳುಹಿಸಿ, ಅವರನ್ನು ಮತ್ತೆ ಹೊಸ ಉದ್ಯೋಗಿಯಾಗಿ ತೆಗೆದುಕೊಳ್ಳಲಾಗುತ್ತದೆ. ಸರಕಾರದಿಂದ ಇವನ್ನೆಲ್ಲಾ ಕೂಲಂಕುಷವಾಗಿ ನೋಡುವ, ತಪ್ಪಿದ ಕಂಪನಿಗಳಿಗೆ ಕಠಿಣ ಶಿಕ್ಷೆ ವಿಧಿಸುವ ಇನ್ಸ್‌ಪೆಕ್ಟರ್‌ಗಳು ಬೇಕು. ಆದರೆ ಬೇಲಿಯೇ ಎದ್ದು ಹೊಲ ಮೇಯುವ ಸ್ಥಿತಿ ಎದುರಾದರೆ ಮಾತ್ರ ಕಷ್ಟ.

ಸಾಫ್ಟ್‌ವೇರ್ ಪ್ರಪಂಚದಲ್ಲಿ ಮಹಿಳೆಗೆ ಇಂತಹ ಸಂಕಷ್ಟಗಳಿಲ್ಲ. ಸಮಾನ ವೇತನ, ಸಮಾನ ಅವಕಾಶ, ವಿದೇಶ ಪ್ರಯಾಣ – ಎಲ್ಲವನ್ನೂ ಮಹಿಳೆ ಪಡೆದುಕೊಂಡಿದ್ದಾಳೆ. ಸೂಕ್ಷ್ಮವಾಗಿ ಅಸಮಾನತೆಗಳು ಇಲ್ಲಿಯೂ ಕಣ್ಣಿಗೆ ಬೀಳುತ್ತವಾದರೂ ಗಾರ್ಮೆಂಟ್ಸ್ ಪ್ರಪಂಚದ ಕರಾಳ ಮುಖ ಇಲ್ಲಿಲ್ಲ. ಆದರೆ ಈ ಪ್ರಪಂಚದ ಮಹಿಳೆ, ಕಛೇರಿಗಿಂತಲೂ ಮನೆಯಲ್ಲಿ ಮತ್ತು ಸಂಬಂಧಗಳಲ್ಲಿ ಹೆಚ್ಚಿನ ಸಮಸ್ಯೆಗಳನ್ನು ಅನುಭವಿಸುತ್ತಾಳೆ.

ಕಳೆದು ಎರಡು ದಶಕಗಳಲ್ಲಿ ಕ್ಷಿಪ್ರ ಬೆಳವಣಿಗೆಯನ್ನು ಕಂಡ ಸಾಫ್ಟ್‌ವೇರ್ ಪ್ರಪಂಚ ಭಾರತಕ್ಕೆ ಅತ್ಯಂತ ವಿಶಿಷ್ಟವಾದದ್ದು. 'ಕಾಯಕವೇ ಕೈಲಾಸ' ಎನ್ನುವ ಭಾವದಲ್ಲಿ ಹಗಲಿರುಳೆನ್ನದೆ ನಮ್ಮ ಯುವಕರು ಈ ಕಛೇರಿಗಳಲ್ಲಿ ದುಡಿದಿದ್ದು ಈಗ ಇತಿಹಾಸ. ತಮ್ಮ ಉತ್ಸಾಹದ ವಯಸ್ಸನ್ನು ಮರೆತು, ಕುಟುಂಬ–ಮನೆ–ಮಕ್ಕಳನ್ನು ಕಡೆಗಣಿಸಿ, ಸಾಮಾಜಿಕ ಒಡನಾಟಗಳನ್ನೂ ಮರೆತು, ತಮ್ಮ ವೈಯಕ್ತಿಕ ಆರೋಗ್ಯ ಹದಗೆಡುತ್ತಿರುವ ಅರಿವೂ ಇಲ್ಲದೆ– ಏಕಪ್ರಕಾರವಾಗಿ ಈ ಎರಡು ದಶಕ ಒಂದು ಯುವ ಸಮುದಾಯ ದುಡಿದದ್ದು ಭಾರತದ ವಿಶಿಷ್ಠ ಕ್ರಾಂತಿಯೇ ಸರಿ. ಗಂಡು ಮತ್ತು ಹೆಣ್ಣು ಎಂಬ ಭೇದ–ಭಾವ ಈ ಸಮೂಹದಲ್ಲಿ ಅಷ್ಟಾಗಿ ಇರಲಿಲ್ಲ.

ಮಹಿಳೆ ಐಟಿಯಲ್ಲೇ ಇರಲಿ, ಗಾರ್ಮೆಂಟ್ಸಿನಲ್ಲೇ ಕೆಲಸ ಮಾಡುತ್ತಿರಲಿ, ಅವಳು ಮನೆಯಲ್ಲಿ ಎದುರಿಸುವ ಸಮಸ್ಯೆಗಳು ಒಂದೇ ಬಗೆಯವು. ಹೊರಗೆ ಕೆಲಸ ಮಾಡುತ್ತಾಳೆಂಬ ಕಾರಣಕ್ಕೆ ಯಾರೂ ಮನೆಯ ಕೆಲಸಗಳಲ್ಲಿ ಅವಳಿಗೆ ವಿನಾಯಿತಿಯನ್ನು ಕೊಡುವುದಿಲ್ಲ. ಒಂದು ವರದಿಯ ಪ್ರಕಾರ ಪ್ರತಿ ಮನೆಯಲ್ಲಿ ಮನೆಯೊಡೆಯ ವಾರಕ್ಕೆ ಸರಾಸರಿ 4 ತಾಸುಗಳ ಕೆಲಸ ಮಾಡಿದರೆ, ಮನೆಯೊಡತಿ 35 ತಾಸುಗಳ ಕೆಲಸ ಮಾಡುತ್ತಾಳಂತೆ! ಉದ್ಯೋಗಸ್ಥ ಮಹಿಳೆ ಎರಡನ್ನೂ ಸರಿ ತೂಗಿಸಿಕೊಂಡು ಹೋಗಬೇಕು. ಅದಕ್ಕಾಗಿ ಅವಳು ಕಡಿಮೆ ನಿದ್ದೆ ಮಾಡುತ್ತಿದ್ದಾಳೆ. ಬಹಳಷ್ಟು ಉದ್ಯೋಗಸ್ಥ ಮಹಿಳೆಯರು ಸರಿಯಾಗಿ 4 ತಾಸೂ ನಿದ್ದೆ ಮಾಡುವುದಿಲ್ಲ.

ಈ ನಿದ್ರಾಹೀನತೆ ಖಿನ್ನತೆಗೆ ಕಾರಣವಾಗುತ್ತದೆ. ಈ ಖಿನ್ನತೆ ಅವರ ಉತ್ಸಾಹವನ್ನೆಲ್ಲಾ ಕಳೆದು, ಅವರಲ್ಲಿ ಅನಾವಶ್ಯಕ ಭಯ, ಚಿಂತೆಯನ್ನು ಮೂಡಿಸುತ್ತಿದೆ. ನಮ್ಮ ಹಲವಾರು ಉದ್ಯೋಗಸ್ಥ ಮಹಿಳೆಯರು ನಿದ್ರಾಹೀನತೆ ಮತ್ತು ಖಿನ್ನತೆಯಿಂದ ಬಳಲುತ್ತಿರುವುದು ನಿಜಕ್ಕೂ ಕಳವಳದ ಸಂಗತಿಯಾಗಿದೆ.

ಸಾಫ್ಟ್‌ವೇರ್ ಪ್ರಪಂಚದಲ್ಲಿ ದುಡಿಯುವ ಮಹಿಳೆಗೆ ಮತ್ತೊಂದು ವಿಚಿತ್ರ ಅಪರಾಧ ಪ್ರಜ್ಞೆ ಯಾವಾಗಲೂ ಕಾಡುತ್ತಲೇ ಇರುತ್ತದೆ. ತಾನು ತನ್ನ ಮಕ್ಕಳಿಗೆ ಒಬ್ಬ ತಾಯಿ ಕೊಡಬೇಕಾದಷ್ಟು ಗಮನವನ್ನು ಕೊಡುತ್ತಿಲ್ಲವೆ? ತನ್ನಮ್ಮ ಅಪ್ಪನನ್ನು ನೋಡಿಕೊಂಡಷ್ಟು ಜತನದಿಂದ ತಾನು ತನ್ನ ಗಂಡನನ್ನು ನೋಡಿಕೊಳ್ಳುತ್ತಿದ್ದೇನೆಯೆ? ಎನ್ನುವಂತಹ ವಿಚಿತ್ರ ಪಾಪಪ್ರಜ್ಞೆಯಿಂದ ಬಳಲುತ್ತಾಳೆ. ಅದನ್ನು ಸರಿದೂಗಿಸಲೋ ಎಂಬಂತೆ ಮಕ್ಕಳಿಗೆ ಬಹು ವೆಚ್ಚದ ಆಟಿಗೆಗಳನ್ನು ತಂದು ಕೊಡುವುದು, ಗಂಡನನ್ನು ದುಬಾರಿ ಹೊಟೇಲುಗಳಿಗೆ ಕರೆದುಕೊಂಡು ಹೋಗಿ, ತಾನೇ ಹಣವನ್ನು ಪಾವತಿಸುವುದು – ಮುಂತಾದ ವಿಚಿತ್ರ ವರ್ತನೆಗಳನ್ನು ಶುರು ಹಚ್ಚಿಕೊಂಡುಬಿಡುತ್ತಾಳೆ.

ಸಾಫ್ಟ್‌ವೇರ್ ಕಂಪನಿಗಳಲ್ಲಿ ಅತಿಯಾಗಿ ಸಿಗುವ ಸಂಬಳ ಮಹಿಳೆಗೆ ಮನೆಯಲ್ಲಿ ಸಮಸ್ಯೆಯೂ ಆಗಿದೆ. ಮನೆಯಲ್ಲಿ ಗಂಡನೊಡನೆ ಅನಾವಶ್ಯಕವಾಗಿ ಜರುಗಬಹುದಾದ ರಸಿಕಸಿಗಳನ್ನು ನೆನೆದು ಎಷ್ಟೋ ಬಾರಿ ತನಗೆ ದೊರೆತ ಪ್ರಮೋಷನ್‌ಗಳನ್ನು ಮಹಿಳೆ ನಿರಾಕರಿಸಿದ ಉದಾಹರಣೆಗಳಿವೆ. ರಾತ್ರಿ ಯಾವುದೋ ಅಮೆರಿಕಾದ ಕಸ್ಟಮರ್ ಜೊತೆ ಮಾತನಾಡಿ, ಮನೆಗೆ ಹೋಗುವಾಗ "ಮಗು ನಿದ್ದೆ ಮಾಡಿರದಿದ್ದರೆ ಸಾಕು" ಎಂಬ ಏಕೈಕ ಕೋರಿಕೆ ಅವಳದಾಗಿರುತ್ತದೆ. ದುಂದು ಜೀವನಶೈಲಿಯೊಡನೆ ಬಳುವಳಿಯಾಗಿ ಬಂದ ಬೊಜ್ಜನ್ನು ಕರಗಿಸುವುದಕ್ಕೆ ಇನ್ನಿಲ್ಲದ ಸಾಹಸ ಮಾಡುತ್ತಾ, ಸರೀಕರ ಮಧ್ಯೆ ಸಿಗುವ ಗೌರವಕ್ಕೆ ಹಿಗ್ಗುತ್ತಾ, ಅವರ ಸೀಮಾತೀತ ಸಾಲದ ಬೇಡಿಕೆಗಳಿಗೆ ಕಂಗೆಡುತ್ತಾ ತನ್ನ ಯೌವನವನ್ನು ಕಳೆದುಕೊಂಡಿದ್ದಾಳೆ.

ಹಾಗಿದ್ದರೆ ಈ ಎಲ್ಲಾ ಸಮಸ್ಯೆಗಳಿಗೆ ಉಪಾಯವೇನು? ಯೋಚಿಸಿದಾಗ ಕೆಲವು ಅಂಶಗಳು ನನ್ನ ಗಮನಕ್ಕೆ ಬಂದಿವೆ:

- ಮಹಿಳೆಯರು ಬರೀ ಉದ್ಯೋಗವನ್ನು ಅರಸುವುದಕ್ಕಿಂತ, ಒಂದು ಹೆಜ್ಜೆ ಮುಂದೆ ಹೋಗಿ, ಸ್ವಯಂ ಉದ್ದಿಮೆಗಳನ್ನು ಪ್ರಾರಂಭಿಸಬೇಕು. ಒಂದು ಉದ್ದಿಮೆಯ ಮಾಲೀಕಳಾದಾಗ ಹೆಣ್ಣಿನ ಸಮಸ್ಯೆಗಳಿಗೆ ಸ್ಪಂದಿಸಲು, ಅವರನ್ನು ಅರ್ಥಮಾಡಿಕೊಂಡು ನಿಯಮಗಳನ್ನು ರೂಪಿಸಲು ಅನುಕೂಲವಾಗುತ್ತದೆ.

- ಕುಟುಂಬ ಮತ್ತು ಸಮಾಜದಿಂದ ದುಡಿಯುವ ಮಹಿಳೆಯ ಬಗ್ಗೆ ಹೆಚ್ಚಿನ ಸಹಾನುಭೂತಿ ಮತ್ತು ಪ್ರೀತಿಯ ಅವಶ್ಯಕತೆಯಿದೆ. ಮನೆಯ ಪ್ರೀತಿ ಸಿಕ್ಕರೆ ದುಡಿಯುವ ಮಹಿಳೆ ಯಾವ ಯಶಸ್ಸನ್ನಾದರೂ ಸಾಧಿಸಿಯಾಳು.

● ಕಾನೂನುಗಳ ಕಟ್ಟುನಿಟ್ಟಿನ ಬಳಕೆಗಳ ತಪಾಸಣೆಯ ಕರ್ತವ್ಯ ಸರಕಾರದ ಮೇಲಿದೆ. ಮಹಿಳೆಯರಿಗೆ ಉದ್ದಿಮೆಗಳಲ್ಲಿ ಸಮಾನ ಅವಕಾಶ, ಸ್ಥಾನಮಾನಗಳ ಜೊತೆಗೆ ಸುರಕ್ಷತೆಯ ಜವಾಬ್ದಾರಿ ಖಂಡಿತವಾಗಿಯೂ ಸರಕಾರದ್ದಾಗಿದೆ.

ಇತ್ತೀಚೆಗೆ ನನ್ನ ಗೆಳೆಯನೊಬ್ಬ ತನ್ನ ಕಂಪನಿಯಲ್ಲಿ ನಡೆದ ಘಟನೆಯೊಂದನ್ನು ತಿಳಿಸಿದ. ಅವನೊಂದು ಸಾಫ್ಟ್‌ವೇರ್ ಕಂಪನಿಯಲ್ಲಿ ಕೆಲಸ ಮಾಡುತ್ತಾನೆ. ಅಲ್ಲಿಯ ಮಹಿಳೆಯರ ಶೌಚಾಲಯವನ್ನು ಶುದ್ಧಿ ಮಾಡಲು, ಹೊಸದಾಗಿ ಒಬ್ಬ ಹುಡುಗಿಯನ್ನು ಹೌಸ್‌ಕೀಪಿಂಗಿನವರು ನೇಮಕ ಮಾಡಿಕೊಂಡರು. ಈ ಹುಡುಗಿ ನೋಡಲು ಆಕರ್ಷಕವಾಗಿದ್ದಳು. ಆದರೆ, ವಿಶೇಷವಾಗಿ ಈ ಯುವತಿಗೆ ಸೊಗಸಾಗಿ ಉಡುಪನ್ನು ತೊಡುವುದು ತಿಳಿದಿತ್ತು. ಅವಳ ತಂದೆ ಇಸ್ತ್ರಿ ಮಾಡುವ ವೃತ್ತಿಯವರಾದ್ದರಿಂದ, ಪ್ರತಿದಿನವೂ ಆಕರ್ಷಕ ಉಡುಗೆಗಳನ್ನು ತೊಟ್ಟುಕೊಂಡು ಬರುತ್ತಿದ್ದಳು. ಅದು ದೊಡ್ಡ ಕಂಪನಿಯಾದ್ದರಿಂದ ಸಾವಿರಾರು ಜನರು ಕೆಲಸ ಮಾಡುತ್ತಿದ್ದರು. ಹಲವಾರು ಪಡ್ಡೆ ಹುಡುಗರ ಕಣ್ಣಿಗೆ ಈ ಹುಡುಗಿ ಬಿದ್ದಳು. ಯಾರೋ ಹೊಸದಾಗಿ ತಮ್ಮ ಕಂಪನಿಗೆ ಸೇರಿಕೊಂಡ ಉದ್ಯೋಗಿ ಎಂದು ತಿಳಿದು ಅವಳನ್ನು ಪರಿಚಯ ಮಾಡಿಕೊಳ್ಳಲು ಮುಂದಾದರು. ಆದರೆ ಅವಳಿಗೆ ಇಂಗ್ಲಿಷ್ ಬರದು. ಅವರು ಮಾತಾಡಿ ಕೈ ಕುಲುಕಲು ಬಂದಾಗ ನಕ್ಕು ಮುಂದೆ ಸಾಗಿಬಿಡುತ್ತಿದ್ದಳು. ನಂತರ ಅವರಿವರೊಡನೆ ವಿಚಾರಿಸಿದ ಮೇಲೆ ಅವಳು ತಮ್ಮ ಶೌಚಾಲಯ ಶುದ್ಧಿ ಮಾಡುವವಳು ಎಂದು ತಿಳಿದು, ಇವರು ಪೆಚ್ಚಾಗುತ್ತಿದ್ದರು. ಇಂತಹದೇ ಅನುಭವ ಹಲವಾರು ಜನರಿಗೆ ಆಗಿ, ಅವರೆಲ್ಲಾ ಹೌಸ್‌ಕೀಪಿಂಗ್ ಇಲಾಖೆಗೆ ದೂರು ನೀಡಿದರು. ಕೊನೆಗೆ ಹೌಸ್‌ಕೀಪಿಂಗಿನವರು ಆಕೆಗೆ ಕಡು ನೀಲಿ ಬಣ್ಣದ ಕಾಟನ್ ಸೀರೆ ಮತ್ತು ಅದೇ ಬಣ್ಣದ ರವಿಕೆಯ ಸಮವಸ್ತ್ರವನ್ನು ಮಾತ್ರ ತೊಡಲು ಅಪ್ಪಣೆ ಕೊಡಿಸಿದರು. ಮುಂದೆ ಎಲ್ಲರಿಗೂ ಅವಳು ಹೌಸ್ ಕೀಪಿಂಗಿನವಳು ಎಂದು ಸಮವಸ್ತ್ರವನ್ನು ನೋಡಿದ ತಕ್ಷಣ ಗೊತ್ತಾಗುತ್ತಿತ್ತು. ನನ್ನನ್ನು ಬಹುವಾಗಿ ಕಾಡಿದ ಈ ಘಟನೆಯೊಂದಿಗೆ ಈ ಮಾತುಗಳಿಗೆ ಮುಕ್ತಾಯ ಹೇಳುತ್ತೇನೆ.

(ಬೆಳಗಾವಿ ವಿಶ್ವ ಕನ್ನಡ ಸಮ್ಮೇಳನದಲ್ಲಿ ನಾನು ಮಾಡಿದ ಭಾಷಣವಿದು. ಈ ನನ್ನ ಮಾತುಗಳಲ್ಲಿ ಕೆಲವನ್ನು ಸ್ವಂತ ಅನುಭವದಿಂದ, ಮತ್ತೆ ಕೆಲವನ್ನು ಅಂತರ್ಜಾಲದಲ್ಲಿ ಸಿಗುವ ಮಾಹಿತಿಯಿಂದ ಹಾಗೂ ಗಾರ್ಮೆಂಟ್ಸ್ ಮತ್ತು ಸಾಫ್ಟ್‌ವೇರ್ ಪ್ರಪಂಚದಲ್ಲಿ ಕೆಲಸ ಮಾಡುವ ಮಹಿಳೆಯರ ಜೊತೆಗೆ ನಡೆಸಿದ ಸಂವಾದಗಳಿಂದ ಸಂಗ್ರಹಿಸಿದ್ದೇನೆ.)

ಮೋಹನ ಗಂಧ

ನಾ ನು ಹುಟ್ಟುವುದಕ್ಕಿಂತಲೂ ಸರಿಯಾಗಿ ನೂರು ವರ್ಷದ ಹಿಂದೆ ಹುಟ್ಟಿ, ದೈಹಿಕವಾಗಿ ನನ್ನಷ್ಟೇ ಎತ್ತರವಿದ್ದ (164 ಸೆಂ.ಮೀ.) 'ಮೋಹನದಾಸ ಕರಮಚಂದ ಗಾಂಧಿ' ಎಂಬ ಈ ಅದ್ಭುತ ವ್ಯಕ್ತಿ ಏರಿದ ಎತ್ತರವನ್ನು ಕಂಡು ನನಗೆ ದಿಗ್ಭ್ರಮೆಯಾಗುತ್ತದೆ. ಮೆಲುದನಿಯ ಈ ಮಹಾತ್ಮನ ಒಂದು ಕರೆಗೆ ಇಡೀ ಭಾರತವೇ ಅವನ ಮುಂದೆ ಕೈಕಟ್ಟಿ ನಿಂತಿದ್ದು ಹೇಗೆ? ಹಿಡಿ ತೂಕದ (47.5 ಕೆ.ಜಿ.) ಈ ಪುಣ್ಯಾತ್ಮ ಇಡೀ ದೇಶದ ಭಾರವನ್ನು ತನ್ನ ಹೆಗಲ ಮೇಲೆ ಹೊತ್ತಿದ್ದು ಹೇಗೆ? ಒಂದು ಪುಟ್ಟ ಕಟ್ಟಿಗೆಯ ಚರಕದಲ್ಲಿ ನೂಲು ನೇಯುತ್ತಾ ಇಡೀ ದೇಶದ ಜನರಿಗೆ ಖಾದಿ ತೊಡಿಸಿದ್ದು ಹೇಗೆ? ಗಾಂಧಿ ಬದುಕಿದ್ದರೆ ಹಠ ಹಿಡಿದು ಈ ಪ್ರಶ್ನೆಗಳನ್ನು ಕೇಳಿ ಉತ್ತರ ಪಡೆದುಕೊಳ್ಳುತ್ತಿದ್ದೆ.

ಐಟಿ ಪ್ರಪಂಚದಲ್ಲಿ ಇಪ್ಪತ್ತು ವರ್ಷಗಳನ್ನು ಕಳೆದ ನನಗೆ, ಗಾಂಧಿಯನ್ನು ಅರ್ಥ ಮಾಡಿಕೊಳ್ಳುವುದು ಕಷ್ಟವಾಗುತ್ತದೆ. "ಬಿಜಿನೆಸ್ ಕ್ಲಾಸಿನಲ್ಲಿ ಕಳುಹಿಸಿದರೆ ಮಾತ್ರ ಹೋಗುತ್ತೇನೆ" ಎಂದು ಹಠ ಹಿಡಿಯುವ ಎಳೆಯ ಹುಡುಗರಿಗೆ, ಮೂರನೇ ದರ್ಜೆಯ ನೂಕು ನುಗ್ಗಲಿನಲ್ಲಿ, ಇಡೀ ಭಾರತವನ್ನು ಸುತ್ತಿದ ಈತನ ಬಗ್ಗೆ ಹೇಳುವುದು ಹೇಗೆಂದು ತಿಳಿಯದೆ ಗೊಂದಲಕ್ಕೀಡಾಗುತ್ತೇನೆ. ಪಬ್‌ನಲ್ಲಿ ಬಿಯರ್

ಹೀರುತ್ತಾ ಹೊಸಬರ ಸಂದರ್ಶನ ತೆಗೆದುಕೊಳ್ಳುವ ಈ 'ಸಾಫ್ಟ್' ಜನಾಂಗದವರಿಗೆ, ಪಾನನಿರೋಧಕ್ಕಾಗಿ ಹಂಬಲಿಸಿದ ಗಾಂಧಿಯನ್ನು ಅರ್ಥ ಮಾಡಿಸುವುದು ಹೇಗಪ್ಪಾ ಎಂದು ದಿಗಿಲುಗೊಳ್ಳುತ್ತೇನೆ. ಮಾಲ್‌ಗಳಿಗೆ ಮುಗಿಬಿದ್ದು ಕಣ್ಣಿಗೆ ಛಂದ ಕಂಡಿದ್ದನ್ನೆಲ್ಲಾ ಖರೀದಿಸುವ ಹುಡುಗರಿಗೆ, ಬೆತ್ತಲೆ ಫಕೀರನನ್ನು ಪರಿಚಯಿಸುವ ಕಷ್ಟವನ್ನು ನೆನೆದು ಹಿಂಜರಿಯುತ್ತೇನೆ.

ಒಂದು ಪುಟ್ಟ ಘಟನೆಯನ್ನು ಹೇಳಿದರೆ ನಿಮಗೆ ನನ್ನ ಸಂಕಟ ಅರ್ಥವಾಗುತ್ತದೆ. ನಾನು ಓದಿದ ಪುಸ್ತಕಗಳಲ್ಲೇ ಗಾಂಧಿಯ ಆತ್ಮಚರಿತ್ರೆ ಅತ್ಯಂತ ಪ್ರಮುಖವಾದದ್ದು ಮತ್ತು ನನ್ನ ಮೇಲೆ ಬಹುಪ್ರಭಾವ ಬೀರಿರುವಂತಹದ್ದು. ಆದ್ದರಿಂದ ಸಾಮಾನ್ಯವಾಗಿ ಆಫೀಸಿನಲ್ಲಿ ಯಾರದೇ ಹುಟ್ಟು ಹಬ್ಬವಾದರೂ ಈ ಪುಸ್ತಕವನ್ನು ಉಡುಗೊರೆಯಾಗಿ ಕೊಟ್ಟು ಓದಲು ಪ್ರೋತ್ಸಾಹಿಸುತ್ತಿದ್ದೆ. ಅವರಲ್ಲದಿದ್ದರೂ ಅವರ ಮನೆಯಲ್ಲಿ ಯಾರಾದರೂ ಮಕ್ಕಳು ಓದಿ ಉದ್ಧಾರವಾದರೂ ಸಾಕೆಂಬುದು ನನ್ನ ಒಳ ಬಯಕೆ. ಮನೆಯಲ್ಲಿ ಹತ್ತಾರು ಪ್ರತಿಗಳನ್ನು ಕೊಂಡು ತಂದಿಟ್ಟಿರುತ್ತಿದ್ದೆ. ಆದರೆ ಕೆಲವೇ ದಿನಗಳಲ್ಲಿ ಊಹಿಸದ ಸಂಗತಿಯೊಂದು ನನ್ನ ಕಿವಿಗೆ ಬಿತ್ತು. ಈ ಪುಸ್ತಕವನ್ನು ಸರಕಾರದ ನೆರವಿನಿಂದ ಮುದ್ರಿಸಿ ಬರೀ 30 ರೂಪಾಯಿಗೆ ಮಾರುತ್ತಾರೆ. ಅದನ್ನು ನಾನು ಗಮನಿಸಿಯೂ ಇರಲಿಲ್ಲ. "ಚೀಪ್ ರೇಟಿನ ಪುಸ್ತಕ ಕೊಟ್ಟು ಕೈ ತೊಳ್ಕೊಳ್ತಾನೆ" ಅಂತ ಹುಡುಗರು ನನ್ನ ಬಗ್ಗೆ ಕುಹುಕವಾಡುತ್ತಿದ್ದಾರೆಂದು ನನಗೆ ತಿಳಿದಾಗ ನಿಜಕ್ಕೂ ನೋವಾಗಿತ್ತು. ಹಾಗಂತ ಈ ಹುಡುಗರ ಪುಟಗೋಸಿ ಮಾತಿಗೆ ಬಲಿಯಾಗಿ ಈ ಪುಸ್ತಕ ಕೊಡುವುದನ್ನು ನಾನು ನಿಲ್ಲಿಸಲಿಲ್ಲ. ಅದರ ಜೊತೆಯಲ್ಲಿ ಮತ್ತೊಂದು ಬೆಲೆ ಜಾಸ್ತಿಯಿರುವ ಪರ್ಸನಾಲಿಟಿ ಡೆವಲಪ್‌ಮೆಂಟ್ ಪುಸ್ತಕವನ್ನು ಕೊಡಲಾರಂಭಿಸಿದೆ. ನನ್ನ ಮೇಲಿನ ಅಪವಾದ ದೂರವಾಯ್ತು. ಗಾಂಧೀಜಿ ಹೇಳಿ ಕೊಡದ ಅದ್ಯಾವ ವ್ಯಕ್ತಿತ್ವ ವಿಕಸನದ ಸಂಗತಿಯನ್ನು ಈ ಹೊಸಬರು ಹೇಳಬಹುದು ಎಂದು ನನಗೆ ಕೊನೆಗೂ ಅರ್ಥವಾಗಲಿಲ್ಲ.

ಕಾಲದ ನೀರು ಹರಿದಂತೆಲ್ಲಾ ನಮ್ಮ ಕೆಲವು ಮೌಲ್ಯಗಳು ಬದಲಾಗುತ್ತವೆ. ಬದಲಾವಣೆ ಎನ್ನುವುದು ಜಗದ ನಿಯಮ. ಅದನ್ನು ನಾನೂ ಒಪ್ಪುತ್ತೇನೆ, ಬದುಕಿದ್ದರೆ ಗಾಂಧಿಯೂ ಒಪ್ಪಿಕೊಳ್ಳುತ್ತಿದ್ದರೇನೋ! ಸುರೆಯನ್ನು ಮುಟ್ಟುವುದೇ ಪಾಪವೆಂದೂ, ಸಸ್ಯಾಹಾರವೇ ಶ್ರೇಷ್ಠವೆಂದೂ, ಬ್ರಹ್ಮಚರ್ಯ ಪರಿಪಾಲನೆಯೇ ಮಹತ್ವದ್ದೆಂಬ ಅವರ ಸಂದೇಶವನ್ನು ನಾನು ಈ ಕಾಲಕ್ಕೆ ತಕ್ಕಂತೆ ಬದಲಾಯಿಸಿಕೊಳ್ಳಬಲ್ಲೆ. ಲಿಮಿಟ್ ಮೀರದ ಸುರಾಪಾನ, ಆರೋಗ್ಯಕ್ಕೆ ಹಾನಿ ಮಾಡದ ಆಹಾರ ಪದ್ಧತಿ, ನೈತಿಕತೆಯ ಎಲ್ಲೆಯನ್ನು ದಾಟದ ದೈಹಿಕ ಬಯಕೆಯೆಂದು ನಾನು ತಿದ್ದಿಕೊಳ್ಳುವೆ. ಈ ಐವತ್ತು ವರ್ಷಗಳಲ್ಲಿ ಕಂಡು-ಕೇಳರಿಯದ ಬದಲಾವಣೆಗಳನ್ನು ಕಂಡ ಈ ಭಾರತವನ್ನು

ನೋಡಿದ್ದರೆ, ಗಾಂಧೀಜಿ ತಮ್ಮ ಧೋರಣೆಯಲ್ಲಿ ಮೆದುವಾಗಿ ನನ್ನ ನಿಲುವನ್ನು ಖಂಡಿತಾ ಸಮ್ಮತಿಸುತ್ತಿದ್ದರು.

ಆದರೆ, ಕೆಲವು ಮೌಲ್ಯಗಳು ಕಾಲದ ಉಗ್ರ ಪ್ರಹಾರಕ್ಕೆ ನಲುಗುವುದಿಲ್ಲ, ಮಣ್ಣಲ್ಲಿ ಹಲವು ಕಾಲ ಹೂತಿದ್ದರೂ ಬೆಲೆಯನ್ನು ಕಳೆದುಕೊಳ್ಳದ ವಜ್ರದ ಹರಳುಗಳಂತೆ! ಅಹಿಂಸೆ, ಸತ್ಯ, ಧರ್ಮಪರಿಪಾಲನೆಗಳು ಅಂತಹ ಅಚಲ ಮೌಲ್ಯಗಳಾಗಿವೆ. ಗಾಂಧೀಜಿ ಈ ಮೌಲ್ಯಗಳನ್ನು ಅತ್ಯಂತ ಪ್ರಾಮಾಣಿಕವಾಗಿ ನಂಬಿದ್ದರು ಮತ್ತು ನಂಬಿದಂತೆ ನಡೆಯುತ್ತಿದ್ದರು. ಅವು ಅಂದಿಗೂ ಸತ್ಯ, ಇಂದಿಗೂ ಸತ್ಯ. ಅವುಗಳನ್ನು ಹೊಂದಾಣಿಕೆ ಮಾಡಿಕೊಳ್ಳಲು ಹೋಗಿಯೇ ನಾವಿಂದು ಇಂತಹ ವಿಷಮ ಸ್ಥಿತಿಗೆ ಬಂದು ನಿಂತಿದ್ದೇವೆ. ಹಿಂಸೆಯ ಹಲವು ರೂಪಗಳನ್ನು ಅಳವಡಿಸಿ ಕೊಂಡಿದ್ದೇವೆ, ಸುಳ್ಳು ಹೇಳುವುದನ್ನು ಸಹಜವೆಂದು ಒಪ್ಪಿಕೊಳ್ಳುತ್ತಿದ್ದೇವೆ ಮತ್ತು ಧರ್ಮದ ಆಚರಣೆಯನ್ನು ತಪ್ಪಾಗಿ ಅರ್ಥೈಸಿಕೊಂಡು ಸಂಕುಚಿತರಾಗಿದ್ದೇವೆ. ನಮ್ಮ ಲಜ್ಜೆಗೇಡಿತನವನ್ನು ಒಪ್ಪಿಕೊಳ್ಳದೆ 'ಗಾಂಧಿ ಇಂದು ಅಪ್ರಸ್ತುತ' ಅಂತ ಹೇಳಿಕೆ ನೀಡುವ ಹಂತಕ್ಕೆ ಹೋಗಿದ್ದೇವೆ.

ಐಟಿ ಪ್ರಪಂಚದಲ್ಲಿ ಹಲವು ಗಾಂಧಿ ತತ್ವಗಳು ಖಂಡಿತವಾಗಿಯೂ ಕಾಣಿಸುತ್ತವೆ. ಗಾಂಧೀಜಿಯು ಸಮಾಜದಲ್ಲಿ ಮಹಿಳೆಗೆ ಪುರುಷನಷ್ಟೇ ಸ್ಥಾನಮಾನಗಳು ಇರಬೇಕೆಂದು ಆಶಿಸಿದ್ದರು. ಅದು ಭಾರತದಲ್ಲಿ ಪ್ರಪ್ರಥಮವಾಗಿ ಸಾಧ್ಯವಾಗಿದ್ದೂ ಐಟಿ ಪ್ರಪಂಚದಲ್ಲಿಯೇ ಇರಬೇಕು. ಯಾವುದೇ ದೊಡ್ಡ ಸ್ಥಾನವನ್ನಾದರೂ ಮಹಿಳೆ ಪಡೆಯಬಹುದೆಂಬುದನ್ನು ನಾವಲ್ಲಿ ಕಂಡಿದ್ದೇವೆ. ವಿದೇಶ ಪರ್ಯಟನೆಯೇ ಇರಲಿ, ಕೋಟಿಗಟ್ಟಲೆ ಹಣದ ಯೋಜನೆಯ ನಿರ್ವಹಣೆಯೇ ಇರಲಿ, ಕೊನೆಗೆ ರಾತ್ರಿ ಪಾಳಿಯ ಕೆಲಸವೇ ಇರಲಿ – ಒಟ್ಟಾರೆ ಎಲ್ಲಿಯೂ ಲಿಂಗಭೇದವಿಲ್ಲದೆ ಕೆಲಸಗಳ ಹಂಚಿಕೆಯಾಗುವುದನ್ನು ಕಂಡಿದ್ದೇನೆ.

ಜಾತ್ಯತೀತತೆಯನ್ನು ಬಾಪು ಬಹುವಾಗಿ ಮೆಚ್ಚಿಕೊಂಡಿದ್ದರು. ಅವರ ಕನಸಿನ ರಾಮರಾಜ್ಯ ಖಂಡಿತವಾಗಿಯೂ ನಿಮಗೆ ಐಟಿ ಪ್ರಪಂಚದಲ್ಲಿ ಕಾಣಸಿಗುತ್ತದೆ. 20 ವರ್ಷ ಕೆಲಸ ಮಾಡಿದರೂ ಯಾರಿಗೂ ಮತ್ತೊಬ್ಬರ ಜಾತಿ ಯಾವುದೆಂದು ತಿಳಿಯುವುದಿಲ್ಲ. 'ನಿಮ್ಮ ಜಾತಿ ಯಾವುದು?' ಎಂದು ಕೇಳುವಂತಹ ಅಸಭ್ಯತನವೂ ಅಲ್ಲಿಲ್ಲ. ಸಂದರ್ಶನಕ್ಕೆ ಕಳುಹಿಸಿ ಕೊಡುವ ಬಯೋಡೇಟಾದಲ್ಲಿ ಈ ಮಾಹಿತಿಯನ್ನು ಯಾರೂ ನೀಡುವುದಿಲ್ಲ ಮತ್ತು ಯಾರೂ ನಿರೀಕ್ಷಿಸುವುದಿಲ್ಲ. ಇಡೀ ಸಂಸ್ಥೆಯೇ ಜಾತ್ಯತೀತವಾಗಿ ಕೆಲಸ ಮಾಡುತ್ತದೆ. ಕೆಲಸದಲ್ಲಿ ನಾವೆಷ್ಟು ನಿಪುಣರು ಎಂಬುದಷ್ಟೇ ನಿಮ್ಮ ಅಭಿವೃದ್ಧಿಯ ಮಾನದಂಡವಾಗುತ್ತದೆ. ಉಳಿದೆಲ್ಲಾ ವೈಯಕ್ತಿಕ ಸಂಗತಿಗಳು ಹಿನ್ನೆಲೆಗೆ ಸರಿಯುತ್ತವೆ. ಅಂತರ್ಜಾತೀಯ ಮದುವೆಗಳು ಅತಿ ಹೆಚ್ಚು ಪ್ರಮಾಣದಲ್ಲಿ

ಇಲ್ಲಿ ನಡೆಯುತ್ತವೆ ಮತ್ತು ಅವು ಯಶಸ್ವಿಯಾಗಿವೆ. ಈ ದೇಶದ ಜಾತಿ ಸಮಸ್ಯೆ ನಿರ್ಮೂಲನವಾಗಬೇಕಾದರೆ ಅದಕ್ಕೆ ಪರಿಹಾರ ಅಂತರ್ಜಾತೀಯ ವಿವಾಹಗಳೇ ಆಗಿವೆಯೆಂಬುದನ್ನೂ ಬಸವಣ್ಣನವರೂ ನಂಬಿದ್ದರು, ಗಾಂಧೀಜಿಯೂ ನಂಬಿದ್ದರು, ಐಟಿ ಜಗತ್ತೂ ನಂಬುತ್ತದೆ.

ಧರ್ಮದ ಪರಿಕಲ್ಪನೆಯೇ ಇಂದು ನಮ್ಮಲ್ಲಿ ಬದಲಾಗಿದೆ. ಯಾವುದೇ ಒಂದು ಧರ್ಮ ನಮ್ಮೆಲ್ಲರಿಗೂ ಸರಿ ಹೊಂದುತ್ತದೆ ಎಂಬುದೇ ಹುಸಿಯಾಗಿದೆ. ಸಾವಿರಾರು ವರ್ಷಗಳ ಹಿಂದೆ ರಚನೆಯಾದ, ಆದರೆ ಬದಲಾವಣೆ ಕಾಣದ ಧರ್ಮದ ಆದೇಶಗಳು ಇಂದಿನ ಈ ವೈಫೈ ಯುಗಕ್ಕೆ ಒಗ್ಗುವುದು ಕಷ್ಟ. ಹಾಗಂತ ಯಾವ ಧರ್ಮವೂ ಕೆಟ್ಟ ಸಂಗತಿಗಳನ್ನು ಉಪದೇಶಿಸಿಲ್ಲ. ಸುಳ್ಳು, ಮೋಸ, ಕೊಲೆಯಂತಹ ಸಂಗತಿಗಳನ್ನು ಯಾವ ಧರ್ಮವೂ ಆದೇಶಿಸುವುದಿಲ್ಲವಲ್ಲವೆ? ಅವೆಲ್ಲವನ್ನೂ ನಿರ್ದಾಕ್ಷಿಣ್ಯವಾಗಿ ಪಾಪವೆಂದೇ ಹೇಳಿವೆ. ಪಡೆದುಕೊಂಡ ತಂದೆ-ತಾಯಿಯ ಕಾರಣದಿಂದಾಗಿ ಯಾವುದೋ ಧರ್ಮವನ್ನು ನಾವು ಗಳಿಸುತ್ತೇವೆ. ಅದರ ಆಧಾರದ ಮೇಲೆ ನಮ್ಮದೇ ಬೌದ್ಧಿಕತೆಗೆ ತಕ್ಕಂತೆ ನಮ್ಮ ಧರ್ಮವನ್ನು ರೂಪಿಸಿಕೊಳ್ಳುವ ಜರೂರತ್ತಿದೆ. ನಮಗೆ ಒಳ್ಳೆಯದೆಂದು ಕಂಡಿದ್ದನ್ನು ಸ್ವೀಕರಿಸುವ, ಕೆಟ್ಟದ್ದೆಂದು ಕಂಡಿದ್ದನ್ನು ನಿರಾಕರಿಸುವ, ಕಾಲಕ್ರಮದಲ್ಲಿ ಬೇಕಾದ ಬದಲಾವಣೆಗಳನ್ನು ಮಾಡಿಕೊಳ್ಳುವ 'ಸ್ವಧರ್ಮ'ವನ್ನು ನಾವು ರಚಿಸಿಕೊಳ್ಳಬೇಕು. ಅದನ್ನು ಅನುಸರಿಸಬೇಕು. ಅದಷ್ಟೇ ಐಟಿ ಲೋಕದ ಧರ್ಮ ಪರಿಪಾಲನೆ. ಆದ್ದರಿಂದಲೇ ಅವರು ಓಣಂ ಹಬ್ಬವನ್ನೂ ಸುಲಭವಾಗಿ ಒಪ್ಪಿಕೊಂಡರು, ಜನವರಿ ಒಂದನ್ನೂ ಭರ್ಜರಿಯಾಗಿ ಆಚರಿಸಿದರು. ಯಾರಿಗೂ ಕೆಡುಕನ್ನು ಮಾಡದ ನಾಸ್ತಿಕನೂ ಒಳ್ಳೆಯ ಧರ್ಮಪರಿಪಾಲಕನೇ ಆಗಿರುತ್ತಾನೆ. ಮತ್ತೊಬ್ಬರಿಗೆ ಹಾನಿ ಮಾಡುವ ಎಂತಹ ಧರ್ಮಿಷ್ಟನೂ ಅಧರ್ಮಿಯಾಗುತ್ತಾನೆ. ಹಾಗೆ ನೋಡಿದರೆ ನಗರದಲ್ಲಿ ಬದುಕುವ ಜನರಿಗೆ ಅದ್ಯಾವ ಜಾತಿ? ಅದ್ಯಾವ ಧರ್ಮ? ಎಲ್ಲರೂ ಇಲ್ಲಿ ಒಂದೇ ತರಹ ಬದುಕುತ್ತೇವೆ. ಈ ವ್ಯತ್ಯಾಸಗಳೇನಿದ್ದರೂ ಹಳ್ಳಿಯ ಬದುಕಿನಲ್ಲಿಯೇ ಹೊರತು, ನಗರದ ಅನಾಮಧೇಯ ಜಂಜಾಟದಲ್ಲಿ ಅಲ್ಲ. ನಸುಕಿನಲ್ಲಿ ಎದ್ದು, ಸಿಟಿ ಬಸ್ಸನ್ನು ಹಿಡಿಯಲು ಓಡೋಡಿ, ಮತ್ತೆ ರಾತ್ರಿ ಹತ್ತಕ್ಕೆ ಮನೆಗೆ 'ಉಸ್ಸೆಂದು' ಬರುವ ಹುಡುಗರಿಗೆ ಒಂದು ತುತ್ತು ಸೊಗಸಾದ ಬಿಸಿ ಊಟ ಸಿಕ್ಕರೆ ಸಾಕಾಗಿರುತ್ತದೆ. ಇನ್ನು ಧರ್ಮ, ಜಾತಿಗಳನ್ನು ಆಚರಿಸಲು ಇವರಿಗೆ ಸಮಯವೂ ಇಲ್ಲ, ಶಕ್ತಿಯೂ ಇಲ್ಲ, ಆಸಕ್ತಿಯೂ ಇಲ್ಲ. ಎಲ್ಲರೂ 'ಮೆಟ್ರೋ' ಕುಲಕ್ಕೆ ಸೇರಿದವರೇ ಆಗಿದ್ದಾರೆ. ಇಡೀ ಭಾರತವೇ ನಗರೀಕರಣಗೊಂಡರೆ ಜಾತಿ ಪದ್ಧತಿ ಖಂಡಿತಾ ಓಡಿ ಹೋಗುತ್ತದೆ. ಗಾಂಧೀಜಿಯವರು ಎಲ್ಲ ಧರ್ಮಗಳನ್ನೂ ಗೌರವಿಸಿದವರು. ಅಂದ ಮೇಲೆ ಈ ಹೊಸ ಹುಡುಗರ 'ಸ್ವಧರ್ಮ'ವನ್ನೂ ಖಂಡಿತಾ ಒಪ್ಪಿಕೊಳ್ಳುತ್ತಿದ್ದರು.

ಗಾಂಧೀಜಿಯು ಉಪವಾಸ ಮತ್ತು ಸಸ್ಯಾಹಾರವನ್ನು ವ್ರತದಂತೆ ಸ್ವೀಕರಿಸಿದ್ದರ ಹಿಂದೆ ದೇಹ ಮತ್ತು ಮನಸ್ಸಿನ ಆರೋಗ್ಯವನ್ನು ನಿಯಂತ್ರಿಸುವ ಕಾಳಜಿಯಿದೆ. ನಿಯಮಿತ ಮೃದು ಆಹಾರದ ಮೂಲಕ ಮನುಷ್ಯ ಚಿರಂಜೀವಿಯಾಗಬಲ್ಲ. ದೈಹಿಕ ಬಯಕೆಗಳನ್ನು ನಿಯಂತ್ರಿಸುವ ಮೂಲಕ ಜಿತೇಂದ್ರಿಯನಾಗಬಲ್ಲ. ಇಂತಹ ಸರಳ ತತ್ವವನ್ನು ಮರೆತ ಐಟಿ ಮಂದಿ ಇಂದು ಸಂಕಷ್ಟದಲ್ಲಿ ಸಿಲುಕಿದ್ದಾರೆ. ಹಣ ಕೈಗೆ ಸಿಕ್ಕಿದೆಯೆಂಬ ಕಾರಣದಿಂದಲೇ ಇತಿ–ಮಿತಿಯಿಲ್ಲದೆ ತಿಂದು, ದೇಹವನ್ನು ಹಿಗ್ಗಾಮುಗ್ಗ ಬೆಳೆಸಿ ಕಂಗಾಲಾಗಿದ್ದಾರೆ. ಆಹಾರ ತೆಗೆದುಕೊಳ್ಳುವ ಸಮಯವನ್ನು ಪರಿಪಾಲಿಸದೆ ಅನಾರೋಗ್ಯಕ್ಕೆ ತುತ್ತಾಗಿದ್ದಾರೆ. ಮೂವತ್ತು ದಾಟುವದಕ್ಕೂ ಮುಂಚೆ ಬಿ.ಪಿ. ಮತ್ತೆ ಡಯಾಬಿಟೀಸಿಗೆ ದೇಹವನ್ನು ಒಪ್ಪಿಸಿ, ಗಳಿಸಿದ ಹಣವನ್ನು ದುಬಾರಿ ಆಸ್ಪತ್ರೆಗಳಿಗೆ ಚೆಲ್ಲುವ ಇವರ ಸ್ಥಿತಿ ನನಗೆ ದುಃಖವನ್ನು ನೀಡುತ್ತದೆ. ಅನಿರೀಕ್ಷಿತವಾಗಿ ಬಂದ ಹಣದ ಹೊಳೆ ಅವರ ತಪ್ಪಂತೂ ಅಲ್ಲ. ಯಾವುದೇ ವ್ಯಕ್ತಿಗೆ ದಕ್ಕಿದ್ದರೂ ಇದೇ ಆಗುತ್ತಿತ್ತು (ಮೈನಿಂಗ್ ಉದ್ದಿಮೆಯನ್ನು ಜ್ಞಾಪಿಸಿಕೊಳ್ಳಿ). ಒಂದಿಷ್ಟು ವ್ಯಾಯಾಮ ಮಾಡಲೂ ಸಮಯವಿಲ್ಲ, ಕೂತ ಕುರ್ಚಿಯಿಂದ ಮೇಲೇಳುವ ಅವಶ್ಯಕತೆಯಿಲ್ಲ, ಸೂರ್ಯರಶ್ಮಿ ಬಡಿಯದ ಕೃತಕ ಹವಾನಿಯಂತ್ರಿತ ವಾತಾವರಣ, ಜೊತೆಗೆ ಕೆಲಸದ ಒತ್ತಡ – ಒಟ್ಟಾರೆ ತಿಂಗಳ ಕೊನೆಗೆ ಅಕ್ಷರಶಃ ಕೂತು ತಿನ್ನುವಷ್ಟು ಭರ್ಜರಿ ಸಂಬಳ. ಈ ಹಣದಿಂದ ಒಳ್ಳೆಯ ಮೆಡಿಕಲ್ ಪಾಲಿಸಿ ಕೊಳ್ಳಬಹುದೇ ಹೊರತು ಒಳ್ಳೆಯ ಆರೋಗ್ಯವನ್ನಲ್ಲವೆಂದು ಅವರಿಗೆ ಹೇಳುವವರು ಯಾರು?

ಬರೀ ದೈಹಿಕವಾಗಿ ಮಾತ್ರವೇ ಅಲ್ಲ, ಮಾನಸಿಕವಾಗಿಯೂ ಈ ಮಂದಿ ಜರ್ಝರಿತಗೊಂಡಿದ್ದಾರೆ. ಮಿತಿಮೀರಿದ ಒತ್ತಡದ ಬದುಕಿನಿಂದಾಗಿ ನಿದ್ದೆ ಕಳೆದುಕೊಳ್ಳುತ್ತಿದ್ದಾರೆ. ಸುಸ್ತಾಗುತ್ತಿದ್ದಾರೆ. ನಲವತ್ತಕ್ಕೆಲ್ಲಾ ಮುಪ್ಪು ಹಿಡಿದವರಂತೆ ಕಾಣುತ್ತಿದ್ದಾರೆ. ಹಣದಿಂದ ಅನಾವಶ್ಯಕವಾಗಿ ಅಹಂಕಾರವನ್ನು ಬೆಳೆಸಿಕೊಂಡು ಎಲ್ಲರ ಮೇಲೆ ಹಾರಾಡಿ ಈಗ ಕಂಗೆಟ್ಟಿದ್ದಾರೆ. ಬಂಧು ಬಳಗದ ಅಸೂಯೆಗೆ, ಅವರ ಸಾಲದ ಬೇಡಿಕೆಗಳಿಗೆ ರೋಸಿ ಹೋಗಿದ್ದಾರೆ. ಸಮಾಜದ ಜೊತೆಗೆ ಇಷ್ಟು ದಿನ ಸಮಯದ ಅಭಾವದಿಂದಾಗಿ ಒಡನಾಡದೆ ಈವತ್ತು ಏಕಾಂಗಿಗಳಾಗಿದ್ದಾರೆ. ಎಲ್ಲ ಆರ್ಭಟಗಳಿಗೂ ಅಂತ್ಯವಿರುವಂತೆ, ಇಂದು ಐಟಿ ಜಗತ್ತು ದಿನದಿಂದ ದಿನಕ್ಕೆ ಕುಸಿಯುತ್ತಿರುವುದು ಕಾಣುತ್ತಿದೆ. ವರ್ಷದಲ್ಲಿ ಮೂರು ನಾಲ್ಕು ಪ್ರಮೋಷನ್ ಪಡೆದವರು ಇಂದು ವರ್ಷಕ್ಕೆ ಶೇಕಡ 5ರಷ್ಟು ಬಡ್ತಿಯೂ ಇಲ್ಲದ ಸ್ಥಿತಿಗೆ ಬಂದಿದ್ದಾರೆ. ವಯಸ್ಸು ನಲವತ್ತು ಮೀರಿದರೆ ಸಾಕು, ಅಂತಹವರನ್ನು ಕೆಲಸದಿಂದ ಹೇಗೆ ಕಿತ್ತು ಹಾಕಬೇಕೆಂದು ಹೊಂಚು ಹಾಕುವ ಉದ್ದಿಮೆದಾರನ ಮುಂದೆ ವರ್ಚಸ್ಸು ಕಳೆದುಕೊಂಡ ನಟಿಯಂತೆ ನಡುಗುತ್ತಿದ್ದಾರೆ. ಇದ್ದ ಶ್ರೀಮಂತಿಕೆ ಶಾಶ್ವತವೆಂದು ನಂಬಿ ಹಲವಾರು ಮನೆ, ನೆಲಗಳನ್ನು

ಕೋಟಿಗಟ್ಟಲೆ ಸಾಲ ಮಾಡಿ ಕೊಂಡು, ಈಗ ಕೆಲಸ ಕಳೆದುಕೊಂಡರೆ ಮುಂದೆ ಅದರ ಕಂತುಗಳನ್ನು ಕಟ್ಟುವುದು ಹೇಗಪ್ಪಾ ಎಂಬ ಹೆದರಿಕೆಯಲ್ಲಿ ಬದುಕುತ್ತಿದ್ದಾರೆ. ಅಮೆರಿಕಾದ ಜನತೆ ಅನುಭವಿಸಿದ ಆರ್ಥಿಕ ಸಮಸ್ಯೆಯನ್ನು ಕೆಲವೇ ವರ್ಷಗಳಲ್ಲಿ ಇವರೂ ಅನುಭವಿಸುತ್ತಾರೇನೋ ಎಂದು ಭಯವಾಗುತ್ತದೆ. ಅದಕ್ಕೂ ಒಂದು ಹೆಜ್ಜೆ ಮುಂದೆ ಯೋಚಿಸಿದರೆ, ಮುಂಬಯಿಯ ಕಾರ್ಖಾನೆಗಳ ಕಾರ್ಮಿಕರ ಪರಿಸ್ಥಿತಿ ಇವರದಾಗದಿದ್ದರೆ ಸಾಕೆಂದು ನಿಟ್ಟುಸಿರು ಬರುತ್ತದೆ.

ಕಳೆದೆರಡು ದಶಕದಲ್ಲಿ ಕರ್ನಾಟಕದಲ್ಲಿ ಐಟಿ ಮತ್ತು ಮೈನಿಂಗ್ ಉದ್ದಿಮೆಗಳು ಸಾಕಷ್ಟು ಹಣವನ್ನು ಮಾಡಿವೆ. ಹಣ ಬಂದರೆ ಮನುಷ್ಯನ ವರ್ತನೆ ಹೇಗೆ ಬದಲಾಗುತ್ತದೆ ಎಂಬುದನ್ನೂ ಎರಡೂ ಕಡೆಗೂ ನೋಡಿದ್ದೇವೆ. ಆದರೆ ಮೈನಿಂಗ್‌ನಿಂದ ಹಣ ಪಡೆದವರು ಮಾಡಿದ ವಿಕಾರ ವರ್ತನೆಗೆ ಹೋಲಿಸಿದರೆ, ಐಟಿ ಮಂದಿ ಬಹು ಸಭ್ಯರಾಗಿಯೇ ಕಾಣುತ್ತಾರೆ. ಆ ಮಟ್ಟಿನ ಭ್ರಷ್ಟಾಚಾರ, ವಿಕೃತ ಹಣದ ಚೆಲ್ಲಾಟ, ಸರಕಾರಕ್ಕೆ ಮಾಡಿದ ಕೋಟಿಗಟ್ಟಲೆ ಲುಕ್ಸಾನು, ಸಾಮಾನ್ಯರ ಬದುಕನ್ನು ಅಕ್ಷರಶಃ ನರಕವಾಗಿಸಿದ ಕ್ರೌರ್ಯ, ಭೂತಾಯಿಯ ಮೇಲೆ ಮಾಡಿದ ಅತ್ಯಾಚಾರಗಳನ್ನು ಖಂಡಿತವಾಗಿಯೂ ಐಟಿ ಜನರು ಮಾಡಿಲ್ಲ. ಹಗಲಿರುಳು ಗಾಣದೆತ್ತಿನಂತೆ ದುಡಿದು ದೇಶವನ್ನು ಶ್ರೀಮಂತಗೊಳಿಸಿದ್ದಾರೆ. ಭಾರತದ ಬಗ್ಗೆ ಹೊರಜಗತ್ತಿಗಿದ್ದ ಅಸಡ್ಡೆಯನ್ನು ಹೋಗಲಾಡಿಸಿ, ಗೌರವವನ್ನು ಮೂಡಿಸಿದ್ದಾರೆ. ತಮ್ಮ ಉದ್ದಿಮೆಯ ಜೊತೆಜೊತೆಯಲ್ಲಿಯೂ ಹಲವಾರು ಉದ್ದಿಮೆಗಳು ಬೆಳೆಯಲು ಅವಕಾಶ ಮಾಡಿಕೊಟ್ಟಿದ್ದಾರೆ. ಆ ಮಟ್ಟಿಗೆ ಅವರ ಬಗ್ಗೆ ನಾವು ಗೌರವವನ್ನು ತೋರಿಸುವುದು ಅತ್ಯಂತ ಅಗತ್ಯವಾಗಿದೆ. ಆದರೆ, ಸಮಾಜ ಮಾತ್ರ ಐಟಿ ಮಂದಿಯ ಬಗ್ಗೆ ಮಾಡಿದಷ್ಟು ಟೀಕೆಯನ್ನು ಮೈನಿಂಗ್ ಉದ್ದಿಮೆಯಲ್ಲಿ ತೊಡಗಿದವರ ಬಗ್ಗೆ ಮಾಡಲಿಲ್ಲ.

ಗಾಂಧಿಗೆ ಇವೆಲ್ಲವೂ ಗೊತ್ತಿತ್ತು. ಅದಕ್ಕೇ ಇರಬೇಕು, ಸರಳವಾಗಿ ಬದುಕಿ ಅಂತ ಹೇಳಿದ್ದು. ಬದುಕಿನ ಅಗತ್ಯಗಳನ್ನು ಹಿಗ್ಗಿಸಿಕೊಳ್ಳದೆ ಸರಳವಾಗಿ, ಸಹಜವಾಗಿ ಬದುಕಿದರೆ ಎಲ್ಲ ಕಾಲದ ಪ್ರಹಾರಗಳನ್ನೂ ತಪ್ಪಿಸಿಕೊಳ್ಳಲು ಸಾಧ್ಯವೆಂಬುದನ್ನು ಇನ್ನಿಲ್ಲದಂತೆ ಹೇಳಿಕೊಟ್ಟರು, ತೋರಿಸಿಕೊಟ್ಟರು. ಆದರೆ 'ಸರಳ' ಎನ್ನುವ ಸರಳರೇಖೆಯನ್ನು ಎಲ್ಲರೂ ತಮತಮಗೆ ತಕ್ಕಂತೆ ಎಳೆದುಕೊಂಡು ಬಿಡುತ್ತಾರೆ. ಗಣಿಧಣಿಗಳು ಮೈನಿಂಗ್ ಜಾಗದ ಗಡಿಯ ರೇಖೆಗಳನ್ನು ಎಳೆದಾಡಿದಂತೆ, ನಾವು ಈ ಸರಳರೇಖೆಯನ್ನು ವಕ್ರಗೊಳಿಸಿದ್ದೇವೆ. ಯಾವುದು ಅಗತ್ಯ, ಯಾವುದು ಅನಗತ್ಯ? ನನ್ನ ಗೆಳೆಯನೊಬ್ಬ ತನ್ನ ವಿದೇಶ ವಾಸವನ್ನು ಬಿಟ್ಟು ಭಾರತಕ್ಕೆ ಬಂದು ತಂದೆ-ತಾಯಿಯ ಜೊತೆಯಿರಲು ಪ್ರಯತ್ನಿಸಿದ. ಅವನಿಗೆ ಈ ಬೆಂಗಳೂರಿನ ಬದುಕು ತನ್ನ ಮಕ್ಕಳ ಆರೋಗ್ಯಕ್ಕೆ, ಸರ್ವೋತ್ತಮ ಬೆಳವಣಿಗೆಗೆ ಮಾರಕವೆನ್ನಿಸಿತು. ಒಂದೇ ವರ್ಷದಲ್ಲಿ ಮತ್ತೆ ಅಮೆರಿಕಾಕ್ಕೆ

ವಾಪಾಸ್ಸಾದ. ಹೋಗುವ ಹೊತ್ತಿನಲ್ಲಿ ನನ್ನ ಕೈ ಹಿಡಿದು "ಮಕ್ಕಳ ಭವಿಷ್ಯದಂತಹ ಅಗತ್ಯ ಸಂಗತಿಗಳನ್ನೂ ನಾವು ಕಡೆಗಣಿಸಿದರೆ ಹೇಗೆ ಹೇಳು? ನನ್ನದೇನಿದ್ದರೂ ಸರಳ ಜೀವನ. ಹೆಚ್ಚಿನದೇನನ್ನೂ ನಾನು ಬೇಡುವುದಿಲ್ಲ" ಎಂದು ಅತ್ಯಂತ ಪ್ರಾಮಾಣಿಕವಾಗಿ ಹೇಳಿದ. ಕಣ್ಣಲ್ಲಿ ಒಂದಿಷ್ಟು ನೀರು ಬೇರೆ ಜಿನುಗಿತ್ತು.

ಗಾಂಧೀಜಿಯು 'ಸತ್ಯ'ಕ್ಕೆ ಅತ್ಯಂತ ಮಹತ್ವವನ್ನು ಕೊಟ್ಟರು. ತಮ್ಮ ಬದುಕನ್ನೇ 'ಸತ್ಯದೊಡನೆ ನಡೆಸಿದ ಪ್ರಯೋಗಗಳು' ಎಂದು ಕರೆದುಕೊಂಡರು. ಸತ್ಯ ಹೇಳುವವನು ಭ್ರಷ್ಟನಾಗಲು ಸಾಧ್ಯವಿಲ್ಲ. ಆದ್ದರಿಂದಲೇ ಸತ್ಯವನ್ನು ಜಗತ್ತು ಪರಿಪಾಲಿಸಿದರೆ ಭ್ರಷ್ಟಮುಕ್ತವಾಗುತ್ತದೆಂಬುದು ಅವರ ಬೀಜಮಂತ್ರ. ಭ್ರಷ್ಟತೆಯ ವಿಷವೃಕ್ಷ ಮೊಳಕೆಯೊಡೆಯುವುದು ಅಸತ್ಯವೆಂಬ ಗೊಬ್ಬರದಿಂದಲೇ! 'ಆಸೆಯೆಂಬುದು ದುಃಖಕ್ಕೆ ಮೂಲ' ಎಂಬ ಬುದ್ಧತತ್ವವನ್ನು ಗಾಂಧೀಜಿ ನಂಬಿದ್ದರು. ಕಾಲದ ಬದಲಾವಣೆಯಲ್ಲಿ ನಾವದನ್ನು 'ಅತಿಯಾಸೆಯೆಂಬುದು ದುಃಖಕ್ಕೆ ಮೂಲ' ಎಂದು ಬದಲಾಯಿಸಿ ಸರಳಗೊಳಿಸಿಕೊಂಡಿದ್ದೇವೆ. ಆದರೆ ಅದಕ್ಕೂ ನಿಷ್ಠರಾಗುತ್ತಿಲ್ಲ. ಯಾವುದೂ ನಮ್ಮನ್ನು ಸಂತೃಪ್ತಿಗೊಳಿಸುತ್ತಿಲ್ಲ. ಅಗತ್ಯಗಳು ಬರೀ ಈವತ್ತಿನವಾಗಿ ಉಳಿದಿಲ್ಲ. ನಿನ್ನೆ, ಇಂದು, ನಾಳೆ, ನಾಡದ್ದು – ಎಲ್ಲಕ್ಕೂ ಇಂದು ಗಳಿಸಬೇಕೆನ್ನುವುದು ನಮ್ಮ ಗುರಿಯಾಗುತ್ತಿದೆ!

ನಮಗೆಲ್ಲರಿಗೂ ಗಾಂಧೀಜಿಯೆಂದರೆ ಹೆಮ್ಮೆ, ಅಭಿಮಾನ. ಎಲ್ಲೆಲ್ಲಿಯೂ ಅವರ ಹೆಸರನ್ನು ಬಳಸುತ್ತೇವೆ. ರಸ್ತೆಗೆ, ಕಟ್ಟಡಗಳಿಗೆ, ಸ್ಟಾಂಪಿನಲ್ಲಿ, ನೋಟಿನಲ್ಲಿ – ಎಲ್ಲೆಂದರಲ್ಲಿ ಅವರನ್ನು ಸಂಭ್ರಮದಿಂದ ವಿರಾಜಿಸುತ್ತೇವೆ. ಆದರೆ ಅವರ ತತ್ವಗಳನ್ನು ಪರಿಪಾಲಿಸುವುದರಲ್ಲಿ ನಮಗೆ ಆಸಕ್ತಿಯೇ ಕಳೆದುಹೋಗಿದೆ. ದಿನದಿಂದ ದಿನಕ್ಕೆ ಭ್ರಷ್ಟರಾಗುತ್ತಿದ್ದೇವೆ. ಜಾತಿಯನ್ನು ದುರುಪಯೋಗ ಮಾಡಿಕೊಳ್ಳುತ್ತಿದ್ದೇವೆ. ಅಗತ್ಯ ಮೀರಿ ಭಕ್ಷಿಸಿ ಬಿರಿಯುತ್ತಿದ್ದೇವೆ. ಧರ್ಮದ ಹೆಸರಿನಲ್ಲಿ ಹಿಂಸೆಗೆ ಇಳಿಯುತ್ತೇವೆ. ಅವನು ಹೇಳಿದ್ದು ಸತ್ಯವೆಂದು ಗೊತ್ತಿದ್ದರೂ ಅದನ್ನು ಜಾಣತನದಿಂದ ಮರೆಯುತ್ತೇವೆ. ಅವನ ಖ್ಯಾತಿ ನಮಗೆ ಬೇಕು, ಅವನ ನೀತಿ ನಮಗೆ ಬೇಡ. ಅವನ ಹೆಸರು ನಮಗೆ ಬೇಕು, ಅವನ ಉಸಿರು ನಮಗೆ ಬೇಡ. ಅವನ ಮೂರ್ತಿ ನಮಗೆ ಬೇಕು, ಅವನ ಮಾತು ನಮಗೆ ಬೇಡ. ಆದ್ದರಿಂದಲೇ ಮಾತು ನಿಲ್ಲಿಸಿದ, ಚಲನೆಯಿಲ್ಲದ, ಕಣ್ಣು ಮುಚ್ಚಿದ ಅವನ ಧ್ಯಾನಸ್ಥ ಭಂಗಿಯ ಸುಂದರ ಮೂರ್ತಿಯನ್ನು ವಿಧಾನಸೌಧದಲ್ಲಿ ಸ್ಥಾಪಿಸಲು ಹೊರಟಿದ್ದೇವೆ!

13ನೇ ಸೆಪ್ಟಂಬರ್ 2012

ಛಂದ ಪುಸ್ತಕ ಬಹುಮಾನ

ಪುಟ್ಟ ಪಾದದ ಗುರುತು - ಸುನಂದಾ ಪ್ರಕಾಶ ಕಡಮೆ - ₹ 120
ಈ ಕತೆಗಳ ಸಹವಾಸವೇ ಸಾಕು - ಅಲಕ ತೀರ್ಥಹಳ್ಳಿ - ₹ 60
ಹಟ್ಟಿಯೆಂಬ ಭೂಮಿಯ ತುಣುಕು - ಲೋಕೇಶ ಅಗಸನಕಟ್ಟೆ - ₹ 180
ಗೋಡೆಗೆ ಬರೆದ ನವಿಲು - ಸಂದೀಪ ನಾಯಕ - ₹ 60
ಮೊದಲ ಮಳೆಯ ಮಣ್ಣು - ಕಣಾದ ರಾಘವ - ₹ 140
ಆಟಿಕೆ - ಬಸವಣ್ಣೆಪ್ಪಾ ಕಂಬಾರ - ₹ 100
ಮಾಯಾಕೋಲಾಹಲ - ಮೌನೇಶ ಬಡಿಗೇರ - ₹ 165
ಕೇಪಿನ ಡಬ್ಬಿ - ಪದ್ಮನಾಭ ಭಟ್, ಶೇವ್ಕಾರ - ₹ 150
ಮನಸು ಅಭಿಸಾರಿಕೆ - ಶಾಂತಿ ಕೆ ಅಪ್ಪಣ್ಣ - ₹ 230
ದೇವರು ಕಚ್ಚಿದ ಸೇಬು - ದಯಾನಂದ - ₹ 140
ಧೂಪದ ಮಕ್ಕಳು - ಸ್ವಾಮಿ ಪೊನ್ನಾಚಿ - ₹ 130
ಡುಮಿಂಗ - ಶಶಿ ತರೀಕೆರೆ - ₹ 130
ಬಯಲರಸಿ ಹೊರಟವಳು - ಛಾಯಾ ಭಟ್ - ₹ 120
ಮಾಕೋನ ಏಕಾಂತ - ಕಾವ್ಯಾ ಕಡಮೆ - ₹ 130

ಕಥಾಸಂಕಲನ

ಶಕುಂತಲಾ - ಗುರುಪ್ರಸಾದ್ ಕಾಗಿನೆಲೆ - ₹ 80
ಜುಮುರು ಮಳೆ - ಸುಮಂಗಲಾ - ₹ 220
ಶಾಲಭಂಜಿಕೆ - ಡಾ. ಕೆ. ಎನ್. ಗಣೇಶಯ್ಯ - ₹ 180 (7ನೇ ಮುದ್ರಣ)
ಕಾರಂತಜ್ಜನಿಗೊಂದು ಪತ್ರ - ಸಚ್ಚಿದಾನಂದ ಹೆಗಡೆ - ₹ 150
ಹಕೂನ ಮಟಾಟ - ನಾಗರಾಜ ವಸ್ತಾರೆ - ₹ 80
ಕಾಲಿಟ್ಟಲ್ಲಿ ಕಾಲುದಾರಿ - ಸುಮಂಗಲಾ - ₹ 80
ಹುಲಿರಾಯ - ಕೀರ್ತಿರಾಜ್ - ₹ 80
ನಿರವಯವ - ನಾಗರಾಜ ವಸ್ತಾರೆ - ₹ 125
ಹನ್ನೊಂದನೇ ಅಡ್ಡರಸ್ತೆ - ಸುಮಂಗಲಾ - ₹ 170
ಗಾಳಿಗೆ ಮೆತ್ತಿದ ಬಣ್ಣ - ಕರ್ಕಿ ಕೃಷ್ಣಮೂರ್ತಿ - ₹ 180
ಕನ್ನಡಿ ಹರಳು - ಪದ್ಮನಾಭ ಭಟ್, ಶೇವ್ಕಾರ - ₹ 130
ಒಂದು ಚಿಟಿಕೆ ಮಣ್ಣು - ಲಕ್ಷ್ಮಣ ಬಾದಾಮಿ - ₹ 130
ಬಂಡಲ್ ಕತೆಗಳು - ಎಸ್ ಸುರೇಂದ್ರನಾಥ್ - ₹ 160
ದೇವರ ರಜಾ - ಗುರುಪ್ರಸಾದ್ ಕಾಗಿನೆಲೆ - ₹ 225 (2ನೇ ಮುದ್ರಣ)
ಕಟ್ಟು ಕತೆಗಳು - ಎಸ್ ಸುರೇಂದ್ರನಾಥ್ - ₹ 210
ಮಡಿಲು (ನೀಳ್ಗತೆ) - ನಾಗರಾಜ ವಸ್ತಾರೆ - ₹ 15
ತಿರಾಮಿಸು - ಶಶಿ ತರೀಕೆರೆ - ₹ 210

ತೊಟ್ಟು ಕ್ರಾಂತಿ - ಕಾವ್ಯಾ ಕಡಮೆ - ₹ 180

ಪ್ರಬಂಧ

ಪೂರ್ವ ಪಶ್ಚಿಮ - ಎಂ. ಆರ್. ದತ್ತಾತ್ರಿ - ₹ 80
ರಾಗಿಮುದ್ದೆ - ರಘುನಾಥ ಚ. ಹ. - ₹ 120
ಕುಟ್ಟವಲಕ್ಕಿ / ಗೊಜ್ಜವಲಕ್ಕಿ - ಪ್ರಶಾಂತ ಆಡೂರ - ₹ 170 / ₹ 170
ಕಿಲಿಮಂಜಾರೋ - ಪ್ರಶಾಂತ್ ಬೀಚಿ - ₹ 80
ಮಿಸಳ್ ಭಾಜಿ - ಭಾರತಿ ಬಿ ವಿ - ₹ 190
ನೀ ಮಾಯೆಯೊಳಗೋ... - ವಿಕ್ರಮ ಹತ್ವಾರ - ₹ 150
ಸಾವೆಂಬ ಲಹರಿ - ಗುರುಪ್ರಸಾದ ಕಾಗಿನೆಲೆ - ₹ 140
ವೈದ್ಯ, ಮತ್ತೊಬ್ಬ - ಗುರುಪ್ರಸಾದ ಕಾಗಿನೆಲೆ - ₹ 120
ಅಪ್ಪನ ರ್‍ಯಾಲೀಸ್ ಸೈಕಲ್ - ದರ್ಶನ್ ಜಯಣ್ಣ - ₹ 110
ಇಮೋಜಿ ಭಾಷೆ - ಕರ್ಕಿ ಕೃಷ್ಣಮೂರ್ತಿ - ₹ 150

ಅನುವಾದ

ದಿ ಚಾಯ್ಸ್ - ಈಡಿತ್ ಎವಾ ಎಗರ್ (ಜಯಶ್ರೀ ಭಟ್) - ₹ 280
ದೇಹವೇ ದೇಶ - ಗರಿಮಾ ಶ್ರೀವಾಸ್ತವ (ವಿಕ್ರಮ ವಿಸಾಜಿ) - ₹ 250
ಪರ್ಸೆಪೊಲಿಸ್- ಮಾರ್ಜಾನ್ ಸತ್ರಪಿ (ಪ್ರೀತಿ ನಾಗರಾಜ) - ₹ 395
ಗಾಳಿ ಪಳಗಿಸಿದ ಬಾಲಕ - ವಿಲಿಯಂ ಕಾಂಕ್ವಾಂಬಾ (ಕರುಣಾ ಬಿ ಎಸ್) - ₹ 180
ಅಮೋಸ್ ಫಾರ್ಚೂನ್ - ಎಲಿಝಬೆತ್ ಯೇಟ್ಸ್ (ಜಯಶ್ರೀ ಭಟ್) - ₹ 110
ನವ ಜೀವಗಳು - ವಿಲಿಯಂ ಡಾಲ್ರಿಂಪಲ್ (ನವೀನ ಗಂಗೋತ್ರಿ) - ₹ 250
ಮೈಕೆಲ್ ಕೆ - ಜೆ.ಎಂ. ಕುಟ್‌ಸೀ (ಸುನಿಲ್ ರಾವ್) - ₹ 170
ಲೇರಿಯೊಂಕ - ಹೆನ್ರಿ ಆರ್. ಓಲೆ ಕುಲೆಟ್ (ಪ್ರಶಾಂತ ಬೀಚಿ) - ₹ 140
ಅರೆಶತಮಾನದ ಮೌನ - ಯಾನ್ ರಫ್-ಓ'ಹರ್ನ್ (ಅರುಣ್) - ₹ 310
ಪರ್ವತದಲ್ಲಿ ಪವಾಡ - ನ್ಯಾಂಡೊ ಪರಾಡೊ (ಸಂಯುಕ್ತಾ ಪುಲಿಗಲ್) - ₹ 340
ಚಂದಿರ ಬೇಕೆಂದವನು - ಮಿಮಿ ಬೇರ್ಡ್ (ಪ್ರಜ್ಞಾ ಶಾಸ್ತ್ರಿ) - ₹ 180
ಬಂಡೂಲ - ವಿಕಿ ಕಾನ್‌ಸ್ಟಂಟೇನ್ ಕ್ರುಕ್ (ರಾಜ್ಯಶ್ರೀ ಕುಳಮರ್ವ) - ₹ 425
ರೆಬೆಲ್ ಸುಲ್ತಾನರು - ಮನು ಎಸ್ ಪಿಳ್ಳೈ (ಸಂಯುಕ್ತಾ ಪುಲಿಗಲ್) - ₹ 420
ಫಾಲೋಯಿಂಗ್ ಫಿಶ್ - ಸಮಂತ್ ಸುಬ್ರಮಣಿಯನ್ (ಸಹನಾ ಹೆಗಡೆ) - ₹ 280
ಜಗವ ಚುಂಬಿಸು - ಸುಬ್ರೊತೋ ಬಾಗ್ಚಿ (ವಂದನಾ ಪಿ ಸಿ) - ₹ 240
ಪರ್ದಾ ಅಂಡ್ ಪಾಲಿಗಮಿ - ಇಕ್ಬಾಲುನ್ನೀಸಾ ಹುಸೇನ್ (ದಾದಾಪೀರ್) - ₹ 380
ವಾಡಿವಾಸಲ್ - ಚಿ. ಸು. ಚೆಲ್ಲಪ್ಪ (ಸತ್ಯಕಿ) - ₹ 100
ನಾಲ್ಕನೇ ಎಕರೆ - ಶ್ರೀರಮಣ (ಅಜಯ್ ವರ್ಮಾ ಅಲ್ಲೂರಿ) - ₹ 100
ಮಾವೋನ ಕೊನೆಯ ನರ್ತಕ - ಲೀ ಶ್ವಿನ್‌ಶಿಂಗ್ (ಜಯಶ್ರೀ ಭಟ್) - ₹ 340

ಕೋಬಾಲ್ಟ್ ಬ್ಲೂ - ಸಚಿನ್ ಕುಂಡಲ್‌ಕರ್ (ಸಪ್ನಾ ಕಟ್ಟಿ) - ₹ 150
ವಿದ್ಯಾವಂತ ವೇಶ್ಯೆಯ ಆತ್ಮಕಥೆ - ಮಾನದಾ ದೇವಿ (ನಾಗ ಹುಬ್ಬಿ) - ₹ 240
ದಿ ಲೈಟ್‌ಹೌಸ್ ಫ್ಯಾಮಿಲಿ - ಫಿರಾತ್ ಸುನೇಲ್ (ಮಾಧುರಿ ಕುಲಕರ್ಣಿ) - ₹ 230
ನನ್ನ ತಂಗಿ ಈಡಾ - ಕಾರೊಲೀನ ವಾಲ್ (ಹರ್ಷ ರಘುರಾಮ್) - ₹ 260
ಸತ್ತವರ ಸೊಲ್ಲು - ಆಶುತೋಷ್ ಭಾರದ್ವಾಜ್ (ಕಾರ್ತಿಕ್ ಆರ್.) - ₹ 380

ವಸುಧೇಂದ್ರ

ಮನೀಷೆ - ಕತೆಗಳು - ₹ 120 (8ನೇ ಮುದ್ರಣ)
ಯುಗಾದಿ - ಕತೆಗಳು - ₹ 190 (9ನೇ ಮುದ್ರಣ)
ಚೇಳು - ಕತೆಗಳು - ₹ 120 (8ನೇ ಮುದ್ರಣ)
ಹಂಪಿ ಎಕ್ಸ್‌ಪ್ರೆಸ್ - ಕತೆಗಳು - ₹ 195 (9ನೇ ಮುದ್ರಣ)
ಮೋಹನಸ್ವಾಮಿ - ಕತೆಗಳು - ₹ 270 (8ನೇ ಮುದ್ರಣ)
ವಿಷಮ ಭಿನ್ನರಾಶಿ - ಕತೆಗಳು - ₹ 280 (4ನೇ ಮುದ್ರಣ)
ಕೋತಿಗಳು - ಪ್ರಬಂಧ - ₹ 120 (8ನೇ ಮುದ್ರಣ)
ನಮ್ಮಮ್ಮ ಅಂದ್ರೆ ನಂಗಿಷ್ಟ - ಪ್ರಬಂಧ - ₹ 100 (27ನೇ ಮುದ್ರಣ)
ರಕ್ಷಕ ಅನಾಥ - ಪ್ರಬಂಧ - ₹ 110 (5ನೇ ಮುದ್ರಣ)
ವರ್ಣಮಯ - ಪ್ರಬಂಧ - ₹ 225 (7ನೇ ಮುದ್ರಣ)
ಐದು ಪೈಸೆ ವರದಕ್ಷಿಣೆ - ಪ್ರಬಂಧ - ₹ 280 (5ನೇ ಮುದ್ರಣ)
ಹರಿಚಿತ್ತ ಸತ್ಯ - ಕಾದಂಬರಿ - ₹ 200 (6ನೇ ಮುದ್ರಣ)
ತೇಜೋ-ತುಂಗಭದ್ರಾ - ಕಾದಂಬರಿ - ಉತ್ತಮ/ಸಾದಾ (₹ 500/₹ 450) (17ನೇ ಮುದ್ರಣ)
ಮಿಥುನ - ಶ್ರೀರಮಣರ ಕತೆಗಳು - ₹ 135 (8ನೇ ಮುದ್ರಣ)
ಎವರೆಸ್ಟ್ - ಜಾನ್ ಕ್ರಾಕೌರ್ - ₹ 420 (4ನೇ ಮುದ್ರಣ)
ರೇಷ್ಮೆ ಬಟ್ಟೆ - ಕಾದಂಬರಿ - ₹ 450

ಕಾದಂಬರಿ

ಎನ್ನ ಭವದ ಕೇಡು - ಎಸ್ ಸುರೇಂದ್ರನಾಥ್ - ₹ 75
ನ್ಯಾಸ - ಹರೀಶ ಹಾಗಲವಾಡಿ - ₹ 250
ಗುಣ - ಗುರುಪ್ರಸಾದ್ ಕಾಗಿನೆಲೆ - ₹ 150
ದ್ವೀಪವ ಬಯಸಿ - ಎಂ. ಆರ್. ದತ್ತಾತ್ರಿ - ₹ 320
ತಾರಾಬಾಯಿಯ ಪತ್ರ - ದತ್ತಾತ್ರಿ ಎಂ ಆರ್ - ₹ 160
ಅಗೆದಷ್ಟೂ ನಕ್ಷತ್ರ - ಸುಮಂಗಲಾ - ₹ 230
ಪ್ರಿಯೇ ಚಾರುಶೀಲೆ - ನಾಗರಾಜ ವಸ್ತಾರೆ - ₹ 380
ಋಷ್ಯಶೃಂಗ - ಹರೀಶ ಹಾಗಲವಾಡಿ - ₹ 125
ಅಂತು - ಪ್ರಕಾಶ ನಾಯಕ್ - ₹ 200
ಚುಕ್ಕಿ ಬೆಳಕಿನ ಜಾಡು - ಕರ್ಕಿ ಕೃಷ್ಣಮೂರ್ತಿ - ₹ 200
ದೀಪವಿರದ ದಾರಿಯಲ್ಲಿ - ಸುಶಾಂತ್ ಕೋಟ್ಯಾನ್ - ₹ 160

ದಾರಿ - ಕುಸುಮಾ ಆಯರಹಳ್ಳಿ - ₹ 395
ಬರೀ ಎರಡು ರೆಕ್ಕೆ - ಸುನಂದಾ ಪ್ರಕಾಶ ಕಡಮೆ - ₹ 260

ಕವಿತೆ

ಮದ್ಯಸಾರ - ಅಪಾರ - ₹ 90
ಪೂರ್ಣನ ಗರಿಗಳು - ಪೂರ್ಣಪ್ರಜ್ಞ - ₹ 70
ಹಲೋ ಹಲೋ ಚಂದಮಾಮ - ರಾಧೇಶ ತೋಳ್ಪಾಡಿ - ₹ 50

ಪದಚರಿತೆ

ಸರಿಗನ್ನಡಂ ಗೆಲ್ಗೆ - ಅಪಾರ - ₹ 390

ನಮ್ಮ ಪ್ರಕಟಣೆಯ ಎಲ್ಲ ಪುಸ್ತಕಗಳ ಪ್ರತಿಗಳೂ ಲಭ್ಯ.
ಪುಸ್ತಕದ ಪ್ರತಿಗಾಗಿ ವಾಟ್ಸಾಪ್ ಮಾಡಿ 98444 22782

ಓದಿ ಓದಿ ಮರುಳಾಗಿ!

ಛಂದ ಪುಸ್ತಕ ಬಹುಮಾನ

ಹೊಸ ಕತೆಗಾರರನ್ನು ಗುರುತಿಸುವ ಸಲುವಾಗಿ ನಮ್ಮ ಪ್ರಕಾಶನ ಸಂಸ್ಥೆಯು ಕಳೆದ ಹದಿಮೂರು ವರ್ಷಗಳಿಂದ ಕತೆಗಳ ಹಸ್ತಪ್ರತಿ ಸ್ಪರ್ಧೆಯನ್ನು ನಡೆಸುತ್ತಾ ಬಂದಿದೆ. ಈವರೆಗೆ ಒಂದೂ ಕಥಾಸಂಕಲನವನ್ನು ಪ್ರಕಟಿಸದವರು ಈ ಸ್ಪರ್ಧೆಯಲ್ಲಿ ಭಾಗವಹಿಸಬಹುದು. ಇತರ ಪ್ರಕಾರಗಳಲ್ಲಿ ಒಂದೆರಡು ಪುಸ್ತಕಗಳನ್ನು ಪ್ರಕಟ ಮಾಡಿದವರೂ ಇದರಲ್ಲಿ ಭಾಗವಹಿಸುವ ಅವಕಾಶವಿರುತ್ತದೆ. ಮೊದಲ ಸುತ್ತಿನ ಆಯ್ಕೆಯನ್ನು ಪ್ರಕಾಶನದ ಸದಸ್ಯರು ಮಾಡಿ, ಕೊನೆಯ ಆಯ್ಕೆಗಾಗಿ ಸುಮಾರು ಹತ್ತು ಹಸ್ತಪ್ರತಿಗಳನ್ನು ನಾಡಿನ ಹಿರಿಯ ಸಾಹಿತಿಗಳಿಗೆ ಒಪ್ಪಿಸುತ್ತಾರೆ. ಆಯ್ಕೆಯಾದ ಹಸ್ತಪ್ರತಿಯನ್ನು ಪುಸ್ತಕ ರೂಪದಲ್ಲಿ ಪ್ರಕಟಿಸಿ, ಪ್ರಶಸ್ತಿ ಪತ್ರ, ಫಲಕ ಹಾಗೂ ಮೂವತ್ತು ಸಾವಿರ ರೂಪಾಯಿ ಬಹುಮಾನವನ್ನು ನೀಡಲಾಗುತ್ತದೆ. ಈವರೆಗೂ ಈ ಪ್ರಶಸ್ತಿಯಲ್ಲಿ ಬಹುಮಾನ ಪಡೆದವರ ವಿವರಗಳ ಪಟ್ಟಿಯನ್ನು ಮುಂದಿನ ಪುಟದಲ್ಲಿ ನೀಡಿದ್ದೇವೆ.

ಇವರಲ್ಲಿ ಮೌನೇಶ ಬಡಿಗೇರ, ಶಾಂತಿ ಕೆ ಅಪ್ಪಣ್ಣ, ಪದ್ಮನಾಭ ಭಟ್ ಶೇವ್ಕಾರ ಮತ್ತು ಸ್ವಾಮಿ ಪೊನ್ನಾಚಿ ಅವರಿಗೆ ಕೇಂದ್ರ ಸಾಹಿತ್ಯ ಅಕಾಡೆಮಿಯ ಯುವ ಪುರಸ್ಕಾರ ದೊರೆತಿದೆ. ವಿನಯಾ, ಶಾಂತಿ ಕೆ ಅಪ್ಪಣ್ಣ ಮತ್ತು ಪದ್ಮನಾಭ ಭಟ್ ಶೇವ್ಕಾರರ ಪುಸ್ತಕಗಳಿಗೆ ಕರ್ನಾಟಕ ಸಾಹಿತ್ಯ ಅಕಾಡೆಮಿಯ ಪುಸ್ತಕ ಬಹುಮಾನ ಅಥವಾ ದತ್ತಿ ಬಹುಮಾನಗಳು ಸಂದಿವೆ. ಇನ್ನೂ ಹಲವಾರು ನಾಡಿನ ಪ್ರಮುಖ ಪ್ರಶಸ್ತಿ ಮತ್ತು ಬಹುಮಾನಗಳೂ ಈ ಕೃತಿಗಳಿಗೆ ಲಭ್ಯವಾಗಿವೆ.

ನೀವು ಈ ಸ್ಪರ್ಧೆಯಲ್ಲಿ ಭಾಗವಹಿಸಬೇಕೆ? ಹಾಗಿದ್ದರೆ ನಮ್ಮ ಮುಂದಿನ ವರ್ಷದ ಸ್ಪರ್ಧೆಯ ಆಹ್ವಾನವನ್ನು ಖ್ಯಾತ ಕನ್ನಡ ನಿಯತಕಾಲಿಕಗಳಲ್ಲಿ ಅಥವಾ ಸಾಮಾಜಿಕ ಜಾಲತಾಣಗಳಲ್ಲಿ ನಿರೀಕ್ಷಿಸಿರಿ. ಹೆಚ್ಚಿನ ವಿವರಗಳಿಗೆ 98444 22782 ಗೆ ಸಂದೇಶ ಕಳುಹಿಸಿರಿ.

ಓದಿ ಓದಿ ಮರುಳಾಗಿ!

ಛಂದ ಪುಸ್ತಕ ಬಹುಮಾನ ಪಡೆದ ಕೃತಿಗಳು

ಕತೆಗಾರರು	ಕಥಾಸಂಕಲನ	ತೀರ್ಪುಗಾರರು
ಸುನಂದಾ ಪ್ರಕಾಶ ಕಡಮೆ	ಪುಟ್ಟ ಪಾದದ ಗುರುತು	ಅಶೋಕ ಹೆಗಡೆ/ ಸುಮಂಗಲಾ
ಅಲಕ ತೀರ್ಥಹಳ್ಳಿ	ಈ ಕತೆಗಳ ಸಹವಾಸವೇ ಸಾಕು	ಕೇಶವ ಮಳಗಿ/ ಸುಮಂಗಲಾ
ಲೋಕೇಶ ಅಗಸನಕಟ್ಟೆ	ಹಟ್ಟಿಯೆಂಬ ಭೂಮಿಯ ತುಣುಕು	ಬೊಳುವಾರು ಮಹಮದ್ ಕುಂಞಿ
ವಿನಯಾ	ಊರ ಒಳಗಣ ಬಯಲು	ನೇಮಿಚಂದ್ರ
ಸಂದೀಪ ನಾಯಕ	ಗೋಡೆಗೆ ಬರೆದ ನವಿಲು	ಅಮರೇಶ ನುಗಡೋಣಿ
ಕಣಾದ ರಾಘವ	ಮೊದಲ ಮಳೆಯ ಮಣ್ಣು	ಕೆ. ಸತ್ಯನಾರಾಯಣ
ಬಸವಣ್ಣೆಪ್ಪಾ ಕಂಬಾರ	ಆಟಿಕೆ	ಕುಂ. ವೀರಭದ್ರಪ್ಪ
ಮೌನೇಶ ಬಡಿಗೇರ	ಮಾಯಾಕೋಲಾಹಲ	ಓ.ಎಲ್. ನಾಗಭೂಷಣಸ್ವಾಮಿ
ಪದ್ಮನಾಭ ಭಟ್ ಶೇವ್ಕಾರ	ಕೇಪಿನ ಡಬ್ಬಿ	ಎಂ. ಎಸ್. ಆಶಾದೇವಿ
ಶಾಂತಿ ಕೆ ಅಪ್ಪಣ್ಣ	ಮನಸು ಅಭಿಸಾರಿಕೆ	ಎಚ್.ಎಸ್. ರಾಘವೇಂದ್ರ ರಾವ್
ದಯಾನಂದ	ದೇವರು ಕಚ್ಚಿದ ಸೇಬು	ನಾ. ಡಿಸೋಜಾ
ಸ್ವಾಮಿ ಪೊನ್ನಾಚಿ	ಧೂಪದ ಮಕ್ಕಳು	ಎಂ. ಎಸ್. ಶ್ರೀರಾಮ್
ಶಶಿ ತರೀಕೆರೆ	ಡುಮಿಂಗ	ಲಲಿತಾ ಸಿದ್ಧಬಸವಯ್ಯ
ಛಾಯಾ ಭಟ್	ಬಯಲರಸಿ ಹೊರಟವಳು	ತಾರಿಣಿ ಶುಭದಾಯಿನಿ
ಕಾವ್ಯಾ ಕಡಮೆ	ಮಾಕೋನ ಏಕಾಂತ	ಟಿ.ಪಿ. ಅಶೋಕ